சென்னை

பார்த்திபன்

6

சிக்ஸ்த்சென்ஸ் பப்ளிகேஷன்ஸ்
10/2 (8/2) போலீஸ் குவார்ட்டர்ஸ் சாலை
(தியாகராயநகர் பேருந்து நிலையத்திற்கும் காவல் நிலையத்திற்கும் இடைப்பட்ட சாலை)
தியாகராயநகர், சென்னை – 600 017
தொலைபேசி : 24342771, 29860070
கைபேசி : 7200050073

Publisher
K.S. Pugalendi

Editor
R. Muthukumar

Managing Editor
P. Karthikeyan

Layout
P.S.Sukumar

No part of this book may be reproduced or transmitted in any form without permission in writing from the author or publisher

ISBN : 978-93-88734-62-2

Title:
Chennai

Author:
Parthiban

Address:
Sixthsense Publications
10/2(8/2) Police Quarters Road,
(Between Thiyagaraya Nagar Bus Stop & Police Station)
Thiyagaraya Nagar, Chennai - 17
Phone: 24342771, 29860070
Cell: **72000 50073**
Sixthsense Publications
6 th sense_karthi
e-mail : sixthsensepub@yahoo.com
Website: www.sixthsensepublications.com

Edition:
First   : June, 2016
Price   : Rs.888
© Parthiban

தலைப்பு
சென்னை

ஆசிரியர்
பார்த்திபன்

பக்கங்கள்   : 404

விலை   : ரூ.888

உரிமை:

© பார்த்திபன்

முதற்பதிப்பு   : ஜூன், 2016 (மீள் பதிப்பு)

சிக்ஸ்த்சென்ஸ் பப்ளிகேஷன்ஸ்
10/2 (8/2) போலீஸ் குவார்ட்டர்ஸ் சாலை,
(தியாகராய நகர் பேருந்து நிலையத்திற்கும் காவல் நிலையத்திற்கும் இடைப்பட்ட சாலை)
தியாகராயநகர், சென்னை – 600 017
தொலைபேசி : 24342771, 29860070
கைபேசி: **72000 50073**

மின்னஞ்சல்
sixthsensepub@yahoo.com

இந்தப் புத்தகத்திலுள்ள எந்த ஒரு பகுதியையும் பதிப்பாளர் மற்றும் எழுத்தாளர் அனுமதியை எழுத்து மூலம் பெறாமல் பதிப்பிக்கக் கூடாது

நீங்கள் Smart Phone உபயோகிப்பவராக இருந்தால் QR Code Reader Application மூலம் இதை Scan செய்தால் நேரடியாக எமது இணையதளத்திற்கு சென்று மேலும் எங்கள் வெளியீடுகள் பற்றிய விவரங்களைப் பெறலாம்.

முன்னுரை

புத்தகம் படிக்கும் முக்கால்வாசி பேர் முன்னுரையைப் படிப்பதில்லை என்பது என்னுடைய கருத்து. ஆகவே, இந்தப் புத்தகத்துக்கான முன்னுரை எழுதுவதற்கு ஆரம்பத்தில் சற்றே தயங்கினேன். அந்த சமயத்தில்தான் தொழில்துறை ஜாம்பவான் ஒருவரின் புத்தகத்தை படிக்க ஆரம்பித்திருந்தேன். அவர் தனது முன்னுரையில் இந்த புத்தகம் எழுத வேண்டிய அவசியம் ஏன் ஏற்பட்டது, இது மக்களுக்கு எந்த வகையில் பயன்பட வேண்டும் என்று நினைக்கிறேன், இந்த புத்தகத்தை எழுத யாரெல்லாம் எப்படி எல்லாம் உறுதுணையாக இருந்தார்கள் என்று அழகாக எழுதியிருந்தார். இதில் மூன்றாவது விஷயம் மிக முக்கியமானதாக தோன்றியது. நன்றிகளால் நிறைந்ததே நல்லோர் உலகு என்பதில் நம்பிக்கையுடையவன் நான்.

இந்த புத்தகத்துக்கான முதல் நன்றியை என்னை வீட்டில் இருந்து தினமும் பள்ளிக்கு கை பிடித்து அழைத்துச் சென்ற ஆயாவுக்குத்தான் சொல்ல வேண்டும். என்னையும், என் தங்கையையும் வட சென்னை பகுதியை சேர்ந்த ஓர் ஆயாதான் தினமும் பள்ளிக்கு அழைத்துச் சென்று, திரும்ப அழைத்து வருவார். வீட்டு வேலை செய்வது போல அது ஒரு வேலை. மதியம் மட்டும் எங்கள் அம்மா சாப்பாடு கொண்டு வருவார். அந்த ஆயா பேசும் தமிழ்தான் நான் வியப்பு ததும்பக் கேட்டு மகிழ்ந்த மெட்ராஸ் பாஷை. நாஷ்டா துன்னியா கண்ணு என்று வாஞ்சையுடன் கேட்ட அந்த ஆயா தான் இந்த நகரின் மீதான எனது ஆர்வத்துக்கு ஆரம்ப புள்ளி வைத்தவர். இந்த ஊரில் மட்டும் ஏன் இரண்டு தமிழ் பேசுகிறார்கள்.. சாதா தமிழ்.. மெட்ராஸ் தமிழ்.. எழுதுவதற்கு எழுத்துத் தமிழ்.. இப்படி முத்தமிழில் மூழ்கித் திளைத்த காலம் அது.

சென்னை நகரம் மீதான அடுத்த ஈர்ப்பு சென்ட்ரல் ஸ்டேஷன், விக்டோரியா பப்ளிக் ஹால், உயர்நீதிமன்றம், பிரசிடென்சி கல்லூரி என சிகப்பு கலரில் வித்தியாசமாக காட்சியளித்த பிரம்மாண்டமான கட்டடங்கள். இந்தக் கட்டடமெல்லாம் ஏன் சிகப்பா இருக்கு என்று கேட்டால், அதெல்லாம் வெள்ளக்காரங்க காலத்துல கட்டினது என்று பதில் வரும். அடுத்த ஈர்ப்பு, சென்னை மாநகரின் ஜீவநதியான கூவம். நகரின் எந்தப் பக்கம் போனாலும் வளைந்து நெளிந்து, கண்முன் வந்து நின்றுவிடும் இந்த மெகா சாக்கடை எங்கிருந்து வருகிறது என்று ரொம்ப நாள் நான் யோசித்திருக்கிறேன். இப்படி என் சிறு வயதில் ஒரு மர்ம தேசமாகவே இருந்தது இந்த மாநகரம்.

கிட்டத்தட்ட 400 ஆண்டுகள் பழமையான இன்றைய சென்னை நகரின் ஒவ்வொரு கட்டடமும் ஏன், எப்படி உருவானது என்பதை ஒரு புத்தகமாக எழுதலாமா என்று

யோசிக்கிறேன் என்று எனது நண்பரும் பத்திரிகையாளருமான திரு. ரவீந்திரனிடம் சொன்னேன். அப்போது அவர் தினத்தந்தியில் பணிபுரிந்து கொண்டிருந்தார். எனவே முதலில் தினத்தந்தி நாளிதழில் தொடராக எழுதுங்கள், பின்னர் புத்தகம் போடலாம் என்று யோசனை சொன்னார். தினத்தந்தி நாளிதழின் ஆசிரியர் குழுவை அணுகிய போது மிகுந்த மகிழ்ச்சியோடு வாய்ப்பு அளித்தார்கள். அவர்கள் கொடுத்த ஊக்கத்திலும், உற்சாகத்திலும் சனிக்கிழமைதோறும் வெளிவரும் முத்துச்சரத்தில் சென்னை பற்றிய எனது கட்டுரைகள் தொடர்ந்து 100 வாரங்கள் வெளியாகி மிகுந்த வரவேற்பைப் பெற்றன.

இதனிடையே நான் தினத்தந்தி தொலைக்காட்சியில் வேலைக்கு சேர்ந்தேன். எனவே இந்த கட்டுரைகளை வீடியோ ஆவணமாக மாற்றினால் நன்றாக இருக்குமே என்று தோன்றியது. உடனடியாக ஒப்புதல் கிடைத்தது. ஒவ்வொரு வாரமும் வெளியான எபிசோடை பார்த்துவிட்டு எங்கள் தலைமை செயல் அதிகாரி திரு. விஜயன் நிறைய பாராட்டினார். ஒரு விஷயத்தை நுணுக்கமாக அணுகி அலசிப் பாராட்டுவதில் விஜயன் அவர்கள் வல்லவர்.

தனது நாளிதழிலும், டிவியிலும் ஒருசேர இந்த தொடருக்கு வாய்ப்பு வழங்கிய திரு. பாலசுப்பிரமணிய ஆதித்தன் அவர்களை நன்றியுடன் நினைத்துப் பார்க்கிறேன். தினத்தந்தி போன்றதொரு பாரம்பரியமும், பிரம்மாண்ட வாசகர் வட்டமும் கொண்ட நிறுவனத்தில் வெளியானதால் பலராலும் இந்த கட்டுரைகளும், தொலைக்காட்சித் தொடரும் சிறப்பாக பேசப்பட்டன.

இந்த தருணத்தில் சென்னையின் வரலாறு பற்றிய எனது கட்டுரைகளை சிக்ஸ்த்சென்ஸ் பதிப்பகத்தார் புத்தகமாக வெளியிட முன்வந்தனர். எனது முந்தைய புத்தகத்தின் மூலம் சிக்ஸ்த்சென்ஸ் பதிப்பாளர் திரு. புகழேந்தியுடனும், சிக்ஸ்த்சென்ஸ் ஆசிரியர் திரு. ஆர். முத்துக்குமாருடனும் ஏற்பட்ட இனிய நட்பு இந்த புத்தகத்திலும் தொடர்கிறது. திரு. ஆர். முத்துக்குமாரின் அர்ப்பணிப்பு உணர்வும், கடுமையான உழைப்புமே இந்த புத்தகம் சிறப்பான முறையில் அச்சாகி உங்கள் கையில் இருப்பதற்கு மிக முக்கிய காரணம்.

நான் முன்னுரை எழுதவே மூன்று வாரம் காலம் தாழ்த்தினாலும், இன்முகத்துடன் அணுகி, வேண்டியதைப் பெறுவதில் ஆர். முத்துக்குமார் சமர்த்தர். பெயர் விடுபட்டுப் போன இன்னும் நிறைய நல்ல நண்பர்கள் இந்த புத்தகத்துக்காகப் பெரிதும் உதவியிருக்கிறார்கள். சென்னையின் வரலாறு பேசும் இந்த புத்தகத்தின் உருவாக்க வரலாற்றில் அவர்கள் அனைவருக்கும் குறிப்பிடத்தக்க பங்கு இருக்கிறது. அவர்கள் அனைவருக்கும் எனது நெஞ்சார்ந்த நன்றி.

இப்படிக்கு

மெட்ராஸ்காரன் பார்த்திபன்

அத்தியாயங்கள்

1. புனித ஜார்ஜ் கோட்டை	7
2. புனித மேரி தேவாலயம்	11
3. ராயபுரம் ரயில் நிலையம்	15
4. சர்ச்சை நாயகன் எலிஹூ யேல்	19
5. ஆர்மீனியன் தேவாலயம்	23
6. சேப்பாக்கம் அரண்மனை	27
7. மேப் போட்ட மெட்ராஸ்	31
8. மெட்ராஸ் பஞ்சம்	35
9. கருப்பர் நகரம்	39
10. கூவம்	43
11. விவேகானந்தர் இல்லம்	49
12. மெரினா கடற்கரை	53
13. பிரசிடென்சி கல்லூரி	57
14. ரிப்பன் மாளிகை	63
15. பாரிமுனை	67
16. குஜிலி பஜார்	71
17. சென்னைத் துறைமுகம்	75
18. பேங்க் ஆஃப் மெட்ராஸ்	79
19. எழும்பூர் ரயில் நிலையம்	83
20. அரசு அருங்காட்சியகம்	87
21. ஹோட்டல் தி'ஏஞ்ஜிலிஃஸ்	91
22. கெயிட்டி திரையரங்கம்	95
23. பாரத் இன்ஷ்யூரன்ஸ் கட்டடம்	99
24. மவுண்ட் ரோடு	103
25. இத்தாலிய சித்த வைத்தியர்	107
26. ஆளுநர் மாளிகை	111
27. ஏழு கிணறு	115
28. வள்ளலார் இல்லம்	119
29. டிராம் வண்டிகள்	123
30. விக்டோரியா பப்ளிக் ஹால்	128
31. கொள்ளைக்காரன் ராபர்ட் கிளைவ்	133
32. கவர்னர் ஜெனரலான காதல் மன்னன்	137
33. செயின்ட் தாமஸ் மவுண்ட்	141
34. தங்க சாலை	145
35. மூர் மார்க்கெட்	149
36. ஸ்டான்லி மருத்துவமனை	155
37. சென்னை பொது தபால் நிலையம்	159
38. சென்னையில் தொலைபேசி	163
39. எலெக்ட்ரிக் தியேட்டர்	167

#	தலைப்பு	பக்கம்
40.	மெட்ராஸ் விமானம்	171
41.	எல்லீசன் என்ற தமிழன்!	175
42.	லஸ் தேவாலயம்	179
43.	சென்னை உயர்நீதிமன்றம்	183
44.	கலங்கரை விளக்கம்	187
45.	பி ஆர் அண்ட் சன்ஸ்	191
46.	மெட்ராஸை மிரட்டிய எம்டன்	195
47.	ஹிக்கின்பாதம்ஸ்	199
48.	ஸ்பென்சர் பிளாசா	203
49.	சர் தாமஸ் மன்றோ	207
50.	மெட்ராஸ் பாஷை	211
51.	ஆனந்தரங்கப் பிள்ளை	215
52.	திருவல்லிக்கேணி பெரிய தெரு	219
53.	பின்னி மில்	223
54.	வானிலை ஆய்வு மையம்	227
55.	இரட்டைக் கோவில்கள்	231
56.	சேத்துப்பட்டு	235
57.	டவுட்டன் இல்லம்	239
58.	மெட்ராசின் பறக்கும் டாக்டர்	243
59.	சென்னை அரசு பொதுமருத்துவமனை	246
60.	காளிகாம்பாள் கோவில்	251
61.	பாவப்பட்ட பிகட்	255
62.	கோடம்பாக்கம்	259
63.	மெட்ராஸ் - பெயர் வந்த கதை	263
64.	மெட்ராஸ் உயிரியல் பூங்கா	267
65.	நேப்பியர் பாலம்	271
66.	சென்னையின் சர்ச்சை சிலை	275
67.	தி.நகர் தந்த பிட்டி. தியாகராயர்	279
68.	பெரம்பூர் ராஜா	283
69.	ராணி மேரிக் கல்லூரி	287
70.	பச்சையப்பன் கல்லூரி	291
71.	ராஜாஜி ஹால்	295
72.	சாந்தோம் தேவாலயம்	299
73.	புனித ஜார்ஜ் பள்ளி	303
74.	பிரபல தெருக்களின் பிதாமகன்கள்	307
75.	கவர்னரான வைர வியாபாரி	311
76.	தேனாம்பேட்டை	313
77.	ஆவணக் காப்பகம்	317
78.	மெட்ராஸ் கிறிஸ்துவக் கல்லூரி	321
79.	செயின்ட் ஜார்ஜ் கதீட்ரல்	323
80.	சிந்தாதிரிப்பேட்டை	328
81.	ஆங்கிலேயர் கட்டிய பெருமாள் கோவில்	332
82.	காணாமல் போன கார்ன்வாலிஸ்	335
83.	மெட்ராசின் ஜட்கா வண்டி	339
84.	பழவேற்காடு கோட்டை	343
85.	டச்சுக் கல்லறைகள்	347
86.	பேரி திம்மப்பா	351
87.	மெட்ராஸ் அச்சகங்கள்	355
88.	மெமோரியல் ஹால்	359
89.	மெட்ராஸ் பரதேசிகள்	362
90.	மெட்ராசை மிரட்டிய தாவூத் கான்	365
91.	மெட்ராஸ் போர்	368
92.	ஒய்.எம்.சி.ஏ	371
93.	உட்லண்ட்ஸ் ஹோட்டல்	373
94.	சென்னைப் பல்கலைக்கழகம்	377
95.	மன்னர் ஐந்தாம் ஜார்ஜ்	381
96.	காயிதே மில்லத் கல்லூரி	384
97.	ராயபுரம் நெருப்புக் கோவில்	385
98.	கந்தசாமி கோயில்	390
99.	மசூதி கட்டிய இந்து	393
100.	மெட்ராஸ் சாலைகள்	396
101.	மெட்ராசின் கதை	399

புனித ஜார்ஜ் கோட்டை

1

சென்னையின் முக்கிய அடையாளமாகத் திகழ்பவற்றில் முதன்மையானது புனித ஜார்ஜ் கோட்டை (Fort St. George). இந்த கோட்டைதான் இன்றைய சென்னை மாநகரம் உருவாகவே காரணமாக இருந்தது. ஆம், இந்தியாவில் பிரிட்டிஷார் கட்டிய முதலாவது கோட்டை இதுதான்.

1600ஆம் ஆண்டில் வணிக நோக்குடன் இந்தியாவுக்குள் நுழைந்த கிழக்கிந்தியக் கம்பெனி சூரத்தில் அனுமதி பெற்று தனது வணிக நடவடிக்கைகளைத் தொடங்கியது. வங்கக் கடலில் தனது வணிகக் கப்பல்களையும், வாசனைப் பொருள் வணிகத்தில் தங்களுடைய

சென்னை

நலன்களையும் பாதுகாத்துக் கொள்வதற்காக, மலேசியா, இந்தோனேசியா ஆகிய நாடுகளுக்கு அருகில் ஒரு துறைமுகம் இருந்தால் நன்றாக இருக்கும் என கிழக்கிந்தியக் கம்பெனியினர் கருதினர்.

அதற்காக நிலம் தேடும் பணி கிழக்கிந்திய கம்பெனியின் ஏஜெண்ட் பிரான்சிஸ் டே என்பவரிடம் ஒப்படைக்கப்பட்டது. அவர் கிழக்குக் கடற்கரை ஓரத்தில் விஜயநகர அரசின் நிர்வாகிகளிடமிருந்து, ஒரு பொட்டல்வெளியை விலைக்கு வாங்கினார். அங்கு போர்ட் ஹவுஸ் என்ற சிறிய கட்டிடத்தை கட்டினார். இதனைத் தொடர்ந்து ஒரு கோட்டை கட்டப்பட்டது. இந்த கோட்டை 1640ஆம் ஆண்டு, ஏப்ரல் 23ந் தேதி கட்டி முடிக்கப்பட்டது. அது புனித ஜார்ஜ் நினைவு தினம் என்பதால், கோட்டைக்கு புனித ஜார்ஜ் கோட்டை எனப் பெயரிட்டனர். அந்த கோட்டைதான் ஆங்கிலேயர்கள் இந்தியாவை அடிமைப்படுத்த அடித்தளம் அமைத்துக் கொடுத்தது.

1678இல் புனித ஜார்ஜ் கோட்டை வளாகத்தில் புனித மேரி ஆலயம் கட்டப்பட்டது. அந்தப் பேராலயத்தில்தான் இந்தியாவில் பிரிட்டிஷ் ஆட்சிக்கு வித்திட்ட ராபர்ட் கிளைவின் திருமணம் 1753இல் நடைபெற்றது. 1670களில் எலிஹூ யேல் என்னும் ஆங்கிலேயர் மெட்ராஸ் கவர்னராக இருந்தார். அவர் கோல்கொண்டா சுல்தானிடமிருந்து, திருவல்லிக்கேணி, தண்டையார்பேட்டை, எழும்பூர் போன்ற கிராமங்களை விலைக்கு வாங்கி பிரிட்டிஷ் பகுதியின் எல்லையை விரிவுபடுத்தினார்.

பின்னர் பணியிலிருந்து ஓய்வு பெற்று அமெரிக்கா சென்ற அவர், அங்கு ஒரு பள்ளிக்கு தனது சொத்தில் ஒரு பகுதியை தானமாக அளித்தார். அதுதான் வளர்ந்து இன்று புகழ்பெற்ற யேல் பல்கலைக்கழகமாகத் திகழ்கிறது. அந்த பிரபல யேலின் திருமணமும் இந்த தேவாலயத்தில்தான் நடைபெற்றதாக கூறப்படுகிறது.

ஆங்கிலேயர்கள் செயிண்ட் ஜார்ஜ் கோட்டையை மிகவும் முக்கியமானதாக கருதியதால், இதனைப் பாதுகாக்க சுற்றிலும் சுமார் 6 மீட்டர் உயரத்திற்கு சுற்றுச்சுவர் எழுப்பினர். 1695ஆம் ஆண்டு பிரான்சிஸ் டே கட்டிய போர்ட் ஹவுஸ் கட்டிடம் இடிக்கப்பட்டு, தற்போது தலைமைச் செயலகம் அமைந்திருக்கும் வளாகத்தின் நடுவே அடுக்குமாடிக் கட்டிடம் கட்டப்பட்டு, அதில் ஆங்கிலேய ஆளுநர் இல்லமும், அலுவலகமும் அமைக்கப்பட்டது. அங்கு ஆங்கிலேய வணிகர்கள் வீடு கட்டிக் குடியேறினர். செயிண்ட் ஜார்ஜ் கோட்டைக்குள் வெள்ளையர் நகரம் என்றும், வெளியே ஆந்திராவில் இருந்து வந்த கலைஞர்களும், நெசவாளர்களும் வாழ்ந்த பகுதி கருப்பர் நகரம் என்றும் இரு நகரங்கள் உருவாகின. கருப்பர் நகரம்தான் பின்னர் ஜார்ஜ் டவுன் ஆனது.

வெல்லஸ்லி

அருங்காட்சியகம்

கிளைவ் இல்லம்

• 1600களில் சென்னை

1700 முதல் 1774 வரை புனித ஜார்ஜ் கோட்டைதான் ஆங்கிலேயர்களுக்கு தலைமையிடமாகத் திகழ்ந்தது. அதன் பிறகுதான் கல்கத்தா தலைமையிடமாக மாறியது. ஆங்கில பேரரசை தொடங்கி வைத்த ராபர்ட் கிளைவுடன் பிரெஞ்சுக்காரர்கள் முதன் முதலில் போரிட்டு 1746இல் புனித ஜார்ஜ் கோட்டையைக் கைப்பற்றினர். கோட்டை பலவீனமாக இருந்ததால் எளிதில் பிரெஞ்சு படைகளிடம் வீழ்ந்துவிட்டது. அப்போது சிறைபிடிக்கப்பட்ட ராபர்ட் கிளைவ் சாதுர்யமாகத் தப்பி கடலூரில் உள்ள டேவிட் கோட்டைக்கு சென்றுவிட்டார். இது அக்காலத்தில் பரபரப்பாக பேசப்பட்டது.

1749இல் பிரெஞ்சுக்காரர்களிடம் இருந்து ஜார்ஜ் கோட்டையை ஆங்கிலேயர்கள் மீண்டும் கைப்பற்றினர். இதனையடுத்து ராபர்ட் கிளைவ் மீண்டும் சென்னை திரும்பி கோட்டை பொறுப்பாளர் ஆனார். உடனடியாக கோட்டையை பலப்படுத்தும் பணி தொடங்கியது. கோட்டையைச் சுற்றி அகழி ஏற்படுத்தி, பாதுகாப்பு பலப்படுத்தப்பட்டது. வடக்கே ஓடிக் கொண்டிருந்த எழும்பூர் ஆற்றின் பாதையை மாற்றி அதனை ஒரு அகழியாக்க முயற்சி மேற்கொண்டனர்.

1758-59இல் பிரெஞ்சுக்காரரான லாலி என்பவரால் கோட்டை மீண்டும் முற்றுகையிடப்பட்டது. இதனையடுத்து, 1783 வரை கோட்டையை புனரமைத்து, பலப்படுத்தும் பணி தொடர்ந்தது. கருப்பர் நகரப் பகுதி முழுவதும் தரைமட்டமாக்கப்பட்டு, பீரங்கிகள் நிறுத்தும் இடமாக மாற்றப்பட்டது. அதன் பின்னர் விரிவுபடுத்தப்பட்ட கோட்டையின் வடிவத்தில் பெரும் மாற்றங்கள் எதுவும் செய்யப்படவில்லை. 107.50 ஏக்கர் பரப்பளவு கொண்ட புனித ஜார்ஜ் கோட்டை வளாகத்தில் வெல்லஸ்லி இல்லம், கிளைவ் இல்லம், டவுன் ஹால், ஆங்கிலேயப் படைகள் தங்கிய பாரக்ஸ் கட்டிடம் ஆகியவை தற்போதும் உள்ளன.

இந்தக் கோட்டைதான் தமிழக சட்டசபையாக இத்தனை ஆண்டுகள் ஓய்வின்றி (திமுக அரசு இதற்கு சற்று ஓய்வு கொடுக்க முயற்சித்தது) பணியாற்றி வருகிறது. தமிழகத்தின் முதல் சட்டசபை 1921ஆம் ஆண்டு உருவாக்கப்பட்டது. அதற்கு மெட்ராஸ் லெஜிஸ்லேட்டிவ்

• புனித ஜார்ஜ் கோட்டை

கவுன்சில் என்று பெயர். இந்த சட்டமன்றம் முதல்முறையாக புனித ஜார்ஜ் கோட்டையில், 1921ஆம் ஆண்டு ஜனவரி 9ந் தேதி கூடியது. கன்னாட் கோமகன் இதை தொடங்கி வைத்தார்.

முதல் உலகப் போரிலும் புனித ஜார்ஜ் கோட்டைக்கு பங்கு இருக்கிறது. 1914ஆம் ஆண்டு, செப்டம்பர் 22ந் தேதி இரவு 9.30 மணியளவில் ஜெர்மானிய கடற்படையைச் சேர்ந்த 'எம்டன்' கப்பல் மெட்ராஸ் மீது பீரங்கிக் குண்டுகளை வீசியது. எம்டனிலிருந்து கிளம்பிய குண்டுகள் சென்னைத் துறைமுகத்திற்கு வெளியே நின்றிருந்த பிரிட்டிஷ் கப்பல், ஆங்கிலேயருக்குச் சொந்தமான 'பர்மா ஷெல் ஆயில் டாங்குகள்', சென்னை உயர்நீதிமன்றம், செயின்ட் ஜார்ஜ் கோட்டை போன்றவற்றில் வீழ்ந்து வெடித்தன. ஆனால் கோட்டைக்கு இதனால் பெரிய சேதம் எதுவும் ஏற்படவில்லை.

கோட்டையைப் போன்றே அதில் கம்பீரமாக வானுயரக் காட்சியளிக்கும் கொடி மரமும் சரித்திர முக்கியத்துவம் வாய்ந்தது. புனித ஜார்ஜ் கோட்டையின் முகப்பில் தேக்கு மரத்தினாலான கொடிக் கம்பத்தில் கிழக்கிந்திய கம்பெனி கொடி பறந்து கொண்டிருந்தது. அதில் கவர்னர் யேல் காலத்தில் பிரிட்டிஷ் அரசின் கொடி பறக்கவிடப்பட்டது. கடற்கரையில் தரைதட்டி உடைந்த லாயல் அட்வெஞ்சர் என்ற கப்பலில் இருந்த தேக்கு மரத்தாலான கம்பம் எடுக்கப்பட்டு கோட்டை கொத்தளத்தில் நிறுவப்பட்டது. 150 அடி உயரம் கொண்ட இந்தக் கொடிக் கம்பம்தான், இந்தியாவிலேயே உயரமானதாகும். இந்திய சுதந்திரத்தின் போது, இதில் மூவர்ணக்கொடி ஏற்றப்பட்டது. தேக்கு மரத்திலான இந்தக் கொடிக் கம்பம் பழுதடைந்ததால், 1994ஆம் ஆண்டு இரும்பு கம்பம் நிறுவப்பட்டது.

கடற்கரையோரம் பெரிய மதிற்சுவர் போலத் தோன்றும் இந்தக் கோட்டைக்குள் ஆயிரம் அதிசயங்கள் புதைந்து கிடக்கின்றன. தமிழக சட்டமன்றம், தலைமைச் செயலகம், ராணுவம் மற்றும் தொல்லியல் துறை அலுவலகங்கள் இங்கு இயங்கி வருகின்றன. இங்கு ஓர் அருங்காட்சியகமும் இருக்கிறது. ஐரோப்பிய பாணியிலான பழம்பெரும் ஓவியங்கள் இங்குள்ளன.

இந்தியாவிற்கு சுதந்திரம் கிடைத்ததும் ஆங்கிலேயர்கள் கப்பலேறிப் போய்விட்டார்கள். ஆனால் வங்கக் கடலை வெறித்தபடி தனது 375 ஆண்டு கால நினைவுகளை சுமந்துகொண்டு இன்றும் கம்பீரமாக நின்று கொண்டிருக்கிறது புனித ஜார்ஜ் கோட்டை.

- புனித ஜார்ஜ் கோட்டைக்குள் போர்த்துகீசியர்கள், ஆர்மீனியர்கள். யூதர்கள் ஆகியோருக்கு வீடு கட்டிக் கொள்ள உரிமை வழங்கப்பட்டது. ஆனால் ஒரு மாடிக்கு மேல் கட்டக்கூடாது என்று நிபந்தனையுடன் இந்த அனுமதி வழங்கப்பட்டது.

புனித மேரி தேவாலயம்

2

ஜார்ஜ் கோட்டைக்குள் இருக்கும் புராதனமான புனித மேரி தேவாலயம்தான் சூயஸ் கால்வாயின் கிழக்கே உள்ள பழமையான ஆங்கிலத் திருச்சபை. கிழக்கிந்திய கம்பெனிக்காரர்கள் மெட்ராசில் கால் பதித்த 1639ஆம் ஆண்டு முதல் 1678ஆம் ஆண்டு வரை கோட்டைக்குள் இருந்த உணவு பரிமாறும் அறையில்தான் மத நிகழ்ச்சிகள் நடைபெற்று வந்தன. இதுதவிர ஒரு சிறிய கத்தோலிக்க தேவாலயமும் இருந்தது. ஸ்ட்ரெயின்ஷாம் மாஸ்டர் கம்பெனியின் ஏஜெண்டாக நியமிக்கப்பட்ட பிறகுதான் இதில் மாற்றம் வந்தது.

• புனித மேரி தேவாலயம்

கம்பெனியின் அலுவலர்கள் உள்ளம் உருகி பிரார்த்திக்க ஒரு தரமான விஸ்தாரமான தேவாலயம் தேவை என்று நினைத்த ஸ்ட்ரெயின்ஷாம் மாஸ்டர் அதற்கான பணிகளைத் தொடங்கினார். எனவே கம்பெனியின் ஒப்புதலைப் பெறாமலேயே தேவாலயம் கட்ட நிதி திரட்ட ஆரம்பித்துவிட்டார். முதல் ஆளாக அவரே 100 பகோடாக்கள் (அந்தக் கால பணம்) கொடுத்து வசூலைத் தொடங்கி வைக்க, விரைவிலேயே 805 பகோடாக்கள் சேர்ந்தன. புனித மேரியின் அவதார தினமான மார்ச் 25, 1678இல் கட்டுமானப் பணிகள் தொடங்கியதால், தேவாலயத்திற்கு அவரது பெயரே சூட்டப்பட்டுவிட்டது.

அப்போது கோட்டையின் பீரங்கித் தலைவராக இருந்த வில்லியம் டிக்சன், பீரங்கித் தாக்குதல்களையும் தாங்கக் கூடிய அளவில் வலுவான ஒரு தேவாலயத்தை கட்ட வேண்டும் என்று வலியுறுத்தினார். இதனையடுத்து செங்கல், கருங்கல், சுண்ணாம்பு ஆகியவற்றால் நடைபெற்ற கட்டுமானம் இரண்டு ஆண்டுகளில் நிறைவடைந்து, அக்டோபர் 28, 1680ஆம் ஆண்டு தேவாலயம் தொடங்கி வைக்கப்பட்டது.

• தேவாலய வரைபடம்

• தேவாலயம்

• தேவாலயத்தின் உள்ளே

பிரெஞ்சுப் படைகளின் அச்சுறுத்தல் இருந்ததால், பீரங்கி குண்டுகள் துளைக்காமல் இருக்க தேவாலயத்தின் கூரை சுமார் 2 அடி கனத்தில் மிக மிக உறுதியாக அமைக்கப்பட்டது. இதுமட்டுமின்றி பந்து போன்ற வட்டவடிவில் இருந்த அந்தக்கால பீரங்கிக் குண்டுகள் கூரை மீது விழுந்தாலும், விழுந்த உடன் வெளியே சிதறி விடும் வகையில் மேல்புறத்தை வடிவமைத்திருந்தனர். வெளிப்புறச் சுவர்கள் சுமார் 4 அடி கனத்தில் உறுதியாக அமைக்கப்பட்டன. தீ விபத்து போன்றவை நிகழாமல் தடுக்க முடிந்தவரை மரத்தின் பயன்பாட்டையும் தவிர்த்தனர்.

தேவாலயத்திற்கு அருகில் இன்று காட்சியளிக்கும் நீண்ட கோபுரம் 1701இல் கட்டப்பட்டு, இதன் கூம்பு 1710இல் சேர்க்கப்பட்டது. பின்னர் பாதுகாப்பறை, கோபுரங்கள், புதிய ஆராதனை மேடை என காலப்போக்கில் நிறைய விஷயங்கள் புதிதாக இணைந்து கொண்டன. தேவாலயத்தின் முன்புறம் பதிக்கப்பட்டுள்ள ஏராளமான கல்லறைக் கற்கள் அப்படி வந்து சேர்ந்தவைதான். சென்னை நகரின் பல முக்கியப் பிரமுகர்களின் கதைகளை சொல்லும் இந்த கற்கள், இங்கு வந்து சேர்ந்ததே ஒரு தனிக் கதை.

1758-59இல் பிரெஞ்சுப் படைகள் சென்னையை முற்றுகையிட்ட போது, இன்றைய சட்டக்கல்லூரி இருக்கும் இடத்தில்தான் போர் நடைபெற்றது. அந்தக் காலத்தில் இந்த பகுதி வெறும் சுடுகாடாக இருந்தது. எனவே இங்கிருந்த கல்லறை மேடைகளை பீரங்கி நிறுத்தவும், கல்லறை ஸ்தூபிகளை மறைந்துகொண்டு சுடவும் பிரெஞ்சுப் படையினர் பயன்படுத்தினர். இதனால் கடுப்பாகிப் போன கம்பெனியினர், போரெல்லாம் ஓய்ந்த பிறகு இந்த இடத்தில் இருந்த கல்லறைக் கற்களை அகற்றி புனித மேரி தேவாலயத்தின் முற்றத்தில் பதித்துவிட்டனர்.

● புனித மேரி தேவாலய கோபுரம்

அதன் பிறகும் அந்த இறந்த ஆன்மாக்களை ஆங்கிலேயர்கள் அமைதியாக விடவில்லை. 1782இல் ஹைதர் அலி கோட்டையை முற்றுகை யிட்டபோது, பீரங்கிகளை நிறுத்துவதற்கு தேவை என அந்தக் கற்களை மீண்டும் தோண்டி எடுத்துப் பயன்படுத்தினர். இதனால் பல கற்கள் உடைந்து போயின. இந்த சோதனைகளை எல்லாம் தாண்டி இப்போது சில கற்களே பிழைத்திருக்கின்றன.

அன்றைய சென்னை மாநகரின் பல பெரிய மனிதர்களின் கல்யாண வாழ்க்கையும் இந்த தேவாலயத்தில்தான்

தொடங்கி இருக்கிறது. இங்கு முதன்முதலில் திருமண மோதிரம் அணிவித்தவர் திருவாளர் எலிஹூ யேல். இவர் தான் அமெரிக்காவின் புகழ்பெற்ற யேல் பல்கலைக்கழகத்திற்கு அஸ்திவாரம் போட்டவர். அதேபோல பிரிட்டிஷ் - இந்திய வரலாற்றில் மறக்க முடியாத நபரான ராபர்ட் கிளைவின் திருமணமும் இந்த தேவாலயத்தில்தான் நடைபெற்றது. இப்படி 1680இல் இருந்து இங்கு நடைபெற்ற திருமணங்கள், ஞானஸ்நானங்கள், இறுதிச் சடங்குகள் போன்றவற்றின் விவரம் இங்குள்ள குறிப்பேட்டில் பத்திரமாக பாதுகாக்கப்பட்டு பார்வைக்கும் வைக்கப்பட்டிருக்கிறது.

சென்னையின் புகழ்பெற்ற ஆளுநர்களாக இருந்த லார்ட் பிகட், தாமஸ் மன்றோ ஆகியோர் இங்குதான் ஆழ்துயிலில் ஆழ்ந்திருக்கின்றனர். இதுமட்டுமின்றி கல்கத்தா நகரை நிர்மாணித்த ஜாப் சார்னாக்கிற்கும் இந்த தேவாலயத்திற்கும் நெருங்கிய தொடர்பு இருக்கிறது. இவரது மூன்று மகள்களுக்கு இங்கு தான் ஞானஸ்நானம் செய்து வைக்கப்பட்டது. பீகாரில் கணவனின் சிதையில் விழுந்து இறக்க முயன்ற ஒரு இந்து விதவையை காப்பாற்றி வாழ்க்கை கொடுத்தவர் இந்த ஜாப் சார்னாக். இவர்களுக்கு பிறந்த குழந்தைகளுக்குத்தான் இங்கு ஞானஸ்நானம் செய்விக்கப்பட்டது.

இப்படி இன்னும் ஏராளமான கதைகள் இங்குள்ள காற்றில் சுற்றிச் சுழன்று கொண்டிருக்கின்றன. சென்னையின் ஆரம்ப நாள் கதைகளைப் பேசும் இந்த தேவாலயத்திற்குள் வெறுங்காலில் நடக்கும்போது, சரித்திரம் கால்களுக்கு அடியில் ஒரு அமைதியான நதியாக நழுவிச் செல்வதை உணர முடிகிறது.

- தேவாலயம் தொடர்பான பல பழம்பொருட்கள் அருகில் இருக்கும் கோட்டை அருங்காட்சியகத்தில் பார்வைக்கு வைக்கப்பட்டுள்ளன.
- பலி பீடத்தின் மேல் இருக்கும் 'கடைசி இரவு உணவு' ஓவியம் ரஃபேல் பாணியில் வரையப்பட்டுள்ளது. ஆனால் வரைந்தவர் யார் எனத் தெரியவில்லை. இதன் ஒரு பகுதியை ரஃபேலே வரைந்ததாகவும் சொல்லப்படுகிறது.
- பலி பீடத்தின் இரும்புத் தடுப்புகள் தஞ்சாவூர் இளவரசியால் 1877இல் பரிசாக அளிக்கப்பட்டவை.

ராயபுரம் ரயில் நிலையம்

3

காலவெள்ளத்தில் எவ்வளவு பெரிய விஷயமும் காணாமல் போய்விட வாய்ப்பு இருக்கிறது என்பதற்கான நிகழ்கால சாட்சியமாக நின்று கொண்டிருக்கிறது ராயபுரம் ரயில் நிலையம். இந்த ரயில் நிலையத்தின் கதை, மிக மிக சுவாரஸ்யமானது. ஆனால் இந்த பகுதியைச் சேர்ந்த பலருக்கே கூட இன்று அது தெரியவில்லை என்பதுதான் உச்சகட்ட சோகம்.

தென்னிந்தியாவின் முதல் ரயில் நிலையம் ராயபுரம்தான். இங்கிருந்துதான் தென்னிந்தியாவின் முதல் ரயில் தனது பயணத்தைத் தொடங்கியது. ஸ்டீபன்சன் நீராவி என்ஜினை கண்டுபிடித்த 15 ஆண்டுகளுக்குப் பிறகு,

● ராயபுரம் ரயில் நிலையம்

தென்னிந்தியாவில் ரயில்களை இயக்குவது குறித்து லண்டனில் விவாதிக்கப்பட்டது. இதனையடுத்து 1845ஆம் ஆண்டு 'மெட்ராஸ் ரயில்வே கம்பெனி' தொடங்கப்பட்டது.

ஆனால் அவர்கள் திட்டமிட்டு வேலையைத் தொடங்குவதற்கு முன்னர், 1849ஆம் ஆண்டு ஆரம்பிக்கப்பட்ட 'தி கிரேட் இந்தியா பெனின்சுலா கம்பெனி' இந்தியாவின் முதல் இருப்புப் பாதையை அமைத்துவிட்டது. 21 மைல் நீளத்திற்கு அமைக்கப்பட்ட இந்த இருப்புப் பாதையில் பம்பாயின் போரி பந்தரில் (Bori Bunder) இருந்து தானே வரை, இந்தியாவின் முதல் ரயில் 1853, ஏப்ரல் 16ந் தேதி இயக்கப்பட்டது.

இதனைத் தொடர்ந்து தென்னிந்தியாவில் இருப்புப் பாதை அமைக்கும் பணியை மெட்ராஸ் ரயில்வே கம்பெனி தொடங்கியது. அதற்காக அது தேர்ந்தெடுத்த இடம்தான் ராயபுரம். கிழக்கிந்திய கம்பெனிக்காரர்கள் வசித்து வந்த புனித ஜார்ஜ் கோட்டைக்கு மிக அருகில் இருந்ததால், இந்த இடம் தேர்வு செய்யப்பட்டது. பணிகள் விறுவிறுப்பாக மேற்கொள்ளப்பட்டு, விசாலமான அறைகள், உயரமான தூண்கள், அழகான முகப்பு என பிரம்மாண்டமான ராயபுரம் ரயில் நிலையம் கட்டி முடிக்கப்பட்டது.

அப்போதைய மெட்ராஸ் ஆளுநர் ஹாரிஸ் பிரபு 1856, ஜூன் 28ந் தேதி இதனைத் திறந்துவைத்தார். ஜூலை 1ந் தேதி தென்னிந்தியாவின் முதல் ரயில் இங்கிருந்து புறப்பட்டது. ஆற்காடு நவாப்பின் தலைமை இடமாக இருந்த ஆற்காடு வரை இந்த ரயில் இயக்கப்பட்டது. இதற்கான ரயில் பெட்டிகளை அக்காலத்தில் புகழ்பெற்ற சிம்சன் கம்பெனி தயாரித்திருந்தது. ஆளுநர் ஹாரிசும், சுமார் 300 ஐரோப்பியர்களும் இந்த முதல் ரயிலில் பயணித்தனர். ஆம்பூர்

• முதல் ரயில் பற்றிய லண்டன் பத்திரிகை செய்தி

சென்றடைந்த ரயிலுக்கு துப்பாக்கி குண்டுகளும், பேண்டு வாத்தியங்களும் முழங்க உற்சாக வரவேற்பு அளிக்கப்பட்டது. இந்த ரயில் புறப்பட்ட சிறிது நேரத்தில் மற்றொரு ரயில் ராயபுரத்தில் இருந்து திருவள்ளூர் வரை இயக்கப்பட்டது.

இந்த நிகழ்ச்சி பற்றி லண்டன் பத்திரிகையான The Illustrated London News விரிவாக செய்தி வெளியிட்டிருந்தது. வழிநெடுகிலும் இந்த ரயில்களை ஏராளமானோர் அச்சம் கலந்த ஆச்சர்யத்தோடு பார்த்ததாக அந்த செய்தி தெரிவிக்கிறது. வயலில் வேலை செய்து கொண்டிருந்தவர்களும், மாடு மேய்த்துக் கொண்டிருந்தவர்களும் ஒரு மிகப் பெரிய இரும்பு வாகனம் தங்களை நோக்கி விரைந்து வருவதைப் பார்த்து மிரண்டு ஓடினார்களாம். சில இடங்களில் மக்கள் விழிகள் விரிய பலத்த ஆரவாரத்தோடு இந்த ரயிலை ரசித்துப் பார்த்திருக்கிறார்கள். இப்படி அன்றைய மெட்ராஸ்வாசிகளுக்கு மறக்க முடியாத ஒரு அனுபவத்தை கொடுத்தன ராயபுரத்தில் இருந்து புறப்பட்ட முதல் இரண்டு ரயில்கள்.

முதல் ரயில் ஆம்பூர் சென்றடைந்ததும், அங்கு ஒரு சிறிய விழா நடத்தப்பட்டிருக்கிறது. அதில் பேசிய ஆளுநர் ஹாரிஸ் பிரபு, மெட்ராஸ் ரயில்வே கம்பெனியையும், அதன் மேலாளர் ஜென்கின்சையும் (Major Jenkins) வெகுவாகப் பாராட்டி இருக்கிறார். ஒரு மைல் இருப்புப் பாதை அமைக்க 5,500 பவுண்டுகள் செலவானதாகவும், அது ஒரு நல்ல முதலீடுதான் என்றும் அவர் அப்போது குறிப்பிட்டிருக்கிறார்.

இப்படி கோலாகலமாக தொடங்கப்பட்ட ராயபுரம் ரயில் நிலையம், அடுத்த 17 ஆண்டுகளுக்கு மெட்ராஸ் மாநகரின் ஒரே ரயில் நிலையமாக கோலோச்சியது. 1873இல்

நீராவி ரயில் எஞ்சின்

இதற்கு போட்டிக்கு வந்தது மெட்ராஸ் சென்ட்ரல் ரயில் நிலையம். பின்னர் வடக்கு நோக்கி செல்லும் ரயில்கள் சென்ட்ரலில் இருந்தும், தெற்கு நோக்கி செல்லும் ரயில்கள் ராயபுரத்தில் இருந்தும் புறப்பட்டுச் செல்லும் என சொத்து பிரிக்கப்பட்டது. இதனிடையே சென்னை துறைமுகம் வேகமாக வளர்ச்சி அடைந்ததால், துறைமுகத்தின் சரக்குப் போக்குவரத்தும் ராயபுரம் ரயில்நிலையம் மூலம் நடைபெறத் தொடங்கியது. இதன் விளைவு, புதிதாக முளைத்தது எழும்பூர் ரயில் நிலையம். பின்னர் தெற்கு நோக்கி செல்லும் ரயில்கள் எழும்பூருக்கு இடம்பெயர்ந்தன.

ராயபுரம் ரயில் நிலையம் மெல்ல தனது செல்வாக்கை இழக்கத் தொடங்கியது. சுமார் 70 ஏக்கர் பரப்பளவு கொண்ட இந்த ரயில் நிலையம், இன்று புதர்கள் மண்டி பொட்டல்வெளி போல காட்சியளிக்கிறது. சென்னை கடற்கரை மார்க்கத்தில் இயக்கப்படும் வெகு சில புறநகர் ரயில்கள் மட்டுமே இங்கு நின்று செல்கின்றன. அப்படி ஒரு ரயிலில் அமர்ந்துகொண்டு ஜன்னல் வழியாக, பொலிவிழந்து கிடக்கும் இந்த ரயில் நிலையத்தைப் பார்க்கும்போது, நம்மையும் அறியாமல் கண்கள் பனிக்கின்றன.

- இந்தியாவில் ஹவுரா ரயில் நிலையத்திற்கு அடுத்தபடியாக அதிக இடவசதி இருக்கும் ஒரே ரயில் நிலையம் ராயபுரம்தான்.
- இந்த ரயில் நிலையம் கடந்த 2005ஆம் ஆண்டு புனரமைக்கப்பட்டது.

சர்ச்சை நாயகன் எலிஹு யேல்

4

அமெரிக்காவின் புகழ்பெற்ற யேல் பல்கலைக்கழகம் உருவாகக் காரணமாக இருந்ததே மெட்ராஸ்தான். ஆம், மெட்ராஸ் வாரித் தந்த செல்வத்தில் இருந்து ஒரு பகுதியைக் கொண்டுதான் இந்த பல்கலைக்கழகம் வளர்ந்தது. இதற்கு நன்கொடை அளித்ததன் மூலம் சரித்திரத்தில் தனது பெயரை ஆழமாகப் பதித்துக் கொண்ட எலிஹு யேலின் கதை மிகவும் விறுவிறுப்பானது.

இங்கிலாந்தைச் சேர்ந்த யேலின் குடும்பம் உள்நாட்டு குழப்பம் காரணமாக அமெரிக்காவிற்கு இடம்பெயர்ந்தது. அங்குதான் 1649இல் எலிஹு யேல் பிறந்தார்.

• எலிஹூ யேல்

பின்னர் இங்கிலாந்தில் இயல்புநிலை திரும்பியதால், யேலுக்கு மூன்று வயதாகும்போது அவரின் குடும்பம் மீண்டும் தாயகத்திற்கே வந்துவிட்டது. சற்றே வசதி யான குடும்பத்தைச் சேர்ந்த எலிஹூ யேல், 1671-ஆம் ஆண்டு டிசம்பர் மாதம் இந்தியாவிற்கு செல்லும் கிழக்கிந்திய கம்பெனியின் கப்பலில் ஏறினார். அந்தப் பயணம் தனது வாழ்வையே மாற்றப் போகிறது என்பது அப்போது அவருக்குத் தெரியாது.

24 வயதில் சாதாரண எழுத்தராக மெட்ராசிற்கு வந்த யேல், 15 வருட உழைப்பில் மெட்ராசின் இரண்டாவது கவர்னராக உயர்ந்தார். 1687இல் இருந்து 1692 வரை ஆளுநராக இருந்த யேல் (1684இல் ஆறுமாத காலம் தற்காலிக ஆளுநராக பொறுப்பு வகித்தார்), மெட்ராசின் வளர்ச்சிக்கு முக்கியக் காரணகர்த்தாவாக இருந்தார். மராட்டியர்களுடன் பேச்சுவார்த்தை நடத்தி பரங்கிப்பேட்டை, கடலூர், கூனிமேடு போன்ற இடங்களில் ஆங்கிலேயர்கள் குடியிருக்கவும், வியாபாரம் செய்யவும் உரிமைகளைப் பெற்றுத் தந்தவர் யேல். முகலாயர்களிடம் இருந்து மசூலிப்பட்டினம், விசாகப்பட்டினம் போன்ற சோழ மண்டலத் துறைமுகங்களின் உரிமைகளையும் யேல் பெற்றுத் தந்தார்.

1689இல் முதல் இந்தியப் பட்டாளத்தை உருவாக்கிய யேல், திருவல்லிக்கேணி, தண்டையார்பேட்டை, புரசைவாக்கம், எழும்பூர் ஆகிய பகுதிகளின் உரிமைகளைப் பெற தீவிரமாக முயற்சித்தார். ஆனால் அவர் பணியில் இருந்து ஓய்வு பெற்ற ஓராண்டுக்கு பிறகுதான் இது சாத்தியமானது. இந்தப் பகுதிகள் எல்லாம் இன்று சென்னையின் முக்கிய அங்கமாகத் திகழ்வதற்கு அஸ்திவாரம் போட்டவர் எலிஹூ யேல்தான். அவரது காலத்தில்தான் இந்தியாவின் முதல் மாநகராட்சியான சென்னை மாநகராட்சி உருவானது. ஆனால் இது யேலுக்கு எதிரான நடவடிக்கையின் பலனாகப் பிறந்தது.

யேல், கவர்னராக இருந்தபோது கிழக்கிந்தியக் கம்பெனியின் இயக்குனராக ஜோசைய்யா சைல்டு என்பவர் இருந்தார். அவர், யேலின் தன்னிச்சையான நிர்வாகத்தை அடக்கவும், அதிகாரத்தைக் குறைக்கவும், நகராட்சி போன்ற அமைப்பு வேண்டும் என கிழக்கிந்தியக் கம்பெனிக்குப் பரிந்துரை கடிதம் எழுதினார். அதற்காக வழங்கப்பட்ட உரிமை சாச னத்தால்தான் 1688 செப்டம்பர் 29-ம் தேதி சென்னை கார்ப்பரேஷன் உருவானது.

யேல் கவர்னராக இருந்த போதுதான் சென்னை அரசு பொது மருத்துவமனை விரிவுபடுத்தப்பட்டது. எலிஹூ யேலின் திருமணம், ஜார்ஜ் கோட்டையில் உள்ள புனித மேரி தேவாலயத்தில்தான் நடந்தது. இப்படி யேலை நினைவுகொள்ள நிறைய விஷயங்கள் இருக்கின்றன. ஆனால் யேலின் சாதனைகளைவிட அவர் மீதான சர்ச்சைகளே அதிகம். இளமையிலேயே இறந்துபோன யேலின் மகன் டேவிட்டின் உடல் சென்னையில்தான் அடக்கம் செய்யப்பட்டது. மகனின் நினைவாக கடலூர் அருகே உள்ள தேவனாம்பட்டினத்தில்

யேல் பல்கலைக்கழகம்

டேவிட் கோட்டை என்ற பெரிய கோட்டை ஒன்றை இரண்டு மில்லியன் செலவில் யேல் கட்டினார். அந்தப் பணம் முறைகேடாக சம்பாதித்தது என்ற குற்றச்சாட்டுக்கு ஆளாகி பதவி இழந்தார். ஆனால் அதற்குள் எக்கச்சக்கமாக சொத்து சேர்த்துவிட்டார். 27 ஆண்டுகள் இந்தியாவில் பணியாற்றிய யேலின் சொத்து மதிப்பு 100 கோடி ரூபாய்க்கும் மேல் என்கிறார்கள்.

அந்த காலத்தில் கவர்னர் பதவிக்கே வெறும் 100 பவுண்ட்தான் சம்பளமாக வழங்கப்பட்டது. அப்படி இருக்க, 100 கோடி ரூபாயை யேல் எப்படி சம்பாதித்தார்? இதற்கு முக்கியக் காரணம் அந்த காலத்தில் சென்னையில் நடைபெற்ற அடிமை வணிகம். இதன் மூலம் யேலுக்கு நிறைய வருவாய் கிடைத்தது. இதுமட்டுமின்றி யேல், வருவாயை அதிகப்படுத்திக்கொள்ள பல்வேறு அதிகார துஷ்பிரயோகங்களிலும் இறங்கினார். கம்பெனிக்கு தெரியாமல் வைர வணிகத்திலும் ஈடுபட்டார். உள்ளூர் வரியை மிதமிஞ்சி உயர்த்தியதோடு மக்களைக் கடுமையாகத் தண்டிக்கவும் செய்தார். இவரது குதிரை லாயத்தில் வேலை செய்த ஒருவன் குதிரையைத் திருடியதாகக் குற்றம்சாட்டப்பட்டு அடித்துக் கொல்லப்பட்ட சம்பவம் அந்தக் காலத்தில் மிகவும் பரபரப்பாகப் பேசப்பட்டது.

பதவி பறிக்கப்பட்டதும் யேல் இங்கிலாந்து திரும்பினார். 1718-ம் ஆண்டு அவரின் 69-வது வயதில் காட்டன் மதேர் என்பவர், அமெரிக்காவின் கனெடிக்கெட் பகுதியில் உள்ள தங்களது இறையியல் நிறுவனத்தை கல்வி நிலையமாக மாற்ற நிதி அளிக்குமாறு வேண்டினார். யேலும், தாராள மனதுடன் தன்னிடம் இருந்த புத்தகங்கள், ஜார்ஜ் மன்னரின் ஓவியம், உடைகள், மரச் சாமான்கள் போன்றவற்றை பரிசாக அளித்தார். இவற்றை ஏலம் விட்டதன்

• எலிஹூ யேலின் கல்லறை

மூலம் கிடைத்த 562 டாலர் பணத்தைக் கொண்டு புதிய கட்டடம் கட்டப்பட்டது. அந்த கல்வி நிறுவனத்துக்கு அவரின் பெயரும் சூட்டப்பட்டது. அதன் பிறகு, அது பெரிய பல்கலைக்கழகமாக வளர்ச்சி அடைந்தது. 1745-ம் ஆண்டு முதல் அந்தப் பல்கலைக்கழகத்துக்கே யேலின் பெயர் சூட்டப்பட்டுவிட்டது.

இதில் சுவாரஸ்யமான விஷயம் என்னவென்றால் யேலை விட அதிகமான நிதி அளித்தவர் ஜெரேமியா டம்மர் என்பவர். அவரது பெயரைத்தான் பல்கலைக்கழகத்துக்கு சூட்ட வேண்டும் என்ற கோரிக்கை எழுந்தது. டம்மர் என்றால் வாய் பேச முடியாதவர் என்று பொருள். ஆகவே, பல்கலைக்கழகத்துக்கு டம்மரின் பெயரை வைக்காமல் தவிர்த்துவிட்டதாக சொல்லப்படுகிறது.

மொத்தத்தில் யேல் மெட்ராசில் அடித்த கொள்ளைக்கு அமெரிக்காவில் தேடிய பிராயச்சித்தம்தான் யேல் பல்கலைக்கழகம். ஆனால் கடைசியில் அதிலும் சர்ச்சையில் சிக்கிக் கொண்டார்.

- *இந்தியாவில் யூனியன் ஜாக் கொடியை 1687-ம் ஆண்டு யேல்தான் முதன்முறையாக பறக்கவிட்டவர்.*
- *புனித ஜார்ஜ் கோட்டையில் இவர் நட்டுவைத்த 50 அடி உயர கொடிக் கம்பம்தான் இந்தியாவில் மிகப் பெரிய கொடிக் கம்பமாக விளங்கியது.*
- *அறிஞர் அண்ணா அமெரிக்கா சென்றபோது புகழ்பெற்ற யேல் பல்கலைக்கழகத்தில் உரையாற்றி இருக்கிறார். உரையாடலின் இடையே ஒரு மாணவர் எழுந்து 'தாங்கள் ஆங்கிலத்திலும் வல்லவர் என்று தெரியும். ஆங்கில எழுத்துகளான 'அ,ஆ,இ,ஈ' ஆகிய நான்கு எழுத்துகளும் வராத நூறு வார்த்தைகளைக் கூற முடியுமா?' எனக் கேட்டார். உடனடியாக ஒன்று முதல் தொண்ணூற்று ஒன்பது வரையிலான எண்களை ஆங்கிலத்தில் சொன்னார் அண்ணா. இவை எதிலும் மேற்சொன்ன நான்கு எழுத்துகளும் வராது. ஆனால் நூறு என்பதை ஆங்கிலத்தில் சொன்னால் 'ஈ' என்ற எழுத்து வந்து விடும் என எல்லோரும் எதிர்பார்த்திருந்தபோது 'STOP' எனக் கூறி நிறைவு செய்தாராம்.*

ஆர்மீனியன் தேவாலயம்

சென்னை பிராட்வே பகுதியில் இருக்கிறது ஆர்மீனியன் வீதி. ஆர்மீனியர்களுக்கும் சென்னைக்கும் உள்ள நீண்ட நெடிய தொடர்பை இந்த வீதியும், இங்கு அமைந்துள்ள பழமையான புனித மேரி தேவாலயமும் தொடர்ந்து பறைசாற்றிக் கொண்டே இருக்கின்றன.

மேற்கு ஆசியாவும், கிழக்கு ஐரோப்பாவும் சந்திக்கும் இடத்தில் இருக்கும் சிறிய தேசம்தான் ஆர்மீனியா. உலகின் முதல் கிறிஸ்துவ நாடு என்ற பெருமை ஆர்மீனியாவிற்கு உண்டு. ஆர்மீனிய வணிகர்கள் உலகப் புகழ் பெற்றவர்கள். நம்மூர் செட்டியார்களைப் போல வணிகத்தில் கெட்டியானவர்கள்.

5

மாவீரன் அலெக்சாண்டருடன் கிமு 327லேயே சில ஆர்மீனிய வணிகர்கள் இந்தியாவிற்கு வந்ததற்கான குறிப்புகள் இருக்கின்றன.

7ஆம் நூற்றாண்டில் ஆர்மீனியர்கள் கேரளாவில் குடியிருப்புகளை ஏற்படுத்தி, அங்கேயே தங்கி தொழில் செய்து வந்துள்ளனர். விலை உயர்ந்த கற்கள் மற்றும் உயர் ரக துணிகள் விற்பனையில் ஆர்மீனியர்கள் சிறந்து விளங்கினர். 16ஆம் நூற்றாண்டில் கல்கத்தாவிற்கு வருகை தந்த ஆர்மீனியர்கள் அங்கிருந்து சென்னைக்கும் வரத் துவங்கினார்கள். ஆற்காடு நவாப்புடன் நெருங்கிய நட்பு பாராட்டியதால் ஆர்மீனியர்கள் மெட்ராசிலும் தங்கள் குடியிருப்பை ஏற்படுத்தி வியாபாரத்தில் கொடிகட்டிப் பறந்தனர். பதினேழாம் நூற்றாண்டில் சென்னையின் புகழ்பெற்ற வணிகர்கள் ஆர்மீனியர்களே.

1660களில் மெட்ராசின் மையப் பகுதியில் ஆர்மீனியர்கள் குடியேறத் தொடங்கினர். புனித ஜார்ஜ் கோட்டைக்குள்ளும் செல்வாக்குமிக்க ஆர்மீனியர்கள் வீடு கட்டி வசித்து வந்தனர். மதத்தில் அதிக பற்றுள்ள அவர்கள் பிராட்வே பகுதியில் புனிதமேரி தேவாலயம் ஒன்றை கட்டினர். 1772ஆம் ஆண்டு கட்டப்பட்ட இந்த ஆலயத்தின் உள்ளே சென்னையில் வாழ்ந்து இறந்துபோன ஆர்மீனியர்களின் கல்லறைத் தோட்டம் உள்ளது. சுமார் 350 ஆர்மீனியர்களின் சமாதிகள் இங்கு இருக்கின்றன. அந்த சமாதிக் கற்களில் ஆர்மீனிய மொழியில் அவர்களை பற்றிய விபரங்கள் எழுதப்பட்டிருக்கின்றன. தேவாலயத்திற்குள் கல்லறைத் தோட்டம் இருக்கிறது என்பதை விட, கல்லறைத் தோட்டம் பின்னர் தேவாலயமாக மாறியது என்பதுதான் உண்மை.

ஆர்மீனியர்கள் மெட்ராசில் தங்களின் முதல் தேவாலயத்தை 1712ல் எஸ்பிளனேட் பகுதியில் தான் கட்டினார்கள். புனித ஜார்ஜ் கோட்டைக்கு அருகில் உயரமான கட்டடங்கள் இருப்பதை அப்போதைய ஆங்கிலேய அதிகாரிகள் விரும்பாததால், அந்த தேவாலயம் இடிக்கப்பட்டதாக கூறப்படுகிறது. 1746ல் பிரெஞ்சுப் படைகள் மெட்ராஸை கைப்பற்றியபோது, அந்த தேவாலயம் இடிக்கப்பட்டதாகவும் ஒரு குறிப்பு சொல்கிறது. இதனால் பிராட்வே பகுதியில் ஆகா ஷமீர் என்ற ஆர்மீனியர் தனது மனைவியை புதைத்திருந்த கல்லறைத் தோட்டத்தில், இரண்டாவது தேவாலயம் கட்டப்பட்டது. அதுதான் இன்று நாம் காணும் புனித மேரி தேவாலயம்.

1794ம் ஆண்டு ஆர்மீனிய மொழியில் வெளியான முதல் செய்தித்தாளான 'அஸ்தரார்' (ஆலோசகர்) மெட்ராசில் இருந்துதான் அச்சிடப்பட்டது. அதன் ஆசிரியரும், வெளியீட்டாளருமான ஆராதியுன் ஷ்மாவோன், மெட்ராசில் நாற்பத்து நான்கு ஆண்டுகாலம் வாழ்ந்திருக்கிறார். ஆர்மீனியப் பத்திரிகை உலகின் தந்தை எனப் போற்றப்படும் ஷ்மாவோன்,

ஆர்மீனியன் வீதி

மர்மலாங் பால கல்வெட்டு

தேவாலய மணி

தனி மனிதனாக அந்த பத்திரிகையை கொண்டு வந்தார். எழுதுவது, எடிட் செய்வது போன்ற வேலைகள் மட்டுமின்றி, எழுத்துருக்களை உருவாக்குவது, அச்சடிக்கத் தேவையான காகிதத்தை பருத்தி கூழில் இருந்து தயாரிப்பது வரை தன்னந்தனியனாய் போராடி அஸ்தராரை வெளியிட்டிருக்கிறார். அந்த ஆராதியுன் ஷ்மாவோனும் இந்த தேவாலயத்திற்குள்தான் நீள்துயிலில் ஆழ்ந்திருக்கிறார். முன்னர் பாழடைந்து கிடந்த இந்த சமாதியை தற்போது சீரமைத்திருக்கிறார்கள். வணிகத்தில் சிறந்து விளங்கிய ஆர்மீனியர்கள், மெட்ராசில் இருந்தபடி இப்படி இலக்கியப் பணியும் ஆற்றியுள்ளனர்.

சென்னை நகரின் வளர்ச்சியிலும் அவர்களின் பங்கு குறிப்பிடத்தக்கது. புனித ஜார்ஜ் கோட்டையில் இருந்து சின்ன மலை தேவாலயத்திற்கு செல்வதற்காக 1700களில் அடையாற்றின் மீது கட்டப்பட்டது மர்மலாங் பாலம். இதனைக் கட்டியவர் கோஜா பெத்ரோஸ் உஸ்கான் என்ற ஆர்மீனிய வணிகர். இதற்காக அந்த காலத்திலேயே அவர் முப்பதாயிரம் பகோடா பணத்தை செலவழித்தார். அதுமட்டுமின்றி பாலத்தின் பராமரிப்பிற்காக தனியாக 1500 பகோடா கொடுத்திருக்கிறார். இன்று பயன்பாட்டில் இல்லாவிட்டாலும், காலத்தின் கிழிந்துபோன சாட்சியாய் பெர்சிய, லத்தீன் மற்றும் ஆர்மீனிய எழுத்துகளைத் தாங்கியபடி அந்த பழைய பாலம் இடிபாடுகளுடன் இன்றைய சென்னையை இன்றும் வியப்பு நீங்காமல் வேடிக்கை பார்த்துக் கொண்டுதான் இருக்கிறது.

பரங்கிமலையில் உள்ள புனித தோமையார் தேவாலயத்திற்கு ஏறிச்செல்லும் 164 படிக்கட்டுகளையும் இதே கோஜாதான் கட்டிக் கொடுத்தார். இவர், இந்த படிக்கட்டுகளின் பராமரிப்பு செலவிற்காகவும் 1500 பகோடாக்களை வாரி வழங்கியிருக்கிறார். ஆற்காடு நவாப் ஒருமுறை மெட்ராஸ் வந்தபோது, பிரதான சாலைகளில் உயர்ந்த பட்டுக் கம்பளங்களை விரித்து நவாப்பை கோலாகலமாக வரவேற்றவர் இந்த பெத்ரோஸ். அதற்கு பிரதிபலனாக நவாப்பின் முழு ஆதரவுடன் மெட்ராசில் தனது வணிக சாம்ராஜ்யத்தை பலப்படுத்திக் கொண்டார். கல்வி மற்றும் நகர வளர்ச்சிக்கு இவர் ஆற்றிய பங்கு அளப்பறியது. இவர் அன்றைய ஆர்மீனியர்களின் தலைவராகத் திகழ்ந்தவர்.

1746ல் மெட்ராஸை பிரெஞ்சுக்காரர்கள் கைப்பற்றியபோது, கோஜாவின் சொத்துகளையும் பறிமுதல் செய்தனர். அப்போதைய பிரெஞ்சு கவர்னராக இருந்த டூபிலெக்ஸ், கோஜா பிரெஞ்சு அரசாங்கத்திற்கு ஆதரவு அளித்தால், சொத்துகளை திரும்பக் கொடுத்து, பாதுகாப்பும் அளிப்பதாகத் தெரிவித்தார். ஆனால் ஆர்மீனியர்கள் ஒருவருக்கு மட்டுமே உண்மை உள்ளவர்களாக இருப்பார்கள் என்று கூறி, கோஜா டூபிலெக்ஸின் கோரிக்கையை நிராகரித்துவிட்டார்.

1749ல் மெட்ராஸ் மீண்டும் ஆங்கிலேயர்கள் கட்டுப்பாட்டிற்குள் வந்தபோது, கோஜா, திருமதி மெடிரோஸ் என்ற இரு கத்தோலிக்கர்கள் மட்டும்தான் கோட்டைக்குள் வசிக்க அனுமதிக்கப்பட்டனர். அந்தளவுக்கு செல்வாக்கு மிக்கவராகத் திகழ்ந்தவர் கோஜா பெத்ரோஸ். இவரது உடலும் இந்த ஆலயத்தினுள்தான் புதைக்கப்பட்டிருக்கிறது. இவர் மரணத்திற்கு பிறகு தனது இதயம் தனது சொந்த ஊருக்கு அனுப்பப்பட வேண்டும் என உயில் எழுதி வைத்திருந்ததால்; இவரது இதயம் மட்டும் ஒரு தங்கப் பேழையில் வைத்து ஈரான் எடுத்துச் செல்லப்பட்டு, அவரது பெற்றோரின் சமாதியின் அருகில் புதைக்கப்பட்டது.

கோஜா பெத்ரோஸ் போல அக்காலத்தில் மெட்ராசில் வாழ்ந்து மறைந்த நிறைய ஆர்மீனியர்கள் இந்த தேவாலயத்தில்தான் தூங்கிக் கொண்டு இருக்கிறார்கள். சென்னையின்

பரபரப்பான பிராட்வே பகுதியில் அமைந்திருக்கும் இந்த தேவாலயத்தின் பெரிய மரக்கதவுகளை தாண்டி உள்ளே சென்றால், ஒரு புது உலகத்திற்குள் காலடி வைத்தது போன்ற உணர்வு தோன்றுகிறது. நகரின் அனைத்து பரபரப்புகளும் திடீரென மறைந்து, ஓர் அமைதி நம்மை சூழ்கிறது. 130 பேர் அமர்ந்து பிரார்த்தனை செய்யும் விதத்தில் இந்த தேவாலயத்தை கட்டியிருக்கிறார்கள்.

தேவாலயத்திற்கு அருகில் இருக்கும் மணி கோபுரம் மிகவும் புகழ்பெற்றது. இந்த கோபுரத்தில் மொத்தம் ஆறு மணிகள் இருக்கின்றன. ஒவ்வொன்றும் சுமார் 150 கிலோ எடை கொண்டவை. சென்னை நகரில் தற்போது இருப்பவற்றிலேயே அதிக எடை கொண்ட மணிகள் இவைதான். அந்தக் கால மெட்ராசில் ஞாயிற்றுக்கிழமை பிரார்த்தனையின்போது இந்த பிரம்மாண்ட மணிகள் ஓங்கி ஒலித்து வங்கக் கடல் ஓசையுடன் போட்டி போட்டிருக்கின்றன. அவற்றில் இரண்டு மணிகள், இங்கிலாந்தின் புகழ்பெற்ற பிக் பென் கடிகாரத்தின் மணிகளைத் தயாரித்த லண்டனின் வொயிட்சேப்பல் பெல் பவுண்டரி (White chapel Bell Foundry) நிறுவனத்தால் தயாரிக்கப்பட்டவை. மற்ற இரண்டு மணிகள், இந்த தேவாலயத்திற்கு நிலம் கொடுத்த ஆகா ஷமீரின் 19 வயது மகன் எலியாசார் ஷமீரின் நினைவாக அளிக்கப்பட்டதாக அதில் குறிக்கப்பட்டுள்ளது. மற்றொரு மணி 1754ஆம் ஆண்டும், மற்றொரு மணி 1778ஆம் ஆண்டும் கட்டப்பட்டிருக்கின்றன. இவற்றில் ஒன்றில் தமிழ் எழுத்துகளும் காணப்படுகின்றன.

அந்தக் கால மெட்ராசின் மிக முக்கிய இடங்களில் ஒன்றாகத் திகழ்ந்த இந்த தேவாலயம், இன்று தனது பழைய நினைவுகளை அசைபோட்டபடி அமைதியாக நின்று கொண்டிருக்கிறது. ஞாயிற்றுக்கிழமைகளில் இன்றும் ஆர்மீனிய தேவாலயத்தின் பிரம்மாண்டமான மணிகள் ஒலிக்கின்றன. அதைக் கேட்கும் போதெல்லாம், முன்னூறு ஆண்டுகளுக்கு முந்தைய சென்னை மாநகரமும், அங்கு வாழ்ந்து மறைந்த புகழ்பெற்ற வணிகர்களின் வாழ்க்கையும் நினைவுகளில் நிழலாடுகின்றன.

- *இந்த தேவாலயத்தில் ஒரு காலத்தில் நிறைய அரிய புத்தகங்களைக் கொண்ட நூலகம் ஒன்று இருந்தது.*
- *ஷமாவோனுக்கு முன்னரே 1772ல் ஆர்மீனிய மொழியில் ஒரு சிறு துண்டுப் பிரசுரத்தை ஜேகப் ஷமீர் என்பவர் வெளியிட்டார். அதுவும் மெட்ராசில் இருந்துதான் வெளியானது.*

சேப்பாக்கம் அரண்மனை

6

சென்னை மாநகரில் ஒரு பரந்துவிரிந்த விசாலமான அரண்மனை இருந்தது, இன்னும் இருக்கிறது என்ற தகவல் நிறைய பேருக்கு ஆச்சர்யமளிக்கக் கூடும். மெட்ராஸ் என்ற நிலப்பரப்பே கிழக்கிந்திய கம்பெனிக்காரர்கள் வந்த பிறகுதானே மக்கள் புழக்கம் நிறைந்த பகுதியாக மாறியது... அப்படி இருக்க, இங்கு எந்த ராஜா அரண்மனை கட்டினான்? ஏன் கட்டினான்? என நீங்கள் கேட்பது புரிகிறது. இதற்கான பதிலை அறிந்துகொள்ள நாம் சுமார் 250 ஆண்டுகள் பின்னோக்கிப் போக வேண்டும்.

• சேப்பாக்கம் அரண்மனை

18ஆம் நூற்றாண்டில் வட ஆற்காடு, தென்னாற்காடு, திருச்சி, திருநெல்வேலி, நெல்லூர் உள்ளிட்ட பகுதிகள் கர்நாடக நவாபின் ஆட்சியின் கீழ் இருந்தன. இவரது தலைநகரம் ஆற்காட்டில் இருந்ததால் இவரை ஆற்காடு நவாப் என மக்கள் அழைத்தனர். 1749இல் இந்த நவாப் பதவிக்காக ஒரு போர் நடந்தது. நவாப்பின் வாரிசுகளுக்கு இடையில் நடந்த போரில் ஒரு தரப்பை பிரெஞ்சுக்காரர்களும், மற்றொரு தரப்பை ஆங்கிலேயர்களும் ஆதரித்தனர். இதில் ராபர்ட் கிளைவ் தலைமையிலான பிரிட்டிஷ் படை வெற்றி பெற்றதால், அவர்கள் ஆதரித்த வாலாஜா நவாபான முகமது அலி ஆற்காடு அரியணையில் ஏறினார்.

ஒருவழியாக அரியாசனத்தில் அமர்ந்துவிட்டாலும், அரசியல் ஆபத்துகள் காரணமாக ஆங்கிலேயர்கள் வசிக்கும் ஜார்ஜ் கோட்டைக்கு இடம்பெயர்வதுதான் பாதுகாப்பானது என்ற முடிவுக்கு வந்தார் முகமது அலி. இதற்கு ஆங்கிலேயர்களும் ஒப்புக் கொண்டதால் கோட்டைக்குள்ளேயே நவாபுக்காக அரண்மனை கட்டும் பணி தொடங்கியது. ஆனால் பல்வேறு காரணங்களால் அந்த திட்டம் ஆரம்பத்திலேயே நின்றுவிட்டது. இதனைத் தொடர்ந்து நவாப் அரண்மனைக்காக சேப்பாக்கத்தில் 117 ஏக்கர் நிலம் தனியாரிடம் இருந்து வாங்கப்பட்டது.

அரண்மனை கட்டும் பணி பால் பென்ஃபீல்ட் (Paul Benfield) என்ற கிழக்கிந்திய பொறியாளர் வசம் ஒப்படைக்கப்பட்டது. அங்கு அவர் 1768இல் கட்டி முடித்ததுதான் பிரம்மாண்டமான சேப்பாக்கம் அரண்மனை. நவாப் தனது மெகா குடும்பத்துடன் வாழ்ந்து வந்த இதுதான் பின்னாட்களில் பிரபல கட்டட பாணியாக மாறிய இந்தோ-சராசனிக் பாணியில் இந்தியாவில் கட்டப்பட்ட முதல் கட்டடம். ஹுமாயுன் மஹால், கலஸ் மஹால் என இரண்டு பகுதிகளைக் கொண்ட இந்த கட்டடம், மெரினாவிற்கு மேலும் மெருகூட்டியது என்றே சொல்ல வேண்டும்.

நவாப் முகம்மது அலிக்கு கை தாராளம். ஆடம்பரப் பிரியர் வேறு. எனவே காசு இல்லாவிட்டாலும் கலங்காமல் ஆங்கிலேயர்களிடம் தொடர்ந்து கடன் வாங்கி 'வாழ்க்கை வாழ்வதற்கே' என்று வாழ்ந்திருக்கிறார். விளைவு, ஒருகட்டத்திற்கு மேல் இனி இது தாங்காது என முடிவெடுத்த ஆங்கிலேயர்கள், நவாப் பட்ட கடனுக்காக கர்நாடகத்தில் வரி வசூலிக்கும் உரிமையை பெற்றுக் கொண்டனர். இதனிடையே நவாப் முகம்மது அலி இறந்துவிட, அவரது மகன் உம்தத்-உல்-உம்ராவின் தலையில் கடன் சுமை இறங்கியது. 1801இல் அவரும் இறந்ததும், கவர்னர் ஜெனரல் வெல்லெஸ்லி பிரபு, கர்நாடகம் முழுவதையும் கிழக்கிந்தியக் கம்பெனி அரசுடன் இணைத்துவிட்டார். எனவே நாடு இல்லாத நவாப்புகளான வாரிசுகள் சேப்பாக்கம் மாளிகையில் இருந்து வெளியேற்றப்பட்டனர். பின்னர் அவர்களுக்காக ஒதுக்கப்பட்டது தான் தற்போது ராயப்பேட்டையில் இருக்கும் அமீர் மஹால்.

1855இல் சேப்பாக்கம் அரண்மனையை பிரிட்டிஷ் அரசு ஏலம் விட்டது. ஆனால் இதை ஏலத்தில் எடுக்கும் அளவிற்கு யாரிடமும் பணம் இல்லை. எனவே அரசே இதை கையகப்படுத்தி, அரசு அலுவலகமாக மாற்றியது. இதனிடையே 1860இல், பிரபல கட்டடக் கலைஞரான ராபர்ட் சிஸ்ஹோம் (Robert Fellowes Chisholm) ஹுமாயுன் மற்றும் கலஸ் மஹால்களுக்கு இடையில் ஒரு கோபுரத்தை நிர்மாணித்தார். கர்நாடக பகுதி முழுவதையும் பிரிட்டிஷார் கைப்பற்றியதன் நினைவாக இது எழுப்பப்பட்டது.

• முகம்மது அலி

பின்னர் சிஸ்ஹோம், இந்த அரண்மனைக்கு முன்புறம், மெரினாவைப் பார்த்தபடி, ஸ்காடிஷ் பாணியிலான பொதுப்பணித் துறை கட்டடம், வாலாஜா சாலையைப் பார்த்தபடி, இந்தோ-சராசனிக் பாணியிலான ஆவணக் காப்பகம் மற்றும் வருவாய்த்துறை கட்டடங்களைக் கட்டினார். இதனால் சேப்பாக்கம் அரண்மனை இந்த கட்டடங்களுக்குள் மெல்ல மறைய ஆரம்பித்தது. பின்னர் 1950களில் எழிலகம் கட்டப்பட்டதும் கொஞ்ச நஞ்சம் தெரிந்த அரண்மனையும் முற்றிலுமாக மறைந்துவிட்டது.

ஒருகாலத்தில் அரண்மனைக்கு விருந்தினர்கள் வந்தால் அவர்களை துப்பாக்கி குண்டுகள் முழங்க வரவேற்ற மைதானத்தில், மெட்ராஸ் பல்கலைக்கழகத்தின் செனட் இல்லம் கட்டப்பட்டுவிட்டது. அதேபோல நவாப்பின் நீச்சல் குளமும் இடிக்கப்பட்டு பல்கலைக்கழக

கர்நாடக நவாப்

வெல்லஸ்லி பிரபு நவாப்பை சந்தித்த காட்சி

கட்டடங்கள் முளைத்துவிட்டன. அரண்மனையின் பிரதான அரைவட்ட நுழைவு வாயில் வாலாஜா சாலையில் இருந்திருக்கிறது. முக்கிய நிகழ்வுகளின்போது, இங்கிருந்த மாடத்தில் இருந்தபடி இசைக்கலைஞர்கள் தங்களின் இசையால் காற்றில் இனிமை சேர்த்திருக்கிறார்கள்.

இன்றைய திருவல்லிக்கேணி காவல்நிலையம் கூட சேப்பாக்கம் அரண்மனையின் ஒரு பகுதிதான். குதிரைக்காரர்களுக்கும், விருந்தினர்களின் உதவியாளர்களுக்கும் உணவு பரிமாறும் இடமாக இது இருந்திருக்கிறது. அதேபோல அரண்மனையின் பின்புறம் யானைக்குளம் ஒன்று இருந்திருக்கிறது. அரண்மனை யானைகளை இங்குதான் குளிப்பாட்டி இருக்கிறார்கள். இன்று குளமும் இல்லை, அதில் குளித்த யானைகளும் இல்லை. ஆனால் மெட்ராசின் ஒரே ஒரு அரண்மனையைச் சுற்றி இதுபோன்ற இனிய நினைவுகள் மட்டும் நிறைந்திருக்கின்றன.

- *2007 மார்ச்சில் இங்கு இயங்கி வந்த தோட்டக்கலை இயக்குநர் அலுவலகத்தின் முதல் மாடியின் கூரை இடிந்து விழுந்தது.*
- *2012 ஜனவரியில் கலஸ் மஹாலின் ஒரு பகுதியை தீ தின்றுவிட்டது.*
- *பராமரிப்பின்றி சிதிலமடைந்திருக்கும் இந்த அரண்மனையை உரிய முறையில் சீரமைக்க அரசு ஆவண செய்ய வேண்டும் என்பதே சமூக ஆர்வலர்களின் கோரிக்கையாக உள்ளது.*

மேப் போட்ட மெட்ராஸ்

7

மொட்டைத் தலைக்கும் முழங்காலுக்கும் முடிச்சுப் போடும் நிகழ்வுகள் சில நேரங்களில் அதிசயமாக வரலாற்றுப் பக்கங்களில் இடம்பிடித்து விடுகின்றன. எவரெஸ்ட் தான் உலகின் உயரமான சிகரம் என்ற கண்டுபிடிப்புக்கான விதை மெட்ராசில் விதைக்கப்பட்டதும் அப்படிப்பட்ட ஒரு நிகழ்வுதான்.

ஆங்கிலேயர்கள் இந்தியாவிற்குள் நுழைந்தபோது இந்த தேசம் பல்வேறு ராஜ்ஜியங்களாக பிரிந்து கிடந்தது. எனவே இதற்கு முறையான வரைபடங்கள் எதுவும் கிடையாது. இதனை மெல்ல தங்களின் கட்டுப்பாட்டிற்குள் கொண்டு வந்த ஆங்கிலேயர்கள், இதன் நிலப்பரப்பு

• தியோடலைட்

குறித்த துல்லியமான தகவல்கள் இருந்தால் பயனுள்ளதாக இருக்கும் எனக் கருதினர். இதன் அடிப்படையில் தொடங்கப்பட்டது தான் 'இந்தியாவின் பெரும் முக்கோணவியல் அளவீடு' (The Great Trigonometrical Survey of India). நிலத்தை முக்கோணங்களாக பிரித்து அளந்ததால், இந்த பெயர் கொடுக்கப்பட்டது.

1802ஆம் ஆண்டு ஏப்ரல் 10ஆம் தேதி இந்த பெரும் பணி தொடங்கியது. இந்தியாவின் நீள அகலத்தையே அளக்கப் போகும் இந்த மெகா திட்டம் தொடங்கிய இடம் மெட்ராஸ். புனித ஜார்ஜ் கோட்டையை பரங்கி மலையுடன் இணைக்கும் 7 மைல் நீளம் கொண்ட நேர்க் கோட்டை அடிப்படையாகக் கொண்டு இந்த வேலை ஆரம்பமானது. ஆனால் சென்னையைப் பொறுத்தவரை இதற்கு முன்னரே சில வரைபடங்கள் தயாரிக்கப்பட்டிருந்தன. 1673-லேயே குத்துமதிப்பாக ஒரு வரைபடம் இருந்தது. இருந்தாலும் 1710இல் ஆளுநர் தாமஸ் பிட்டின் முயற்சியால் உருவான வரைபடமே நகரின் நம்பகமான முதல் வரைபடமாக கருதப்படுகிறது.

இந்தியாவின் பெரும் முக்கோணவியல் அளவீடு தொடங்கிய போது, இந்த பணியை முடிக்க 5 ஆண்டுகள் ஆகலாம் என்று நினைத்தனர். ஆனால் இந்த பணி 60 ஆண்டுகளுக்கும் மேலாக நீடிக்கப் போகிறது என்பது அப்போது யாருக்கும் தெரியவில்லை. காரணம் இந்த பணியை அவ்வளவு துல்லியமாக மேற்கொண்டனர். ஒரு நிலத்தின் பரப்பை அளக்கும் போது, இயற்கை உட்பட எந்தெந்த காரணங்களால், எந்தெந்த அளவு தவறுகள் ஏற்பட வாய்ப்பு இருக்கிறது என்று கணக்கிட்டு அதற்கேற்ப அளவீடு சீர் செய்யப்பட்டது.

நூற்றுக்கணக்கான ஆங்கிலேய அதிகாரிகளும், ஆயிரக்கணக்கான இந்தியத் தொழிலாளர்களும் இரவு பகலாக இந்த பணியில் ஈடுபட்டனர். அப்போது விஷப் பூச்சிகள் கடித்தும், மலேரியா போன்ற நோய்கள் தாக்கியும் பலர் உயிரிழந்தனர். இருப்பினும் பணி தொடர்ந்து கொண்டே இருந்தது. இந்த திட்டத்தின் மேற்பார்வையாளராக லாம்ப்டன் என்பவர் நியமிக்கப்பட்டதும் வேலை இன்னும் சூடு பிடித்தது. 'எத்தகைய சோதனை வந்தாலும் தொடர்ந்து முன்னே தான் செல்ல வேண்டும்' என்ற விதியை லாம்ப்டன் வகுத்தார். அதாவது மலை, ஆறு என எது குறுக்கிட்டாலும் அதில் ஏறி அல்லது நீந்தி முன்னே சென்று அளக்க வேண்டும். இதற்காக கோணங்களை அளக்க வசதியாக லாம்ப்டன் 'தியோடலைட்' (Theodolite) என்ற புதிய கருவியுடன் களம் இறங்கினார்.

• எவரெஸ்ட்

இந்தக் கருவி இங்கிலாந்தில் இருந்து கப்பலில் கொண்டு வரப்பட்டது. ஒருமுறை தஞ்சாவூரில் ஒரு கோவிலின் கோபுர உச்சிக்கு கொண்டு சென்றபோது, இந்த கருவி கீழே விழுந்து சேதமடைந்தது. பின்னர் இது சரி செய்யப்படும் வரை பணிகள் நிறுத்தி வைக்கப்பட்டன. இதனிடையே 1818இல் ஜார்ஜ் எவரெஸ்ட் என்ற பொறியாளர் நியமிக்கப்பட்டார். இவரும் லாம்ப்டனுக்கு சளைக்காமல் பணியில் பின்னி எடுத்தார்.

மத்திய இந்தியா வரை நில அளவைப் பணி விறுவிறுப்பாக நடந்து முடிந்திருந்தபோது, ஓய்வில்லாமல் உழைத்து வந்த தாமஸ் லாம்ப்டன், தனது 70வது வயதில் நிரந்தரமாக ஓய்வெடுத்துக் கொண்டார். அதன்பிறகு, முழுப் பொறுப்பும் எவரெஸ்ட்டிடம் அளிக்கப்பட்டது. அவர், இங்கிலாந்துக்குச் சென்று புதிய கருவிகளைக் கொண்டு வந்து, மிக துல்லியமான நில அளவைப் பணியை மேற்கொள்ளத் துவங்கினார்.

இப்படி அளந்துகொண்டே எவரெஸ்ட், இமயமலை வரை சென்று விட்டார். இமய மலையில் உள்ள சிகரங்களை கடும் சிரமங்களுக்கு மத்தியில் அளவிட்டார். ஆனாலும், அவற்றின் உயரத்தை அவரால் துல்லியமாக அறிய முடியவில்லை. இந்நிலையில் 1843-ம் ஆண்டு அவர் ஓய்வு பெற்று இங்கிலாந்து திரும்பினார்.

அதன்பிறகு, ஆண்ட்ரு ஸ்காட் வாக் என்ற அதிகாரி நில அளவையின் தலைமைப் பொறுப்பை ஏற்றார். அவரது வழிகாட்டுதலில் இமயமலையின் சிகரங்கள் அளவிடப்பட்டன. பல்வேறு இன்னல்களுக்கு இடையில் தியோடலைட் கருவிகளை, இமயமலை மீது தூக்கிச் சென்று அதன் சிகரங்களை கணக்கெடுக்கத் துவங்கினார். அப்போதுதான், கஞ்சன் ஜங்கா சிகரம் கண்டுபிடிக்கப்பட்டது.

ஜார்ஜ் எவரெஸ்ட்டின் பணிக் காலத்தில் ராதா நாத் சிக்தார் என்ற வங்காள இளைஞர் இந்த பணியில் சேர்ந்தார். கணிதத் திறமையும் துடிப்பும் நிறைந்த அந்த இளைஞர் நில

லாம்ப்டன்

ஜார்ஜ் எவரெஸ்ட்

அளவையைத் துல்லியமாகக் கணக்கிட தானே ஒரு புதிய முறையை உருவாக்கினார். டார்ஜிலிங்கில் இருந்து இமயமலையின் சிகரங்களை ஆறு கோணங்களில் துல்லியமாக அளந்து, முடிவில் 1852-ம் ஆண்டு, ராதாநாத் சிக்தார் இந்தியாவின் மிக உயரமான சிகரமாக இமயமலையின் 15-வது சிகரம் உள்ளது என்பதைக் கண்டறிந்தார். அப்படி, அவர் கண்டுபிடித்த சிகரம் 29,002 அடி உயரம் இருந்தது. தனக்கு முந்தைய சர்வேயர் ஜெனரலின் நினைவாக ஆண்ட்ரு ஸ்காட் வாக், உலகின் மிக உயரமான அந்த சிகரத்துக்கு 'ஜார்ஜ் எவரெஸ்ட்'டின் பெயரைச் சூட்டினார்.

ஆனால் இதை, எவரெஸ்ட்டே ஏற்க மறுத்தார். தனது பெயரை இந்தியர்களால் முறையாக உச்சரிக்க முடியாது என்பதே எவரெஸ்டின் எதிர்ப்புக்கு காரணம். ஆனால் ஆண்ட்ரு ஸ்காட் விடாப்பிடியாக உலகின் மிக உயரமான சிகரத்துக்கு எவரெஸ்ட் என்றே பெயர் சூட்டினார். இதை, ராயல் ஜியாகிரஃபி சொசைட்டி 1857-ல் அங்கீகரித்தது. இதுதான் மெட்ராசில் தொடங்கிய பணி எவரெஸ்ட் வரை நீண்ட கதை.

60 ஆண்டுகளுக்கு மேலாக நீடித்த இந்த பணியால் இந்திய நிலவியல் துறை பயனடைந்ததைப் போல, இதில் ஈடுபட்ட சர்வேயர்களும் பயனடைந்தனர். ஆன்ட்ரூ சாம்ரெட் (Andrew Chamrette), அவரைத் தொடர்ந்து அவரது மகன், பின்னர் அவரது மகன் என ஆன்ட்ரூ குடும்பத்தினர் மூன்று தலைமுறையாக இந்த பணியில் ஈடுபட்டனர். இவர்கள் மூவரும் சேர்ந்து மகராஷ்டிர மாநிலத்தில் 1800 ஏக்கருக்கும் அதிகமாக வளைத்துப் போட்டனர். இதேபோல ஜார்ஜ் எவரெஸ்ட் அவர் பங்குக்கு டேராடூனில் 600 ஏக்கர் வாங்கிப் போட்டார். இப்படி இந்தியாவை அளந்தவர்கள் தனியாக தங்களுக்கென சில பல ஏக்கர்களை ஒதுக்கியது தனிக்கதை.

- *நில அளவைக் குழு வைத்திருந்த டெலஸ்கோப் மூலம் பார்த்தால் பெண்கள் நிர்வாணமாகத் தெரிவார்கள் என்று யாரோ சொன்னதை நம்பி, ஒரு வணிகன் அவற்றைப் பிடுங்கி சோதித்துப் பார்த்த சம்பவமும் அரங்கேறி இருக்கிறது.*
- *பூமிக்கடியில் உள்ள புதையல்களைக் கண்டுபிடிக்க இந்த கருவி உதவும் என நினைத்து திருட்டுக் கும்பல் ஒன்று நில அளவைப் பணியாளர்களை மடக்கி வாரக்கணக்கில் பூமியைத் தோண்டச் செய்து இருக்கிறார்கள். புதையல் கிடைக்கவில்லை என்றவுடன் கருவிகளை உடைத்ததோடு, பணியாளர்களின் கை கால்களையும் முறித்திருக்கிறார்கள்.*

மெட்ராஸ் பஞ்சம்

8

சுமார் 375 ஆண்டு வரலாறு கொண்ட மெட்ராஸ் மாநகரம் நல்லது, கெட்டது என நிறைய விஷயங்களைப் பார்த்துவிட்டது. மெட்ராசையே தலைகீழாகப் புரட்டிப் போட்ட நிகழ்வுகள் எல்லாம் இருக்கின்றன. அவற்றில் மிக முக்கியமானவை இந்த நகரம் சந்தித்த பஞ்சங்கள். பஞ்சத்தால் பறிபோன உயிர்களும், பஞ்சத்தோடு போராடிய உயிர்களும் நிறைய பாடங்களை நமக்கு விட்டுச் சென்றிருக்கின்றன.

1640இல் கிழக்கிந்திய கம்பெனிக்காரர்கள் மதராசப்பட்டினத்தில் கோட்டை கட்டி குடியேறினர். அடுத்த ஏழே ஆண்டுகளில் மிகக் கொடியதொரு பஞ்சத்தை

கஞ்சித் தொட்டி

பஞ்சத்தை அவர்கள் எதிர்கொள்ள வேண்டி இருந்தது. அப்போது மெட்ராஸ் என்ற நகரம் இந்தளவு விரிவடைந்திருக்கவில்லை. இப்போது இருப்பதில் சிறிதளவே நகரின் மொத்த பரப்பளவாக இருந்தது.

1647, ஜனவரி 21ஆம் தேதியிடப்பட்ட ஒரு ஆங்கிலேயக் குறிப்பு இந்த பஞ்சத்தை பற்றி அறிந்துகொள்ள உதவுகிறது. 'இந்த சிறிய ஊரிலேயே 3000க்கும் குறைவில்லாமல் மனிதர்கள் இறந்திருக்கின்றனர். போர்த்துகீசியக் காலனியிலோ 15,000 மனிதர்கள் இறந்துவிட்டனர். இப்போது நம்மிடம் இருக்கும் நெசவாளர்கள், தச்சர்கள் எல்லாம் மூன்றில் ஒரு பங்காக குறைந்துவிட்டனர். 25 ஆங்கிலப் படை வீரர்கள் இறந்துவிட்டனர், பலர் நோயுற்றுள்ளனர்' என்று அந்த குறிப்பு சொல்கிறது.

இந்த பஞ்ச காலத்தில் கோட்டைக்கு வெளியே சாந்தோம் போன்ற பகுதிகளில் இருந்த பல ஆங்கிலேயர்களும் கோட்டைக்குள் தஞ்சம் புகுந்துவிட்டனர். எனவே ஒரு குறிப்பிட்ட

பஞ்சத்தின் கொடுமை

ரேஷன் முறை

காலத்திற்கு பிறகு கோட்டையில் கடுமையான உணவுப் பஞ்சம் ஏற்பட்டது. இதனை சமாளிக்க சூரத்தில் இருந்து அரிசியை வரவழைத்திருக்கிறார்கள். ஒருவழியாக ஓராண்டில் இந்த பஞ்சத்தை சமாளித்து இயல்பு நிலைக்கு மீண்டிருக்கிறார்கள்.

• பசியால் பரிதவித்தோர்

அடுத்த பஞ்சம் 1658இல் தலையெடுத்தது. அப்போது கோல்கொண்டா, சந்திரகிரி வீரர்களும் மெட்ராசில் இருந்ததால் அனைத்து பொருட்களுக்கும் கடும் தட்டுப்பாடு நிலவியது. இதேநேரத்தில் வடநாட்டிலும் பஞ்சம் தலைவிரித்தாடியது. இதையும் ஒருவழியாக சமாளித்த நிலையில் 17ஆம் நூற்றாண்டின் கடைசிப் பஞ்சம் 1686இல் வந்தது. ஏற்கனவே இரண்டு பஞ்சங்களைப் பார்த்து விட்டதால், கிழக்கிந்திய கம்பெனிக்காரர்களுக்கு இதனை சமாளிப்பதில் சற்று அனுபவம் கிடைத்துவிட்டது. நிவாரணப் பணிகளை எப்படி மேற்கொள்வது என அவர்கள் ஓரளவு கற்றுக் கொண்டனர்.

அடுத்து 18ஆம் நூற்றாண்டிலும் பஞ்சங்களுக்கு பஞ்சமில்லை. இதுபோன்ற பஞ்சங்களால் கிராமப்புற மக்கள் பிழைக்க வழி தேடி மெட்ராஸ் நோக்கி படையெடுத்தனர். பல இடங்களில் பொருட்கள் சூறையாடப்பட்டன. வியாபாரிகள் பொருட்களை பதுக்கிவைத்து கொள்ளை லாபம் சம்பாதித்தனர். இவற்றைத் தடுக்க சில ஆணைகள் இடப்பட்டும் பெரிதாக எந்த பலனும் இல்லை. இந்த ஆணைகள் ஆங்கிலேய வணிகத்தை பாதிக்கும் என உணரப்பட்டதால் சிறிது காலத்திலேயே அவை விலக்கிக் கொள்ளப்பட்டன.

1781இல் வந்த பஞ்சம்தான் மிகவும் கொடுமையானதாக கருதப்படுகிறது. காரணம், அப்போது ஹைதர் அலியின் படையெடுப்பையும் சேர்த்து சமாளிக்க வேண்டி இருந்ததால் துயரின் தாக்கம் அதிகமாகவே இருந்தது. அந்த ஆண்டு இறுதியில் மதராசப்பட்டினத்தில் 42 நாட்களுக்குத் தேவையான உணவு தானியங்கள் மட்டுமே இருந்தன. எனவே ஒவ்வொரு வீட்டிலும் எத்தனை பேர் இருக்கிறார்கள் என கணக்கெடுக்கப்பட்டு முதன்முறையாக ரேஷன் முறை அமலுக்கு வந்தது.

இதனிடையே சோற்றுக்கு வழியில்லாமல் பரிதவிக்கும் மக்களுக்கு உதவுவதற்காக இன்றைய ஸ்டான்லி மருத்துவமனை இருக்கும் இடத்தில் ஒரு கஞ்சித் தொட்டி திறக்கப்பட்டது. பஞ்சத்தால் பாதிக்கப்பட்டவர்கள் நீண்ட வரிசைகளில் காத்திருந்து கஞ்சி வாங்கி குடித்து பசியைப் போக்கிக் கொண்டனர். அடுத்த ஓராண்டில் இந்த இடம் ஒரு சத்திரமாக மாறியது. நிறைய முதியவர்கள் இருந்ததால், அவர்களுக்கு மருத்துவ வசதியும் தேவைப்பட்டது. எனவே இங்கு ஒரு சிறிய மருத்துவமனையும், தொழுநோயாளிகளுக்கான இல்லமும் தொடங்கப்பட்டது. 1799இல் தொடங்கப்பட்ட இதுதான் உள்ளூர்வாசிகளுக்கென பிரத்யேகமாக உருவான சென்னையின் முதல் நவீன மருத்துவனை. உள்ளூர்வாசிகள் கஞ்சித் தொட்டி மருத்துவமனை என்று அழைத்த இதுதான் பின்னாட்களில் ஸ்டான்லி மருத்துவமனையாக உயர்ந்தது.

19ஆம் நூற்றாண்டிலும் அடிக்கடி பஞ்சங்கள் வந்துபோகத் தவறவில்லை. 1824இல் பஞ்சம் வந்தபோது நிலைமை மிகவும் மோசமாக இருந்தது. மெட்ராசில் ஒரே ஒரு

பஞ்ச நிவாரணம்

கடையில்தான் தானியம் விற்கப்பட்டதாம். பல இடங்களில் கலகங்கள் வெடித்ததால் ராணுவத்தை வைத்து நிலைமையை கட்டுக்குள் கொண்டு வந்திருக்கிறார்கள்.

1876-78 காலகட்டத்தில் மெட்ராஸ் ராஜ்தானி முழுவதும் கடும் பஞ்சம் தலைவிரித்தாடியது. சிறந்த நிர்வாகியான பக்கிங்ஹாம் இளவரசர் ரிச்சர்ட், இந்த பஞ்சத்தை திறமையாக கையாண்டார் என்றுதான் சொல்ல வேண்டும். பஞ்ச காலத்தில் ஒரு இடத்தில் இருந்து மற்றொரு இடத்திற்கு பொருட்களை வேகமாக கொண்டு செல்ல வசதியாக, மரக்காணத்தில் இருந்து காக்கிநாடா வரை கால்வாய் வெட்டினார். சென்னையில் கூவம் நதி ஓடிக் கொண்டிருக்கும் பக்கிங்ஹாம் கால்வாய் பிறந்தது இப்படித்தான்.

இதுமட்டுமின்றி மேலும் பல புதிய முயற்சிகளும், நிர்வாக சீர்திருத்தங்களும் பஞ்சங்களின் பயனாகவே விளைந்தன. மொத்தத்தில் மெட்ராஸ் மாநகரம் தோன்றிய காலம் முதல் தொடர்ந்து பல பஞ்சங்களை சந்தித்து பல பாடங்களை சேகரித்து வைத்திருக்கிறது. இந்த பாடங்களே இந்த மாநகரை இன்றும் காக்கின்றன.

- பஞ்ச காலத்தில் தானியங்களை பதுக்கியதற்காக நல்லண்ணா என்ற வியாபாரிக்கு பொதுமக்கள் முன்னிலையில் 25 சவுக்கடிகள் கொடுக்கப்பட்டதாக சொல்லப்படுகிறது.
- பஞ்சங்களால் 1825 முதல் 1854 வரை மெட்ராஸ் கடும் பொருளாதார பின்னடைவை சந்தித்தது.

கருப்பர் நகரம்

9

மெட்ராஸ் ஆரம்ப நாட்களில், வெள்ளையர் நகரம், கருப்பர் நகரம் என இரண்டு நகரங்களாகத்தான் இருந்தது. ஜார்ஜ் கோட்டைக்குள் இருந்தது வெள்ளையர் நகரம், கோட்டைக்கு வெளியில் கருப்பர் நகரம். கிழக்கிந்திய கம்பெனிக்காரர்கள் சென்னையில் கோட்டை கட்டி குடியேறியவுடனேயே கோட்டைக்கு வெளியில் வெள்ளையர் அல்லாதவர்கள் தங்குவதற்கென ஒரு நகரம் உருவானது. இப்படித்தான் சென்னை என்ற மாபெரும் நகரம், கோட்டைக்கு வெளியில் முதல் அடி எடுத்து வைத்தது.

சென்னை

• எஸ்பிளனேடு பகுதி

ஆரம்பத்தில் தமிழர்களும், தெலுங்கர்களுமே அதிகளவில் குடியேறியதால், இது கருப்பர் நகரம் என்று அழைக்கப்பட்டது. இவர்களில் பெரும்பாலானோர் நெசவாளர்கள். இவர்கள் மட்டுமின்றி ஆர்மீனியர்கள், போர்த்துகீசியர்கள், இஸ்லாமியர்கள் என அனைத்து தரப்பினரும் இங்கு வசித்து வந்தார்கள். இதன் தாக்கத்தை இங்குள்ள தெருக்கள் இன்றும் பறைசாற்றிக் கொண்டிருக்கின்றன. கோவிந்தப்ப நாயக்கன், அங்கப்ப நாயக்கன், லிங்கி செட்டி, தம்பு செட்டி என தெலுங்கு பெயர்களைத் தாங்கி நிற்கும் தெருக்களுக்கு அருகிலேயே இஸ்லாமியர்களின் மூர் தெருவும், ஆர்மீனியர்களை நினைவூட்டும் ஆர்மீனியன் தெரு எனப்படும் அரண்மனைக்காரத் தெருவும் இருக்கின்றன.

ஆங்கில-பிரெஞ்சு யுத்தங்களுக்குப் பிறகு, 18-ம் நூற்றாண்டில் இந்தியர்கள் வசிக்கும் பகுதி அதிகரித்தது. முத்தையால்பேட்டை, பெத்தநாயக்கன் பேட்டை என இரு புதுப் பகுதிகள் உருவாகின. பின்னர் மெல்ல மெல்ல கருப்பர் நகரம் விரிவடையத் தொடங்கியது. ராஜஸ்தான், குஜராத், மகராஷ்டிரா ஆகிய வட மாநிலங்களைச் சேர்ந்தவர்கள் வசிக்கும் இன்றைய சௌகார்பேட்டையும் அன்றைய கருப்பர் நகரத்தின் ஒரு அங்கமாகத்தான் இருந்தது. பூக்கடை, ஏழுகிணறு, மண்ணடி, பாரீஸ் கார்னர், பிராட்வே என சென்னை மாநகரின் இதயப் பகுதி முழுவதும் கருப்பர் நகரத்திற்குள் அடக்கம்.

கோட்டைக்கு மிக அருகில் இருந்ததால், சுமார் 850 ஏக்கர் பரப்பளவு கொண்ட இந்த இடம் முக்கியமான வியாபார மையமாக மாறியது. கோட்டைக்குள் இருந்த கிழக்கிந்தியக் கம்பெனிக்காரர்களுடன் வணிகம் செய்த வணிகர்கள் அனைவரும் கருப்பர் நகரத்தில்தான்

40

வசித்தார்கள். ஒரு காலத்தில் இங்கு பவள வியாபாரம் கொடி கட்டிப் பறந்ததை இங்கிருக்கும் பவளக்காரத் தெரு இன்றும் நினைவுபடுத்துகிறது.

1746இல் பிரஞ்சுக்காரர்கள் ஜார்ஜ் கோட்டையைக் கைப்பற்றியபோது, கருப்பர் நகரத்தை அழித்தார்கள். 3 ஆண்டுகளுக்குப் பின்னர் கோட்டை மீண்டும் ஆங்கிலேயர் கைக்கு வந்தது. பிரஞ்சுக்காரர்கள் திட்டமிட்டு அழித்த கருப்பர் நகரத்தை மீண்டும் புதிதாக உருவாக்குவது என தீர்மானிக்கப்பட்டது. பாதுகாப்பு காரணங்களுக்காக முந்தைய நகரத்திற்கு சற்று தள்ளி ஒரு புதிய கருப்பர் நகரம் உதயமானது.

இந்த புதிய கருப்பர் நகரத்தை பாதுகாப்பதற்காக ஒரு மதில் சுவர் கட்டுவது எனவும் முடிவு செய்யப்பட்டது. ஆனால் வேலை மட்டும் வேகமாக நடைபெறவில்லை. இந்த நிலையில் 1758இல் ஜார்ஜ் கோட்டை பிரஞ்சுப் படையினரால் முற்றுகையிடப்பட்டது, சில வருடங்கள் கழித்து திப்பு சுல்தான் மெட்ராஸ் மீது படையெடுத்தார். இதை எல்லாம் பார்த்த பிறகுதான் கருப்பர் நகரத்திற்கு மதில் சுவர் அத்தியாவசியம் என்பது ஆங்கிலேயர்களுக்கு உரைத்தது.

இதனையடுத்து ஒரு வருட உழைப்பில் ஒருவழியாக புதிய மதில் சுவர் கட்டப்பட்டது. கருப்பர் நகரத்தை சுற்றிலும் 17 அடி அகலத்திற்கு பீரங்கி வைக்கும் வகையில் இந்த

● ஜனநடமாட்டம் மிகுந்த எஸ்பிளனேடு

• ஜார்ஜ் டவுன்

பாதுகாப்புச் சுவர் உருவாக்கப்பட்டது. ஆனால் எதிரிகளிடம் இருந்து தங்களை பாதுகாக்க உதவும் இந்த சுவற்றுக்கான செலவை பொதுமக்களே ஏற்க வேண்டும் என கிழக்கிந்திய கம்பெனி நிர்வாகிகள் கூறினர்.

சென்ட்ரல் ரயில் நிலையத்தை ஒட்டி செல்லும் சாலைக்கு வால் டாக்ஸ் சாலை (WALL TAX ROAD) என பெயர் வந்ததன் பின்னணி இதுதான். காரணம், இந்த சாலையை ஒட்டித்தான் கருப்பர் நகரத்தின் மேற்கு பக்கத்து சுவர் அமைந்தது. ஆனால் மக்கள் இந்த வரி விதிப்பை கடுமையாக எதிர்த்ததால், இறுதி வரை அவர்களிடம் இருந்து வரி வசூலிக்கப்படவில்லை. மேற்கே வால் டாக்ஸ் சாலை, கிழக்கே வங்கக்கடல், வடக்கில் நகர எல்லையில் எஞ்சியிருந்த ஒரு இடிந்த சுவர், தெற்கே எஸ்பிளனேடு... இதுதான் புதிய கருப்பர் நகரத்தின் நான்கு எல்லைகளாக இருந்தன.

இங்கிலாந்தின் ஐந்தாம் ஜார்ஜ் இளவரசராக இருந்தபோது (1910இல் மன்னரானார்), 1906இல் மெட்ராசிற்கு வருகை தந்தார். அவரின் நினைவாகத்தான் இந்தப் பகுதி ஜார்ஜ் டவுன் என பெயர் மாற்றப்பட்டது. கருப்பர் நகரம் என்ற பெயரை மாற்றிய ஐந்தாம் ஜார்ஜ், இன்றும் பூக்கடை திருப்பத்தில் ஆளுயர சிலையாக நின்று கொண்டிருக்கிறார்.

- *கருப்பர் நகரில் நிறைய பாரம்பரியக் கட்டடங்கள் இன்றும் இருக்கின்றன. சென்னை உயர்நீதி மன்றம், சட்டக் கல்லூரி, பாரியின் டேர் ஹவுஸ், ரிசர்வ் வங்கி, பொது தபால் நிலையம் ஆகியவை அவற்றில் சில.*
- *கோட்டைக்குள் இருந்தவர்களுக்கு குடிநீர் வழங்குவதற்காக கருப்பர் நகரத்தின் பெத்தநாயக்கன் பேட்டைக்கு வடக்கில் ஏழு கிணறுகள் தோண்டப்பட்டன. அதுதான் ஏழு கிணறு பகுதி.*
- *இங்கிருக்கும் மின்ட் சாலை சுமார் 4 கி.மீ நீளம் கொண்டது. உலகின் மிக நீளமான சாலைகளில் இதுவும் ஒன்று.*

கூவம்

10

“எப்படி இருந்த நான், இப்படி ஆயிட்டேன்” என்ற டயலாக் மற்றவர்களைவிட கூவம் ஆற்றிற்குதான் அதிகம் பொருந்தும். இன்று நாம் மூக்கைப் பிடித்தபடி கடந்துசெல்லும் கூவம் ஆற்றின் பிளாஷ்பேக் மிகவும் தூய்மையானது.

சென்னையில் ஓடும் இரண்டு ஆறுகளில் ஒன்று கூவம், மற்றொன்று அடையாறு. இன்று நாம் சென்னை என்று வழங்கும் இந்தப் பகுதி, ஆங்கிலேயரின் வருகைக்கு முன் வெறும் பொட்டல் வெளியாக கிடந்த காலத்தில் இருந்து இங்கு கூவம் ஓடிக் கொண்டிருக்கிறது. இன்னும் சொல்லப் போனால் சுமார் இரண்டாயிரம்

* இன்றைய கூவம் ஆறு

ஆண்டுகளுக்கும் மேலாக கூவம் ஆறு ஓடுகிறது என்றால் கேட்பதற்கு ஆச்சர்யமாகத்தான் இருக்கும். ஆனால், அதுதான் உண்மை.

கூவம் என்ற சொல் கூவலன் என்ற தமிழ்ச் சொல்லில் இருந்து வந்திருக்கலாம் என்கிறார்கள். கூவலன் என்றால் தண்ணீர் பற்றிய அறிவு நிறைந்தவன் என்று அர்த்தம். கூவம் என்பதற்கு ஒழுங்கற்ற குளம் என்றும் அர்த்தம் சொல்கிறார்கள். கூவம் ஆறு எங்கு தொடங்குகிறது தெரியுமா? சென்னைக்கு சுமார் 70 கி.மீ தொலைவில் திருவள்ளூர் மாவட்டத்தில் உள்ள கூவம் என்ற கிராமத்தில் இருந்துதான் சென்னையின் இந்த பிரபல நதி தன் ஓட்டத்தை தொடங்குகிறது.

இன்னும் தெளிவாக சொல்வதானால், கூவம் கிராமத்திற்கு சில கிலோ மீட்டர்கள் தொலைவில் உள்ள கேசவரம் அணைக்கட்டில் இருந்து கொற்றலை ஆறு இரண்டாகப் பிரிகிறது. இதில் ஒரு பிரிவு பூண்டி ஏரிக்கும், மற்றொன்று புழல் ஏரிக்கும் அனுப்பப்படுகிறது. இப்படி பூண்டி ஏரிக்கு வரும் நீர், கூவம் கிராமத்தில் இருக்கும் பிரம்மாண்ட ஏரியில் இருந்து திறந்து விடப்படும் உபரி நீருடன் ஒன்றுகலந்து கூவம் ஆறு உற்பத்தியாகிறது. கொற்றலை ஆறு 5 லட்சம் ஆண்டுகளுக்கும் மேலாக ஓடிக் கொண்டிருக்கிறது. அதன் ஒரு கிளை நதியான கூவத்தின் வயது நிச்சயமாகத் தெரியவில்லை. ஆனால் இரண்டாயிரம் ஆண்டுகளுக்கும் மேல் இருக்கும் என்கிறார்கள் ஆய்வாளர்கள். இந்த காலகட்டத்தில் கூவம் ஆற்றுப்படுகையில் மனிதர்கள் வாழ்ந்ததற்கான தடயங்கள் கிடைத்திருப்பதையே இதற்கு ஆதாரமாகக் காட்டுகின்றனர்.

வெள்ளையர்கள் சென்னையில் இடம் வாங்கியதிலும் கூவத்திற்கு மிக முக்கிய பங்கு இருக்கிறது. சோழ மண்டலக் கடற்கரையில் கிழக்கிந்திய கம்பெனிக்காக நிலம் தேடி அலைந்தபோது,

முன்புறம் வங்கக் கடலும், பின்புறம் கூவம் ஆறும் ஓடிக் கொண்டிருந்த பகுதி குளிர்ச்சியாக இருக்கிறது என்பதால்தான் கம்பெனியின் ஏஜெண்ட் பிரான்சிஸ் டே, தற்போது புனித ஜார்ஜ் கோட்டை அமைந்துள்ள பகுதியைத் தேர்ந்தெடுத்தார் என்று கூறுவார்கள்.

1640ல் புனித ஜார்ஜ் கோட்டையை கட்டி கிழக்கிந்திய கம்பெனியர் குடியேறியதும், சென்னை வளரத் தொடங்கியது. அக்கம்பக்கத்தில் இருந்த கிராமங்களை எல்லாம் விலைக்கு வாங்கியபடி, சென்னை பெருத்தது. இங்கிலாந்தில் இருந்து இங்கு வந்து குடியேறிய வெள்ளைக்கார துரைகளும், அவர்களின் மனைவிமார்களும் கூவத்தை தங்கள் நாட்டில் ஓடும் தேம்ஸ் நதிக்கு இணையாகவே நினைத்தார்கள்.

மொத்தம் 65 கி.மீ பயணித்து வங்கக் கடலில் கலக்கும் கூவம், சென்னை நகருக்குள் 18 கி.மீ தூரம் தான் ஓடுகிறது. இருப்பினும் இந்த ஆறு, சென்னையின் மைய ரேகையாக அமைந்து உள்ளது. சென்னை மாநகரின் வரலாற்றில் கூவம் பிரிக்க முடியாத முக்கிய அங்கமாகிவிட்டது.

1820ம் ஆண்டு காலகட்டத்தில், இன்றைய கல்லூரிச் சாலையிலுள்ள கல்வித்துறை இயக்குநரகத்தின் பின்புறம் உள்ள கூவம் ஆற்றங்கரையிலும், எழும்பூர் சிந்தாதிரிப்பேட்டை அருகில் உள்ள ஆற்றங்கரையிலும் மாலை நேரங்களில் மக்கள் கூடி விருந்து வைத்துக் கொண்டாடுவது உண்டு. இன்று நாம் கடற்கரைக்குச் சென்று பொழுதைக் கழிப்பதைப்போல, 1820களில் கூவம் கரை, பொழுதுபோக்கு மையமாக இருந்து வந்துள்ளது என்றால் நம்ப முடிகிறதா?

• கூவத்தின் புராதன சிவன் கோவில்

கூவம் ஆற்றுப்படுகை

அதுமட்டுமல்லாமல், கூவத்தைப் புனிதமாகக் கருதியவர்களும் இருந்திருக்கிறார்கள். அவர்களில் மிக முக்கியமானவர் வள்ளல் பச்சையப்ப முதலியார். அவர் அதிகாலையில் புதுப்பேட்டை, கோமளீஸ்வரன்பேட்டையிலுள்ள கூவத்துக்கு வந்து குளித்துவிட்டு, குதிரையில் கந்தகோட்டம் முருகன் கோவிலுக்குப் போவார் என்று அவரது சரிதையில் கூறப்படுகிறது.

1907ல் சென்னை உயர்நீதிமன்ற நீதிபதியாக இருந்த இரல்ப் பென்சன் இன்றைய பெண்கள் கிறிஸ்தவக் கல்லூரியில் டவுட்டன் இல்லத்தில் குடியிருந்தபோது, மாலை நேரங்களில் கூவம்

கரையில் உலவச் செல்வதுண்டு. அவர் கூவத்தை 'Silvery Cooum' என்று குறிப்பிட்டுள்ளார். சென்னை ஆளுநர் கிராண்ட் டப், 'கூவம் கரையோரத்தில் உள்ள மஞ்சள் அரளி மரங்களிலிருந்து நீரில் விழும் அரளி மலர்களைப் பார்க்க ஆனந்தமாக உள்ளது' என்று கூறியிருக்கிறார். இப்படி எல்லாம் சிறப்புடன் ஓடிக் கொண்டிருந்த கூவம் படிப்படியாகக்

கழிவுநீர்க் கால்வாயாக மாறிப் போனது. இந்த அவலம் அரங்கேறத் தொடங்கிய ஆண்டு 1934.

இந்தியாவில் விளையும் பருத்தியின் மூலம் துணிகளை உற்பத்தி செய்து உடனே பிரிட்டனுக்கு அனுப்ப வேண்டும் என்று இங்கிலாந்திலிருந்து ஓர் உத்தரவு வந்தது. அதனால், 1934ல் கவர்னர் மார்டின் பிட், ஆந்திரா உள்பட பல பகுதிகளிலிருந்து நெசவாளர்களை அழைத்து வந்து சிந்தாதிரிப்பேட்டையில் (சின்ன தறிப்பேட்டை) குடியமர்த்தினார். நெசவுத்

தொழில் மூலம் வெளியான கழிவுகள் கூவத்தில் சேர்ந்தன. இதுதான் கூவம் சாக்கடையாக மாறியதன் தொடக்கம்.

இந்த இடத்தில் கூவத்தில் கட்டப்பட்டுள்ள பக்கிங்காம் கால்வாய் பற்றி சொல்லியாக வேண்டும். சென்னையின் வரலாற்றோடு பின்னிப் பிணைந்தது பக்கிங்காம் கால்வாய். பிரிட்டிஷ் ஆட்சிக் காலத்தில் 1857-ல் மதராஸ் ராஜதானியில் கொடிய பஞ்சம் ஏற்பட்டது. அப்போது மாகாண ஆளுநராக இருந்த பக்கிங்காம், தமிழகத்தில் உள்ள மரக்காணத்தில் தொடங்கி ஆந்திர மாநிலத்தில் உள்ள கிருஷ்ணா, கோதாவரி ஆகிய ஆறுகளின் கழிமுகப் பகுதிகள் வழியாக பெத்தகஞ்சம் என்ற இடம் வரை கால்வாய் வெட்டினார். இதனால் பஞ்சத்தில் வாடிய மக்களுக்கு வேலை கொடுத்து கூலியும் வழங்கப்பட்டது. இத்திட்டம் ரூ.30 லட்சம் செலவில் 1876-ல் தொடங்கி இரண்டு ஆண்டுகளில் முடிக்கப்பட்டது.

இரண்டாம் உலகப் போரின்போது ராணுவப் பணிகளுக்கு ரயில்கள் மற்றும் வாகனங்கள் பயன்படுத்தப்பட்ட போது கிராமப் புறங்களிலிருந்து காய்கறிகள், பால், உப்பு, மீன், கருவாடு, இறைச்சி, உணவு, ஆடு, கோழி, அரிசி, தேங்காய், வைக்கோல், விறகு மற்றும் அத்தியாவசியப் பொருள்கள் படகுகள் மூலம் சென்னைக்குக் கொண்டு வரப்பட்டன. இந்தக் கால்வாயில் இரவு நேரத்தில் அமைதியாக நிலவைப் பார்த்துக் கொண்டு நீரில் பயணம் செய்வது ஓர் இனிய அனுபவம். விடுமுறை நாட்களில் வேடிக்கை பார்க்க சிறுவர்களும், இளைஞர்களும் மெரினா கடற்கரையைப் போன்று பக்கிங்காம் கால்வாய் பகுதிக்கு வருவது அக்காலத்தில் வழக்கமாக இருந்தது.

இக்கால்வாயில் படகுப் போக்குவரத்து 1950-ம் ஆண்டு வரை நடைபெற்றது. அப்போது இதனை மரக்காணத்திலிருந்து வேதாரண்யம் வரை விரிவு செய்திட அரசு திட்டமிட்டது. ஆந்திர மாநிலம் காக்கிநாடாவில் இக்கால்வாய் பெரிதும் பயன்பட்டது. மரக்காணத்திலிருந்து அடையாறு வரை 105 கி.மீ.; அதன்பின் சென்ட்ரல் ரயில் நிலையம் வரை 7.7 கி.மீ.; தமிழக எல்லையான மூசாமணி வரை 58 கி.மீ.; என தமிழகத்தில் இக்கால்வாயின் நீளம் 170.7 கி.மீ ஆகும். இக்கால்வாயின் மொத்த நீளம் சுமார் 420 கி.மீ.

இது எழும்பூர் கால்வாய் என்றும் அழைக்கப்பட்டது. இதன் பயணக் கட்டணமும் மிகவும் மலிவாகவே இருந்ததால் பொதுமக்கள் இதனை பெரிதும் பயன்படுத்தியிருக்கிறார்கள். அந்த அற்புதமான பக்கிங்காம் கால்வாய் இன்று கொசுக்கள் மொய்க்கும் சாக்கடையாகிவிட்டது.

திருவள்ளூர் மாவட்டத்தில் தொடங்கும் கூவம் ஆறு மணவாள நகர், அரண்வாயல், திருமழிசை, வெள்ளவேடு, கண்ணார்பாளையம், பருத்திப்பட்டு, பூந்தமல்லி, மதுரவாயல், அமைந்தகரை என ஓடி சாக்கடை நீரோடு கலந்து சென்னை மாநகருக்குள் வருகிறது. இது சென்னையை நெருங்கும்வரை இன்றுகூட சுத்தமாகத் தான் இருக்கிறது. சென்னைதான் அதனை சீரழிக்கிறது.

சென்னையில் கூவம் ஆற்றங்கரையில் சுமார் 10 ஆயிரத்திற்கும் மேற்பட்ட குடும்பங்கள் குடிசை போட்டு வாழ்ந்து வருவதாக புள்ளிவிவரங்கள் தெரிவிக்கின்றன. இதில் 127 இடங்களில் மாநகரக் கழிவு நீர் சேர்கிறது. சென்னையில் ஆயிரத்திற்கும் மேற்பட்ட பெரிய தொழிற்சாலைகள் உள்ளன. இதில் பல தொழிற்கூடங்களின் கழிவுகள் கூவத்தில் நேரடியாகச் சேர்கின்றன. இவை எல்லாம் சேர்ந்துதான், ஒரு நூற்றாண்டிற்கு முன்னர் வரை நீராடி மகிழும்

• கூவத்தில் கருணாநிதி

நதியாக இருந்த கூவத்தை ஒரு மெகா சாக்கடையாக மாற்றிவிட்டன.

கடந்த 2004-ஆம் ஆண்டு டிசம்பரில் தமிழகத்தை சுனாமி தாக்கியபோது, சென்னையில் கடல் நீர் கூவம் உள்ளே சென்று கடலுக்குத் திரும்பியது. இதனால் சென்னை மாநகருக்கு ஏற்பட இருந்த பெரும் ஆபத்து தடுக்கப்பட்டது. நீங்கள் என்னை எவ்வளவுதான் அழுக்காக்கினாலும், ஆபத்துக் காலங்களில் நான் உங்களை கைவிட மாட்டேன் என்று இதன்மூலம் சொல்லாமல் சொன்னது கூவம்.

○ திருவிற்கோலம் எனப்படும் கூவம் கிராமத்தில் ஒரு புராதன சிவன் கோவில் உள்ளது. இங்குள்ள திரிபுராந்தக ஸ்வாமிக்கும், இந்த ஊருக்கு மேற்கில் உள்ள இலம்பையங்கோட்டூர் சிவன் கோவிலில் இருக்கும் ஸ்வாமிக்கும் பல நூற்றாண்டுகளாக கூவம் ஆற்று நீரில்தான் அபிஷேகம் நடைபெற்று வந்திருக்கிறது.

விவேகானந்தர் இல்லம்

11

தொலைவில் இருந்து பார்த்தால் பிரம்மாண்டமான பிறந்தநாள் கேக் போல காட்சியளிக்கும் இது சென்னையின் புராதன கட்டடங்களில் ஒன்று. ஐஸ் ஹவுஸ் என்று அழைக்கப்பட்டு இன்று விவேகானந்தர் இல்லமாக மாறியிருக்கும் இந்த கட்டடத்தின் கதை மிகவும் சுவாரஸ்யமானது, குளிர்ச்சி நிறைந்ததும் கூட. ஆம், இந்தியாவிற்கு வந்து இறங்கிய ஐஸ் கட்டிகள் இங்குதான் பாதுகாக்கப்பட்டன.

ஆங்கிலேயர் காலத்தில் ஃபிரெட்ரிக் டூடர் (Fredric Tudor) என்று ஒருவர் இருந்தார். இவருக்கு ஐஸ் மகாராஜா என்று ஒரு பட்டப் பெயர் உண்டு.

● ஐஸ் ஹவுஸ்

ஐஸ் கட்டி வியாபாரத்தில் கொடிகட்டி பறந்ததுதான் இதற்கு காரணம். ஐஸ் வியாபாரியான டூடர், 1833ஆம் ஆண்டு அமெரிக்காவில் இருந்து கிளிப்பர் டுஸ்கானி (Clipper Tuscany) என்ற கப்பலில் இந்தியாவிற்கு ஐஸ் கட்டிகளை கொண்டு வந்தார். இப்படித்தான் வெளிநாட்டில் இருந்து முதன்முறையாக ஐஸ் கட்டிகள் இந்தியாவிற்கு கொண்டு வரப்பட்டன.

டூடர், ஐஸ் வியாபாரியாக மாறியதே ஒரு சுவாரஸ்யமான கதைதான். கல்லூரி படிப்பை பாதியில் நிறுத்திவிட்டு, ஊர்சுற்றிக் கொண்டிருந்த டூடர் ஒருமுறை கியூபா சென்றார். அந்நாட்டில் நிலவிய கடுமையான வெயிலில் வாடி வதங்கினார். இந்த கொடுமையில் இருந்து தப்பிக்க எவ்வளவு விலை வேண்டுமானாலும் கொடுக்கலாம் போலிருக்கே என்று உச்சி வெயிலில் உச்சு கொட்டியபோது உதித்ததுதான் இந்த ஐஸ் வியாபார யோசனை. கடும் வெயில் நிலவும் நாடுகளுக்கு அமெரிக்காவில் வீணாகப் போகும் ஐஸ் கட்டிகளை ஏற்றுமதி செய்து காசு பார்த்துவிடுவது என முடிவெடுத்தார். அப்படி அவரது பட்டியலில் இடம்பெற்ற முக்கியமான நாடு இந்தியா.

ஐஸ் கட்டிகளை பத்திரமாக பல மாதங்கள் கரையாமல் பாதுகாப்பதற்காக டூடர் இந்தியாவில் மூன்று கட்டடங்களை கட்டினார். பம்பாய், கல்கத்தா, மெட்ராஸ் என மூன்று நகரங்களில் அவர் கட்டிய கட்டடங்களில் மற்ற இரண்டு கட்டடங்களும் காலத்தில் கரைந்துவிட, மெட்ராஸ் கட்டடம் மட்டும்தான் இன்று மிஞ்சியிருக்கிறது. அதுதான் ஐஸ் ஹவுஸ்.

ஐஸ் ஹவுஸ் 1842ஆம் ஆண்டு கட்டப்பட்டது. ஐஸ் கட்டிகளை பாதுகாப்பதற்காக கட்டப்பட்ட கட்டடம் என்பதால் அதனை ஐஸ் ஹவுஸ் என்று மக்கள் அழைத்தார்கள். கப்பல்களில் வந்திறங்கும் ஐஸ் கட்டிகளை உடனே சேமித்து வைப்பதற்காக கடற்கரைக்கு எதிரிலேயே இந்த கட்டடம் கட்டப்பட்டது. இந்த ஐஸ் கட்டிகள்தான் ஆங்கிலேய அதிகாரிகளின் மாலை நேர மது விருந்துகளை சிறப்பித்தன. வாங்கிச் செல்லும் ஐஸ் கட்டிகள் உடனடியாக கரைந்துவிடாமல் தடுக்க, ஐஸ் கட்டிகள் மீது போர்த்தும் கனமான போர்வைகளையும் டூடர் விற்பனை செய்தார். சுமார் 40 ஆண்டுகாலம் சக்கை போடு போட்ட

இந்த வியாபாரம், 1880களில் இந்தியாவிலேயே நீராவி முறையில் ஐஸ் கட்டிகள் தயாரிக்கும் உத்தி கண்டுபிடிக்கப்பட்ட பின் கலகலத்துப் போனது.

சென்னையில் சீடர்களுடன் விவேகானந்தர்

இதனால் வியாபாரத்தை மூட்டை கட்டிவிட்டு, அந்த கட்டடத்தை பிலிகிரி அய்யங்கார் என்ற மெட்ராஸ் உயர் நீதிமன்ற வழக்கறிஞருக்கு விற்றுவிட்டார் டூடர். குடோனாக இருந்த அதனை வட்டமான வராண்டாக்களையும், நிறைய ஜன்னல்களையும் வைத்து வீடாக மாற்றினார் பிலிகிரி. தனது நண்பரும், மெட்ராஸ் உயர் நீதிமன்றத்தின் பிரபல நீதிபதியுமான கெர்னனின் நினைவாக, தனது வீட்டிற்கு கெர்னன் கோட்டை (Castle Kernan) எனவும் பெயரிட்டார். இதன் ஒரு பகுதியில் ஏழை மாணவர்களையும் பிலிகிரி தங்க வைத்திருந்தார். ஆனால் போதிய காற்றோட்டம் இல்லாததால் அந்த கட்டடத்தால் ஒரு நல்ல வீடாக விளங்க முடியவில்லை.

இந்நிலையில்தான் அந்த கட்டடத்திற்கு எதிர்பாராத வகையில் ஒரு வரலாற்றுப் பெருமையும், அடையாளமும் கிடைத்தது. சிகாகோ மாநாட்டில் உலகப் புகழ்பெற்ற உரையை ஆற்றிவிட்டு பெரும் புகழுடன் தாய்நாடு திரும்பிய சுவாமி விவேகானந்தர், ஊருக்கு செல்லும் வழியில் சென்னை வந்தார். சென்னை எழும்பூர் ரயில் நிலையத்தில் அவருக்கு வரலாறு காணாத உற்சாக வரவேற்பு அளிக்கப்பட்டது. விவேகானந்தரின் சீடரான பிலிகிரி அய்யங்கார், சுவாமிகள் தனது வீட்டில் தங்க வேண்டும் என கேட்டுக் கொண்டார். விவேகானந்தரும் இதனை ஏற்றுக் கொண்டதை அடுத்து, அவர் ஊர்வலமாக ஐஸ் ஹவுஸ் கட்டடத்திற்கு அழைத்து வரப்பட்டார்.

1897ஆம் ஆண்டு பிப்ரவரி மாதம் 6-14ந் தேதி வரை இங்கு தங்கிய சுவாமி விவேகானந்தர், எழுச்சி மிக்க ஏழு உரைகளை ஆற்றினார். அவர் ஊருக்கு கிளம்பும்போது அவரிடம் சென்ற சென்னை பக்தர்கள், சுவாமிகளின் ஆன்மீகப் பணிக்காக சென்னையிலேயே ஒரு நிரந்தர மையத்தை அமைக்குமாறு வேண்டிக் கொண்டனர். இதனையடுத்து ஸ்ரீ ராமகிருஷ்ணருக்கு ஐஸ் ஹவுஸ் கட்டடத்திற்குள் ஒரு கோயில் கட்டப்பட்டது. அதுதான் மெட்ராசில் தொடங்கப்பட்ட ராமகிருஷ்ண மடத்தின் முதல் கிளை.

1906ல் பிலிகிரி அய்யங்கார் இறந்த பிறகு, விசாகப்பட்டினத்தை சேர்ந்த ஜமீன்தார் ஒருவர் அந்த கட்டடத்தை விலைக்கு வாங்கினார். பின்னர் 1917இல் அரசாங்கம் அதனை அவரிடம் இருந்து வாங்கி, பிராமண விதவைகளுக்கான ஹாஸ்டலாக மாற்றியது. பின்னர் அது முதல்நிலை மற்றும் இரண்டாம் நிலை ஆசிரியர்களுக்கான தங்கும் விடுதியாகவும், பி.எட்., பயிற்சி பெறுபவர்களின் விடுதியாகவும் சில காலம் செயல்பட்டது.

1963இல் சுவாமி விவேகானந்தரின் நூற்றாண்டு விழாவை முன்னிட்டு, அரசு அந்த கட்டிடத்தின் பெயரை விவேகானந்தர் இல்லம் என்று மாற்றியது. 1997இல் அந்த கட்டடமும்,

ஐஸ் பெட்டிகளை இறக்குதல்

ஐஸ் ஹவுஸ்

அதன் அருகில் உள்ள நிலத்தின் ஒரு பகுதியும் மயிலாப்பூரில் உள்ள ஸ்ரீ ராமகிருஷ்ண மடத்திற்கு லீசுக்கு விடப்பட்டது. இதனையடுத்து அங்கு சுவாமி விவேகானந்தர் மற்றும் இந்தியாவின் கலாச்சார பாரம்பரியம் பற்றிய நிரந்தர கண்காட்சி அமைக்கப்பட்டுள்ளது. இங்கு விவேகானந்தரின் அரிய புகைப்படங்கள் காட்சிக்கு வைக்கப்பட்டுள்ளன.

சுமார் 170 ஆண்டுகளுக்கு முன்பு ஆங்கிலேயர் ஒருவரால், ஐஸ் குடோனாக கட்டப்பட்ட கட்டடம், காலத்தின் சுழற்சியில் ஒரு தேசத்தின் கலாச்சார மையமாக உருமாறி, இன்றும் கம்பீரமாக நின்றுகொண்டு இருக்கிறது.

- ஐஸ் ஹவுஸ் கட்டடத்தின் இரண்டாவது மாடியில் உள்ள ஒரு அறையில் தான் சுவாமி விவேகானந்தர் தங்கியிருந்தார். இந்த அறை தற்போது தியான அறையாக மாற்றப்பட்டுள்ளது.
- விவேகானந்தரே நேரில் உரையாற்றுவது போன்ற 3டி திரைப்படம் இங்கு திரையிடப்படுகிறது.

மெரீனா கடற்கரை

12

காலையில் கடல் காற்றில் வாக்கிங் போனது...மாலையில் சூடான தேங்காய், மாங்காய், பட்டாணி சுண்டலுடன் கடலின் அழகில் மனதைப் பறிகொடுத்தது.. என சென்னைவாசிகள் அனைவரிடமும் மெரீனா பற்றிய இனிய நினைவுகள் நிறைந்திருக்கும். மெரீனாவில் வாக்கிங் போகும் வயோதிகர்கள் முதல்... காதலியுடன் கரை ஒதுங்கும் வாலிபர்கள் வரை அனைவரும் நன்றி சொல்ல வேண்டிய ஒரு நபர் இருக்கிறார். அவர்தான் மவுண்ட் ஸ்டூவர்ட் எல்பின்ஸ்டோன் கிராண்ட் டஃப் (Mountstuart Elphinstone Grant Duff) காரணம், ஜார்ஜ் கோட்டைக்கும் வங்கக் கடலுக்கும் இடையில் வெறும் மணல்வெளியாக இருந்த மெரீனாவை அழகிய கடற்கரையாக மெருகேற்றியவர் இவர்தான்.

அண்ணா நினைவிடம்

1881இல் சென்னை துறைமுகம் கட்டப்படும் வரை, இன்றைக்கு காமராஜர் சாலை இருக்கும் இடம் வரைக்கும் கடல் இருந்தது. கடலை ஒட்டி வெறும் சேறும் சகதியும்தான் நிறைந்து கிடந்தது.

1881இல் இருந்து 1886 வரை சென்னையின் ஆளுநராக இருந்தவர்தான் நம்ம கிராண்ட் டஃப். இவருக்கு வங்கக் கடலையும், அதன் கரையையும் பார்க்கும் போது, மண்டைக்குள் மணியடித்ததன் விளைவு, சென்னைக்கு ஒரு அழகிய கடற்கரை கிடைத்தது. 1884இல் நடைபாதை எல்லாம் அமைத்து மெட்ராஸ்வாசிகளுக்கு ஒரு ஒழுங்கான கடற்கரையை உருவாக்கிக் கொடுத்தார் கிராண்ட் டஃப். அதற்கு 'மெட்ராஸ் மெரீனா' என்றும் பெயர் வைத்தார்.

இத்தாலியில் இருக்கும் சிசிலி தீவின் நினைவாக இந்தப் பெயரை வைத்ததாக கிராண்ட் டஃப் ஒரு கடிதத்தில் குறிப்பிட்டிருக்கிறார். மெரீனா (Marine-கடல்) என்றால் 'கடலில் இருந்து' என்று அர்த்தம். டஃப் அமைத்துக் கொடுத்த இந்த கடற்கரை அன்றைய மெட்ராஸ்வாசிகளுக்கு ஒரு சொர்க்கபுரியாகவே திகழ்ந்தது.

கடற்கரை சாலை

1890ல் மெரீனா கடற்கரை

கோட்டையின் தெற்குப் பகுதியில் இருந்து சாந்தோம் வரை நீண்டு கிடக்கும் இந்த கடற்கரையில் காலாற நடப்பதே ஒரு இனிய அனுபவமாக இருந்தது. அன்னி பெசண்ட் அம்மையார் கூட, தாம் நடத்தி வந்த 'நியூ இந்தியா' பத்திரிகையில் மெரீனாவின் அழகைப் பற்றி விவரித்திருக்கிறார். 1914இல் வெளியான ஒரு கட்டுரையில், 'மெரீனாவைப் போல நீண்ட, அழகிய கடற்கரை இந்தியாவில் வேறு எங்கும் கிடையாது. மெட்ராஸின் தவிர்க்க முடியாத அழகு மெரீனா' என்று எழுதியிருக்கிறார்.

சுமார் 13 கி.மீ தூரம் நீளும் இந்த கடற்கரை உலகின் இரண்டாவது மிக நீளமான கடற்கரையாக கருதப்படுகிறது. கடற்கரையில் சிலை வைக்கும் கலாச்சாரம் முதலில் 1959ஆம் ஆண்டுதான் உதித்தது. அந்த ஆண்டு குடியரசு தினத்தன்று மெரீனா கடற்கரையில் புகழ்மிக்க உழைப்பாளர் சிலை நிறுவப்பட்டது. அதனைத் தொடர்ந்து திருவள்ளுவர், நேதாஜி, சுப்பிரமணிய பாரதி, ஔவையார், கண்ணகி என நிறைய பேர் வந்துவிட்டார்கள். இதில் கண்ணகி மட்டும் சில நாட்கள் விடுமுறையில் அரசு அருங்காட்சியகம் போய் வந்தார். தலைவர்கள் வரிசையில் ஜி.யூ.போப், கான்ஸ்டான்சோ பெஸ்கி எனப்படும் வீரமா முனிவர் என வெளிநாட்டு அறிஞர்களுக்கும் இடம்கொடுத்து கௌரவித்துக் கொண்டிருக்கிறது மெரீனா.

சுமார் 30 ஆண்டு காலம் மெரீனாவில் குடியிருந்த பிறகு, விடைபெற்றுப் போனது சீரணி அரங்கம். 1970இல் கட்டப்பட்ட திறந்தவெளி அரங்கமான இதில் நின்றபடி எத்தனையோ

எம்.ஜி.ஆர் நினைவிடம்

தலைவர்கள் ஏராளமான அரசியல் மற்றும் சமூக உரைகளை ஆற்றி இருக்கிறார்கள். அனல் பறக்கும் அந்த உரைகளால் மாலை நேரக் குளிர்காற்றில் வெப்பநிலையை அதிகரித்துக் கொண்டிருந்த சீரணி அரங்கம், கடற்கரையை நவீனப்படுத்த வசதியாக 2003இல் இடித்துத் தள்ளப்பட்டது. இதைத் தொடர்ந்து 2008ஆம் ஆண்டு சென்னை மாநகராட்சி, மெரீனாவை இன்னும் கொஞ்சம் மெருகூட்டியது.

மெரீனாவிற்கு வரும் அனைவரும் கடலுக்கு அடுத்தபடியாக கால் பதிக்கும் இடம், பேரறிஞர் அண்ணா மற்றும் மக்கள் திலகம் எம்.ஜி.ஆர் ஆகியோரின் நினைவிடங்கள்தான். கடற்கரைக்கு எதிர்ப்புறம் சேப்பாக்கம் மைதானம், சென்னைப் பல்கலைக்கழகம், பிரசிடென்சி கல்லூரி, விவேகானந்தர் இல்லம், குயின் மேரீஸ் கல்லூரி, ஆல் இந்தியா ரேடியோ என பழமையும், புதுமையும் கைகோத்து நிற்கும் சென்னையின் முக்கியக் கட்டடங்கள் வரிசைகட்டி நிற்கின்றன.

ஒருபுறம் ஆர்ப்பரிக்கும் கடல், மறுபுறம் கண்ணைப் பறிக்கும் கலைநயமிக்க கட்டடங்கள் என இயற்கையின் பிரம்மாண்டத்தையும், உழைப்பின் உன்னதத்தையும் ஒருசேர நினைவூட்டியபடி அமைதியாக நின்று கொண்டிருக்கிறது மெரீனா கடற்கரை.

- விடுமுறை நாட்களில் தினமும் சுமார் 50 ஆயிரம் பேர் மெரீனாவிற்கு வருகிறார்கள்.
- சென்னையின் கலங்கரை விளக்கம் தற்போது மெரீனாவில்தான் இருக்கிறது.
- 2004ஆம் ஆண்டு சுனாமியின்போது மெரீனா கடற்கரை கடுமையாக பாதிக்கப்பட்டது.
- பாதுகாப்பு கருதி மெரீனாவில் குளிப்பது சட்டப்படி தடை செய்யப்பட்டுள்ளது.

பிரசிடென்சி கல்லூரி

13

சென்னைப் பல்கலைக்கழகத்தின் தாயாக கருதப்படும் பிரசிடென்சி கல்லூரி எனப்படும் மாநிலக் கல்லூரி சென்னையின் முக்கிய அடையாளங்களில் ஒன்று. மெரினா கடற்கரைக்கு எதிரில் வங்கக் கடலை வேடிக்கை பார்த்தபடி கம்பீரமாக நின்றுகொண்டிருக்கும் இந்த சிகப்பு நிறக் கட்டடத்திற்கு 140 வயதாகிறது. எத்தனையோ அறிஞர் பெருமக்களை உருவாக்கி இருக்கும் இக்கல்லூரி, சென்னைக்கு கிடைத்த மாபெரும் வரம் என்றுதான் சொல்ல வேண்டும்.

இத்தாலிய அரண்மனை போல் காட்சியளிக்கும் இந்த கல்லூரியின் கதை மிகவும் சுவாரஸ்யமானது.

● பிரசிடென்சி கல்லூரி

1826இல் அப்போதைய மெட்ராஸ் ஆளுநராக இருந்த தாமஸ் மன்றோ, Committee of Public Instruction என்ற குழு ஒன்றை அமைத்தார். பத்து ஆண்டுகள் கழித்து 1836இல் இந்த குழுவின் பணிகளை Committee of Native Education என்ற கல்விக் குழு ஏற்றுக் கொண்டது. அந்தக் குழு கல்வி தொடர்பாக சில யோசனைகளை முன்வைத்தது. ஆனால் அவை அப்போதைய ஆளுநர் லார்ட் எல்ஃபின்ஸ்டோனுக்கு பிடிக்கவில்லை. அதற்கு பதில் அவரே 19 தீர்மானங்களை ஒருமனதாக நிறைவேற்றினார். அதில் முக்கியமான தீர்மானம், மெட்ராசில் ஒரு பல்கலைக்கழகத்தை தொடங்குவது என்பது.

இதன் முதல்படியாக, 1840ஆம் ஆண்டு அக்டோபர் 15ந் தேதி, எழும்பூரில் ஒரு வாடகைக் கட்டடத்தில் பிரசிடென்சி பள்ளி தொடங்கப்பட்டது. கல்வி ஆர்வம்மிக்க தனியார் சிலர் சேர்ந்து இந்த பள்ளியைத் தொடங்கினர். இந்த பள்ளியின் நிர்வாகம் அன்று மெட்ராஸில் வசித்த ஆங்கிலேய மற்றும் முக்கிய இந்தியப் பிரமுகர்கள் அடங்கிய குழுவின் கட்டுப்பாட்டில் இருந்தது.

● பிரசிடென்சி கல்லூரி

இந்த பள்ளியின் முதல்வராக இங்கிலாந்தின் கேம்பிரிட்ஜ் பல்கலைக்கழகத்தில் கணிதத்தில் ஹானர்சில் தேர்ச்சி பெற்ற இ.பி. பவுல் என்பவரை நியமிக்க எல்ஃபின்ஸ்டோன் விரும்பினார். ஆனால் விதி விளையாடியதில் பவுலுக்கு அந்த வரலாற்றுப் பெருமை கிடைக்காமல் போய்விட்டது.

எல்ஃபின்ஸ்டோனின் அழைப்பை ஏற்று உடனடியாக இங்கிலாந்தில் இருந்து புறப்பட்டு வந்த பவுல், 1840 செப்டம்பர் 20ந் தேதி பம்பாய் துறைமுகத்தை அடைந்துவிட்டார். ஆனால் அங்கிருந்து மெட்ராஸ் துறைமுகம் வருவதற்கு அவருக்கு 4 வார காலம் ஆகிவிட்டது. அதுவரை பொறுக்க முடியாத கல்விக் குழுவினர், கல்கத்தா ஹூக்லி கல்லூரியில் பணியாற்றிக் கொண்டிருந்த கூப்பர் என்பவரை தற்காலிக முதல்வராக இருக்கும்படி கேட்டுக் கொண்டனர். அவரும் மாதம் ரூ.400 சம்பளத்திற்கு பிரசிடென்சி பள்ளியின் முதல்வராக வந்து சேர்ந்தார்.

பவுல் வந்த பிறகு சில மாதங்களிலேயே கூப்பர் மீண்டும் கல்கத்தா சென்றுவிட்டார். 1841ல் பிரசிடென்சி பள்ளி, உயர்நிலைப் பள்ளியானது. இடமும் எழும்பூரில் இருந்து பிராட்வேக்கு மாறியது. மெல்ல மெல்ல வளர்ச்சி அடைந்து 1853இல் பிரசிடென்சி பள்ளி, பிரசிடென்சி கல்லூரியாக உயர்ந்தது. சிறுவர், சிறுமியர் உலவிக் கொண்டிருந்த வளாகத்தில் வளர்இளம் பருவ பட்டாம்பூச்சிகள் சிறகடிக்கத் தொடங்கின. 1857இல் சென்னைப் பல்கலைக்கழகம் தொடங்கப்பட்ட போது, அதன் கீழ் இந்த கல்லூரி இணைந்தது. அப்போதும்கூட பிரசிடென்சி கல்லூரி பிராட்வேயில் தான் இருந்தது.

• 1941 ஆம் ஆண்டு பிரசிடென்சி கல்லூரியின் கல்விக் குழு

• உ.வே. சாமிநாத அய்யர்

கல்லூரிக்கு இந்த சிறிய இடம் போதாது என்பது சில ஆண்டுகளிலேயே உணரப்பட்டது. எனவே பெரிய கட்டடம் ஒன்றை மெரினா கடற்கரைக்கு எதிரில் கட்டுவது எனதீர்மானிக்கப்பட்டது. இந்த கட்டடத்திற்காக சிறப்பான வரைபடம் தயாரித்துக் கொடுப்பவருக்கு ரூ.3000 சன்மானம் அளிக்கப்படும் என 1864இல் ஒரு போட்டி அறிவிக்கப்பட்டது. சுமார் 150 ஆண்டுகளுக்கு முன்பு ரூ.3000 எவ்வளவு பெரிய தொகை என்பது சொல்லித் தெரிய வேண்டியதில்லை. அருமையான ஒரு கட்டடம் கட்ட வேண்டும் என விரும்பியதால், இத்தனை பெரிய சன்மானம் கொடுக்க முன்வரப்பட்டது. இந்த ஜாக்பாட் பரிசு யாருக்கு என அனைவரும் ஆவலுடன் எதிர்பார்த்துக் காத்திருக்க, அந்த பரிசைத் தட்டிச் சென்றார் இங்கிலாந்தின் புகழ்பெற்ற கட்டடக்கலை நிபுணரான ராபர்ட் சிஸ்ஹோம்.

இதனைத் தொடர்ந்து கல்கத்தாவில் இருந்த அவர் மெட்ராஸ் வந்தார். மெட்ராசில் ராபர்ட் சிஸ்ஹோம் வடிவமைத்துக் கொடுத்த முதல் கட்டடம் பிரசிடென்சி கல்லூரி. பின்னர் சென்ட்ரல் ரயில் நிலையம், எழும்பூர் ரயில் நிலையம், விக்டோரியா பப்ளிக் ஹால், தலைமைத் தபால் நிலையம் என அந்தக் கால மெட்ராசின் பல கட்டடங்கள் இவரது கைவண்ணத்தில் உருவாகின. அவர் மெட்ராஸ் வந்த புதிதில் வடிவமைத்துக் கொடுத்த கட்டடம் என்பதால், பிரசிடென்சி கல்லூரி கட்டடத்தில் இத்தாலிய பாணியின் தாக்கம் அதிகம் இருக்கும். காரணம், அப்போதைய இங்கிலாந்தில் இத்தாலிய பாணி கட்டடங்கள் பிரபலமாக இருந்தன. பின்னர் அவர் வடிவமைத்த கட்டடங்களில் பலவகை பாணிகள் கலந்து காணப்படுகின்றன.

1867இல் அப்போதைய மெட்ராஸ் ஆளுநர் லார்ட் நேப்பியர் அடிக்கல் நாட்ட கட்டுமானப் பணி தொடங்கியது. மூன்று ஆண்டு கடும் உழைப்பில் கட்டி முடிக்கப்பட்ட பிரசிடென்சி

பிரசிடென்சி கல்லூரியின் கடிகார கோபுரம்

கல்லூரி கட்டடத்தை 1870ஆம் ஆண்டு மார்ச் 25ந் தேதி எடின்பர்க் கோமகன் திறந்து வைத்தார்.

1940இல் கல்லூரியின் நூற்றாண்டு விழாவை ஒட்டி, கல்லூரி கட்டடத்தில் நான்கு முகங்களைக் கொண்ட கடிகார கோபுரம் ஒன்று அமைக்கப்பட்டது. அந்த தானியங்கி எலெக்ட்ரிக் கடிகாரத்தில் சிறப்பு தானியங்கி விளக்குகளும் அமைக்கப்பட்டிருந்தன. கல்லூரியின் இயற்பியல் பேராசிரியர் பரமேஸ்வரன் தலைமையில் இயற்பியல் துறையிலேயே அந்த கடிகாரம் வடிவமைக்கப்பட்டது குறிப்பிடத்தக்கது. அந்தக் காலத்தில் மணிக்கொரு தரம் இந்த கடிகாரம் இசைக்கும் இனிய இசை திருவல்லிக்கேணி முழுவதும் எதிரொலிக்குமாம்.

பிரசிடென்சி கல்லூரியின் மற்றொரு சிறப்பு இங்கு பணிபுரிந்த வரலாற்று சிறப்புமிக்க ஆசிரியர்கள். கரையானுக்கும், செல்லரிப்புக்கும் பலியாகிக் கொண்டிருந்த அரிய தமிழ்

சுவடிகளைக் காப்பாற்றிக் கொடுத்ததால், தமிழ் தாத்தா என்று கொண்டாடப்படும் உ.வே. சாமிநாத அய்யர், இங்கு 16 ஆண்டுகள் பணியாற்றி இருக்கிறார். இதற்கு நன்றி தெரிவிக்கும் வகையில், கல்லூரியின் முன்புறத்தில் 1948ஆம் ஆண்டு அவருக்கு சிலை வைக்கப்பட்டது. முன்னாள் குடியரசுத் தலைவர் டாக்டர் ராதாகிருஷ்ணன், வள்ளலாரின் திருவருட்பா வெளியாகக் காரணமாக இருந்த தொழுவூர் வேலாயுதம் முதலியார், இலங்கை தமிழறிஞர் சி.வை. தாமோதரன் பிள்ளை, பேராசிரியர் சி. இலக்குவனார் (இவர் ஆங்கிலத்தில் மொழிபெயர்த்த தொல்காப்பியத்தைத்தான், அண்ணா யேல் பல்கலைக்கழகத்திற்கு செல்லும் போது கொண்டு சென்றார்) என பலப் பிரபலங்கள் இங்கு ஆசிரியர்களாக பணிபுரிந் திருக்கின்றனர்.

அக்காலத்தில் நிலவிய சாதிய ஏற்றத் தாழ்வுகள் பிரசிடென்சி கல்லூரியையும் விட்டுவைக்கவில்லை. இங்கு தமிழ்ப் பேராசிரியராக வேலை பார்த்த கா. நமச்சிவாயம் முதலியாருக்கு மாதச் சம்பளம் ரூ.81 ஆகவும், அதே நேரத்தில் சமஸ்கிருதப் பேராசிரியராக வேலை பார்த்த குப்புசாமி சாஸ்திரிக்கு மாதச் சம்பளம் ரூ.300 ஆகவும் இருந்திருக்கிறது. இதுகுறித்து அறிந்ததும், இந்தக் கொடுமையை எதிர்த்து தந்தை பெரியார் அவர்கள் எழுத அதன் அடிப்படையில் நீதிக்கட்சி ஆட்சியில் முதலமைச்சராக இருந்த பனகல் அரசர் அந்த வேறுபாட்டை நீக்கி உத்தரவு பிறப்பித்தார்.

நோபல் பரிசு பெற்ற சர். சி.வி.ராமன், டாக்டர் சுப்பிரமணிய சந்திரசேகர் ஆகியோர் இந்த கல்லூரிக்கு பெருமை சேர்த்த மாணவர்கள். சிந்தனைச் சிற்பி சிங்கார வேலர், மூதறிஞர் ராஜாஜி, இந்தியாவின் முதல் பாதுகாப்புத் துறை அமைச்சர் வி.கே. கிருஷ்ண மேனன், என இக்கல்லூரியின் பிரபலமான மாணவர்கள் பட்டியலும் மிக மிக நீளமானது.

இப்படி எண்ணற்ற மாணவர்களை உருவாக்கியபடி, தொடர்ந்து அதே இளமைத் துடிப்புடன் செயலாற்றிக் கொண்டிருக்கிறது சென்னை மாநிலக் கல்லூரி.

- 1891இல் இந்த கல்லூரியின் பொன்விழா கொண்டாடப்பட்டது. இதையொட்டி கல்லூரி முதல்வரான டாக்டர் டேவிட் டங்கன், கல்லூரியின் 50 ஆண்டு சாதனைகளை புத்தகமாக வெளியிட்டார். இதுதான் கல்லூரியின் வரலாறை நன்கு அறிந்துகொள்ள இப்போது நமக்கு உதவுகிறது.
- இந்தியாவில் ஆங்கிலேயர்கள் ஆரம்பித்த இரண்டு பிரசிடென்சி கல்லூரிகளில் இதுவும் ஒன்று. மற்றொன்று கொல்கத்தா பிரசிடென்சி கல்லூரி
- 1987ஆம் ஆண்டு இந்த கல்லூரிக்கு தன்னாட்சி அதிகாரம் வழங்கப்பட்டது.

ரிப்பன் மாளிகை

14

எப்போது பார்த்தாலும் பொங்கலுக்கு வெள்ளை அடித்தது போல பளிச்சென்று இருக்கும் ஒரு புராதனக் கட்டடம் சென்னை சென்ட்ரல் ரயில் நிலையத்திற்கு அருகில் இருக்கும் ரிப்பன் மாளிகைக் கட்டடம். ஆங்கிலேயர் காலத்தைச் சார்ந்த பல கட்டடங்களும் செக்கச் சேவல் என்று நின்று கொண்டிருக்க இது மட்டும் பவுடர் போட்ட பெரிய பாப்பா மாதிரி வெள்ளை வெளேரென்று பிரம்மாண்டமாக காட்சியளிக்கிறது.

சென்னையின் இந்த வெள்ளை மாளிகை உருவான கதையைத் தேடிப் போனால் அது 1688இல் போய் நிற்கிறது. அப்போதுதான் இந்தியாவின் முதல்

● ரிப்பன் மாளிகை

மாநகராட்சியாக மெட்ராஸ் மாநகராட்சி உதயமானது. கிழக்கிந்திய கம்பெனியின் தலைவராக இருந்த சர் ஜோசய்யா சைல்ட் என்பவரின் மூளையில் உதித்த யோசனைதான் இது. உள்ளாட்சி நிர்வாகத்தை கவனிப்பதற்கென்றே ஒரு தனி அமைப்பு தேவை என்று அவர் கருதினார். இது குறித்து அப்போது இங்கிலாந்தை ஆட்சி செய்த மன்னர் இரண்டாம் ஜேம்சிடம் அவர் எடுத்துக் கூற, மன்னரும் உடனடியாக ஒப்புதல் அளித்துவிட்டார். இதனையடுத்து 1688ஆம் ஆண்டு செப்டம்பர் 29ஆம் தேதி மெட்ராஸ் மாநகராட்சி தொடங்கப்பட்டது.

நதானியேல் ஹிக்கின்சன் (Nathaniel Higginson) என்பவர் முதல் மேயராக பதவியேற்றுக் கொண்டார். அவருக்கு உதவி செய்வதற்காக ஆங்கிலேயர்கள், போர்த்துகீசியர்கள், யூதர்கள், இந்துக்கள் என பலதரப்பு பிரதிநிதிகளையும் உள்ளடக்கிய குழு ஒன்றும் உருவாக்கப்பட்டது. இதனையடுத்து ஒவ்வொரு ஆண்டும் அதே செப்டம்பர் 29ஆம் தேதி புதிய மேயர் தேர்வு செய்யப்பட்டார். இப்படித் தான் இந்தியாவின் முதல் மாநகராட்சி தனது பணியைத் தொடங்கியது. அப்போது ரிப்பன் மாளிகை கட்டப்படவில்லை. கோட்டைக்குள் இருந்த டவுன் ஹாலில் தான் முதல் மாநகராட்சி செயல்பட்டது.

உற்சாகமாகத் தொடங்கப்பட்டதே தவிர அதன் செயல்பாடுகள் அத்தனை உற்சாகமாக இல்லை. ஆறே மாதத்தில் முதல் மேயர் தனது பதவியை ராஜினாமா செய்துவிட்டார். அடுத்ததாக லிட்டில்டன் என்பவர் மேயரானார். மாநகராட்சி தனது பணிகளை மேற்கொள்ள போதுமான நிதி இல்லை என்ற குற்றச்சாட்டுகள் எழுந்தன. அப்போதைய மெட்ராஸ் ஆளுநராக இருந்த சர் எலிஹூ யேலுக்கும் மாநகராட்சி உறுப்பினர்களுக்கும் இடையே அதிகார மோதல்கள் வெடித்தன. அப்படியே சண்டை சச்சரவுகளுடன் போய்க் கொண்டிருந்த

▶ லார்ட் ரிப்பன்

மாநகராட்சி நிர்வாகம் 1727இல் மறுசீரமைக்கப்பட்டது. நகரம் வளர வளர மாநகராட்சியின் பணிகளும் அதிகரித்துக் கொண்டே சென்றன.

இந்நிலையில் டவுன் ஹால் பகுதியை அரசு எடுத்துக் கொண்டதால் அங்கிருந்த மாநகராட்சி அலுவலகம், ஜார்ஜ் டவுன் பகுதியின் எர்ரபாலு செட்டி தெருவுக்கு மாற்றப்பட்டது. பின்னர் சில ஆண்டுகளில் அந்த இடம் போதவில்லை எனக் கருதப்பட்டதால் புதிய இடம் தேடும் படலம் தொடங்கியது. அப்போதுதான் பீப்பிள்ஸ் பார்க் பகுதியில் ஒரு இடத்தை ஒதுக்கி மாநகராட்சிக்கென புதிய கட்டடம் கட்டுவதென முடிவு செய்யப்பட்டது. அப்படித்தான் அந்தக் காலத்திலேயே ரூ. 7.5 லட்சம் செலவு செய்து தற்போதுள்ள ரிப்பன் மாளிகை கட்டப்பட்டது. நான்கு ஆண்டுகளாக இதைப் பார்த்துப் பார்த்து இந்தோ - சராசனிக் பாணியில் பிரம்மாண்டமாக கட்டித்தந்த லோகநாத முதலியார் கூலியாக வாங்கிய தொகை ரூ. 5.5 லட்சம்.

1913இல் இந்த கட்டடம் திறந்துவைக்கப்பட்டது. இதன் திறப்பு விழாவில் மூவாயிரத்திற்கும் அதிகமான முக்கியப் பிரமுகர்கள் கலந்துகொண்டனர். மாநகராட்சி கட்டடம் என்பதால் உள்ளாட்சி நிர்வாகத்தில் பல்வேறு சீரமைப்புகளை செய்த லார்ட் ரிப்பனின் பெயரையே இதற்கும் வைத்துவிட்டனர். அவரை நினைவு கூறும் வகையில் அவரது சிலை ஒன்றும் இங்கு நிறுவப்பட்டது.

252 அடி நீளமும், 126 அடி அகலமும் கொண்ட இந்த கட்டடத்தின் முக்கியமான அம்சம், அதன் நடுவில் இருக்கும் கோபுரம். 132 அடி உயரம் கொண்ட இந்த கோபுரத்தின் நடுவில் எட்டு அடி விட்டத்தில் ஒரு பிரம்மாண்ட கடிகாரமும் அமைக்கப்பட்டது. இதற்கு தினமும் கீ கொடுப்பார்கள். அந்தக் காலத்தில் மெட்ராசிற்கு வரும் நிறைய பேர், சுமார் நூறு அடி உயரத்தில் இருந்த இந்த மெகா சைஸ் கடிகாரத்தை வாயைப் பிளந்து பார்த்துக் கொண்டிருந்தார்கள்.

மாநகராட்சி இந்த கட்டடத்திற்கு மாற்றப்பட்ட பிறகு முதல் தலைவராக இருந்தவர் (அப்போது மேயர் பதவியை தூக்கிவிட்டார்கள்) பி.எல். மூர். பின்னர் 1919இல் தான் மெட்ராஸ் மாநகராட்சிக்கு முதல் இந்தியத் தலைவர் கிடைத்தார். அவர்தான் சர் பி. தியாகராய செட்டியார். மீண்டும் 1933ஆம் ஆண்டு மேயர் பதவி உயிர் பெற்று எழுந்தது. அப்போது முதல் மேயரானவர் குமார ராஜா எம்.ஏ. முத்தையா செட்டியார். அதன் பிறகு இதுவரை மேயர் என்ற பதவி தொடர்ந்து நீடித்து வருகிறது.

தற்போது ரிப்பன் அலுவலக வளாகத்தில் மெட்ரோ ரயில் பணிகள் நடைபெற்று வருகின்றன. இது நிறைவடைந்துவிட்டால், இதுவரை அருகில் உள்ள சென்ட்ரல் ரயில் நிலையத்தில் ரயில்கள் வந்து செல்லும் சத்தத்தை மட்டும் கேட்டுக் கொண்டிருந்த ரிப்பன் மாளிகை, தனது வளாகத்திற்குள்ளேயே ரயில் வந்துசெல்லும் காட்சியையும் காணலாம். ரிப்பன் மாளிகை விரைவில் நூறாவது ஆண்டில் அடியெடுத்து வைக்கும்போது, நாமும் அதற்கு மெட்ரோ ரயிலில் சென்று பூங்கொத்து கொடுக்கலாம்.

- *இந்தியாவின் முதல் பெண் மேயரைத் தந்ததும் சென்னை மாநகராட்சிதான். அவர்தான் தாரா செரியன்.*
- *கிழக்கிந்திய டச்சு அரசாங்கத்தின் நிர்வாகத்தைப் பார்த்துதான் சர் ஜோசய்யா சைல்ட்டுக்கு மாநகராட்சி ஏற்படுத்தும் யோசனை பிறந்ததாக கூறப்படுகிறது.*

பாரிமுனை

15

மெட்ராசுக்கும் பாரீசுக்கும் என்ன தொடர்பு? பிரெஞ்சுக்காரர்களுடன் தொடர்ந்து சண்டை போட்டுக் கொண்டிருந்த பிரிட்டிஷார் தங்களின் கட்டுப்பாட்டில் இருந்த ஒரு பகுதிக்கு பிரான்ஸ் தலைநகரத்தின் பெயரை எப்படி வைத்தார்கள்? சென்னையின் மையப் பகுதியான பாரீஸ் கார்னர் என்று அழைக்கப்படும் பாரிமுனையைக் கடக்கும்போது இப்படி ஒரு கேள்வி உங்களுக்குள் எழலாம். இந்த கேள்விக்கான விடையை நான் தேடிய போது, சற்றும் எதிர்பாராத ஒரு பதில் கிடைத்தது.

பாரீசுக்கும் இதற்கும் எந்த தொடர்பும் இல்லை என்றும், ஒரு சுவாரஸ்யமான மனிதர்தான் இந்த பெயர் வரக்

• எஸ்பிளனேடு பகுதி

காரணம் என்றும் தெரிய வந்தது. தாமஸ் பாரி என்ற அந்த மனிதர், இங்கிலாந்தின் வேல்ஸ் நகரில் இருந்து இந்தியாவில் வியாபாரம் செய்வதற்காக 1788ஆம் ஆண்டு மெட்ராசுக்கு வந்தார். கிழக்கு இந்திய கம்பெனியாரிடம் அனுமதி பெற்று தனி வர்த்தகராக தம்மை பதிவு செய்துகொண்ட பாரி, பல்வேறு பொருட்களின் விற்பனையில் ஈடுபட்டார். ஆனால் அவரின் முக்கியமான வியாபாரம் வட்டிக்குப் பணம் கொடுப்பது.

வட்டி என்றால் சாதாரண வட்டி அல்ல 12.5% வட்டி, இதுதவிர 1% கமிஷன் வேறு. ஆனாலும் அவரிடம் வட்டிக்கு வாங்க நிறையப் பேர் இருந்தார்கள். திப்பு சுல்தான் போன்றவர்களோடு சண்டை நடைபெற்றுக் கொண்டிருந்த காலம் என்பதால், நிறைய இளவரசர்களும், கிழக்கிந்திய அதிகாரிகளும் போர்த் தேவைகளுக்காக பாரியிடம் கை ஏந்தினார்கள். பாரியின் வியாபாரமும் ஓஹோவென்று இருந்தது.

• பாரிமுனை

• சென்னையின் மையப் பகுதி

● தாமஸ் பாரி

இதனால் 1792இல் பாரி சொந்த அலுவலகம் ஒன்றைத் தொடங்கினார். இந்த அலுவலகம் பல்வேறு துணிகளை வெளிநாடுகளுக்கு ஏற்றுமதி செய்தது. திடீரென வியாபாரத்தில் நஷ்டம் ஏற்பட, அனைத்தையும் விட்டுவிட்டு 1796இல் கர்நாடக நவாப்பின் கருவூல அதிகாரியாக சிறிது காலம் பணிபுரிந்தார் பாரி. பின்னர் 1800இல் கிளைவ் பிரபு ஆளுநராக வந்தபிறகு மெட்ராசில் வர்த்தகர்களின் நிலை மாறியது. கிழக்கிந்திய கம்பெனிக்கு தொடர்பில்லாத தனி வர்த்தகர்களுக்கு அனுமதி இல்லை என்று கூறி, கோட்டையைவிட்டு வெளியேற்றினார் கிளைவ். அப்போதுதான் தாமஸ் பாரி, இப்போது பாரீஸ் கார்னர் என்று அழைக்கப்படும் பகுதிக்கு வந்தார்.

ஒரு பக்கம் சீற்றம் காட்டும் கடல், மறுபுறம் உள்ளூர் மக்கள் தங்கியிருக்கும் கருப்பர் நகரம் என அதிகம் பேர் விரும்பாத இடமாக அது இருந்தது. அங்கு வாலாஜா நவாப்பிற்கு சொந்தமான வீடு ஒன்று இருந்தது. அதைத்தான் வாங்கி அலுவலகமாக மாற்றினார் பாரி. 1817ஆம் ஆண்டிலேயே அனைவரையும் அண்ணாந்து பார்க்க வைக்கும் அடுக்குமாடிக் கட்டடமாக அது இருந்தது.

மெல்ல வியாபாரத்தை விஸ்தரித்துக் கொண்டிருந்த பாரி, நிறைய ஏற்ற இறக்கங்களை சந்தித்தார். இந்த சூழலில்தான் அவருக்கு பார்ட்னராக வந்து சேர்ந்தார் ஜான் வில்லியம் டேர் (John William Dare). பாரி கட்டடத்தின் பெயர் 'டேர் ஹவுஸ்' என்று இருப்பதற்கு இந்த டேர்தான் காரணம். கடல் மற்றும் கப்பல்கள் பற்றிய அறிவு டேருக்கு நிறைய இருந்ததால், பாரியும் இவரும் சேர்ந்து கப்பல் தொழிலில் நங்கூரம் பாய்ச்சி பணம் பார்த்தனர்.

இந்நிலையில் உடல்நலக் குறைவு காரணமாக 1823இல் இங்கிலாந்து திரும்ப முடிவெடுத்தார் பாரி. அவரின் வழியனுப்பு விழாவுக்காக உள்ளூர் வர்த்தகர்கள், பொதுமக்கள் அனைவரும் சேர்ந்து ஒரு தங்க டீ கப்பை தயார் செய்தனர். ஆனால் பாரி திடீரென தனது பயணத்தை ரத்து செய்துவிட்டதால், அவர் ஊருக்கு போகாவிட்டாலும் தயார் செய்த கப் வீணாகிவிடக் கூடாது என்று அந்த கோப்பையை 1824 பிப்ரவரி மாதம் அவருக்கு பொதுமக்கள் வழங்கினர். இந்தளவு மக்கள் மனதில் இடம்பிடித்ததற்கு பாரியின் மனிதாபிமானமும், ஏழைகளுக்கு அவர் செய்த உதவிகளும்தான் காரணம்.

இங்கிலாந்து பயணத்தை ரத்து செய்த பாரியால், தனது பரலோகப் பயணத்தை தடுத்து நிறுத்த முடியவில்லை. விடைபெறும் கோப்பையைப் பெற்றுக் கொண்ட அதே 1824ஆம் ஆண்டு ஆகஸ்ட் மாதம், தனது தொழிற்சாலை ஒன்றை ஆய்வு செய்யப் போனபோது காலரா வந்து உயிரிழந்தார் பாரி.

'உல்லாசமாக' வாழ்க்கை நடத்திய தாமஸ் பாரி இரக்க மனசுக்காரரும் கூட. அவர் எழுதி வைத்த உயிலே, இதற்கு அத்தாட்சி. தனது உறவினர்களுக்கு மட்டுமின்றி வேலைக்காரர்களுக்கும் சொத்தில் பங்கு கொடுத்தவர் பாரி. தன் வீட்டில் வளர்க்கப்பட்ட கண்பார்வையற்ற மேரி என்ற பெண்ணிற்கு மாதம் 11 ரூபாயும், செல்லா என்ற வேலைக்காரப் பெண்மணிக்கு மாதம் 5 ரூபாயும், மற்ற வேலைக்காரர்களுக்கு மூன்று மாத ஊதியமும் வழங்க வேண்டும் என்று தமது உயிலில் எழுதியிருந்தார். தன்னுடன் சேர்ந்து வாழ்ந்த மேரி ஆன் என்ற பெண்மணிக்கு மாதம் 5 ரூபாயும், உயில் எழுதப்பட்ட தேதியில் இருந்து 9 மாதத்திற்குள் அவருக்கு பிறக்க இருக்கும் குழந்தைக்கு 50 ரூபாயும் அளிக்கப்பட வேண்டும் என்றும் பாரி உயிலில் குறிப்பிட்டிருந்தார்.

பாரியின் மறைவுக்கு பின்னர் அவரது தொழில்களை டேர் பார்த்துக் கொண்டார். 1838இல் குதிரை மீதிருந்து கீழே விழுந்ததில் அடிபட்டு அவரும் விண்ணுலகம் போய்ச் சேர்ந்தார். ஆனால் இரு நூற்றாண்டுகளைக் கடந்த பின்பும், அந்த இரண்டு வர்த்தகர்களின் பெயர்கள் மட்டும் இன்னும் மறையவில்லை. எங்கிருந்தோ வந்து, சென்னை வீதிகளில் அலைந்து திரிந்து, மெட்ராஸ் என்ற மாநகரின் வரலாற்றில் இடம்பிடித்துவிட்ட அந்த இருவரையும், பாரிமுனையும், அங்கிருக்கும் டேர் ஹவுசும் இன்றும் நினைவுபடுத்திக் கொண்டே இருக்கின்றன.

- *தாமஸ் பாரியின் உடல் கடலூரில் அவர் அடிக்கடி சென்று வழிபட்ட தேவாலயத்தில் புதைக்கப்பட்டிருக்கிறது.*
- *முருகப்பா குழுமத்தின் கட்டுப்பாட்டில் பாரி நிறுவனம் இன்றும் தொடர்ந்து செயல்பட்டு வருகிறது.*
- *அமெரிக்க தூதரகம் சிறிது காலம் இந்த பாரி கட்டடத்தில் இருந்து இயங்கி இருக்கிறது.*

குஜிலி பஜார்

16

ஷாப்பிங் என்றால் இன்றைய சென்னைவாசிகளுக்கு முதலில் நினைவுக்கு வரும் இடம் பாண்டி பஜார். காரணம், தலைக்கு கிளிப் முதல் காலுக்கு செருப்பு வரை அனைத்தையும் இங்கு வாங்கி விட முடியும். ஆனால் அந்தக்கால சென்னைவாசிகள் இப்படி ஷாப்பிங் செய்ய வசதி இருந்ததா? அவர்கள் எங்கு போய் தங்களின் ஷாப்பிங் ஆர்வத்தைத் தணித்துக் கொண்டனர்? இதற்கான விடையைத் தேடிய போதுதான் மெட்ராஸின் ஒரு சுவாரஸ்யமான பஜார் பற்றிய செய்திகள் தெரிய வந்தன.

19ஆம் நூற்றாண்டின் இறுதியில் இன்றைய சென்னை சென்ட்ரல் ரயில் நிலையத்திற்கு அருகில் ஒரு பஜார்

• பீப்பிள்ஸ் பார்க்

இருந்திருக்கிறது. இதன் பெயர் குஜிலி பஜார். பாரிமுனை கந்தசாமிக் கோவிலுக்கு அருகில் உள்ள இந்த பகுதியில், அந்த நாட்களில் நிறைய குஜராத்திகள் வசித்து வந்தனர். இங்கிருக்கும் ஏதோ ஒரு இளம் குஜராத்திப் பெண்ணைப் பார்த்து பரவசமாகிப் போன யாரோ ஒரு சென்னைவாசி அந்தப் பெண்ணின் மீது உருகி மருகியதன் விளைவாக உருவானதே குஜிலி என்ற சொல். குஜராத்தி+கிளி என்பதையே மெட்ராஸ் பாஷைக்கே உரிய பாணியில் ரத்தின சுருக்கமாக நசுக்கி பிசுக்கி குஜிலி ஆக்கியிருக்கிறார்கள். குஜிலி ஏரியாவில் இருக்கும் பஜார் என்பதால் குஜிலி பஜார் என்று பெயர் வந்திருக்கலாம் என மொழி ஆய்வாளர்கள் (!!!) கருதுகின்றனர். குஜிலி என்பது உருதுமொழிச் சொல் என்றும் ஒரு கருத்து இருக்கிறது.

குஜிலி பஜார் என்பதை மாலை நேரக் கடைத்தெரு என்று வைத்துக் கொள்ளலாம். இந்த பஜாரின் கதாநாயகன் பாட்டுப் புத்தகங்கள்தான். இங்கு கிடைத்த பாடல்கள் வெறும் சினிமாப் பாடல்கள் அல்ல. அந்த காலத்தில் ஏது அத்தனை சினிமா. இங்கு கிடைத்த பாடல்கள் எல்லாம் வேறு ரகம். இவற்றை குஜிலிப் பாடல்கள் என்று அழைத்தார்கள். புகைவண்டி, மின்சார விளக்கு, மண்ணெண்ணெய், சிகரெட், தேநீர் என எந்த பொருள் புதிதாக அறிமுகமானாலும் அதைப் பற்றி பாட்டு எழுதி இருக்கிறார்கள். பொருட்கள் மட்டுமல்லாமல் அன்றாடம் நடந்த கொலை, கொள்ளை போன்ற சம்பவங்களையும் பாட்டாக்கியிருக்கிறார்கள். அரை அணா இருந்தால் இந்த வித்தியாச பாடல்கள் அடங்கிய புத்தகங்களை வாங்கிவிடலாம்.

சாதாரண உப்புமாவில் இருந்து உப்பு சத்தியாகிரகம் வரைக்கும் குஜிலிக் கவிஞர்களின் பாடு பொருட்களாக இருந்தன. இந்திய விடுதலைப் போராட்டத்தில் தலைவர்கள் கைதான போது 'அரெஸ்டு பாட்டு' என்றே சில பாடல்கள் எழுதப்பட்டன. இவை மக்கள் மத்தியில் சுடச்சுட விநியோகிக்கப்பட்டன. தேச பக்தர்களுக்கு எதிரானவர்களும் குஜிலியை கும்மி எடுத்திருக்கிறார்கள். அவர்கள் தரப்பிலிருந்து "இராஜ விசுவாசக் கும்மி" போன்ற சில புத்தகங்களும் வெளி வந்திருக்கின்றன. இப்படி வெளியான இருதரப்புப் பாடல்களுக்கும் மக்கள் மத்தியில் நல்ல கிராக்கி இருந்தது.

1920களிலும் 1930களின் தொடக்கத்திலும் கிராமபோன் இசைத் தட்டுகள் பிரபலமாகி வந்தன. அது ரேடியோ இல்லாத காலம். எச்.எம்.வீ., கொலம்பியா, ஓடியன் போன்ற இசைத் தட்டுக் கம்பெனிகள் பிரபல நாடக மேடைப் பாடகர்களைக் கொண்டு இசைத் தட்டுக்களை வெளியிட்டன. குஜிலிக் கடைக்காரர்கள் இந்த கிராமபோன் பாடல் வரிகளை அச்சிட்டு காசு பார்த்தார்கள்.

இன்றைக்கு பிரபல பாடகர்களின் பெயரில் தனியாக பாட்டுப் புத்தகம் போடும் வழக்கம் அப்போதுதான் தொடங்கியது. எஸ்.எஸ். விஸ்வநாத தாஸ், எஸ்.ஜி. கிட்டப்பா, கே.பி. சுந்தராம்பாள், என்.எஸ். பபூன் சண்முகம் போன்றோருக்கு தனிப் புத்தகங்கள் போடப்பட்டன. அவர்களின் ரசிகர்கள் அவற்றை வாங்கி பொக்கிஷமாகப் பாதுகாத்து பரவசமடைந்தனர். 1960கள் வரை கூட பாட்டுப் புத்தகங்கள், கதைப் பாடல்கள் போன்ற வெகுஜன நாட்டார் இலக்கியங்கள் குஜிலி பஜாரில் கிடைத்து வந்தன.

• ஐகோர்ட் பற்றிய பாட்டு புத்தகம்

குஜிலி பஜாரின் முக்கில், ஒரு வீதி 'ஈவினிங் பெஜார்' என்றும், மற்றொரு வீதி 'தீவிங் பெஜார்' என்றும் அழைக்கப்பட்டது. இதுபற்றி மாதவையா 1925ஆம் ஆண்டு வெளியான தனது பஞ்சாமிர்தம் இதழில் கீழ்கண்டவாறு எழுதி இருக்கிறார்.

இதை நான் முதலில் கவனித்தபோது, உண்மை எவ்வாறிருப்பினும், ராஜதானி நகரத்திலே ஒரு வீதிக்கு 'தீவிங் பெஜார் ரோடு' (அதாவது, திருட்டுக் கடைத் தெரு) என்றிருப்பது, நகரவாசிகளுக்கேனும், போலீஸாருக்கேனும் கௌரவம் தருவதன்று என்று நினைத்து, அப்பொழுது முனிசிபல் கமிஷனராயிருந்த என் நண்பர் மலோனி துரைக்கு அதைப்பற்றி எழுத, அவர், 'தீவிங் பெஜார்' என்ற பெயரை 'குஜிலி பெஜார்'என்று மாற்றினார்.

- மாதவையா

குஜிலி பஜாருக்கு அருகிலேயே சைனா பஜார் இருந்தது. அந்தக் கால சைனா பஜார் எப்படி இருந்தது என்பதை அறிந்துகொள்ள, 1913இல் வெளியான கட்டுரையின் கீழ்கண்ட பகுதி மிகவும் உதவியாக இருக்கும்.

சைனா பஜார் வீதி - மாலைக் காலத்தில் எப்போதும் ஜன நெருக்கமுள்ள இவ்வீதியைப் பார்க்க வெகு வினோத விழாவாயிருக்கும். செலவழிக்க மனம் வராதவர்களும் வாங்கக் கூடிய துணிமணிகளும், கண் கவரும் பழ தினுசுகளும், சித்திரப் படங்களும், பொன், வெள்ளி ஆபரணங்களும், செம்பு பித்தளை வெங்கலப் பாத்திரங்களும், வாசனை திரவியங்களும், குடை, ஜோடு, கொம்பு, தடிகளும், மிட்டாய் தினுசுகளும், புஸ்தகங்களும் மற்றும் பல வஸ்துக்களும் விற்கும் கடைகள் எண்ணிறந்தன.

வேடிக்கை பார்ப்பதிலேயே மனம் செலுத்தாமல் அப்போதுக்கப் போது தங்களுடைய ஜேபியிலும் மடியிலும் வைத்திருக்கும் பணப் பைகளை கவனித்து வர வேண்டும். இவ்விடத்தில் முடிச்ச விழ்க்கும் பேர்வழிகள் அதிகம். இதற்கு விளக்கு வெளிச்சம் போராத குறையொன்றுண்டு. சென்னை நகரசபையார் இதைக் கவனித்து ஜியார்ஜ் அரசரின் உருவச் சிலைக்கு எதிரில் அதிகம் வெளிச்சம் தரக்கூடிய கொத்து விளக்கு, ஒன்றை அமைக்கப் பெற்றால் வெகு நலமாயிருக்கும்.''

- மயிலை கொ. பட்டாபிராம முதலியார்
'விஷ்ணு ஸ்தல மஞ்சரி' 1913

இப்படி எல்லாம் மெட்ராஸ்வாசிகளின் மாலை நேரங்களை ரம்மியமாக மாற்றிய இந்த குஜிலி பஜார்தான் தற்போது பர்மா பஜாராக பரிணாம வளர்ச்சி அடைந்திருக்கிறது.

- பர்மாவிலிருந்து வந்து குடியேறியவர்களுக்காக 1960களில் ஒதுக்கப்பட்ட பகுதிதான் பர்மா பஜார்.
- திருட்டுப் பொருட்கள் விற்கும் கடைகள் இருந்தன என்பதால், பர்மா பஜாருக்கு வெள்ளைக்காரர்கள் காலத்தில் 'தீவ்ஸ் பஜார்' என்று பெயராம்.

அரெஸ்ட் பாட்டு

ஐந்தாம் ஜார்ஜ் மன்னவரும்
அவர் மனைவி மேரியளும் மைந்தருடன்
பூவுலகில் மகாராஜர் வாழ்கவுமே
கவர்னர் வைசிராயவரும்
கனம் மாண்டேகு மந்திரியும்
புவனமெலாம் போற்ற புண்ணியர்கள் வாழ்கவுமே.

திக்கெங்கும் போர் படைத்த தியாகராஜன் புகழும்
மிக்க புகழ் நாயர் முதல் மேலவர்கள் வாழ்கவுமே.
புதுக்கோட்டை பிரின்ஸ் அவர்கள் பூமான்துரை ராஜா
மதிப்பாயுலகினிலே மன்னவரும் வாழ்கவுமே
ராஜா வெங்கடகிரி ராவ்பகதூரா ராஜரத்தினம்
தேசாபிமானியெல்லாம் தேவரொக்க வாழ்கவுமே
வாழ்க திராவிடரும் வாழ்க அவர் சங்கமதுவும்
வாழ்க பொதுவிற்குழைப்போர் வாழ்க வாழ்க வாழ்கவுமே

- ஹோம் ரூல் கண்டன, திராவிட முன்னேற்ற, இராஜ விசுவாசக் கும்மி
(சேலம் ஆசுகவி தி.சு. கணபதி பிள்ளையால் எழுதப்பட்டது (1918).)

சென்னைத் துறைமுகம்

துறைமுகம் இல்லாத சென்னையை உங்களால் கற்பனை செய்து பார்க்க முடியுமா? முயன்று பாருங்கள், சற்று கடினமாகத் தான் இருக்கும். ஆனால் முந்நூறு ஆண்டுகளுக்கு முன், சென்னை வெறும் மணல்வெளியாக இருந்த காலத்தில், இங்கு துறைமுகம் இல்லை, அதற்கான தேவையும் இல்லை.

ஆனால் பல்லவர்கள் காலத்திலேயே இன்றைய மயிலாப்பூர், ஒரு துறைமுக நகரமாக இருந்திருக்கிறது. இங்கிருந்து ரோம சாம்ராஜ்ஜியத்துடன் பெரிய அளவில் வர்த்தகம் நடைப்பெற்றிருக்கிறது. 1522இல் போர்ச்சுகீசியர்கள் சோழ மண்டல கடற்கரையில் புனித தோமையாரின் பெயரால் சிறிய துறைமுகம் ஒன்றை

17

• துறைமுகம்

நிறுவியிருக்கிறார்கள். போர்ச்சுகீசியர்களைத் தொடர்ந்து 1613இல் டச்சு வர்த்தகர்கள் பழவேற்காடு பகுதிக்கு வந்தனர். அவர்கள் வந்து சுமார் 25 ஆண்டுகள் கழித்தே, அதாவது 1639ஆம் ஆண்டுதான் கிழக்கிந்திய கம்பெனிக்காரர்கள் சென்னை மண்ணில் கால் பதித்தார்கள்.

அவர்கள் கடற்கரை ஓரத்தில் புனித ஜார்ஜ் கோட்டையை கட்டி வியாபாரத்தை ரிப்பன் வெட்டித் திறந்ததும், அவர்களுக்கான சரக்குகள் இங்கிலாந்தில் இருந்து பெரிய பெரிய கப்பல்களில் மெட்ராஸ் வரத் தொடங்கின. ஆனால் அப்போது இங்கு துறைமுகம் எதுவும் கிடையாது. எனவே கப்பல்கள் கடும் அலைகளைத் தாக்குப் பிடித்தபடி நடுக்கடலிலேயே நிற்க வேண்டும். பெரிய திறந்த படகுகள் (MASULAH BOATS) மூலம் கடலுக்குள் சென்று கப்பலில் உள்ள சரக்கை கரை சேர்ப்பார்கள். சில சமயங்களில் பெரிய அலைகளை எதிர்க்க முடியாமல் இந்த படகுகள் கவிழும்போது, சரக்குகளை கடல் ஸ்வாகா செய்துவிடும்.

ஒரு நூற்றாண்டு காலம் இப்படி அலைகளால் அலைக்கழிக்கப்பட்ட பின்னர், 1770ஆம் ஆண்டுதான் மெட்ராசிற்கு ஒரு துறைமுகம் தேவை என்ற கருத்து முன்வைக்கப்பட்டது. இந்த கருத்தை உதிர்த்தவர் பின்னாளில் இந்தியாவின் முதல் கவர்னர் ஜெனரலாக உயர இருந்த வாரன் ஹேஸ்டிங்க்ஸ். ஆனால் அதற்காக உடனே விழுந்தடித்து எந்த முயற்சியும் செய்யப்படவில்லை. இப்படியே மேலும் ஒரு நூற்றாண்டு கழிந்தது.

இந்த முறை மெட்ராஸ் வர்த்தக சபையினர் துறைமுகம் வேண்டும் என்ற கோரிக்கையை வலுவாக வைத்தனர். இதனையடுத்து பெரிய கப்பல்கள் சற்று உள்ளே வந்து நிற்பதற்கு வசதியாக 1861ஆம் ஆண்டு ஒரு நீண்ட சுவர் கடற்கரையில் இருந்து கடலுக்குள் செல்வது போல குறுக்காக கட்டப்பட்டது. ஆனால் அடுத்த சில ஆண்டுகளில் வீசிய புயலில் இந்த சுவர் குட்டிச் சுவராகிவிட்டது. எனவே இம்முறை இதனை சற்றே மாற்றி 'எல்' (L) வடிவில் இரண்டு தடுப்புச் சுவர்கள் கட்டப்பட்டன. இந்த இரண்டு 'எல்'களுக்கு இடையில் கிழக்குப்

பகுதியில் 515அடி திறப்புடன் ஒரு செயற்கைத் துறைமுகம் உருவானது. கராச்சி துறைமுகத்தை கட்டிய பார்க்கஸ் என்பவர்தான் இந்த யோசனையை முன்வைத்தார். இதற்காக பல்லாவரம் மலையில் இருந்து கற்கள் கொண்டு வரப்பட்டன.

1881ஆம் ஆண்டு செப்டம்பர் மாதம் இந்த வேலை முடியும் தருவாயில், பெரிய கப்பல்கள் உள்ளே வரத் தொடங்கின. ஆனால் இரண்டு மாதங்கள் கூட இந்த நிம்மதி நீடிக்கவில்லை. நவம்பர் மாதம் வீசிய புயலில் பாதி 'எல்' காணாமல் போய்விட்டது. மனந்தளராத விக்கிரமாதித்தனைப் போல கிழக்கிந்திய கம்பெனிக்காரர்கள் மீண்டும் துறைமுகம் கட்டும் பணியில் இறங்கினர். ஒரு வழியாக இந்த பணி 1896இல் முழுமை அடைந்தது.

இந்த துறைமுகத்தை மேம்படுத்தும் பணியில் சர் பிரான்சிஸ் ஸ்பிரிங் என்பவர் 1904ஆம் ஆண்டு நியமிக்கப்பட்டார். இவர்தான் இன்றைய துறைமுகத்தின் பிரம்மாண்ட வளர்ச்சிக்கு அடித்தளமிட்டவர். அடுத்த ஆண்டு உருவாக்கப்பட்ட மெட்ராஸ் போர்ட் டிரஸ்டுக்கு தலைவராக பொறுப்பேற்றுக் கொண்ட பிரான்சிஸ், பல்வேறு சீரமைப்பு நடவடிக்கைகளை மேற்கொண்டார்.

இதன் ஒரு பகுதியாக துறைமுகம் மாற்றியமைக்கப்பட்டது. பழைய கிழக்குப் பக்க வாயில் மூடப்பட்டு வட கிழக்கு மூலையில் 400 அடி வாயில் அமைக்கப்பட்டது. 1600 அடி நீள தடுப்புச் சுவரால் இது பாதுகாக்கப்பட்டது. இந்த பணிகள் அனைத்தும் 1911இல் முழுமை அடைந்தன. முதல் இரண்டு ஆண்டுகளில் 600 கப்பல்கள் இங்கு வந்து போனதாகவும், 3 லட்சம் டன் சரக்குகள் கையாளப்பட்டதாகவும் கிழக்கிந்திய கம்பெனி ஆவணங்கள் கூறுகின்றன.

இப்படி சென்னை துறைமுகம் அசுர வேகத்தில் வளர்ந்து கொண்டிருந்த நிலையில்தான், முதல் உலகப் போர் வெடித்தது. இதில் இந்தியாவில் தாக்குதலுக்கு உள்ளான ஒரே நகரம்

• கப்பலில் உள்ள சரக்கை திறந்த படகுகள் மூலம் கரை சேர்த்தல்

எம்டன் குண்டுவீச்சில் பற்றி எரிந்த துறைமுகம்

சென்னைதான், அதுவும் கடல் மார்க்கமாக. 1914ஆம் ஆண்டு செப்டம்பர் மாதம், பிரிட்டிஷ் படைகளின் கண்ணில் மண்ணைத் தூவிவிட்டு மெட்ராஸ் வந்த ஜெர்மனியின் எம்டன் கப்பல், சென்னை துறைமுகம் மீது 125 குண்டுகளை சரமாரியாக வீசியது. இதில் துறைமுகத்திற்குள் இருந்த பர்மா ஆயில் கம்பெனிக்கு சொந்தமான எண்ணெய் கிடங்கு கொளுந்துவிட்டு எரிந்தது.

இந்த தாக்குதலின் பாதிப்பில் இருந்தும் சென்னை துறைமுகம் விரைவில் மீண்டெழுந்தது. இறுதியில் 1919இல் பிரான்சிஸ் ஓய்வு பெறும்போது, சென்னை துறைமுகம் அனைத்து பிரச்னைகளையும் சமாளிக்கும் திறன் படைத்ததாக முன்னேறிவிட்டது. இதோடு நின்றுவிடாமல் தொடர்ந்து தன்னை மெருகேற்றிக் கொண்டே வந்ததால், இன்று பல லட்சம் கோடி மதிப்புள்ள சரக்குகளைக் கையாளும் உலகின் மிக முக்கியத் துறைமுகங்களில் ஒன்றாக சென்னை துறைமுகம் வளர்ந்திருக்கிறது.

ஆரம்ப காலங்களில் வீசும் புயல்களைப் புறந்தள்ளிவிட்டு, விடாமுயற்சியுடன் போராடினால் நிச்சயம் ஒரு நாள் விஸ்வரூபம் எடுக்கலாம் என்பதற்கு சாட்சியாய் நின்று கொண்டிருக்கிறது சென்னை துறைமுகம்.

- மும்பைக்கு அடுத்தபடியாக இந்தியாவின் இரண்டாவது பெரிய துறைமுகம் சென்னை துறைமுகம்தான்.
- கடந்த 2004ஆம் ஆண்டு சுனாமியின் போது, சென்னை துறைமுகம் சுமார் 13 கோடி ரூபாய் அளவுக்கு சேதமடைந்தது. இதனால் இரண்டு நாட்கள் துறைமுகப் பணிகள் நிறுத்தப்பட்டன.
- 1881ஆம் ஆண்டை தொடக்கமாகக் கருதி, கடந்த 2007ஆம் ஆண்டு சென்னை துறைமுகத்தின் 125வது ஆண்டு கோலாகலமாக கொண்டாடப்பட்டது.

பேங்க் ஆஃப் மெட்ராஸ்

18

கடற்கரை ரயில் நிலையத்திற்கு எதிரில் பிரம்மாண்டமாக காட்சியளித்துக் கொண்டிருக்கும் ஒரு சிகப்பு கட்டடத்தில் தற்போது பாரத ஸ்டேட் வங்கி செயல்பட்டு வருகிறது. இந்த கட்டடம் வடிவமைக்கப்பட்டு கட்டப்பட்டதே ஒரு வங்கிக்காகத்தான். அந்த வங்கிதான் மெட்ராஸ் ராஜதானியின் தலைமை வங்கியாக ஒரு காலத்தில் செயல்பட்டு வந்த பேங்க் ஆஃப் மெட்ராஸ். அன்றைய மெட்ராஸ்வாசிகளின் கைகளில் புரண்டு கொண்டிருந்த ரூபாய் நோட்டுகளை அச்சடித்து விநியோகித்த அந்த புராதன வங்கியின் கதையைத் தான் இது.

இந்தியாவில் பண்டைய காலந்தொட்டு வசதி படைத்த சில தனியார் தான் வங்கித் தொழில் செய்து வந்தனர்.

• பேங்க் ஆப் மெட்ராஸ்

பொதுவங்கிகள் என்ற விஷயமே பதினெட்டாம் நூற்றாண்டின் இறுதியில்தான் தொடங்கப்பட்டது. 1786ஆம் ஆண்டு தி ஜெனரல் பேங்க் ஆஃப் இந்தியா, மற்றும் பேங்க் ஆப் ஹிந்துஸ்தான் ஆகியவை முதலில் துவங்கப்பட்டன. ஆனால் அவ்வங்கிகள் தற்பொழுது செயல்பாட்டில் இல்லை. இந்தியாவில் செயல்பட்டுக் கொண்டிருப்பவற்றில் மிகப்பழமையான வங்கி பாரத ஸ்டேட் வங்கியாகும் (State Bank of India).

அப்படிப் பழம்பெருமை பெற்ற பாரத ஸ்டேட் வங்கியின் தாய்தான் பேங்க் ஆப் மெட்ராஸ். இதன் கதை சுமார் 200 ஆண்டுகள் பழமையானது. ஆங்கிலேயர்கள் மெட்ராசில் குடியேறி நிர்வாக வசதிகளுக்காக பல்வேறு விஷயங்களையும் உருவாக்கிக் கொண்டிருந்தபோது, நிதி விவகாரங்களை கையாள ஒரு வங்கி தேவை என்பதை உணர்ந்தனர்.

முதன்முதலில் 1683இல் ஆளுநர் வில்லியம் ஜிப்போர்டும், அவரது குழுவினரும் மெட்ராசில் ஒரு வங்கியை தொடங்கினர். இதன் அடுத்த கட்டமாக 1805இல் அப்போதைய ஆளுநர் சர் வில்லியம் பெண்டிக் நிதிக் குழு ஒன்றை கூட்டினார். அக்குழுவின் ஆலோசனையின்படி 1806இல் ஒரு வங்கி உருவாக்கப்பட்டது. அதுதான் மெட்ராஸ் வங்கி (பேங்க் ஆப் மெட்ராஸ் என்பது வேறு), இதனை அரசு வங்கி என்றும் மக்கள் அழைத்தனர்.

அந்தக் காலத்தில் இதைப் போல வேறு சில வங்கிகளும் செயல்பட்டு வந்தன. பின்னர் 1843ஆம் ஆண்டு, மெட்ராஸ் வங்கி, கர்நாடிக் வங்கி, பிரிட்டிஷ் பேங்க் ஆஃப் மெட்ராஸ், ஆசியாடிக் வங்கி ஆகிய நான்கையும் இணைத்து ரூ.30 லட்சம் முதலீட்டில் ஒரு மத்திய வங்கி தொடங்கப்பட்டது. அதுதான் பேங்க் ஆஃப் மெட்ராஸ்.

கிட்டத்தட்ட சென்னை மாகாணம் முழுவதற்குமான ரிசர்வ் வங்கியைப் போன்று இது செயல்பட்டது. இதேபோல பம்பாய் மற்றும் வங்காள மாகாணங்களுக்காக பேங்க் ஆஃப்

பம்பாய், பேங்க் ஆஃப் பெங்கால் ஆகிய வங்கிகள் உருவாக்கப்பட்டன. கிழக்கிந்திய கம்பெனி வழங்கிய உரிமை சாசனத்தின் கீழ், மூன்று தலைமை மாகாணங்களுக்குரிய வங்கிகளாக இவை நிறுவப்பெற்றன.

பேங்க் ஆஃப் மெட்ராஸிற்கு கோவை, நாகை, தூத்துக்குடி, பெங்களூர், மங்களூர், கொச்சி, ஆலப்புழை, குண்டூர் என தென்னிந்தியா முழுவதும் கிளைகள் இருந்தன. இதுமட்டுமின்றி இலங்கையின் கொழும்பு நகரிலும் இந்த வங்கி கிளை விரித்திருந்தது. ரூபாய் நோட்டுகளை அச்சிடுவது உள்பட சென்னை மாகாணத்தின் அனைத்து நிதித் தேவைகள் மற்றும் சேவைகளை இந்த வங்கி கவனித்துக் கொண்டது.

இந்த வங்கியின் தலைமை அலுவலகம் கட்டுவதற்காக 1895ஆம் ஆண்டு மெரினா கடற்கரைக்கு எதிரில், தெற்கு கடற்கரைச் சாலையில் ஒரு லட்சம் ரூபாய் கொடுத்து நிலம் வாங்கப்பட்டது. அங்கு நம்பெருமாள் செட்டி என்ற மெட்ராசின் புகழ்பெற்ற காண்ட்ராக்டரைக் கொண்டு ரூ.3 லட்சம் செலவில் ஒரு பிரம்மாண்ட கட்டடம் கட்டப்பட்டது. பாரிமுனையில் உள்ள ஐகோர்ட், சட்டக்கல்லூரி, எழும்பூரில் உள்ள சிற்பக் கலை கல்லூரி, மியூசியம், கன்னிமாரா நூலகம் போன்றவற்றை எல்லாம் கட்டியவர் இந்த நம்பெருமாள் செட்டிதான். கர்னல் சாமுவேல் ஜேக்கப் வடிவமைப்பில் கட்டப்பட்ட பேங்க் ஆஃப் மெட்ராஸ் கட்டிடம், விக்டோரியா காலத்து இந்தோ சாராசனிக் கட்டடக் கலைக்கு சிறந்த உதாரணமாக விளங்குகிறது.

1921ஆம் ஆண்டு ஜனவரி 27ஆம் தேதி, பேங்க் ஆஃப் மெட்ராஸ், பேங்க் ஆஃப் பெங்காள், பேங்க் ஆஃப் பம்பாய் ஆகிய மூன்று மாகாண வங்கிகளையும் இணைத்து இம்பீரியல் பேங்க் ஆஃப் இந்தியா (Imperial Bank of India) உருவாக்கப்பட்டது. இம்பீரியல்

• 1935 ஆம் ஆண்டு கட்டப்பட்ட பேங்க் ஆஃப் மெட்ராஸ் கட்டிடம்

வங்கி நியமனம் செய்த முதல் இந்திய டைரக்டர் யார் தெரியுமா? நம்பெருமாள் செட்டிதான். இந்த வங்கி 1955இல் மத்திய ரிசர்வ் வங்கியின் கட்டுப்பாட்டிற்குள் வந்த பின்னர், ஸ்டேட் பேங்க் ஆஃப் இந்தியா எனப்படும் இன்றைய பாரத ஸ்டேட் வங்கியாக மாறியது.

கடற்கரை ரயில் நிலையத்திற்கு எதிரில் இருக்கும் இந்த பழைய பேங்க் ஆஃப் மெட்ராஸ் கட்டடம் சென்னையின் பல முக்கிய நிகழ்வுகளைப் பார்த்திருக்கிறது. அவற்றில் குறிப்பிடத்தக்கது முதல் மற்றும் இரண்டாம் உலகப் போர்கள். உலகப் போர்களுக்கும் இந்த வங்கிக்கும் ஒரு எதிர்பாராத தொடர்பு ஏற்பட்டது. 1914ஆம் ஆண்டு, முதல் உலகப் போர் உச்சத்தில் இருந்தபோது, ஜெர்மனின் எம்டன் கப்பல் சென்னை துறைமுகம் மீது குண்டு வீசியது. ஒரு சில நிமிடங்களில் 125 குண்டுகளை எம்டன் அள்ளி வீசியது. இந்த தாக்குதலில் ஒரு குண்டு சிதறல், சென்னை உயர்நீதிமன்றத்தின் பின்புற சுற்றுச்சுவரில் விழுந்த இடம் இன்றளவும் பாதுகாக்கப்பட்டு வருகிறது. எம்டன் வீசிய ஒரு குண்டு கடற்கரையில் விழுந்து சிதறி பேங்க் ஆப் மெட்ராசின் சுவற்றில் மண்ணை அப்பியது. எம்டன் போய்விட்டாலும் வங்கியின் சுவற்றில் அது விட்டுச் சென்ற அடையாளம் மெட்ராஸ்வாசிகளை கதிகலங்க வைத்தது. சுவற்றில் அப்பியிருந்த மணலை அவர்கள் கூட்டம் கூட்டமாக வந்து அச்சத்துடன் பார்த்துச் சென்றனர்.

இரண்டாம் உலகப் போரின்போது மெட்ராஸ் மீது ஜப்பான் போர் விமானங்கள் குண்டுமழை பொழிந்தன. குறிப்பாக துறைமுகப் பகுதியில் அவை குண்டுகளை வீசின. இந்த தாக்குதலையும் பேங்க் ஆஃப் மெட்ராஸ் மௌன சாட்சியாக பார்த்துக் கொண்டிருந்தது. இப்படி சென்னையுடன் தொடர்புடைய பல அரசியல் மற்றும் சமூக நிகழ்வுகளை இந்த புராதன கட்டடம் பார்த்திருக்கிறது, இன்னும் பார்த்துக் கொண்டிருக்கிறது.

- *1969ஆம் ஆண்டு ஜூலை 19ஆம் தேதி நாட்டின் மிகப்பெரிய 14 வங்கிகள் நாட்டுடைமை ஆக்கப்பட்டன. அப்போது நாட்டிலிருந்த வங்கிக் கிளைகள் 8260 மட்டுமே.*
- *பேங்க் ஆஃப் மெட்ராஸ் வெளியிட்ட ரூபாய் நோட்டுகளில் மெட்ராஸ் ஆளுநராக இருந்த சர் தாமஸ் மன்ரோவின் உருவம் பொறிக்கப்பட்டிருந்தது.*

எழும்பூர் ரயில் நிலையம்

19

அன்று முதல் இன்று வரை தமிழ் திரைப்படங்களில், கிராமத்தில் இருந்து கதாநாயகனோ, கதாநாயகியோ சென்னை வந்தால், அவர்கள் முதலில் கால்பதிக்கும் இடம் அநேகமாக எழும்பூர் ரயில் நிலையமாகத் தான் இருக்கும். சென்னையின் மையப் பகுதியில் பரந்து விரிந்து, அந்தக் கால கம்பீரத்துடன் ஓங்கி நிற்கும் இந்த ரயில் நிலையக் கட்டடத்தின் ஒவ்வொரு செங்கல்லும் பல கதைகளை தன்னுள் புதைத்து வைத்திருக்கின்றன.

ஆங்கிலேயர் காலத்தில் கட்டப்பட்டு இன்றும் பயன்பாட்டில் இருக்கும் மிகச் சில கட்டடங்களில் முக்கியமானது எழும்பூர் ரயில் நிலையம். கூவம் ஆற்றின் வட பகுதியில் அமைந்திருந்த எழும்பூர் என்ற கிராமத்தில் ஆங்கிலேயர்

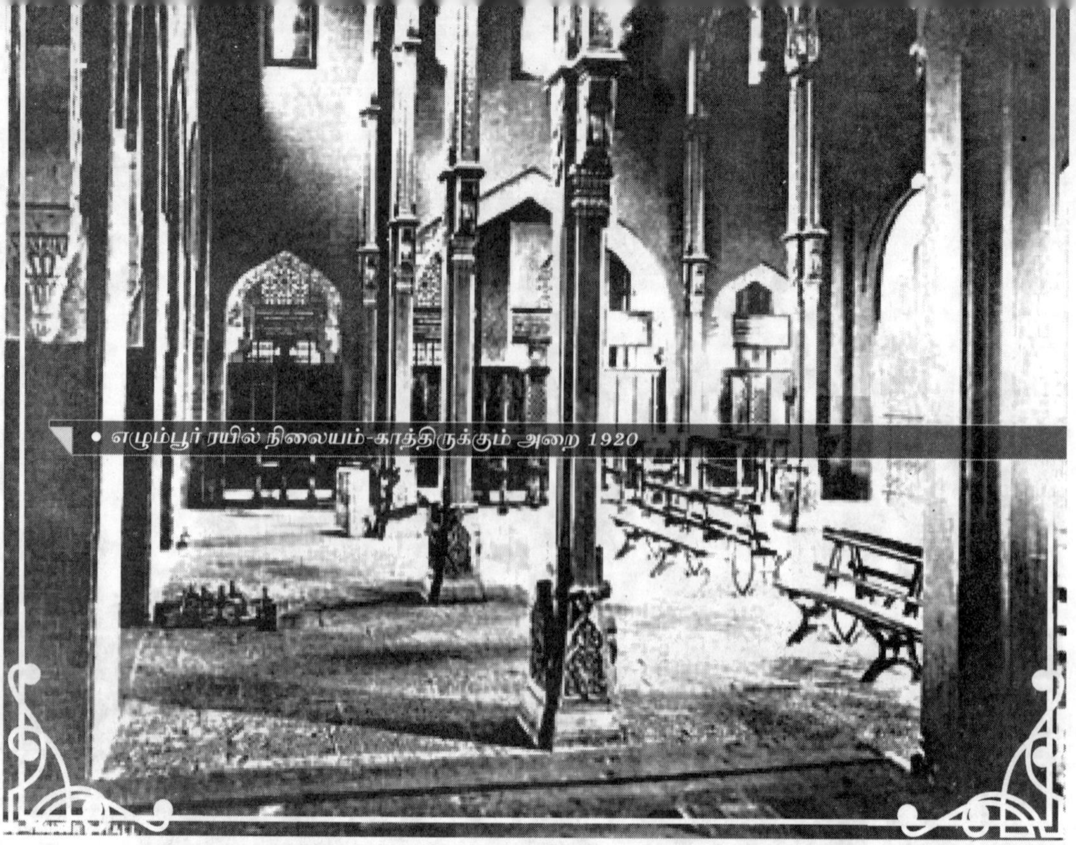

• எழும்பூர் ரயில் நிலையம்-காத்திருக்கும் அறை 1920

வருகைக்கு முன்பிருந்தே மக்கள் வாழ்ந்து வந்தனர். ஜார்ஜ் கோட்டையில் குடியேறிய ஆங்கிலேயர்கள், தண்டையார்பேட்டை, புரசைவாக்கம் என அருகில் உள்ள கிராமங்களை விலைக்கு வாங்கி, மெல்ல மெல்ல தங்கள் குடியிருப்பை விஸ்தரித்தனர். அந்த வகையில் அப்போதைய மெட்ராசின் ஆளுநர் எலிஹூ யேல் (அமெரிக்காவில் உள்ள புகழ்பெற்ற யேல் பல்கலைக்கழகத்திற்கு இவரது பெயர்தான் வைக்கப்பட்டுள்ளது), நவாப் சூல்பிகர் கான் என்ற முகலாய வைஸ்ராயிடம் இருந்து 1720ஆம் ஆண்டு விலைக்கு வாங்கிய ஊர்தான் எழும்பூர். இந்த ஊரின் பெயர் ஆங்கிலேயர்களின் வாய்க்கு வளைய மறுத்ததால், எழும்பூரை அவர்கள் எக்மோர் ஆக்கிவிட்டார்கள்.

இந்த ஊரில் ஆங்கிலேயர்கள் முதலில் கட்டிய பிரம்மாண்டமான கட்டடம் எழும்பூர் அருங்காட்சியகம், அடுத்தது எழும்பூர் ரயில் நிலையம். சென்னை சென்ட்ரல் ரயில் நிலையத்தை போன்று எழும்பூரிலும் ஓர் பெரிய ரயில் நிலையம் கட்ட வேண்டும் என ரயில்வே நிர்வாகம் முடிவெடுத்ததைத் தொடர்ந்து, 1908ஆம் ஆண்டு இது கட்டப்பட்டது. முதலில் ராயபுரம் ரயில் நிலையத்தில் இயங்கி வந்த அப்போதைய மெட்ராஸ் மற்றும் தெற்கு மராட்டா ரயில்வேயின் தலைமையகம் பின்னர் இங்கு மாற்றப்பட்டு, 1951ஆம் ஆண்டு வரை இங்குதான் செயல்பட்டது.

இந்திய, முகலாய மற்றும் கோதிக் கட்டிடக் கலைகளை ஒன்று கலந்து உருவாக்கப்பட்ட இந்தோ-சாராசனிக் பாணியில் இக்கட்டடம் கட்டப்பட்டுள்ளது. இந்த வரலாற்று சிறப்புமிக்க கட்டிடத்தை கட்டியவர் சாமிநாதப் பிள்ளை என்ற தமிழ் கான்ட்ராக்டர். ராபர்ட் சிஸ்ஹோம் (Robert Chisholm) என்ற ஆங்கிலேயர் கட்டிடத்திற்கான வரைபடத்தை வடிவமைத்துக் கொடுத்தார்.

சாமிநாதப் பிள்ளை அக்காலத்தில் மெட்ராஸ் ராஜ்தானியில் மிகவும் புகழ்மிக்க காண்ட்ராக்டராக விளங்கி வந்தார். பெங்களூர் நகரில் இவர் கட்டிய பல கட்டிடங்கள் மிகவும் சிறப்பாக இருப்பதாக அங்கிருந்த அதிகாரிகள் நற்சான்றிதழ் அளித்ததை அடுத்து, இந்த பணி சாமிநாதப் பிள்ளையிடம் ஒப்படைக்கப்பட்டது. தான் கட்டும் கட்டடங்களில் பயன்படுத்துவதற்காக பூந்தமல்லியில் தனியாக செங்கல் சூளைகளை வைத்திருந்தார் சாமிநாதப் பிள்ளை. இங்கு பிரத்யேகமான முறையில் உறுதியான செங்கல்கள் தயாரிக்கப்பட்டன.

வழக்கமான ஸ்டேஷன் மாஸ்டர் அறை, அலுவலர்களின் அறைகளைத் தாண்டி நீண்ட, காற்றோட்டம் மிக்க காத்திருக்கும் அறைகள், சிற்றுண்டி விடுதி, பயணிகளின் உடமைகளை வைக்கும் அறை என எழும்பூர் ரயில் நிலையம் நன்கு விஸ்தீரணமாக கட்டப்பட்டது. இதற்கு அக்காலத்திலேயே 17 லட்சம் ரூபாய்க்கு மேல் செலவானதாம்.

அக்காலத்தில் மெரினா கடற்கரை, மூர் மார்க்கெட்டிற்கு அடுத்தபடியாக சிறந்த பொழுதுபோக்கு இடமாகவும் இந்த ரயில் நிலையம் இருந்திருக்கிறது. மாலை வேளையில் இங்குள்ள சிற்றுண்டி விடுதியில் எதையாவது கொறித்துக் கொண்டு கதை பேச, ஒரு பெரிய கூட்டம் கூடுமாம். கொல்லங்கோடு மகாராஜா உள்பட பல மகாராஜாக்களும், ஜமீன்தார்களும், செல்வச் சீமான்களும் இங்குள்ள ஓய்வு அறையில், ரயில் வருகைக்காக மணிக்கணக்கில் காத்திருந்திருக்கின்றனர்.

அக்கால ரயில்களில் நான்கு வகுப்புகள் இருந்திருக்கின்றன. முதல் வகுப்பு, இந்தியப் பணக்காரர்களுக்கும், ஆங்கிலேயர்களுக்குமானது. அடுத்தது இரண்டாம் வகுப்பு,

• எழும்பூர் ரயில் நிலையம்- சிற்றுண்டி விடுதி 1920

அதற்கடுத்தது இண்டர் கிளாஸ் எனப்படும் இடைப்பட்ட வகுப்பு. இரண்டாம் வகுப்புக்கும், இடைப்பட்ட வகுப்புக்கும் இருக்கைகள் தான் வித்தியாசம். இரண்டாம் வகுப்பில் இருக்கை குஷன் சற்று தடிமனாக இருக்கும், பிந்தையதில் மெல்லியதாக இருக்கும். கடைசியாக பெரும்பாலானோர் பயணிக்கும் மூன்றாம் வகுப்பு பெட்டி. இதில் நீளமான மரப் பெஞ்சுகள் போடப்பட்டிருக்கும். இதுதான் அன்றைய ரயில் பயணம்.

இங்குள்ள இரண்டு நடைமேடைகளில் மட்டும் நேராக கார்களை செலுத்திக் கொண்டு போய், தேவையான கம்பார்ட்மெண்டிற்கு அருகில் நிறுத்தி பயணிகளை இறக்கிவிடும் வசதி ஒரு காலத்தில் இருந்தது. இந்தியாவிலேயே ஹவுரா ரயில் நிலையத்திற்கு அடுத்து எழும்பூரில்தான் இந்த வசதி இருந்தது. அகல ரயில் பாதைகள் வந்த பிறகு இந்த வசதி பறிபோய்விட்டது. இப்படி கார்களில் வந்து ரயில்களுக்கு அருகில் இறங்குபவர்களை வேடிக்கை பார்க்கவே அக்காலத்தில் எழும்பூர் ரயில் நிலையத்தில் ஒரு கூட்டம் இருக்குமாம்.

சிக்காகோவில் உலகப் புகழ்பெற்ற ஆன்மீக உரையை ஆற்றிய சுவாமி விவேகானந்தர் அமெரிக்காவில் இருந்து இலங்கை வழியாக இந்தியா வந்தார். அப்போது கல்கத்தா செல்லும் வழியில் அவர் சென்னைக்கு வருகை தந்தார். எழும்பூர் ரயில் நிலையத்தில் அவருக்கு வரலாறு காணாத உற்சாக வரவேற்பு அளிக்கப்பட்டது. விவேகானந்தரின் வருகையை ஒட்டி ரயில் நிலையமே விழாக் கோலம் பூண்டிருந்தது.

இப்படி நிறைய வரலாற்று நிகழ்வுகளுக்கு சாட்சியாய் விளங்கிய எழும்பூர் ரயில் நிலையம், இன்றுதானே ஒரு வரலாற்று பெட்டகமாய் நின்று கொண்டிருக்கிறது.

- *எழும்பூரில் இருந்து இலங்கையின் கொழும்பு நகருக்கும் ரயில்கள் இயக்கப்பட்டிருக்கின்றன. கொழும்பு செல்லும் பயணிகளை ஏற்றிச் செல்லும் எழும்பூர் - தனுஷ்கோடி போட் மெயில், அவர்களை தனுஷ்கோடியில் இறக்கிவிட்டுவிடும். பின்னர் அவர்கள் அங்கிருந்து படகு மூலம் இலங்கையின் தலைமன்னாருக்கு அழைத்துச் செல்லப்படுவார்கள். தலைமன்னாரில் இருந்து கொழும்பு செல்ல ஒரு ரயில் தயாராக காத்திருக்கும். 1964ஆம் ஆண்டு வீசிய புயலில் தனுஷ்கோடி இருப்புப் பாதை முற்றிலுமாக அழிந்துபோனதால், அத்துடன் இந்த ரயில் சேவை நிறுத்தப்பட்டது.*

அரசு அருங்காட்சியகம்

20

ஒரு சில விநாடி இடைவெளியில் வெவ்வேறு காலகட்டங்களையும், வெவ்வேறு நாகரிகங்களையும் பார்க்க ஆசைப்படுகிறீர்களா? அப்படி என்றால் டைம் மெஷின் எனப்படும் கால இயந்திரத்தில் சென்று பார்க்கலாம். ‘என்ன கிண்டலா... அட, நடக்குற கதையைப் பேசுப்பா..’ என்பவர்கள் எழும்பூரில் இருக்கும் அரசு அருங்காட்சியகத்திற்கு போய் வரலாம். ஆங்கிலேயர்கள் உருப்படியாக செய்துவிட்டுப் போன காரியங்களில் மிகவும் முக்கியமானது அருங்காட்சியகம் அமைத்தது.

• இந்தோ சராசனிக் பாணி கட்டடம்

‘வரலாறு முக்கியம் அமைச்சரே..’ என்று நினைத்த மெட்ராஸ் கல்விக் கழகத்தினர் (Madras Literary Society) சென்னை நகருக்கு ஒரு அருங்காட்சியகம் வேண்டும் என்ற கோரிக்கையை முன்வைத்தனர். இதை ஏற்று அப்போதைய மெட்ராஸ் ஆளுநராக இருந்த சர் ஹென்றி பாடிங்கர் (Sir Henry Pottinger), லண்டனில் இருந்த கிழக்கிந்திய கம்பெனி நிர்வாகத்திடம் இதற்கான அனுமதியைப் பெற்றார். இதை அடுத்து 1851ஆம் ஆண்டு ஜனவரி மாதம் சென்னையில் முதன்முதலாக ஒரு அருங்காட்சியகம் உருவானது.

• 1779ல் பயன்படுத்தப்பட்ட பீரங்கி

• கல்வெட்டு

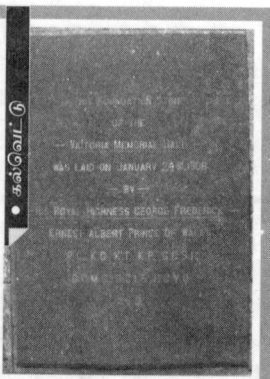

கல்லூரிச் சாலையில் தற்போது இருக்கும் டிபிஐ (DPI) வளாகத்தில் அந்த காலத்தில் ஒரு கல்லூரி இருந்தது. அந்த கல்லூரியின் முதலாம் மாடியில்தான் அருங்காட்சியகம் அமைக்கப்பட்டது. அப்போது மெட்ராஸ் கல்விக் கழகத்திடம் இருந்த 1100 நிலவியல் மாதிரிகள் இங்கு வைக்கப்பட்டன.

அருங்காட்சியக அலுவலர்களின் ஆர்வம் காரணமாக அது வேகமாக விரிவடைந்தது. அதேசமயம் அது இடம்பெற்றிருந்த கட்டடமும் அதே வேகத்தில் சிதிலமடையத் தொடங்கியது. அதனால் 1854ஆம் ஆண்டு எழும்பூரில் உள்ள பாந்தியன் என்ற கட்டடத்தில் அருங்காட்சியகத்தை பால் காய்ச்சி குடி அமர்த்திவிட்டார்கள்.

பாந்தியன் தோட்டம் என்பது ஹால் பிளூமர் என்ற பொதுப்பணித் துறை காண்டராக்டருக்கு சொந்தமானது. அவர் அதை கமிட்டி ஆஃப் 24 என்ற அமைப்பினருக்கு விற்க, அவர்களிடம் இருந்து மூரட் என்ற பணக்கார ஆர்மீனிய வணிகர் அந்த இடத்தின் ஒரு பகுதியை விலைக்கு வாங்கினார். பின்னர் 1830ஆம் ஆண்டு அதை அப்போதைய அரசுக்கு ரூ. 28,000க்கு விற்றுவிட்டார். அங்கு 1853ஆம் ஆண்டு ஒரு பொதுநூலகம் ஆரம்பிக்கப்பட்டது. அடுத்த ஆண்டு நமது அருங்காட்சியகம் வந்து சேர்ந்துகொண்டது.

சிறுத்தைக் குட்டி ஒன்றும்தான் அருங்காட்சியகத்தின் அப்போதைய கதாநாயகர்கள். இவற்றைப் பார்க்க வெகு தொலைவில் இருந்தெல்லாம் மக்கள் கூட்டம் கூட்டமாக வந்தனர். மெட்ராசுக்கு வந்தவர்கள் உயிர் காலேஜ், செத்த காலேஜ் பார்க்காமல் திரும்புவதில்லை என்ற சபதத்தோடே ஊரில் இருந்து புறப்பட்டது போல தோன்றியது.

இதைப் பார்த்த அருங்காட்சியகப் பொறுப்பாளரான மருத்துவர் பல்ஃபர், கர்நாடக நவாப்பிடம் இருந்த காட்டு விலங்குகளை அருங்காட்சியகத்துக்கு அனுப்புமாறு கேட்டுக்கொண்டார். நவாப்பும் அனுப்பி வைக்க, 1856 ஆம் ஆண்டு முதல் அருங்காட்சியகத்தில் 360 விலங்குகள் இருந்தன. பின்னர் மாநகர சபை இந்த விலங்கினக் காட்சிச்சாலையைப் பொறுப்பேற்று வேறிடத்துக்கு மாற்றியது.

சில ஆண்டுகளில் நீர்வாழ் விலங்குகள் காட்சியகம் (Aquarium) ஒன்றும் அரசு அருங்காட்சியகத்தில் திறந்து வைக்கப்பட்டது. 1942 ஆம் ஆண்டில் மெட்ராஸ் மீது ஜப்பான் தாக்குதல் நடத்தும் என்ற பீதி நிலவியதால், அதற்கு பயந்து நகரத்திலிருந்து நிறுவனங்கள் அகற்றப்பட்டபோது நீர்வாழ்விலங்குகளை கை கழுவிவிட்டனர். இதனை மீண்டும் அமைப்பதற்கான முயற்சிகள் கடைசி வரை கை கூடவில்லை.

1984 ஆம் ஆண்டு சமகால ஓவியங்களுக்கான புதிய கட்டடம் ஒன்று திறக்கப்பட்டது. இங்கே காட்சிக்கு வைக்கப்பட்டு இருப்பனவற்றுள் அற்புதமான ஓவியங்களும் அடங்கும். 1988 ஆம் ஆண்டில் இங்கு ஒரு சிறுவர் அருங்காட்சியகமும் தொடங்கப்பட்டது. சிறுவர்களின் கற்பனைகளை சிறகடிக்க வைக்கும் பல்வேறு அம்சங்கள் இதில் இடம்பெற்றுள்ளன.

கற்கால மனிதர்களில் தொடங்கி சேர, சோழ, பாண்டியர்கள் வரை நமக்கு அழகாக அறிமுகப்படுத்துகிறது இந்த அருங்காட்சியகம். அரிய வரலாறுகளை சுமந்து நிற்கும் கல்வெட்டுகள், மீண்டும் மீண்டும் காணத் தூண்டும் கலைப் படைப்புகள், பிரபஞ்ச ரகசியங்களை கற்றுத் தரும் விண்கற்கள் என இங்குள்ள ஒவ்வொரு பொருளும் விலை

மதிக்கமுடியாதவை. கொஞ்சம் நேரத்தை மட்டும் செலவழித்தால், பிரபஞ்சம் எத்தனை பிரம்மாண்டமானது, வாழ்க்கை எவ்வளவு அழகானது, அர்த்தமுள்ளது என்பதை புரிய வைக்க ஆர்வமுடன் காத்திருக்கிறது இந்த அருங்காட்சியகம்.

- 16.25 ஏக்கர் பரப்பளவில் அமைந்துள்ள இந்த அருங்காட்சியகத்தில் ஆறு கட்டடங்களும், அவற்றில் 46 காட்சிக் கூடங்களும் உள்ளன.
- எம்டன் போர் கப்பல் சென்னையில் தாக்குதல் நடத்தியதில் கண்டெடுக்கப்பட்ட வெடித்து சிதறிய உலோக சிதறல்கள், வெடிக்காத குண்டுகள் ஆகியவையும் இங்கு இருக்கின்றன.
- கடற்கரையில் ஆவேசமாக நின்று கொண்டிருந்த கண்ணகி கூட, சில காலம் இந்த அருங்காட்சியகத்தில் ஓய்வெடுத்தார்.
- அருங்காட்சியக வளாகத்தில் கலையரங்கம் ஒன்றும் இருக்கிறது

ஹோட்டல் தீ' ஏஞ்ஜிலிஸ்

நிலாவில் கால்பதித்த நீல் ஆம்ஸ்ட்ராங், சூடா ஒரு டீ சாப்பிடலாம் என டீக்கடை தேடினால் எப்படி இருக்குமோ, அப்படித்தான் இருந்தது சுமார் 372 ஆண்டுகளுக்கு முன் மெட்ராசில் கால்பதித்த கிழக்கிந்திய கம்பெனிக்காரர்களின் நிலை. இங்கிருக்கும் இட்லியும், சாம்பாரும் அவர்களுக்கு பிடித்திருந்தாலும், இத்தனை ஆண்டுகளாக சாப்பிட்டுப் பழகிய சாண்ட்விச்சை எப்படி திடீரெனத் துறக்க முடியும்? கனவுகளில் துரத்தும் பீட்சாவுக்கும், பர்கருக்கும் என்ன பதில் சொல்வது?

இந்த பிரச்னைக்கு முற்றுப்புள்ளி வைக்க, அவர்கள் தங்கள் நாட்டு சமையல்காரர்களை அழைத்து வந்து தேவையான உணவுகளை தயாரித்து சாப்பிடத் தொடங்கினர்.

21

சென்னை

• கியாகொமோ தி'ஏஞ்ஜிலிஸ்

வசதி படைத்த அதிகாரிகளுக்கு இது சரிப்பட்டு வரும். ஆனால், கிழக்கிந்திய கம்பெனியில் வேலை பார்த்த அனைவரும் இப்படி சமையல்காரரை அழைத்து வர முடியுமா? திருமணம் ஆகாமலோ, மனைவி உடன் இல்லாமலோ தனியாக வசித்த ஆங்கிலேயர்களின் கதி என்ன? இப்படி ஏங்கித் தவித்த நாக்குகளின், தாகம் தணிக்க வந்தவர்தான் கியாகொமோ தி'ஏஞ்ஜிலிஸ் (Giacomo D'Angelis).

இங்கிலாந்தின் பக்கிங்ஹாம் மற்றும் சாண்டோஸ் பகுதி இளவரசரான ரிச்சர்ட் பிளான்டாஜிநெட் காம்ப்பெல் (அடப்போங்கப்பா).... (Richard Plantagenet Campbell Temple&Nugent& Brydges&Chandos&Grenville) 1875ஆம் ஆண்டு மெட்ராசின் ஆளுநராக நியமிக்கப்பட்டார். இவ்வளவு நீளமான பெயரை சுமந்து கொண்டு மெட்ராஸ் வந்த ரிச்சர்ட், உஷாராக தனது நட்பு வட்டத்தில் இருந்த கியாகொமோ தி'ஏஞ்ஜிலிஸ் என்ற இத்தாலிக்காரரையும் உடன் வரும்படி அழைப்பு விடுத்தார். காரணம், தி'ஏஞ்ஜிலிஸ் இத்தாலிய மற்றும் பிரெஞ்சு உணவுகளை தயாரிப்பதில் விற்பன்னர். பிரான்சு சென்று இதற்கென பிரத்யேகமாக படித்தவர்.

ஆளுநரின் அழைப்பை ஏற்று குடும்பத்துடன் மெட்ராஸ் வந்தார் தி'ஏஞ்ஜிலிஸ். அனைத்து அரசு நிகழ்ச்சிகளிலும் இவரின் மேற்பார்வையில்தான் சமையல் அரங்கேறியது. தன்னுடைய வயிற்றுக்காக முன்கூட்டியே யோசித்து தி'ஏஞ்ஜிலிஸை அழைத்து வந்த பக்கிங்ஹாம் இளவரசருக்கு விதி வித்தியாசமான சவாலை முன்வைத்தது.

1876-78 காலகட்டத்தில் மெட்ராஸ் ராஜ்தானி முழுவதும் கடும் பஞ்சம் தலைவிரித்தாடியது. சிறந்த நிர்வாகியான பக்கிங்ஹாம் இளவரசர் ரிச்சர்ட், இந்த பஞ்சத்தை திறமையாகவே கையாண்டார் என்றுதான் சொல்ல வேண்டும். பஞ்ச காலத்தில் ஒரு இடத்தில் இருந்து மற்றொரு இடத்திற்கு பொருட்களை வேகமாக கொண்டு செல்ல வசதியாக, மரக்காணத்தில்

92

இருந்து காக்கிநாடா வரை கால்வாய் வெட்டினார். சென்னையில் கூவம் நதி ஓடிக் கொண்டிருக்கும் பக்கிங்ஹாம் கால்வாய் பிறந்தது இப்படித்தான்.

1880இல் பணி முடிந்து பக்கிங்ஹாம் இளவரசர் இங்கிலாந்துக்கு திரும்பிச் சென்று விட்டார். ஆனால் தி'ஏஞ்ஜிலிஸூக்கு மெட்ராசை விட்டுச் செல்ல மனமில்லை. மெட்ராசின் மையப் பகுதியான மவுண்ட் ரோட்டில் ஒரு சிறிய கடையை ஆரம்பித்தார். பின்னர் அதை மெல்ல மெல்ல ஒரு உணவகமாக மாற்றினார். இப்படித்தான் மவுண்ட் ரோட்டில் இன்று பாட்டா ஷோரூம் இருக்கும் இடத்தில், 1906ஆம் ஆண்டு தி'ஏஞ்ஜிலிஸ் ஹோட்டல் தொடங்கப்பட்டது.

சென்ட்ரல் மற்றும் எழும்பூர் ரயில் நிலையங்களுக்கு அருகில் இருப்பதாலும், எதிரிலேயே அரசினர் இல்லம் இருந்ததாலும் தி'ஏஞ்ஜிலிஸ் இந்த இடத்தை தேர்வு செய்தார். அவரது ஹோட்டல் அந்த காலத்தில் மெட்ராசிற்கு வரும் ஆங்கிலேயர்களுக்கு சொர்க்கபுரியாகவே திகழ்ந்தது. வேறெங்கும் கிடைக்காத விதவிதமான மேற்கத்திய உணவுகள், தங்குவதற்கு விசாலமான அறைகள், விளையாடி மகிழ பில்லியர்ட்ஸ் மேஜைகள் என விருந்தினர்களுக்கு தேவையான அனைத்தும் இங்கு கிடைத்தன. அந்த காலத்திலேயே இந்த ஹோட்டலில் லிப்ட் வசதி இருந்தது. ஒவ்வொரு அறையிலும் மின்விசிறிகள் இருந்தன, மாமிசத்தை பதப்படுத்தி வைக்க குளிர்பதன அறைகள் கூட இங்கிருந்தன.

ஓரே சமயத்தில் 100 பேர் உணவருந்தக் கூடிய வகையில் முதல் தளத்தில் விசாலமான டைனிங் ஹால் இருந்தது. வங்கக் கடல் காற்று வருடிக் கொடுக்க, மாலை வேளையில் மேற்கத்திய இசையை ரசித்தபடியே ஏகாந்தத்தில் மிதக்க வசதியாக, பின்புறம் தோட்டத்தில் மரங்களின் நிழலில் மேஜை போட்டு சிற்றுண்டிகள் பரிமாறப்பட்டன. சென்ட்ரல் மற்றும் எழும்பூர் ரயில் நிலையங்களில் இருந்து வாடிக்கையாளர்களை அழைத்து வரவும், மீண்டும் கொண்டு சென்று விடவும் பேருந்து வசதியையும் இந்த ஹோட்டல் வழங்கியது. அதே பேருந்தில் வாடிக்கையாளர்கள் சென்னை நகரையும் சுற்றிப் பார்த்து வரலாம்.

• 1890ல் பாட்டா ஷோரூம் கார்னர்

தி'ஏஞ்ஜிலிஸ் ஹோட்டல்

அண்ணாசாலை

இப்படி வாடிக்கையாளர்களுக்கு தேவையான அனைத்தையும் பார்த்துப் பார்த்து செய்து கொடுத்ததால், இந்த ஹோட்டலுக்கு அன்றைய ஆங்கிலேய அதிகாரிகள் வட்டத்தில் பலத்த வரவேற்பு இருந்தது. மெட்ராசின் ஆளுநராக யார் வந்தாலும், அரசின் உணவு ஆர்டர்கள் தி'ஏஞ்ஜிலிஸ் வசமே ஒப்படைக்கப்பட்டன.

இந்நிலையில் 1934ஆம் ஆண்டு விடுமுறையைக் கழிக்க இத்தாலி சென்றிருந்த, தி'ஏஞ்ஜிலிஸ் அங்கேயே காலமானார். இதனையடுத்து இந்த ஹோட்டல் பொசோட்டோ என்ற இத்தாலியரின் வசம் வந்தது. பின்னர் ஹோட்டல் பொசோட்டோ பிரதர்ஸ் (HOTEL BOSOTTO BROS) என்ற பெயரில் செயல்படத் தொடங்கியது. இரண்டாம் உலகப் போரின்போது, பொசோட்டோ தனது தாயகத்திற்கு திரும்பி விட்டதால், 1950ஆம் ஆண்டு முசலப்ப சவுத்ரி என்பவர் ரூ.15,000 கொடுத்து இந்த ஹோட்டலை வாங்கினார். இப்படி அடுத்தடுத்த கைகளுக்கு மாறி, இன்று கால்களை அலங்கரிக்கும் பாட்டா ஷோரூம் ஆகியிருக்கிறது ஹோட்டல் தி'ஏஞ்ஜிலிஸ். மொத்தத்தில் கால ஓட்டத்தில் எத்தனையோ கால்கள் வந்துபோன இந்த இடம், இன்று கால்களுக்காகவே வந்துபோகும் இடமாக மாறி இருக்கிறது.

- *1884இல் ஊட்டியில் இயங்கி வந்த ஹோட்டல் ஒன்றை (Dawson Ootacamund) விலைக்கு வாங்கி சிறிது காலம் நடத்தி வந்தார் தி'ஏஞ்ஜிலிஸ்.*
- *தி'ஏஞ்ஜிலிஸ் தான் மெட்ராஸ் வான்வெளியில் முதல் விமானத்தை ஓட்டியவர். இந்த விமானத்தை இவரே வடிவமைத்தார்.*

கெயிட்டி திரையரங்கம்

22

அண்ணாசாலையில் இருந்து புதுப்பேட்டைக்கு திரும்பும் வழியில் இருந்த கெயிட்டி திரையரங்கம் அந்தக் கால மெட்ராஸ்வாசிகளின் சொர்க்கபுரிகளில் முக்கியமானது. இந்தியாவில் சினிமா அடியெடுத்து வைத்த காலத்திலேயே அதனை மெட்ராஸ்வாசிகளுக்கு அறிமுகம் செய்துவைத்த சிறப்பு இந்த திரையரங்கிற்கு உண்டு. கெயிட்டி உருவான கதை அதில் திரையிடப்பட்ட சினிமாக்களின் கதையைவிட மிகவும் சுவாரஸ்யமானது.

மெட்ராசில் முதன்முதலில் சென்ட்ரல் இரயில் நிலையத்திற்கு அருகில் உள்ள விக்டோரியா பப்ளிக் ஹாலில்தான் 1897ஆம் ஆண்டு திரைப்படம் திரையிடப்பட்டது.

• ரகுபதி வெங்கய்யா

அதனை திரைப்படம் என்று கூட சொல்ல முடியாது. நிறைய புகைப்படங்கள் அடுத்தடுத்து ஸ்லைட் ஷோ மாதிரி நகரும் சலனப்படக் காட்சி என்று சொல்லலாம். இதனை எட்வர்டு என்ற ஐரோப்பியர் திரையிட்டார்.

அதன் பிறகு வார்விக் மேஜர் என்ற ஆங்கிலேயர், மௌன்ட் ரோடில் 'எலக்ட்ரிக் தியேட்டர்' என்ற அரங்கை கட்டினார். இதில் சில ஆண்டுகள் திரைப்படங்கள் திரையிடப்பட்டு வந்தன. இந்தக் கட்டடம் தற்போது தலைமை தபால்நிலைய அலுவலக வளாகத்தின் உள்ளே இருக்கிறது. இதுதான் மெட்ராசில் கட்டப்பட்ட முதல் திரையரங்கு. இது மெட்ராசில் இருந்த ஆங்கிலேயர்களின் மாலைப் பொழுதை இனிமையாக்கி வந்தது.

இந்த சூழலில்தான், 1909ஆம் ஆண்டு இங்கிலாந்து இளவரசர் ஐந்தாம் ஜார்ஜ் மெட்ராஸ் வந்தார். அவரது வருகையை கொண்டாடும் விதமாக ஒரு பிரம்மாண்ட கண்காட்சிக்கு ஏற்பாடு செய்யப்பட்டிருந்தது. இதில் ஒலியுடன் கூடிய குறும்படங்கள் திரையிடப்பட்டன. இதற்காக பிரிட்டன் கம்பெனி ஒன்று 'க்ரோன்-மெகாபோன்' என்ற கருவியை கொண்டு வந்திருந்தது. இது கிராமபோன் பொருத்தப்பட்ட படப் புரொஜக்டர். திரையில் படம் ஓடும்போது, அதற்கேற்ப ஏற்கனவே பதிவு செய்யப்பட்ட ஒலி கிராமபோனில் இருந்து ஒலிக்கும். எனவே நடிகர்களின் உதட்டசைவும், திரையில் வரும் ஒலியும் ஒத்திசைவுடன் இருக்காது. இருப்பினும் திரையில் மனிதர்கள் பேசுவதையும், வண்டிகள் ஓடுவதையும் மெட்ராஸ்வாசிகள் வாயைப் பிளந்து பார்த்தனர்.

இதனை ரகுபதி வெங்கய்யா என்ற புகழ்பெற்ற ஸ்டில் போட்டோகிராபர் பார்த்தார். அவரது வணிக மூளைக்கு ஏதோ பொறி தட்டியது. கண்காட்சி முடிந்ததும் அந்த கருவியை பிரிட்டன் நிறுவனத்திடம் இருந்து ரூ.30,000 கொடுத்து வாங்கிவிட்டார்.

பார்த்திபன்

அந்த கருவி வெங்கய்யாவின் வாழ்க்கையையே மாற்றிவிட்டது. மெட்ராஸ் உயர்நீதி மன்றத்திற்கு அருகில் ஒரு கொட்டகை போட்டு அந்த கருவியை வைத்து படம் காட்டினார். மக்கள் கூட்டம் கூட்டமாக வந்து ஆர்வமுடன் பார்த்துச் சென்றனர். பின்னர் அதனை எடுத்துக் கொண்டு இந்தியா முழுவதும் சுற்றி, படங்களை திரையிட்டார். இதனைத் தொடர்ந்து இலங்கை, பர்மா ஆகிய நாடுகளுக்கும் தனது கருவியுடன் படை எடுத்தார். அலாவுதீனின் அற்புத விளக்கைப் போல 'க்ரோன் - மெகாபோன்' வெங்கய்யாவிற்கு பணத்தைக் கொட்டியது.

கிடைத்த லாபத்தை வைத்து சென்னையில் மவுனப்படம் திரையிடும் ஒரு நிரந்தர சினிமா தியேட்டரை கட்டினார். தென் இந்தியாவில் இந்தியர் ஒருவர் கட்டிய முதல் தியேட்டர் என்ற பெருமையைப் பெற்ற அதுதான், 1914இல் உதயமான கெயிட்டி திரையரங்கம். கெயிட்டிக்கு மக்கள் மத்தியில் கிடைத்த அமோக வரவேற்பைத் தொடர்ந்து, வெங்கய்யா மெட்ராசில் அடுத்தடுத்த தியேட்டர்களை கட்டினார்.

தங்கச்சாலை சந்திப்பில் கிரவுன் தியேட்டரும், அதற்கு அடுத்த ஆண்டு புரசைவாக்கம் நெடுஞ்சாலையில் க்ளோப் தியேட்டரும் பிறந்தன. க்ளோப் தியேட்டர் தான் பின்னர் ராக்சி என்று பெயர் மாற்றப்பட்டது. இந்த மூன்று தியேட்டர்களுமே மவுன படங்களை திரையிட்டு வந்தன.

Million Dollar Mystery, Mysteries of Meera, Clutching Hand, Broken Coin, Raja's casket, Peral fish, Great Bard போன்ற மவுனப் படங்களை வெளிநாடுகளில் இருந்து வரவழைத்து தனது மூன்று தியேட்டர்களிலும் திரையிட்டார். இதன் மூலம் ஹாலிவுட் சினிமாக்களை அந்தக் காலத்திலேயே மெட்ராஸ்வாசிகளுக்கு அறிமுகப்படுத்தி வைத்தார் வெங்கய்யா.

இந்த காலகட்டத்தில்தான் இந்தியாவில் ஹரிச்சந்திரா, கீசகவதம் போன்ற மவுனப்படங்கள் வெளியாகின. வெங்கையா இந்த இரண்டு படங்களையும் தனது மூன்று தியேட்டர்களிலும் மாறி மாறி திரையிட்டார். இவற்றின் வெற்றியைத் தொடர்ந்து படத்தயாரிப்பில் இறங்க முடிவெடுத்தார். தனது மகன் ரகுபதி சூர்ய பிரகாஷை லண்டனுக்கு அனுப்பி திரைப்படத் துறையில் பயிற்சி பெறச் செய்தார்.

• ஆங்கில திரைப்பட போஸ்டர்

அப்படியே ஜெர்மனிக்கும், ஹாலிவுட்டிற்கும் போன பிரகாஷ், திரும்பி வரும்போது 35 எம்எம் வில்லியம்சன் மவுனப் படக் கேமரா ஒன்றை வாங்கி வந்தார். இதனைக் கொண்டு வெங்கய்யாவும், பிரகாஷும் 'மீனாட்சி கல்யாணம்' என்ற திரைப்படத்தை எடுத்தனர். புகைப்படம் எடுத்தால் ஆயுள் குறைந்துவிடும் போன்ற மூடநம்பிக்கைகளால், இதில் நடிக்க தமிழ் நடிகர்கள் யாரும் முன்வரவில்லை. எனவே மெட்ராசில் இருந்த ஆங்கிலோ - இந்தியர்களை நடிக்க வைத்தனர்.

படத்தை முடித்து திரையிட்டுப் பார்த்தவர்களுக்கு பயங்கர அதிர்ச்சி. காரணம், திரையில் நடிகர்கள் யாருக்கும் தலை இல்லை. ஆங்கிலோ இந்தியர்களை கடவுள்

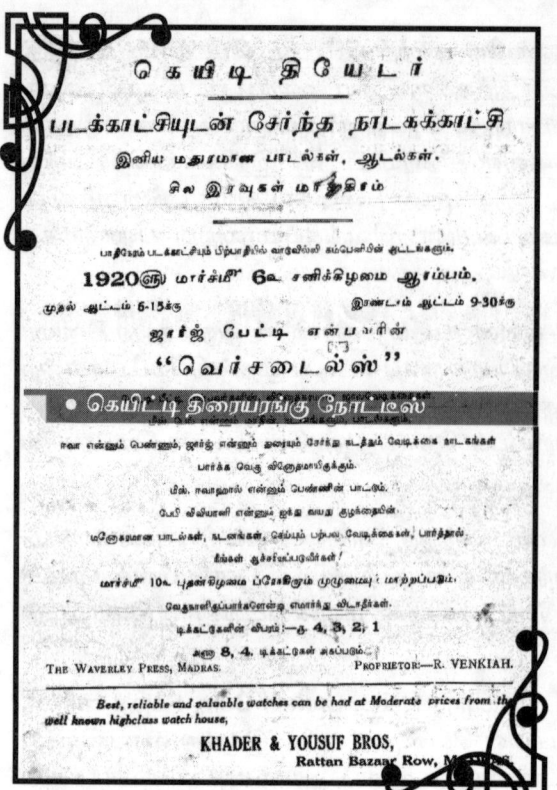

கெயிடி தியேடர்

படக்காட்சியுடன் சேர்ந்த நாடகக்காட்சி

இனிய மதுரமான பாடல்கள், ஆடல்கள்.

சில இரவுகள் மாத்திரம்

பாதிநேரம் படக்காட்சியும் பிற்பாதியில் வாடேவில்லி கம்பெனியின் ஆட்டங்களும்.

1920ஞு மார்ச்மீ 6வ சனிக்கிழமை ஆரம்பம்.

முதல் ஆட்டம் 6-15க்கு இரண்டாம் ஆட்டம் 9-30க்கு

ஜார்ஜ் பேட்டி என்பவரின்

"வெர்சடைல்ஸ்"

ஈவா என்னும் பெண்ணும், ஜார்ஜ் என்னும் துரையும் சேர்ந்து நடத்தும் வேடிக்கை நாடகங்கள் பார்க்க வெகு விநோதமாயிருக்கும்.

மிஸ். ஈவாதூரால் என்னும் பெண்ணின் பாட்டும்.

பேபி விவியானி என்னும் ஐந்து வயது குழந்தையின்

மனோகரமான பாடல்கள், நடனங்கள், செய்யும் பற்பல வேடிக்கைகள், பார்த்தால் நீங்கள் ஆச்சரியப்படுவீர்கள்!

மார்ச்மீ 10வ புதன்கிழமை ப்ரோகிராம் முழுமையும் மாற்றப்படும்.

வேதநாளிதுப்பார்கலோன்று மறாந்து விடாதீர்கள்.

டிக்கட்டுகளின் விபரம்:—ரூ. 4, 3, 2, 1

அணு 8, 4. டிக்கட்டுகள் அகப்படும்.

THE WAVERLEY PRESS, MADRAS. PROPRIETOR:—R. VENKIAH.

Best, reliable and valuable watches can be had at Moderate prices from the well known highclass watch house,

KHADER & YOUSUF BROS,
Rattan Bazaar Row, Madras.

• கெயிட்டி திரையரங்கு நோட்டீஸ்

பாத்திரங்களில் நடிக்க வைத்ததால் கடவுள் கோபம் கொண்டு அனைவரின் தலையையும் எடுத்துவிட்டதாக மெட்ராஸ்வாசிகள் பரபரப்பாக பேசிக் கொண்டார்கள். ஆனால் லென்சில் ஏற்பட்ட கோளாறு தான் இந்த பிரச்னைக்கு காரணம் என பிரகாஷ் கண்டறிந்தார். பின்னர் அவர்கள் நிறைய படங்களை எடுத்தனர்.

1932இல் வெங்கய்யா தனது மூன்று தியேட்டர்களிலும் பேசும் படங்களை திரையிடும் நவீன கருவிகளைப் பொருத்தினார். பின்னர் இங்கு பல படங்கள் பேசின. இப்படியாக அந்தக் கால மெட்ராஸ்வாசிகளின் கனவுகளுக்கு கதவு திறந்துவிட்டன வெங்கய்யாவின் திரையரங்குகள்.

1914இல் தொடங்கி கிட்டத்தட்ட ஒரு நூற்றாண்டு காலம் கெயிட்டி திரையரங்கு, மெட்ராஸ்வாசிகளின் கனவுகளுக்கு விதை போட்டது. 2005இல் இதில் படங்கள் திரையிடப்படுவது நிறுத்தப்பட்டது. பின்னர் சில ஆண்டுகள் இங்கு செட் போட்டு திரைப்படங்கள் எடுக்கப்பட்டன. தற்போது இந்த திரையரங்கு இடிக்கப்பட்டு, அங்கு ஒரு வணிக வளாகம் கட்டடப்பட்டுள்ளது.

கெயிட்டி திரையரங்கு மெட்ராசில் இருந்து மறைந்ததைப் போல அதைக் கட்டிய வெங்கய்யாவின் நினைவும் மறைந்துவிட்டது. ஆம், மெட்ராஸ்வாசிகளுக்கு சினிமாவை அறிமுகப்படுத்தியதில் முக்கிய பங்காற்றிய ரகுபதி வெங்கய்யாவை தமிழ் சினிமா இன்று மறந்துவிட்டது. ஆனால் ஆந்திரா நினைவில் வைத்திருக்கிறது. தெலுங்கு பட உலகில் வாழ்நாள் சாதனை புரிந்தவர்களுக்கு அம்மாநில அரசு ரகுபதி வெங்கய்யா பெயரில் விருது வழங்கி கவுரவிக்கிறது.

- *தெற்கு ரயில்வேயில் பணிபுரிந்து வந்த சாமிக்கண்ணு வின்சென்ட் என்பவர்தான் தென்னிந்தியாவின் முதல் டெண்டு கொட்டகை உரிமையாளர். ஒரு பரந்த மைதானத்தில் டெண்ட் அமைத்து படம் காட்டியதால், அது டெண்டு கொட்டாய் சினிமா (Tent Cinema) என்று அழைக்கப்பட்டது.*
- *அந்த காலத்தில் மவுண்ட் ரோட்டில் லிரிக் தியேட்டர் (Lyric Theatre) என்ற சினிமா தியேட்டரும் இருந்தது. ஆனால் திரைப்படங்கள் மட்டுமின்றி நாடகம், பால்ரூம் நடனங்கள் போன்றவையும் இங்கு அரங்கேறின.*

பாரத் இன்ஷூரன்ஸ் கட்டடம்

23

ஆடைகள் கிழிந்து அலங்கோலமான நிலையில், கிளைமேக்சில் கதாநாயகனால் காப்பாற்றப்படும் கதாநாயகி போல நின்று கொண்டிருக்கிறது பாரத் இன்ஷூரன்ஸ் கட்டடம். இப்படி கடைசி நேரத்தில் காக்கப்பட்ட இந்த காப்பீட்டு கட்டடம்தான், மெட்ராஸ் மாநகரின் முதல் உயரமான கட்டடம் எனக் கருதப்படுகிறது.

மவுண்ட் ரோடும், ஜெனரல் பேட்டர்ஸ் சாலையும் சந்திக்கும் இடத்தில் பிரம்மாண்டமாய் காட்சியளிக்கும் இந்த கட்டடத்தின் கதை 1868இல் தொடங்குகிறது. காரணம், அப்போதுதான் இந்த கதையின் நாயகன் ஸ்மித் (W.E. Smith) மெட்ராஸ் வந்தார்.

• பாரத் இன்ஷூரன்ஸ் கட்டடம்

மருந்தாளரான ஸ்மித், மெட்ராசில் சில மருந்துக் கடைகளை வைத்து வியாபாரம் செய்துவந்தார். பின்னர் ஊட்டிக்கு இடம் மாறினார். அங்கும் நிறைய மருந்துக் கடைகளைத் தொடங்கினார். மருந்து விற்பனையில் மகத்தான வெற்றி கண்ட ஸ்மித், மீண்டும் மெட்ராஸ் திரும்பினார். ஆனால் இம்முறை ஒரு பிரம்மாண்ட திட்டத்துடன் களமிறங்கினார்.

மவுண்ட் ரோட்டில் பாரத் இன்ஷூரன்ஸ் கட்டடம் இருக்கும் இடத்தில் ஸ்மித், ஒரு பெரிய கடையை ஆரம்பித்தார். மருந்து தயாரிப்பு மற்றும் ஒட்டுமொத்த வியாபாரம் செய்யும் இடமாக அது மாறியது. இதுமட்டுமின்றி, அறுவை சிகிச்சை உபகரணங்கள் விற்பனை, சோடா தயாரிப்பு ஆகியவையும் இங்கு நடைபெற்றன. விற்பனை விறுவிறுப்பாக நடைபெற்றதால் கடையை விரிவுபடுத்த நினைத்தார் ஸ்மித். இதற்காக பெரிய கட்டடம் ஒன்றை கட்ட விரும்பிய அவர், தென்னிந்தியாவின் மிகப்பெரிய மருந்து கம்பெனியின் தலைமைக் கட்டடம் அனைவராலும் பேசப்படும் வகையில் இருக்க வேண்டும் என கனவு கண்டார். அந்த கனவை நனவாக்கும் வேலை 1894இல் தொடங்கியது.

• சிதலமடைந்து கிடக்கும் பக்கச்சுவர்கள்

• கட்டடத்தில் உள்ள பாரத மாதா சிலை

• எந்த நேரமும் இடிந்து விழும் நிலையில் இருக்கும் தூண்கள்

மூன்று வருட கடின உழைப்பில் மெட்ராஸ் மாநகருக்கு அழகு சேர்க்கும் வகையில் ஒரு அருமையான கட்டடம் உருவானது. 1897ஆம் ஆண்டு அந்த கட்டடம் தொடங்கி வைக்கப்பட்டபோது அதன் பெயர் கார்டில் கட்டடம் (Kardyl Building). மெட்ராஸ் பொதுப்பணித் துறையில் வேலை பார்த்துக் கொண்டிருந்த ஸ்டீபன்ஸ் (J.H. Stephens) என்பவர்தான் இதனை வடிவமைத்தார். அப்போது மெட்ராசில் இந்தோ - சராசனிக் பாணி கட்டடங்கள் அதிக அளவில் கட்டப்பட்டு வந்ததால், அந்த பாணியை அடிப்படையாக வைத்து, அதனுடன் வேறு சில கட்டட பாணிகளையும் கலந்து பிரம்மாண்டமான அரண்மனை போன்ற இந்த கட்டடத்தை வடிவமைத்தார்.

உள்ளே நுழைந்ததும் 60 அடி நீளம், 40 அடி அகலத்தில் ஒரு விசாலமான ஷோரூம் இருந்தது. மருத்துவர்களுக்கான அறைகள் முதல் மாடியில் மவுண்ட் ரோட்டைப் பார்த்தவாறு அமைந்திருந்தன. அவர்களின் உதவியாளர்களுக்கான அறைகள், அதே மாடியில் ஜெனரல் பேட்டர்ஸ் சாலையை நோக்கியவாறு இருந்தன. ஒரு காபிக் கடையும், மதுபான விடுதியும் கூட இந்த கட்டடத்தில் இடம்பிடித்திருந்தன. கட்டடத்தின் பின்பகுதியில் சோடா கம்பெனி செயல்பட்டு வந்தது. கட்டடத்தின் உள்பகுதியில் வண்ண வண்ண கண்ணாடிகளுடன் கூடிய போலிக் கூரை (False ceiling) காண்போரை கவர்ந்திழுத்தது. அகலமான மரப் படிக்கட்டுகளும், ஆங்காங்கே அலங்கார வேலைப்பாடுகள் கொண்ட இரும்புச் சட்டங்களும் இந்த கட்டடத்தின் அழகை அதிகரித்தன.

மருந்து விற்பனையில் கோலோச்சி வந்த ஸ்மித்திற்கான போட்டி மவுண்ட் ரோட்டின் எதிர்ப்புறத்தில் இருந்து புறப்பட்டது. சாலையின் எதிர்புறம் அமைந்த ஸ்பென்சர் நிறுவனம் மெல்ல மருந்து விற்பனையில் ஸ்மித்தை முந்தத் தொடங்கியது. இறுதியில் 1925இல் ஸ்மித், தனது வியாபாரம், கட்டடம் என அனைத்தையும் ஒட்டுமொத்தமாக ஸ்பென்சர் நிறுவனத்திற்கு விற்றுவிட்டார். ஸ்பென்சர் நிறுவனம் அந்த கட்டடத்தின் ஷோரூம் உள்பட பல பகுதிகளை வாடகைக்கு விட்டது.

ஐநா சபை பாணியிலான முகப்பு கட்டடம்

1934இல் பாரத் இன்ஷூரன்ஸ் நிறுவனம் ஸ்பென்சர்சிடம் இருந்து இந்த கட்டடத்தை வாங்கியது. லாகூரைச் சேர்ந்த லாலா ஹரிகிஷன்லால் என்பவர்தான் பாரத் இன்ஷூரன்ஸ் நிறுவனத்தை நடத்தி வந்தார். இந்த கட்டடத்தை வாங்கிய இரண்டே ஆண்டுகளில் பாரத் நிறுவனம் ஹரிகிஷனிடம் இருந்து டால்மியாவின் கைக்கு மாறியது. இதனிடையே 1956ஆம் ஆண்டு ஆயுள் காப்பீட்டு நிறுவனங்கள் அரசுடமையாக்கப்பட்டபோது, நாட்டில் இருந்த பல காப்பீட்டு நிறுவனங்கள் அரசின் எல்ஐசி வசம் ஒப்படைக்கப்பட்டது. இந்த பட்டியலில் பாரத் இன்ஷூரன்சும் தப்பவில்லை. இப்படித்தான் எல்ஐசிக்கு சொந்தமானது இந்த கட்டடம்.

இதுநடப்பதற்கு முன்னர் பழைய கட்டடத்தின் முன்பகுதியில் தோட்டம் இருந்த இடத்தில் ஒரு புதிய கட்டடம் கட்டப்பட்டது. பைரன், அபோட், டேவிஸ் (Prynne, Abbott and Davis) போன்ற அந்தக் கால மெட்ராசின் புகழ்பெற்ற கட்டடக் கலைஞர்கள் இதனை வடிவமைத்தனர். இதுதான் பாரத் இன்ஷூரன்ஸ் கட்டடம் என்ற பெயரைத் தாங்கியபடி, இன்று மவுண்ட் ரோட்டை நோக்கி நின்று கொண்டிருக்கும் கட்டடம்.

முறையான பராமரிப்பு இல்லாததால் இந்த ஒட்டுமொத்த கட்டடமும் சிதிலமடைந்தது. எனவே இதில் வசிக்கும் அனைவரும் வெளியேறும்படி 1998ஆம் ஆண்டு எல்ஐசி கேட்டுக் கொண்டது. பின்னர் இந்த கட்டடத்தையும் இடிக்க முற்பட்டது. ஆனால் பாரம்பரிய விரும்பிகள், நீதிமன்றப் படிக்கட்டுகளில் ஏறி முறையிட்டதால் கடைசி நேரத்தில் தப்பிப் பிழைத்தாலும், உயிர் இருந்தும் கோமா நிலையில் இருக்கும் நோயாளி போலத் தான் இன்று இருக்கிறது இந்த கட்டடம்.

மொத்தத்தில், ஒரு காலத்தில் மெட்ராஸ் நகருக்கு தனது கம்பீரத்தால் அழகு சேர்த்த கட்டடம், இன்று எப்போது இடிந்து விழும் எனத் தெரியாத அவல நிலையில் பரிதாபமாக நின்று கொண்டிருக்கிறது.

- *முன்புறம் உள்ள பாரத் இன்ஷூரன்ஸ் கட்டடம், ஐக்கிய நாடுகள் சபை கட்டடத்தின் சாயலில் கட்டப்பட்டுள்ளது.*
- *மெட்ரோ ரயில் பணிகளுக்காக இந்த பாரம்பரியக் கட்டடத்தின் சில பகுதிகள் பாதிக்கப்படும் சூழல் ஏற்பட்டுள்ளது.*

மவுண்ட் ரோடு

24

ஞாயிற்றுக்கிழமை மத்தியான நேரத்தில் வழக்கத்திற்கு மாறாக அமைதியாக காட்சியளிக்கும் மவுண்ட் ரோடு எனப்படும் அண்ணா சாலையைப் பார்க்கும்போது, மனம் மெல்ல பின்னோக்கிச் செல்கிறது. இது சுமார் 400 ஆண்டுகால ஃபிளாஷ்பேக். ஆம், சென்னையின் இந்த முக்கியமான சாலை 370 ஆண்டுகளாக மக்கள் பயன்பாட்டில் இருக்கிறது.

20ஆம் நூற்றாண்டின் ஆரம்பம் முதல் இன்று வரை மவுண்ட் ரோட்டின் மாறுபட்ட காட்சிகளை நாம் திரைப்படங்களில் பார்த்திருப்போம், தொடர்ந்து பார்த்தும் வருகிறோம். இன்று நவீன ரக கார்களும், சொகுசுப் பேருந்துகளும் ஓடும் இந்த சாலையில் ஒரு காலத்தில்

• அண்ணா சாலை

மாட்டு வண்டிகளும், குதிரை வண்டிகளும், டிராம் வண்டிகளும் பரபரப்பாக ஓடிக் கொண்டிருந்தன.

கிழக்கிந்திய கம்பெனியார் சென்னை நகரில் கோட்டை கட்டிக் குடியேறிய உடனே உருவான வெகு சில விஷயங்களில் இந்த சாலையும் ஒன்று. ஜார்ஜ் கோட்டைக்கு தெற்கே கூவம் ஆற்றிற்கு அருகில் தொடங்கி பரங்கிமலை வரை சுமார் 15 கி.மீ நீளத்திற்கு இந்த சாலை அமைக்கப்பட்டது. கிழக்கிந்திய கம்பெனி அதிகாரிகள் புனித தோமையார் மலையில் சென்று வழிபாடு நடத்துவதற்கு வசதியாக இந்த அகன்ற சாலை அமைக்கப்பட்டது. 1781-1785 காலகட்டத்தில் சார்லஸ் மெக்கார்டினி (Charles MaCartney) என்பவர் மெட்ராஸ் ஆளுநராக இருந்தபோதுதான், மவுண்ட் ரோடு இன்றைய வடிவத்தைப் பெற்றது.

இதனைத் தொடர்ந்து இந்த சாலையின் இருபுறமும் வணிக மற்றும் வரலாற்று முக்கியத்துவம் வாய்ந்த கட்டடங்கள் முளைக்கத் தொடங்கின. இந்து பத்திரிகை அலுவலகம், ஹிக்கின்பாதம்ஸ், ஆயிரம் விளக்கு மசூதி, பிரிட்டிஷ் கவுன்சில், அண்ணா அறிவாலயம் என இந்த பட்டியல் மிக நீளமானது. சென்னையின் முதல் 14 மாடிக் கட்டடமான எல்ஐசியும் இந்த சாலையில் தான் இருக்கிறது.

ஆங்கிலேயர் காலத்தில் கட்டப்பட்ட சில கட்டடங்கள் கடந்துபோன காலத்தை நினைவுபடுத்தியபடியே இன்றும் நின்று கொண்டிருக்கின்றன. 'தி மெயில்' பத்திரிகை அலுவலகம், சிதிலமடைந்து காணப்படும் பாரத் இன்ஷூரன்ஸ் கட்டடம் ஆகியவை அவற்றில் சில. இங்கிருக்கும் பி.ஆர் அண்டு சன்ஸ் கடிகார கம்பெனி இன்றும் தனது புராதனக் கட்டடத்தில் செயல்பட்டு வருகிறது.

மவுண்ட் ரோட்டின் மற்றொரு கவனிக்கத்தக்க அம்சம், இங்கிருக்கும் சிலைகள். சாலையின் ஆரம்பத்திலேயே இருக்கிறது மேஜர் ஜெனரல் சர் தாமஸ் மன்றோவின் சிலை.

1820 - 1827இல் சென்னையின் ஆளுநராக இருந்தவர் மன்றோ. லண்டனின் எஃப் சான்ட்ரீ என்பவர் 1838இல் உருவாக்கிய இந்த சிலைக்கு ஒரு சிறப்பம்சம் உண்டு. அதாவது, பண்டைய ரோம சிற்ப சாஸ்திர அடிப்படையில் இந்த சிலை உருவாக்கப்பட்டிருக்கிறது.

மன்றோவைத் தொடர்ந்து காமராஜர், பெரியார், அண்ணா, எம்ஜிஆர், முத்துராமலிங்கத் தேவர், ராமசாமிப் படையாச்சி, தீரன் சின்னமலை, நேரு என மக்கள் மனதில் நின்ற தலைவர்கள் இந்த சாலை நெடுகிலும் சிலைகளாக நின்று கொண்டிருக்கிறார்கள். இந்த சாலையில் இருக்கும் ஜெமினி மேம்பாலம்தான் சென்னையின் முதல் மேம்பாலம்.

அண்ணா, சாந்தி, தேவி என சினிமா ரசிகர்களுக்கும் இந்த சாலை விருந்து படைக்கிறது. அருகில் இருக்கும் காஸினோ திரையரங்கில் அந்தக் காலத்தில் படம் பார்க்க டிக்கெட் கிடைக்காதவர்கள் பக்கத்து சந்துகளில் நின்றுகொண்டு படத்தின் வசனங்களையும், பாடல்களையும் கேட்பார்களாம். இதற்கு அருகில் இருந்த சென்னையின் பழமையான கெயிட்டி திரையரங்கு இன்று இடிக்கப்பட்டு விட்டது. இதேபோன்று ஆனந்த், குளோப், வெலிங்டன், சஃபயர் காம்பிளக்ஸ் போன்ற திரையரங்குகளும் மவுண்ட் ரோட்டில் இருந்து மறைந்துவிட்டன.

ஒருகாலத்தில் மவுண்ட் ரோட்டில் இரவில் ரிக்ஷாவில் போனால் பிசாசு பின்தொடரும் என்ற பயம் இருந்ததாம். அருகில் இருக்கும் பெரிய கிறிஸ்தவ இடுகாடு, கவர்ன்மென்ட்

• குளோப் திரையரங்கம்

எஸ்டேட்டில் தூக்குப் போட்டுத் தற்கொலை செய்து கொண்டவர்கள் ஆகியவை இந்த பயத்தின் பின்னணியாக இருக்கலாம் என தன்னுடைய கட்டுரை ஒன்றில் குறிப்பிட்டிருக்கிறார் அசோகமித்திரன்.

இப்படி மவுண்ட் ரோடாக உருவாகி இன்று அண்ணா சாலையாக மாற்றம் பெற்றிருக்கும் இந்த சாலையைப் பற்றிய சுவாரஸ்யமான தகவல்கள் இன்னும் நிறைய இருக்கின்றன. அவற்றை எல்லாம் பட்டியலிட்டால் அது முடிவுறாமல் நீண்டு கொண்டே செல்லும்.

- மெட்ரோ பணிகள் நடைபெறுவதையொட்டி இந்த சாலையில் விரைவில் ரயில்களும் பயணிக்க இருக்கின்றன.

- இந்த சாலையில் இருந்த ஜேம்ஸ் ஜார்ஜ் ஸ்மித் நீல் என்பவரின் சிலை மக்கள் போராட்டம் காரணமாக 1937இல் நீக்கப்பட்டுவிட்டது.

- அண்ணாசாலை தபால் நிலையத்தில் தற்போது சிறப்புத் தபால் தலைகள் காப்பிடமாக இயங்கும் கட்டடத்தில்தான் நூறாண்டுகள் முன்பு 'எலெக்ட்ரிக் தியேட்டர்' இருந்தது. தமிழகத்தின் 'முறையான' முதல் சினிமா கொட்டகை இதுதான்.

இத்தாலிய சித்த வைத்தியர்

மெட்ராஸ் நகரில் குடியேறிய ஆங்கிலேயர்களில் சிலர் தமிழ் மொழி மீது பற்று கொண்டு தமிழறிஞர்களாக மாறிய கதைகளை நாம் கேட்டிருக்கிறோம். ஆனால் இத்தாலியில் இருந்து இந்த மண்ணிற்கு வந்த ஒரு மனிதர் சிறந்த சித்த வைத்தியர் எனப் பேர் எடுத்த கதையை கேள்விப்பட்டிருக்கிறீர்களா? அந்த புகழ்பெற்ற சித்த வைத்தியர்தான் நிக்காலோ மானுச்சி.

இத்தாலியின் பிரபல வெனீஸ் நகரில் 1639இல் பிறந்த நிக்காலோ மானுச்சி தனது 14வது வயதில் வீட்டை விட்டு வெளியேறினார். ஒரு ஆங்கிலேயருக்கு உதவியாளனாக ஆசியா செல்லும் கப்பலில் ஏறினார் மானுச்சி. பல நாடுகளை சுற்றிக் கொண்டு கப்பல் இந்தியா

25

• பரிவாரங்கள் சூழ பயணிக்கும் முகலாய மன்னர், அரசு பரிவாரம் செல்லும் காட்சி

வந்தடைவதற்குள் அவரது முதலாளி பரலோகம் சென்றடைந்துவிட்டார். மானுச்சிக்கு பிழைக்க வழி தெரியவில்லை.

அப்போது இந்தியாவில் ஷாஜஹானின் மகன்கள் தாரா சிக்கோவுக்கும், அவுரங்கசீப்புக்கும் இடையில் அரியணைக்காக அடிதடி அரங்கேறிக் கொண்டிருந்தது. இருதரப்பும் ஆள் சேர்த்துக் கொண்டிருந்தார்கள். இதைப் பயன்படுத்தி தாராவின் படையில் துப்பாக்கி வீரனாக சேர்ந்துகொண்டார் மானுச்சி. ஆனால் இறுதியில் அவுரங்கசீப் வெற்றி பெற்றதால், துப்பாக்கியை தூக்கி தூர வைத்துவிட்டு, மருந்து பெட்டியை கையில் எடுத்துக் கொண்டார் மானுச்சி. இதை வைத்து அவர் ஏதோ பெரிய மருத்துவர் என்று நினைத்துவிடாதீர்கள். அந்த காலத்தில் ஐரோப்பாவில் இருந்து வந்த பலர் மருத்துவர்களாக இருந்ததால் ஐரோப்பியர்கள் எல்லோருக்கும் மருத்துவம் தெரியும் என்று நம்ம மக்கள் நம்பினார்கள். விளைவு, போலி மருத்துவர்கள் பட்டியலில் மானுச்சியும் சேர்ந்து கொண்டார்.

போலி மருத்துவராக தொடங்கினாலும் தனது ஆர்வத்தினாலும், அயராத உழைப்பினாலும் மருத்துவத்தை வேகமாக கற்றுக் கொண்டார் மானுச்சி. இவர் கற்றுக் கொள்ள எத்தனை பேரை காவு கொடுத்தார் என்ற தகவல் கிடைக்கவில்லை. எப்படியோ 1670 முதல் 1678 வரை லாகூரில் சிறந்த மருத்துவர் எனப் பெயர் எடுத்து விட்டார். ஐரோப்பிய மருத்துவம் மட்டுமின்றி முகலாய பாணி மருத்துவத்தையும் சேர்த்து பார்த்ததே இதற்கு முக்கிய காரணம்.

பின்னர் அவுரங்கசீப்பின் தக்காண ஆளுநர் ஷா ஆலமின் அரசவையில் சிறிது காலம் பணியாற்றினார். ஆனால் 1686இல் ஷாவுடன் மனக்கசப்பு ஏற்பட்டதால் அங்கிருந்து வெளியேறி பிரெஞ்சுப் படைகள் வசமிருந்த புதுச்சேரிக்கு வந்தார். காரணம் அப்போதைய பிரெஞ்சு ஆளுநர் பிரான்கோய்ஸ் மார்ட்டின் இவரின் நண்பர். அவரிடம் தாம் ஐரோப்பா

பார்த்திபன்

108

திரும்பப் போவதாக சொன்னார் மானுச்சி. அப்போதுதான் அவரது வாழ்வில் ஒரு திருப்பம் ஏற்பட்டது.3.8

இதற்குள் சுமார் 30 ஆண்டுகளுக்கும் மேலாக இந்தியாவில் கழித்திருந்தார் மானுச்சி. இவர் பயங்கர சாப்பாட்டுப் பிரியர் வேறு. எனவே இந்திய உணவுகளை செம பிடி பிடித்து நாக்குக்கு இந்திய சுவையை ஏற்றியிருந்தார். இதெல்லாம் அவரது நண்பர் மார்ட்டினுக்குத் தெரியும். எனவே 'இனிமேல் ஐரோப்பா சென்று உன்னால் வாழ முடியாது நண்பா, பேசாம இங்கேயே ஒரு பெண்ணைப் பார்த்து கல்யாணம் செய்துகொண்டு செட்டில் ஆகிவிடு' என்று யோசனை சொன்னார். அதோடு நிற்காமல் ஒரு பெண்ணையும் பார்த்துக் கொடுத்தார்.

மானுச்சி எழுதிய புத்தகம்

எலிசபெத் கிளார்க் என்ற அந்தப் பெண் ஒரு விதவை. மெட்ராசின் கருப்பர் நகரத்தில் பிராட்வேயில் தனது ஆங்கிலேய கணவர் விட்டுச் சென்ற ஒரு பெரிய தோட்ட வீட்டில் வசித்துக் கொண்டிருந்தார். மானுச்சி எலிசபெத்தை மணந்துகொண்டு, அந்த தோட்ட வீட்டிற்கு உரிமையாளராகிவிட்டார். இப்படித் தான் மெட்ராஸ் மாப்பிள்ளை ஆனார் மானுச்சி.

• நிக்காலோ மானுச்சி

பின்னர் மானுச்சி பரங்கி மலை அடிவாரத்தில் ஒரு தோட்ட வீட்டிற்கு குடிபோனார். இந்த வீட்டில் இருந்தபடிதான் அவர் தனது புகழ்பெற்ற Storia Do Mogor (முகலாயர்களின் சரித்திரம்) என்ற புத்தகத்தை எழுதினார். ஐந்து தொகுதிகளைக் கொண்ட இந்த புத்தகம் அன்றைய முகலாய ஆட்சி எப்படி நடைபெற்றது என்பதை அறிந்துகொள்ள பெரிதும் உதவுகிறது. தான் நேரில் பார்த்ததை மட்டுமே இந்த புத்தகத்தில் எழுதியிருப்பதாக மானுச்சி சொல்கிறார். ஆனால் ஷாஜஹானுக்கு முன் இருந்த முகலாய பேரரசர்கள் பற்றிய மானுச்சியின் தகவல்களில் நிறைய பிழைகள் இருப்பதாக வரலாற்று ஆசிரியர்கள் கூறுகின்றனர்.

மெட்ராசில் வசித்தபோது மானுச்சிக்கு ஒரு மகன் பிறந்தான். ஆனால் அவன் இளம் வயதிலேயே இறந்துவிட்டான். அவரது மனைவி எலிசபெத்தும் 1706ஆம் ஆண்டு மரணமடைந்துவிட்டார். இதனால் மனமுடைந்துபோன மானுச்சி, மெட்ராசில் இருந்து புறப்பட்டு மீண்டும் புதுச்சேரிக்கே சென்றுவிட்டார். தனது இறுதிக் காலம் வரை அவர் அங்கேயே இருந்தார். இதனிடையே மானுச்சி அன்றைய முகலாய மற்றும் ஐரோப்பிய ஆட்சியாளர்களுக்கு இடையே பலமுறை தூதுவராக செயல்பட்டார்.

ஆட்சியாளர்களுக்கு இடையிலான பல பிணக்குகள் இவரது தலையீட்டால் சரி செய்யப்பட்டிருக்கின்றன. இதனால் பல போர்கள் தவிர்க்கப்பட்டிருக்கின்றன. இவர் இந்திய பாணியில் உடை அணிந்ததாலும், பெர்ஷியா, பிரெஞ்சு, ஆங்கிலம் எனப் பல மொழிகள் தெரிந்தவராக இருந்ததாலும் இரு தரப்பினரும் இவரை தங்களுக்கு நெருக்கமானவராக நினைத்தனர். மேலும் மக்கள் மத்தியில் இருந்த நல்ல பெயரும் இவரை ஒரு மரியாதைக்குரிய மனிதராக கருத வைத்தது.

இவ்வாறு அரசியல் தூதர், சித்த வைத்தியர் என மானுச்சி பல அவதாரங்கள் எடுத்திருந்தாலும், 17 மற்றும் 18 நூற்றாண்டு இந்தியாவை அறிந்துகொள்ள உதவும் பல பயனுள்ள குறிப்புகளை அளித்த வரலாற்று ஆசிரியராகவே உலகம் அவரைப் பார்க்கிறது. இந்த உலகப் புகழ்பெற்ற வரலாற்று ஆசிரியர் முன்னூறு ஆண்டுகளுக்கு முன் உலவிய பிராட்வேயும், பரங்கி மலையும் இன்றும் அவரது நினைவுகளை அமைதியாக அசைபோடுகின்றன.

- *காய்ச்சலை குணப்படுத்த பாதரச கலவையால் ஆன ஒரு கல்லை மானுச்சி பயன்படுத்தினார். இதனை அக்காலத்தில் மக்கள் மானுச்சி கல் என்றே அழைத்தார்கள்.*
- *மானுச்சிக்கு புலாவ் உணவு மிகவும் பிடிக்கும். இதுபற்றி தனது புத்தகத்தில் நாவில் எச்சில் ஊறும் அளவுக்கு உருகி உருகி எழுதி இருக்கிறார்.*

ஆளுநர் மாளிகை

26

மா நகரின் நெரிசல்களில் இருந்து தப்பித்து ஏதாவது காட்டுப் பகுதியில் அமைதியாக ஓய்வெடுத்தால் எப்படி இருக்கும் என்ற ஏக்கம் அனேகமாக சென்னைவாசிகள் எல்லோருக்கும் இருக்கும். இந்த கனவை நனவாக்கும் ஒரு காட்டுப் பகுதி சென்னை நகருக்குள்ளேயே இருக்கிறது. ஆனால் நாம் அங்கு சென்று ஓய்வெடுக்க முடியாது. அதுதான் கிண்டியில் அமைந்திருக்கும் ராஜ் பவன் எனப்படும் ஆளுநர் மாளிகை.

ராஜ் பவன் தொடங்கி தரமணி வரை நீளும் கிண்டி ரிசர்வ் காடு தான் சென்னை நகரில் இன்று எஞ்சியிருக்கும் ஒரே காட்டுப் பகுதி. நடுவே ஐ.ஐ.டி வளாகம், காந்தி மண்டபம், ராஜாஜி, பக்தவத்சலம், காமராஜ்

• தோட்டம் சூழ் கிண்டி லாட்ஜ்

ஆகியோரின் நினைவு மண்டபங்கள், குழந்தைகள் பூங்கா, பாம்புப் பூங்கா, புற்றுநோய் மையம் ஆகியவை காட்டை சற்றே அழித்துவிட்டபோதும் இன்னும் இது பெரிய காடுதான். சென்னை மாகாண ஆளுநர்கள் இந்த காட்டுக்கு இடம்பெயர்ந்த கதை ரொம்பவே சுவாரஸ்யமானது.

ஆரம்ப நாட்களில் சென்னையின் ஆளுநர் புனித ஜார்ஜ் கோட்டைக்குள்தான் இருந்தார். முதன்முதலாக கோட்டைக்கு வெளியே தனிக்குடித்தனம் போனவர் கவர்னர் ஸ்ட்ரேய்ன்ஷம் மாஸ்டர். கோட்டைக்குள் கூட்டம் அதிகமாகிவிட்டதால், இன்று சட்டக்கல்லூரி இருக்கும் இடத்தில் ஒரு தோட்ட வீட்டிற்கு அவர் இடம்பெயர்ந்தார். பின்னர் இந்த பகுதியில் கருப்பர் நகரம் வேகமாக வளர்ந்ததால், 1680களில் அவர் கூவம் நதிக்கரையில் உள்ள ஒரு தோட்ட வீட்டிற்கு மாறியதாக கூறப்படுகிறது. ஆனால் இவரைத் தொடர்ந்து வந்த ஆளுநர்கள் இந்த வீட்டை அதிகமாக பயன்படுத்தவில்லை.

• வில்லியம் லாங்ஹார்ன்

இதனிடையே 1746இல் சென்னையை முற்றுகையிட்ட பிரெஞ்சுப் படைகள், இந்த வீட்டை இடித்து தரைமட்டமாக்கிவிட்டன. சென்னை மீண்டும் பிரிட்டிஷார் வசம் வந்ததும், ஆளுநருக்கு வீடு தேடும் படலம் தொடங்கியது. அப்போதுதான் இன்று புதிய தலைமைச் செயலகம் இருக்கும் அரசினர் தோட்டத்தில் அன்று இருந்த ஒரு சிதிலமடைந்த வீடு விலைக்கு வாங்கப்பட்டது. அண்டோனியோ தி மதீராஸ் என்ற செல்வச் சீமாட்டிக்கு இந்த இடம் சொந்தமானதாக

இருந்தது. கஷ்ட காலத்தில் கிழக்கிந்திய கம்பெனிக்கே நிதி உதவி செய்தவர் இந்த மதீராஸ். இவரது குடும்பத்தின் நினைவாகத்தான் சென்னைக்கு மதராஸ் என்ற பெயர் வந்தது என்றும் ஒரு கருத்து நிலவுகிறது.

1753இல் அப்போதைய ஆளுநர் தாமஸ் சாண்ட்ரிஸ் இந்த வீட்டை வெறும் ரூ.75,000க்கு வாங்கினார். பின்னர் காலப்போக்கில் கர்நாடக நவாப்பின் பண்ணையின் சில பகுதிகள் இணைக்கப்பட்டு இந்த இடம் மெல்ல விஸ்தரிக்கப்பட்டது. இது ஒருபுறம் நடந்து கொண்டிருக்க அன்றைய அரசு அதிகாரிகள் கவர்னருக்காக நகருக்கு வெளியே ஒரு பரந்து விரிந்த தோட்ட வீடு கிடைத்தால் நன்றாக இருக்கும் என்று நினைத்தனர். அப்போது அவர்கள் கண்ணில்பட்டதுதான் கிண்டி லாட்ஜ்.

இன்றைய ராஜ் பவன் 1670களில் கிண்டி லாட்ஜ் என்று அழைக்கப்பட்டது. புனித தோமையார் மலைக்கு இந்த வழியாக சென்ற கவர்னர் வில்லியம் லாங்ஹார்ன் கிண்டி காட்டுப் பகுதியின் அழகில் மனதைப் பறிகொடுத்ததால் இங்கு ஒரு வீடு கட்டி, அதனைச் சுற்றி தோட்டம் அமைத்தார். வார இறுதி நாட்களில் இங்கு தங்கி ஓய்வெடுப்பதையும் வழக்கமாகக் கொண்டிருந்தார். பின்னர் 1678இல் ஒரேயடியாக இங்கிலாந்துக்கு புறப்பட்ட கவர்னர், சின்ன வெங்கடாத்ரிக்கு இந்த வீட்டை விற்றுவிட்டார். ஆங்கிலேயர்களுக்கு மெட்ராஸ் என்ற நிலப்பகுதியை பெற்றுத் தந்த பேரி திம்மப்பாவின் இளைய சகோதரர்தான் இந்த சின்ன வெங்கடாத்ரி.

ஆனால் சின்ன வெங்கடாத்ரிக்கும் இந்த வீட்டிற்கும் ராசியில்லை. கிழக்கிந்திய கம்பெனியோடு சில பிரச்னைகள் வந்தபோது, கம்பெனியை சரி கட்டுவதற்காக இந்த வீட்டை அடிமாட்டு விலைக்கு கொடுத்துவிட்டார். பின்னர் சில பல கைகள் மாறி கடைசியில் அரசு வங்கியிடம் அடமானத்திற்கு வந்தது இந்த வீடு. 1821இல் இந்த வீட்டையும், இதற்கு அருகில் ஷாமியர் என்ற ஆர்மீனியரின் சொத்தையும் அரசாங்கம் வாங்கிக் கொண்டது. அப்போது ஆளுநராக இருந்த சர் தாமஸ் மன்றோ, இடையூறு இல்லாமல் பொதுவிஷயங்களை கவனிக்க ஒரு இடம் தேவை என்று விரும்பியதால், இந்த வீடு வாங்கப்பட்டது.

தாமஸ் மன்றோ இங்கிருந்தபடி தனது அலுவல்களைப் பார்த்தார். இப்படித்தான் ஆளுநரின் அதிகாரப்பூர்வ இல்லம் என்ற கவுரவம் கிண்டி லாட்ஜிற்கு கிடைத்தது. இவருக்கு கோட்டைக்குள்ளேயும் ஒரு வீடு இருந்தது. பின்னர் ராஜ் பவன் மெல்ல விஸ்தரிக்கப்பட்டது. 1837இல் ஆளுநராக பொறுப்பேற்ற லார்ட் எல்ஃபின்ஸ்டன்தான் ராஜ்பவனை இன்றைய

113

● வில்லியம் லாங்ஹார்ன்

நிலைக்கு கொண்டு வந்தவர். இந்த வீட்டிற்கும் மவுண்ட் ரோட்டுக்கும் இடையில் சைதாப்பேட்டை வழியாக சாலை அமைத்தவர் இவர்தான். அடுத்தடுத்து வந்த ஆளுநர்களும் தங்கள் பங்கிற்கு ஆளுநர் மாளிகையை மெருகேற்றினர். ஆனாலும் இது கோட்டையில் இருந்து அதிக தூரத்தில் இருந்ததால், மவுண்ட் ரோடு அரசினர் இல்லம்தான் இந்தியாவிற்கு சுதந்திரம் கிடைக்கும் வரை கவர்னரின் அதிகாரப்பூர்வ இல்லமாக இருந்தது.

ஆனால் சுதந்திர இந்தியாவில் தமிழக ஆளுநர்கள் இங்குதான் வசித்து வருகின்றனர். எனவே இன்றும் அரசியலோடு பின்னிப் பிணைந்திருக்கிறது இந்த ஆங்கிலேயக் கட்டிடம். மொத்தத்தில் காலச்சக்கரத்தில் 300 ஆண்டுகளைக் கடந்தும் தொடர்ந்து பயணித்துக் கொண்டிருக்கும், இந்த ஆளுநர் மாளிகையின் ஒவ்வொரு கல்லும் ஏராளமான கதைகளால் நிறைந்து கிடக்கிறது.

- அரிய வகை மான்கள், விதவிதமான பறவைகள் ஆகியவற்றை இங்கு தாராளமாகப் பார்க்கலாம்.
- கோடை காலத்தில் மெட்ராஸ் கவர்னர்கள் ஊட்டிக்கு மலை ஏறியதால், அங்கும் ஒரு ராஜ் பவன் கட்டப்பட்டது.

27

ஏழு கிணறு

சென்னை மக்கள் குடங்களை தூக்கிக் கொண்டு தண்ணீர் லாரிகளை துரத்தும் காட்சிகளை நாம் நிறையவே பார்த்திருக்கிறோம். இந்த பிரச்னை இன்று நேற்று உருவானதல்ல, மெட்ராஸ் என்ற நகரம் உருப்பெறத் தொடங்கிய காலத்திலேயே தண்ணீர் பிரச்னையும் தலைதூக்க ஆரம்பித்துவிட்டது.

1639இல் சென்னையில் காலடி வைத்த கிழக்கிந்திய கம்பெனிக்காரர்கள் வங்கக் கடலுக்கு அருகில் புனித ஜார்ஜ் கோட்டையைக் கட்டினர். கோட்டைக்குள்தான் கிழக்கிந்திய கம்பெனியின் அதிகாரிகளும், ஊழியர்களும் ஆரம்ப நாட்களில் வசித்தனர். இங்கு இவர்கள் சந்தித்த பிரச்னைகளில் முக்கியமானது குடிநீர்.

● எவ்லின் நிக்கோலஸ்

கடலுக்கு அருகில் இருப்பதால், ஜார்ஜ் கோட்டையில் எங்கு தோண்டினாலும் உப்பு நீர்தான் கிடைத்தது. குளுகுளு இங்கிலாந்தில் இருந்து வந்தவர்களை, மெட்ராஸ் வெயில் ஒருபுறம் வாட்டி வதைக்க, தாகம் தணிக்க நல்ல தண்ணீர் கிடைக்காதது மற்றொருபுறம் பாடாய்ப்படுத்தியது.

அந்த காலத்தில் கோட்டைக்கு வெளியில் இருந்த சென்னைவாசிகள் குளம், குட்டைகளில் இருந்தும், கிணறுகளில் இருந்தும் நீர் இறைத்துக் குடித்தனர். ஆங்கிலேயர்களும் ஆரம்பத்தில் இதனையே பயன்படுத்தினர். அருகில் உள்ள பெத்தநாயக்கன் பேட்டையிலிருந்து மாட்டு வண்டிகளிலும், தலை சுமையாகவும் கோட்டைக்கு தண்ணீர் கொண்டு வரப்பட்டது. ஆனால் இவ்வாறு தண்ணீர் கொண்டு வருவதில் நிறைய நடைமுறை சிக்கல்கள் இருந்ததால் இப்பிரச்னைக்கு நிரந்தரத் தீர்வு காண்பது பற்றி ஆலோசிக்கப்பட்டது.

குடிநீர் பிரச்னைக்கு முற்றுப்புள்ளி வைத்து, ALL IS WELL என்று சொல்ல வேண்டுமானால், நமக்கென தேவை ஒரு WELL என்று யோசனை சொன்னார் கேப்டன் பேகர் என்ற ஆங்கிலேயப் பொறியாளர். அவரது யோசனையின் பேரில்தான் இன்றைய மின்ட் பகுதியில் ஏழு கிணறுகள் தோண்டப்பட்டன. உண்மையில் மொத்தம் பத்து கிணறுகள் வெட்டப்பட்டன. ஆனால் ஏழு கிணறுகளில்தான் ஊற்று நன்றாக இருந்ததால், அந்த பெயரே நிலைத்துவிட்டது.

கோட்டையிலிருந்து இரண்டு மைல் தொலைவில் உள்ள இந்த கிணறுகளில் இருந்து ஏற்றம் மூலம் நீர் இறைக்கப்பட்டு, குழாய் வழியாக கோட்டைக்கு தண்ணீர் கொண்டு செல்லப்பட்டது. 1772இல் செயல்படுத்தப்பட்ட இதுதான் இந்தியாவிலேயே குழாய் மூலம் குடிநீர் வழங்கப்பட்ட முதல் திட்டம். இந்த கிணறுகளுக்கு காப்பாளராக ஜான் நிக்கோலஸ் என்பவர் நியமிக்கப்பட்டார்.

இவர் இந்த பதவியை எப்படிப் பெற்றார் என்பது ஒரு சுவாரஸ்யமான தனிக்கதை. மெட்ராஸ் மீது ஹைதர் அலி படையெடுத்து வந்தபோது, கோட்டைக்கு குடிநீர் வழங்கும் கிணறுகளில் விஷம் கலக்க முயற்சிக்கப்பட்டதாம். அப்போது கிழக்கிந்திய படையில் பணிபுரிந்த ஜான், அவ்வாறு விஷம் கலக்க முயன்ற ஹைதர் அலியின் போர் வீரனை வீழ்த்தி அவனிடம் இருந்த குத்துவாளை பறித்ததாக கூறப்படுகிறது. அந்த குத்துவாள் தற்போதும் ஜான் குடும்பத்தினர் வசம் இருக்கிறது. இவ்வாறு கோட்டைக்கான குடிநீர் ஆதாரத்தை காப்பாற்றியதால், ஏழு கிணறுகளை பாதுகாக்கும் உரிமை 125 ஆண்டுகளுக்கு ஜான் குடும்பத்தினர் வசம் ஒப்படைக்கப்பட்டது.

இதற்காக ஜானுக்கு மாதம் 10 பக்கோடா ஊதியத்தோடு, வாடகை இல்லாமல் தங்கிக்கொள்ள ஒரு வீடும், ஒரு குதிரையும், பல்லக்கு ஒன்றும் வழங்கப்பட்டிருக்கிறது. இவரது மறைவிற்கு பிறகு இவரது சந்ததியினர் அடுத்தடுத்து இந்த பணியை செவ்வனே செய்து வந்திருக்கின்றனர். 1925இல் பொதுப்பணித் துறை இந்த கிணறுகளை வசப்படுத்தியபோது, இதன் காப்பாளராக இருந்த எவ்லின் நிக்கோலஸ் (Evelyn Nicholas), பனித்த கண்களோடும், கனத்த இதயத்தோடும் தன் குழந்தைகளை பிரிவதைப் போல, இந்த கிணறுகளைப் பிரிந்து சென்றிருக்கிறார்.

ஒரு நூற்றாண்டுக்கும் மேலாக இந்த கிணறுகளோடு வாழ்ந்து மறைந்த நிக்கோலஸ் குடும்பத்தினரின் கல்லறைகள் சென்னையில்தான் இருக்கின்றன. ராயபுரம் செயின்ட் ரோக்ஸ் (St. Roque's cemetery) கல்லறைக்கு சென்றால், இந்த குடும்பத்தினர் அமைதியாக உறங்கிக் கொண்டிருப்பதைப் பார்க்கலாம். இப்படி நிக்கோலஸ்களால் நிறைந்திருப்பதால், இந்த பகுதியை நிக்கோலஸ் சதுக்கம் என்றும் உள்ளூர்வாசிகள் அழைக்கிறார்கள்.

• கூரை போட்டு மூடிய கிணறு

இவ்வாறு 1772இல் தொடங்கப்பட்ட ஏழு கிணறு திட்டம், கோட்டையில் இருந்த ஆங்கிலேயர்கள் மட்டுமின்றி, வெளியில் இருந்த பூர்வகுடிகளின் தாகத்தையும் தீர்த்து வைத்தது. இந்த கிணறுகளில் இருந்து ஒரு நாளைக்கு சுமார் 1,40,000 கேலன் (ஒரு கேலன் = 3.79 லிட்டர்) தண்ணீர் இறைத்திருக்கிறார்கள். புழல் நீர்த்தேக்கம் கட்டப்பட்டு, அது சென்னையின் குடிநீர் ஆதாரமாக மாறும் வரை, இந்த ஏழு கிணறுகள்தான் மெட்ராஸ் என்ற மாநகரின் தாகம் தீர்த்த அமுத சுரபியாக விளங்கி இருக்கிறது. ராணுவ குடியிருப்பு பகுதிக்குள் இருக்கும் இந்த கிணறுகளில் சில, இப்போதும் தொடர்ந்து தண்ணீர் வழங்குகின்றன. ஒரு நீரேற்று நிலையமும் இங்கு செயல்பட்டுக் கொண்டிருக்கிறது.

இனி இதில் விஷம் கலக்க ஹைதர் அலியின் படை இல்லை என்ற போதும், இந்த கிணறுகளை கூரை போட்டு மூடி இருப்பதோடு, சிறிய கதவுகளை அமைத்து பூட்டியும் வைத்திருக்கிறார்கள். பூட்டப்பட்ட இந்த கிணறுகளுக்குள் தண்ணீரோடு, 200 ஆண்டுகளுக்கும் மேலான மெட்ராசின் நினைவுகளும் தளும்பிக் கொண்டே இருக்கின்றன.

- ஏழு கிணறு வெட்டிய கேப்டன் பேகரின் நினைவாக அவரது பெயர் பிராட்வே பகுதியில் ஒரு தெருவுக்கு வைக்கப்பட்டுள்ளது.
- இந்த கிணறுகள் இருப்பதால், தங்கசாலையை ஒட்டி இருக்கும் இந்த பகுதியே ஏழு கிணறு பகுதி என்று அழைக்கப்படுகிறது.

வள்ளலார் இல்லம்

28

ஆயுள் முழுவதும் அன்பை போதித்த வள்ளல் பெருமானை உருவாக்கியதில் தருமமிகு சென்னைக்கு மிக முக்கியமான பங்கு இருக்கிறது. சென்னை ஏழுகிணறுப் பகுதியில் வீராசாமித் தெருவில் உள்ள ஒரு ஒண்டிக் குடித்தன வீட்டில் தான் அந்த மாமனிதர் சுமார் 33 ஆண்டுகள் வசித்து வந்தார்.

கடலூர் மாவட்டம் மருதூரில் 1823இல் ராமலிங்கம் பிறந்தார். அவர் பிறந்த சில மாதங்களிலேயே தந்தையை பறிகொடுத்தார். எனவே தாயார் சின்னம்மை தனது 5 குழந்தைகளுடன் சொந்த ஊரான சின்னக் காவனத்திற்குச் வந்து விட்டார். தற்போதைய திருவள்ளூர் மாவட்டம் பொன்னேரிக்கு அருகில் இருக்கிறது இந்த கிராமம்.

● ராமலிங்கம் வாழ்ந்த வீடு

சென்னைக்கு சென்று விட்டால் வாழ்க்கை வளப்படும் என ராமலிங்கத்தின் பெரிய அண்ணன் சபாபதி கருதியதால் குடும்பம் ஏழு கிணறு பகுதிக்கு இடம்பெயர்ந்தது. இப்படித்தான் இரண்டு வயது சிறுவனாக வீராசாமி தெருவில் உள்ள 31ம் நம்பர் வீட்டின் மொட்டை மாடிக்கு வந்து சேர்ந்தார் ராமலிங்கம். சிறிது காலத்தில் தாயார் சின்னம்மை காலமான பின்னர், சுமார் 33 ஆண்டுகள் அவர் இந்த வீட்டில் தான் தனது அண்ணனோடும், அண்ணியோடும் தங்கி இருந்தார்.

ராமலிங்கம் முறையாக பள்ளிக்குப் போகவில்லை. தமிழ் ஆசிரியர் ஒருவரிடமும், பின்னர் சொற்பொழிவாளராக இருந்த அண்ணன் சபாபதியிடமுமே பாடம் பயின்று வந்தார். மற்ற நேரங்களில் அருகில் உள்ள கந்தசாமிக் கோவிலுக்கு சென்று தியானத்தில் ஆழ்ந்துவிடுவார். ஒருமுறை அவர் சரியாகப் படிக்கவில்லை என கோபித்துக் கொண்டு, வீட்டை விட்டு வெளியே அனுப்பி விட்டார் சபாபதி. அப்போதும் ராமலிங்கம் தஞ்சமடைந்த இடம் இந்த கோவில்தான். பின்னாட்களில் வள்ளலாராக உயர்ந்த ராமலிங்க அடிகள் திருவருட்பா பாடியதும் இந்த தலத்தில்தான்.

ராமலிங்கம் திருவொற்றியூர் வடிவுடையம்மன் மீதும் அதீத பக்தி கொண்டிருந்தார். ஏழு கிணறு பகுதியிலிருந்து திருவொற்றியூருக்குத் தினமும் நடந்தே சென்று வழிபட்டு வருவது அவர் வழக்கம். ஒரு முறை நீண்ட நேரம் கோவிலில் மெய்மறந்து இருந்துவிட்டு, இரவு தாமதமாக வீட்டுக்கு வந்தார் ராமலிங்கம். கதவு மூடியிருந்ததால் வெளியில் உள்ள திண்ணையிலேயே படுத்துக் கொண்டார். அப்போது அவருக்கு அம்பிகையே அண்ணியின் உருவில் வந்து உணவு பரிமாறியதாக கூறப்படுகிறது.

புராணச் சொற்பொழிவு செய்யும் அண்ணன் சபாபதிக்கு, ஒருமுறை உடல்நலம் குன்றியதால் சொற்பொழிவுக்குச் செல்ல முடியவில்லை. எனவே ராமலிங்கத்தை அனுப்பி வைத்தார். அன்றைய தினம் சொற்பொழிவைக் கேட்க ஏராளமானோர் கூடியிருந்தனர். அண்ணன் சொன்ன படியே சில பாடல்களை மனமுருகப் பாடினார் ராமலிங்கம். பின்னர் அருமையான ஒரு சொற்பொழிவையும் நிகழ்த்தினார். இப்படி வள்ளலாரின் முதல் சொற்பொழிவு அரங்கேறியதும் சென்னையில்தான்.

வள்ளலாரின் பாடல்களை அவரது மாணவர்கள் அருட்பா என்று அழைத்தனர். அதுவரை தேவார, திருவாசகத்தை மட்டுமே அவ்வாறு அழைத்து வந்தனர். இதனால் ஆறுமுக நாவலர்

• வள்ளலார்

என்பவர் அருட்பா என்று அழைப்பது தவறென நீதிமன்றத்தில் வழக்குத் தொடர்ந்தார். இந்த வழக்கில் வள்ளலாரே தனக்காக வாதாடினார், வழக்கில் வெற்றியும் பெற்றார்.

இதனிடையே பலரது வற்புறுத்தலுக்கு இணங்க, ராமலிங்கம் இருபத்தேழாவது வயதில் தனது சகோதரியின் மகளை திருமணம் செய்துகொண்டார். ராமலிங்கம் அமைதியை நாடியவர். கடவுள் என்றால் என்ன என்று அறிய விரும்பியவர். எனவே, 1858ஆம் ஆண்டு சென்னையிலிருந்து புறப்பட்டுப் பல தலங்களைத் தரிசித்து சிதம்பரத்தை அடைந்தார்.

பின்னர் அவர் வடலூரில் சமரச சுத்த சன்மார்க்க சத்திய தருமச்சாலையை நிறுவி பசிப் பிணி போக்கியது எல்லாம் வரலாறு. இறுதியில் வள்ளலார், 1874ல் தை மாதம் 19ம் தேதி வடலூருக்கு அருகே உள்ள மேட்டுக்குப்பத்தில் இருக்கும் சித்திவளாக மாளிகை அறைக்குள் புகுந்தார். அவரது விருப்பப்படி, அவரது பிரதம சீடர்கள் மூடப்பட்ட அறையின் வெளிப்புறத்தைப் பூட்டினார்கள். அன்று முதல் வள்ளலார் உருவத்தை துறந்து அருவமாக மாறி விட்டதாக சொல்லப்படுகிறது.

மொத்தத்தில் தனது 51 ஆண்டு கால வாழ்வில், பெரும்பகுதியை அவர் சென்னையில்தான் கழித்திருக்கிறார். பாரிமுனை, ஏழு கிணறு, திருவொற்றியூர் என நகரின் பல இடங்களிலும் அந்த வள்ளல் பெருமான் வலம் வந்திருக்கிறார். இறைத் தேடலில் அவருக்கு கிடைத்த பல்வேறு அனுபவங்களை வீராசாமித் தெரு வீடு பார்த்திருக்கிறது. ஆனால் இந்த நினைவுகளை எல்லாம் நெஞ்சில் சுமந்தபடி அந்த வீட்டிற்கு இன்று போனால், ஏமாற்றமே மிஞ்சுகிறது.

சுமார் 187 ஆண்டுகளைக் கடந்த பின்னும், சென்னையின் மத்திய தர குடும்பங்கள் வசிக்கும் ஒரு சாதாரண ஒண்டிக்குடித்தனமாகத் தான் இன்றும் அந்த வீடு இருக்கிறது. தண்ணீர் பிடிப்பது, வேலைக்கு கிளம்புவது என பக்கத்து போர்ஷன்காரர்கள் அன்றாட அலுவல்களில் மும்முரமாக இருக்கிறார்கள். மாடியில் வசித்த மாமனிதரை நினைப்பதெற்கெல்லாம் அவர்களுக்கு நேரம் இருப்பதாகத் தெரியவில்லை.

இந்த வீடு தற்போது தனியார் வசம் இருந்தாலும், உள்ளே சென்று பார்க்க அனுமதிக்கப்படுகிறது. ஆனால் ஒரு மாபெரும் மனிதர் வாழ்ந்த வீடு என்பதற்கான அடையாளங்கள் எதுவும் இல்லை. வள்ளலாரின் நினைவாகத் தான் அந்த பகுதியே இன்று வள்ளலார் நகர் என்று அழைக்கப்படுகிறது. ஆனால் அவர் வாழ்ந்த வீட்டை முறையாகப்

• தண்ணீர் விளக்கு

பராமரிக்கத்தான் ஆள் இல்லை. வாடிய பயிரை கண்டபோதெல்லாம் வாடிய வள்ளலாரின் வீட்டைப் பார்க்கும்போது நம் மனம் வாடித்தான் போகிறது.

- ஒரு நாள் ராமலிங்கம் மாடியறையில் தீவிர முருக வழிபாட்டில் ஈடுபட்டபோது, சுவரிலிருந்த கண்ணாடியில் திருத்தணி முருகன் காட்சியளித்ததாக சொல்லப்படுகிறது. வீராசாமி தெரு வீட்டில் வள்ளலார் வசித்தபோது இப்படி பல அற்புதங்கள் நிகழ்ந்ததாக அவரது வரலாற்றில் குறிப்பிடப்பட்டுள்ளது.
- வள்ளலாரின் நினைவாக இந்திய அரசு சிறப்பு தபால் தலை ஒன்றை வெளியிட்டிருக்கிறது.

டிராம் வண்டிகள்

மவுண்ட் ரோட்டில் மாட்டு வண்டிகளும், குதிரை வண்டிகளும் ஓடிக் கொண்டிருந்த காலத்தில், மெட்ராஸ்வாசிகளை மெய் சிலிர்க்க வைத்தவைதான் டிராம் வண்டிகள். இன்றைய தலைமுறை 'மதராசப்பட்டினம்' போன்ற படங்களில் மட்டுமே பார்த்து ரசிக்க முடிந்த டிராம் வண்டிகள், மெட்ராஸ் மாநகரில் சுமார் 80 ஆண்டுகளாக மாங்கு மாங்கென்று ஓடி இருக்கின்றன.

1877இல்தான் மெட்ராஸ்வாசிகளுக்கு டிராம் வண்டி அறிமுக மானது. ஆனால் அப்போதெல்லாம் குதிரை இழுத்துச் செல்லும் டிராம் வண்டிதான் புழக்கத்தில் இருந்தது. மக்கள் மத்தியில் இதற்கு நல்ல வரவேற்பு இருந்ததால், இதனை அடுத்த கட்டத்திற்கு கொண்டு செல்ல

29

மெட்ராஸ் டிராம்வேஸ்

இதற்காக 1892இல் மெட்ராஸ் டிராம்வேஸ் கம்பெனி ஆரம்பிக்கப்பட்டது. ஒரு லட்சம் பவுண்ட் செலவில் தொடங்கப்பட்ட இந்த கம்பெனி, Messrs Hutchinson - Co என்ற லண்டன் நிறுவனத்தின் கட்டுப்பாட்டில் இயங்கியது. ஆனால் 3 ஆண்டுகள் கடின உழைப்பிற்கு பிறகே எலெக்ட்ரிக் டிராம்களை அவர்களால் சென்னையில் இயக்க முடிந்தது.

மே 7, 1895இல் சென்னை நகர வீதிகளில் முதன்முறையாக எலெக்ட்ரிக் டிராம்கள் ஓடின. இந்தியாவிலேயே எலெக்ட்ரிக் டிராம் ஓடுவது அதுதான் முதல்முறை. அவ்வளவு ஏன், அந்த

சமயத்தில் லண்டன் போன்ற மாநகரங்களில் கூட எலெக்ட்ரிக் டிராம்கள் அறிமுகமாகவில்லை. எனவே எந்த விலங்கும் இழுக்காமல் தானாக நகரும் இந்த பெட்டி வண்டியை மக்கள் சற்றே மிரட்சியுடன் பார்த்தார்கள். அவர்களின் அச்சத்தைப் போக்குவதற்காக சில காலம் வரை ஓசிப் பயணம் எல்லாம் அழைத்துச் சென்றிருக்கிறார்கள்.

சேவையை தொடங்குவதற்கு 3 நாட்களுக்கு முன்னதாக, தமிழ், தெலுங்கு, ஆங்கிலம் ஆகிய மொழிகளில் அறிவிப்பு ஒன்றை வெளியிட்டார்கள். அதாவது மே 6ந் தேதியுடன் ஓசி பயணம் முடிவு பெறுகிறது, மே 7 முதல் கட்டணம் வசூலிக்கப்படும் என்பதுதான் அந்த அறிவிப்பு. ஒரு மைலுக்கு சுமார் 6 பைசா என்ற அளவில் கட்டணம் வசூலிக்கப்பட்டது. இன்றைய பேருந்து போல வண்டியில் ஏறியதும் கண்டக்டரிடம் டிக்கெட் வாங்கிக் கொள்ள வேண்டும்.

ஓட்டுநரும், கண்டக்டரும் காக்கி யூனிபார்ம் அணிந்திருப்பார்கள். திடீரென டிக்கெட் கலெக்டர் ஏறி, பயணிகள் அனைவரிடமும் டிக்கெட் இருக்கிறதா என பரிசோதிப்பார். கொஞ்ச நேரத்தில் எதிரில் மெதுவாக வரும் டிராம் வண்டியில் அப்படியே இங்கிருந்தபடி தாவிவிடுவார். டிக்கெட் பரிசோதகர்களின் இந்த சாகசங்களை வியந்து பார்க்கவே ஒரு கூட்டம் இருந்தது. ஞாயிற்றுக் கிழமைகளில் 6 அணா கொடுத்து டிக்கெட் வாங்கி விட்டால் எங்கு வேண்டுமானாலும் செல்லலாம். மாத சீசன் டிக்கெட் முறைகளும் அமலில் இருந்தன. ஒரு குறிப்பிட்ட ரூட்டில் பயணிக்க மாதம் ரூ.6, எந்த ரூட்டில் வேண்டுமானாலும் பயணிக்க ரூ.10 வசூலிக்கப்பட்டது.

சென்னையின் பல வழித்தடங்களில் இந்த டிராம் வண்டிகள் இயக்கப்பட்டன. வண்ணாரப்பேட்டை, புரசைவாக்கம், பாரிமுனை, சென்ட்ரல் ரயில் நிலையம், மவுண்ட் ரோடு, ராயப்பேட்டை, மயிலாப்பூர் என பல இடங்களுக்கும் டிராம் வண்டியில் ஏறிச்

• டிராம் வண்டியின் வழித்தடங்கள்

செல்லலாம். அப்போதெல்லாம் பேருந்துகள் தேசியமயமாக்கப்பட வில்லை. அதுவும் இல்லாமல், பேருந்துகள் கரியால் இயங்கிக் கொண்டிருந்தன. எனவே மின்சாரத்தில் இயங்கும் டிராம் வண்டிகளுக்கு மக்களிடம் நல்ல கிராக்கி இருந்தது. மெட்ராசில் குறுக்கும் நெடுக்குமாக கம்பளிப் பூச்சியைப் போல இந்த டிராம்கள் ஓடிக் கொண்டே இருந்தன. நாள்தோறும் சுமார் ஒரு லட்சம் பேர் இந்த வண்டிகளைப் பயன்படுத்தினார்கள்.

டிராம் வண்டி மக்களுக்கு வசதியாக இருந்ததே தவிர, அந்த லண்டன் நிறுவனத்திற்கு இதனால் எந்த பயனும் இல்லை. காரணம், எலெக்ட்ரிக் டிராம் வண்டிகளை conduit system எனப்படும் முறையில் இயக்க அந்த நிறுவனம் முடிவு செய்திருந்தது. அதாவது டிராம் வண்டி செல்வதற்காக சாலையில் தண்டவாளங்கள் இருக்கும், அதற்கு நடுவே மின்சார சப்ளைக்கு வழி செய்யும் வயர்கள் பதிக்கப்பட்டிருக்கும். ஆனால் சில நடைமுறை சிக்கல்கள் காரணமாக, இந்த முறையை கைவிட்டுவிட்டு, தலைக்கு மேல் ஒயர்கள் போட்டு, அதில் இருந்து மின்சாரம் பெற்றுக் கொள்ளும் முறைக்கு ஒப்புக் கொண்டது. இங்குதான் ஆரம்பித்தது சிக்கல்.

இந்த புதிய முறையால் நிறுவனத்திற்கு கடுமையான நஷ்டம் ஏற்பட்டு, 1900இல் நிறுவனத்தை விற்க வேண்டிய நிலைக்கு வந்துவிட்டது. எலெக்ட்ரிக் கன்ஸ்ட்ரக்ஷன் கம்பெனி லிமிடெட் என்ற இங்கிலாந்து நிறுவனம், இதனை வாங்கி நான்கு ஆண்டுகள் வரை இயக்கிப் பார்த்தது. பின்னர் 1904இல் மெட்ராஸ் எலெக்ட்ரிக் டிராம்வேஸ் லிமிடெட் நிறுவனத்திற்கு கை மாற்றியது. அந்த நிறுவனமும் கொஞ்சம் தாக்குப் பிடித்துப் பார்த்தது. ஆனால் கடும் நஷ்டம் காரணமாக அவர்களாலும் 1953ஆம் ஆண்டிற்கு மேல் டிராம்களை இயக்க முடியவில்லை. எனவே அந்த ஆண்டு ஏப்ரல் 11ந் தேதி நள்ளிரவுடன் மெட்ராசின் டிராம்கள் கடைசியாக ஓடி ஓய்ந்தன.

• மக்கள் நடமாட்டத்திற்கு இடையே பயணிக்கும் டிராம் வண்டி

• மெட்ராஸின் முக்கிய போக்குவரத்தாக விளங்கிய டிராம்

பெரும் எதிர்பார்ப்புகளுக்கு இடையே அறிமுகமாகி, தங்களின் வாழ்வின் ஒரு அங்கமாகவே ஆகிப் போன டிராம்கள் திடீரென நின்று போனதை மக்களால் ஜீரணிக்க முடியவில்லை. ஆனால் இதனைத் தொடர்ந்து இயக்க அந்த நிறுவனமும் தயாராக இல்லை, அரசும் தயாராக இல்லை என ஏப்ரல் மாதம் அறிவித்தார் அப்போதைய முதலமைச்சர் ராஜாஜி. நிஜத்தில் இருந்த டிராம்கள், அந்தக் கால மெட்ராஸ்வாசிகளின் நினைவுப் பொருளாக மெல்ல மாறிப் போயின.

- துறைமுகத்திற்கு சரக்குகள் கொண்டு செல்லவும் டிராம் வண்டிகள் பயன்படுத்தப்பட்டன.
- இந்த வண்டிகளுக்கான மின்சாரம், பேசின் பிரிட்ஜில் இருந்த மின் நிலையத்தில் இருந்து தருவிக்கப்பட்டது.
- இந்தியாவில் அறிமுகமாகி 10 ஆண்டுகளுக்கு பிறகே அமெரிக்காவில் டிராம்கள் ஓடத் தொடங்கின.

சென்னை

விக்டோரியா பப்ளிக் ஹால்

30

மெட்ராஸ் ராஜதானியில் முதல் திரைப்படம் திரையிடப்பட்ட அரங்கம்தான் விக்டோரியா பப்ளிக் ஹால். எட்வர்ட் என்ற ஆங்கிலேயர் 1897இல் மவுனமாக ஓடும் சலனப்படக் காட்சிகளை முதன்முறையாக இங்கு திரையிட்டுக் காட்டினார். ரயில் நிலையத்தில் ரயில் வந்து நிற்பதும், தொழிற்சாலையில் இருந்து தொழிலாளர்கள் வெளியே வருவதும்தான் இங்கு திரையிடப்பட்ட முதல் சலனப்படக் காட்சிகள்.

திரையில் படங்கள் நகர்வதைப் பார்த்தவர்களுக்கு தங்கள் கண்களையே நம்ப முடியவில்லை. திடீரென ஒரு வெள்ளைத் திரையில் எப்படி ரயில் ஓடுகிறது, இத்தனை பேர் எங்கிருந்து வந்து போகிறார்கள் என்ற சூட்சுமம் புரியாமல் விழிகள் வியப்பில் விரிய, ஒரு மாயாஜால

மயக்கத்தில் கிறங்கிப் போனார்கள் மெட்ராஸ்வாசிகள். இந்த அமோக வரவேற்பின் விளைவுதான் மெட்ராசில் தொடங்கப்பட்ட நிரந்தர திரையரங்குகள்.

இப்படி சென்னையின் திரையரங்குகளுக்கு அஸ்திவாரம் அமைத்துக் கொடுத்த இந்த விக்டோரியா பப்ளிக் ஹாலின் அஸ்திவாரம் போடப்பட்ட கதையும் சுவையானதுதான். 1882இல் ஜார்ஜ் டவுன் பகுதியில் கூட்டம் போட்ட முக்கியப் பிரமுகர்கள், மெட்ராசிற்கென ஒரு பிரத்யேக டவுன் ஹால் வேண்டுமென தீர்மானித்தனர். அதற்கென முக்கியஸ்தர்கள் சிலரிடம் நிதி வசூலிக்கப்பட்டு ரூ. 16,425 திரட்டப்பட்டது. இதற்கென 12 உறுப்பினர்கள் கொண்ட குழு ஒன்றும் உருவாக்கப்பட்டது. 1886ஆம் ஆண்டு பீப்பிள்ஸ் பார்க் (People's Park) பகுதியில் 57 கிரவுண்டு நிலம் 99 ஆண்டு லீசுக்கு எடுக்கப்பட்டது. லீசுக்கான தொகை எவ்வளவு தெரியுமா? ஒரு கிரவுண்டுக்கு எட்டணா வீதம் மொத்தம் ரூ 28.

விஜயநகர மன்னர் சர் ஆனந்த கஜபதி ராவ் அடிக்கல் நாட்ட கட்டுமானப் பணி தொடங்கியது. இதற்கு நிதி அளித்தவர்களில் திருவாங்கூர் மகாராஜா, மைசூர் மகாராஜா, புதுக்கோட்டை அரசர் ஆகியோர் முக்கியமானவர்கள். இந்தோ - சாராசெனிக் பாணியில் அமைந்த இந்த கட்டிடத்தை ராபர்ட் பெல்லாஸ் சிஸ்ஹோம் என்ற கட்டிடக் கலை வல்லுநர் வடிவமைத்துக் கொடுக்க, நம்பெருமாள் செட்டி கட்டினார். இத்தாலியப் பாணி கோபுரத்தில் கேரளப் பாணி கூரை அமைக்கப்பட்டது இதன் சிறப்பம்சம். திருவாங்கூர் மகாராஜாவும் நிதி அளித்ததால், கேரளப் பாணி கூரை அமைத்துவிட்டார்கள் போல் இருக்கிறது.

விக்டோரியா அரசியின் பொன்விழா 1887ஆம் ஆண்டு கொண்டாடப்பட்டதை நினைவுகூறும் வகையில், இந்த கட்டிடத்திற்கு அவரின் பெயரை சூட்ட வேண்டும் என முக்கியப் பிரமுகர்கள் கருத்து தெரிவித்தனர். இதனை அடுத்து 1888ஆம் தொடங்கி 1890ஆம் ஆண்டு கட்டி முடிக்கப்பட்ட இக்கட்டிடத்திற்கு விக்டோரியா பப்ளிக் ஹால் எனப் பெயர் சூட்டப்பட்டது.

சென்ட்ரல் ரயில் நிலையத்திற்கு அருகில் ஆங்கிலேயர் காலத்து மெட்ராஸை நினைவுபடுத்தியபடி நின்று கொண்டிருக்கும் இந்த சிவப்பு நிறக் கட்டடம், சலனப்படக் காட்சி திரையிடப்பட்டது முதல் அரசியல் கூட்டங்கள் அரங்கேறியது வரை மெட்ராசின் பல முக்கிய நிகழ்வுகளை பார்த்திருக்கிறது. தமிழ் நாடக உலகின் முன்னோடிகளான சங்கரதாஸ் சுவாமிகளும், பம்மல் சம்மந்த முதலியாரும் தங்களின் நாடகங்களை இங்கு மேடையேற்றி இருக்கின்றனர்.

அக்கால மெட்ராஸ்வாசிகளின் மாலைப் பொழுதை இனிமையாக்கும் பணியை இந்த சிவப்பு கட்டடம் செவ்வனே செய்திருக்கிறது. அவர்களின் நினைவுகளில் உற்சாகம் பாய்ச்சக் கூடிய கனவுப் பிரதேசமாகவே இந்த ஹால் திகழ்ந்திருக்கிறது. மரங்கள் நிறைந்த பீப்பிள்ஸ் பார்க்கில், கலைநயமிக்க கட்டடத்தில், ரம்மியமான மாலை நேரத்தில், வங்கக் கடல் காற்று வருடிக் கொடுக்க, ஹாயாக அமர்ந்து நாடகம் பார்ப்பது என்பது நினைக்கும்போதே சுகமான மயக்கம் தரக்கூடிய விஷயம்தானே. அதனால்தான் இங்கு நடைபெறும் நாடகங்களைக் காண மக்கள் ஆர்வமாகக் கூடினர். பெரும்பாலான நாடகங்கள் அரங்கு நிறைந்த காட்சிகளாகவே நடைபெற்றிருக்கின்றன. சில காட்சிகளுக்கு முன்பதிவு செய்தும் பார்த்திருக்கிறார்கள். அன்றைய மெட்ராசில் தெலுங்கர்கள் அதிகம் வசித்ததால், தெலுங்கு நாடகங்கள் பெருமளவில் அரங்கேறின.

● விக்டோரியா பப்ளிக் ஹால்

பம்மல் சம்பந்த முதலியாரின் சுகுண விலாஸ சபாவினர் இந்த அரங்கில் முதன்முதலில் நாடகம் போட்டபோது அதனை பிரபலப்படுத்துவதற்காக 25,000 பிட் நோட்டீஸ்களை அச்சடித்து, ஒரு குதிரையை வாடகைக்கு அமர்த்தி, ஓய்வுபெற்ற ராணுவ வீரர் மூலம் தெருத்தெருவாக கொடுத்திருக்கின்றனர். அந்தக் காலத்தில் இங்கு நடைபெறும் நாடகங்கள் இரவு 9 மணிக்கு தொடங்கி அதிகாலை 3.30 மணிக்கு முடியும்.

இதனால் அடுத்தநாள் வேலைக்கு செல்ல முடியவில்லை என அரசு ஊழியர்களும், வியாபாரிகளும் புலம்பியதால், நாடக நேரம் மாற்றப்பட்டது. 1906இல் சுகுண விலாஸ

விக்டோரியா ஹாலின் வெளியில் காத்திருக்கும் காரோட்டிகள்

சபாவினர், தங்களின் 'காதலர் கண்கள்' என்ற நாடகம் மாலை 6 மணிக்கு தொடங்கி இரவு 9 மணிக்கு முடியும் என அறிவித்தபோது பலரும் ஆட்சேபம் தெரிவித்தனர். இந்த முயற்சிக்கு வரவேற்பு கிடைக்காது என்றனர். ஆனால் மக்கள் இதனை விரும்பி ஏற்றுக்கொண்டனர். பின்னர் மெட்ராசில் சினிமா அரங்குகள் தொடங்கப்பட்டபோது மாலைக் காட்சிக்கு இதேநேரம்தான் தேர்வு செய்யப்பட்டது.

தமிழ், தெலுங்கு மட்டுமின்றி ஜூலியஸ் சீசர் போன்ற ஆங்கில நாடகங்களும் இங்கு மேடையேறி இருக்கின்றன. ஷேக்ஸ்பியரின் பல நாடகங்களை தமிழில் மொழிமாற்றம் செய்தும் அரங்கேற்றி இருக்கின்றனர். இதற்கு நல்ல வரவேற்பு கிடைத்ததால் ஷேக்ஸ்பியர் தினம் கொண்டாடி, பின்னாளில் அதனை ஷேக்ஸ்பியர் வாரமாக மாற்றினர். அரங்கில் இடமில்லாத அளவிற்கு கூட்டம் வந்ததால், விக்டோரியா அரங்கத்திற்கு பின்புறம் உள்ள டென்னிஸ் மைதானத்தில் நாடகம் போட வேண்டியதாகிவிட்டது.

விக்டோரியா ஹாலில் ஒருமுறை பம்மல் சம்பந்த முதலியாரின் மனோகரா நாடகம் நடைபெற்றுக் கொண்டிருந்தது. கிளைமாக்ஸில் மனோகரன் தன்னை பிணைத்திருக்கும் சங்கிலிகளை அறுத்தெறியும் காட்சி. மனோகரனாக நடித்தவர் சங்கிலிகளை அறுத்தெறிந்த சத்தம் கேட்டு, தனது குவார்டர்ஸில் தூங்கிக் கொண்டிருந்த விக்டோரியா ஹாலின் கண்காணிப்பாளர் எல்லிஸ் ஏதோ கலவரம் வந்துவிட்டது என எண்ணி அலறி அடித்துக் கொண்டு ஓடி வந்தாராம். இப்படி நிறைய சுவாரஸ்யமான சம்பவங்கள் இந்த ஹாலில் அரங்கேறி இருக்கின்றன.

விக்டோரியா ஹாலின் எழில்மிகு கோபுரம்

நாடகங்கள் மட்டுமின்றி பொதுக் கூட்டங்களும் இங்கு நடைபெற்றிருக்கின்றன. சுவாமி விவேகானந்தர், சர்தார் வல்லபாய் படேல், கோபால கிருஷ்ண கோகலே, பாரதியார் போன்ற தலைவர்கள் இங்கு உரையாற்றி உள்ளனர். 1902ஆம் ஆண்டு இந்த அரங்கில் மாறுவேடப் போட்டி கூட நடந்திருக்கிறது.

மெல்ல சிதிலமடைந்து வந்த இந்த புராதன கட்டிடத்தை 1967ஆம் ஆண்டு பேரறிஞர் அண்ணா முதலமைச்சராக இருந்தபொழுது புனரமைத்து திறந்து வைத்தார். ஆனால் கடந்த 40 ஆண்டுகளாக இது பயன்பாடின்றி இருந்தது. தற்போது மீண்டும் சீரமைக்கும் பணி நடைபெற்று வருகிறது. மாடிப்படிகள், பழுதடைந்த ஜன்னல், கதவுகள், சுவர்களில் உடைந்த செங்கற்கள் ஆகியவை கலைநயத்துடன் வடிவமைப்பு மாறாமல் புனரமைக்கப்படுகின்றன. பணிகள் நிறைவடைந்ததும் கலை, கலாச்சார நிகழ்ச்சிகளுக்கு அனுமதி வழங்கப்படும் என அறிவிக்கப்பட்டுள்ளதால், மீண்டும் ஒரு பொன்மாலைப் பொழுதிற்கு தயாராகிறது விக்டோரியா பப்ளிக் ஹால்.

- விக்டோரியா அரசியின் பெயர் கொண்ட கட்டிடத்தில் அவரின் படம் இருக்க வேண்டும் எனக் கருதி சுகுண விலாஸ சபாவினர் ரூ. 200 செலவழித்து 1910ஆம் ஆண்டு அவரது படத்தை நிறுவினர்.

- 1908ஆம் ஆண்டு இங்கு ஒரு நூலகமும் ஏற்படுத்தப்பட்டது. ஆங்கிலம் மட்டுமின்றி நான்கு தென்னிந்திய மொழி நூல்கள் இதில் இடம்பெற்றிருந்தன. அந்நாட்களில் நாடகங்கள் தொடர்பான புத்தகங்கள் இருந்த நூலகம் சென்னையிலேயே இது ஒன்றாகத் தான் இருக்கும் என்கிறார்கள்.

கொள்ளைக்காரன் ராபர்ட் கிளைவ்

வரலாறு வெற்றியாளர்களாக பதிவு செய்திருக்கும் சிலர் சொந்த வாழ்க்கையில் படுதோல்வியடைந்து பரிதாபத்திற்குரியவர்களாக இருந்திருக்கிறார்கள். இந்தியாவில் கிழக்கிந்திய கம்பெனி ஆழமாக காலூன்ற மிக முக்கியக் காரணகர்த்தா என்று ஆங்கிலேயர்களால் கொண்டாடப்பட்ட ராபர்ட் கிளைவ் அப்படிப்பட்ட ஒருவர்தான். மிக இளம் வயதிலேயே வாழ்வின் உச்சங்களைத் தொட்ட கிளைவ், திடீரென ஒரு நாள் கழுத்தை அறுத்துக் கொண்டு தற்கொலை செய்து கொண்டதே இதற்கு சாட்சி.

31

• ராபர்ட் கிளைவ்

இங்கிலாந்தின் நடுத்தரக் குடும்பத்தில் பிறந்த ராபர்ட் கிளைவ், 17 வயதில் கிளர்க் வேலைக்காக பாய்மரக் கப்பல் ஒன்றில் இந்தியாவுக்கு பயணமானார். பயணத்தின் போது, குடித்துவிட்டு கலாட்டா செய்த கிளைவ் சொந்த ஊரில் இருந்தபோதும் கிட்டதட்ட அதையேதான் செய்து கொண்டிருந்தார். எனவேதான் அவரது தந்தை ரிச்சர்ட் கிளைவ் பையன் கொஞ்சம் உருப்படட்டுமே என்ற எண்ணத்தில் இந்தியாவிற்கு அனுப்பி வைத்தார். ஆனால் கிளைவ் இந்தியாவை உருப்பட விடாமல் செய்யப் போகிறார் என்பது அந்த தந்தைக்கு அப்போது தெரிந்திருக்கவில்லை.

துடுக்குத்தனத்தைப் போலவே இளைஞர் கிளைவிடம் நிறையவே புத்திசாலித்தனமும் இருந்தது. லத்தீனும் ஆங்கிலமும் கற்றிருந்த கிளைவ், புயலால் சேதமடைந்து கப்பல் சில மாதங்கள் பிரேசில் நாட்டின் ரியோடி ஜெனிரோ நகரில் நின்றபோது, போர்த்துக்கீசிய மொழியையும் கற்றுக் கொண்டார். அது, மெட்ராஸில் அவருக்கு பெரிதும் கை கொடுத்தது.

• யுத்தத்தில் கிளைவ்

• கிளைவ் அருங்காட்சியகத்தில் உள்ள கோப்பை

• கிளைவ் உருவம் பொறித்த நாணயம்

18 மாத நீண்ட பயணத்திற்கு பிறகு, ஒரு வழியாக 1744இல் மெட்ராஸில் காலடி வைத்த கிளைவ், குறுகிய காலத்திலேயே இந்திய வரலாற்றிலும் அழுத்தமாக கால் பதித்தார். வாழ்வில் முன்னேற குறுக்கு வழிதான் சுலபமானது என முடிவெடுத்த கிளைவ், அந்த வழியில் மிக வேகமாக தனது பயணத்தை தொடர்ந்தார். கொடுக்க வேண்டியதைக் கொடுத்து காரியங்களை சாதித்தார். இதன் மூலம் கிளர்க் வேலையில் இருந்து ராணுவப் பணிக்கு மாறிய கிளைவ், பதவிப் படிகளில் கிடுகிடுவென ஏறினார். 1749இல் பிரெஞ்சுப் படையினரைத் தோற்கடித்து ஆற்காடு பகுதியைக் கைப்பற்றினார். அடுத்தடுத்து போர்களை நடத்தி தென்னிந்தியாவின் பல பகுதிகளை ஆங்கிலேய வசமாக்கினார் ராபர்ட் கிளைவ்.

வெற்றிகளைக் குவித்த கிளைவ், சொந்த வாழ்வில் அடுத்த கட்டத்திற்கு செல்ல முடிவெடுத்தார். தனது நண்பரின் சகோதரியான மார்க்ரெட்டைக் கரம் பிடித்தார். வரலாற்று சிறப்புமிக்க அந்த திருமணம் 1753-ம் ஆண்டு சென்னை புனித ஜார்ஜ் கோட்டையில் உள்ள தேவாலயத்தில் நடைபெற்றது.

திருமணம் ஆனதும் மனைவியுடன் கிளைவ் தாயகம் திரும்பினார். ஆனால் அவரால் அங்கே அதிக காலம் இருக்க முடியவில்லை. இதனிடையே வங்காளத்தில் ஆட்சியைக் கைப்பற்ற பிரெஞ்சுப் படைகளுடனான போரில் வெற்று பெற ஒரு திறமையான தளபதி வேண்டும் என்று நினைத்த ஆங்கிலேயர்கள் கிளைவிற்கு அழைப்பு விடுத்தனர். இதனை ஏற்ற கிளைவ் 1756இல் மீண்டும் இந்தியா வந்தார்.

மெட்ராசில் இருந்து படை திரட்டிக் கொண்டு கல்கத்தா சென்றார். அங்கே யுத்தக் கைதியாகப் பிடிபட்ட கிளைவ், லஞ்சம் கொடுத்து சிறையில் இருந்து தப்பினார். பணத்தின் பலத்தை நன்றாகப் புரிந்துகொண்ட கிளைவ், பலரையும் 'கவனித்து' சரித்திரப் புகழ்பெற்ற பிளாசி யுத்தத்தில் வெற்றியை 'வாங்கினார்'. இந்த வெற்றிதான் அடுத்த இரண்டு நூற்றாண்டுகளுக்கு இந்தியாவில் ஆங்கிலேய ஆட்சியை நிலைநிறுத்த உதவியது.

வளமான வங்காளத்தின் ஆளுநரான கிளைவ், தனிப்பட்ட முறையிலும் எக்கச்சக்கமான செல்வத்தைக் குவித்தார். இப்படி முப்பது வயதுக்குள் கிழக்கிந்திய கம்பெனியின் பெரும் பதவிகளை வகித்து, லட்சக்கணக்கில் பணத்தையும் வைரங்களையும் குவித்த கிளைவ் 1760இல் பெரும் செல்வந்தராக நாடு திரும்பினார். இருக்கும் பணத்தைக் கொண்டு பல தோட்ட வீடுகளை வாங்கிய கிளைவ் இங்கிலாந்து நாடாளுமன்ற உறுப்பினராகி பேரும் புகழும் அடைந்தார். ஆனால் இதுவும் நீடிக்க வில்லை. 1764இல் காலம் மீண்டும் கிளைவை இந்தியாவிற்கு அனுப்பியது.

• ராபர்ட் கிளைவ் குடும்பம்

மூன்றாவது பயணத்திலும் முடிந்தவரை கொள்ளை

யடித்தார் கிளைவ். பெரும் செல்வத்துடன் நாடு திரும்பிய கிளைவிற்கு அங்கு ஒரு சோதனை காத்திருந்தது. அதிகாரத்தைப் பயன்படுத்தி மோசடிகளில் ஈடுபட்டார் என்ற குற்றச்சாட்டின் பேரில் இங்கிலாந்து நாடாளுமன்றம் அவர் மீது விசாரணை நடத்தியது. அன்றைய வங்காளத்தின் மொத்த வருமானம் 1 கோடியே 30 லட்சத்து 66,761 ரூபாய். செலவு 9 லட்சத்து 27,609 ரூபாய். இதில் ராபர்ட் கிளைவ் அடைந்த ஆதாயம் 2 லட்சத்து 50,000 ரூபாய் என்று அந்த குற்றச் சாட்டில் தெரிவிக்கப்பட்டிருந்தது. இந்த மகத்தான ஊழல் விசாரணையில் தப்பித்துவிட்டாலும், அவரால் மனசாட்சியிடம் இருந்து தப்பிக்க முடியவில்லை.

கிளைவின் உடல்நலம் நலிவடையத் தொடங்கியது. ரத்தக் கொதிப்பால் தூக்கமின்றி அவதிப்பட்ட கிளைவிற்கு பித்தப்பை கோளாறும் இருந்தது. தூக்கம் வருவதற்காக தினமும் போதை ஊசி போட்டுக் கொண்டதால் நரம்புத் தளர்ச்சி அதிகமானது. வலியாலும் வேதனையாலும் அழுது கதறிய கிளைவ், தன்னைக் கொன்று விடும்படி மன்றாடினார். இறுதியில் 1774-ம் ஆண்டு 49-ம் வயதில் தனது பகட்டான பண்ணை வீடு ஒன்றில் கழுத்தை அறுத்துக் கொண்டு ரத்தம் சொட்டச் சொட்ட பரிதாபமாக செத்துப் போனார் ராபர்ட் கிளைவ்.

படுக்கையில் சிந்திக் கிடந்த ரத்தத்தில், கிளைவ் இந்தியாவில் செய்த பாவங்கள் அமைதியாக பிரதிபலித்துக் கொண்டிருந்தன.

- கிளைவ் முதன்முறையாக இந்தியா வந்தபோது, கப்பலில் இருந்து கடலில் விழுந்துவிட்டார். உடன் இருந்தவர்கள் அவரைக் காப்பாற்றியதால் உயிர் பிழைத்தார்.
- கிளைவ் இந்தியாவில் இருந்து கொண்டு சென்ற அரிய கலைப் பொக்கிஷங்கள் இங்கிலாந்தில் உள்ள கிளைவ் அருங்காட்சியகத்தில் காட்சிக்கு வைக்கப்பட்டுள்ளன.
- சுமார் 260 ஆண்டுகளுக்கு முன் கிளைவ் தனது மனைவியுடன் வசித்த வீடு, புனித ஜார்ஜ் கோட்டைக்குள் 'கிளைவ் இல்லம்' என்ற பெயரில் இன்றும் இருக்கிறது.

கவர்னர் ஜெனரலான காதல் மன்னன்

32

சாதாரண பேட்டையில் இருந்து அதிகார கோட்டைக்கு போகும் சாகசக் கதாநாயகனின் கதையை போன்று விறுவிறுப்பானது, இந்தியாவின் முதல் கவர்னர் ஜெனரலான வாரன் ஹேஸ்டிங்சின் வாழ்க்கை. சுமார் 300 ஆண்டுகால ஆங்கிலேய ஆட்சியில் ராபர்ட் கிளைவுக்கு அடுத்தபடியாக பெரிதும் பேசப்பட்டவர் வாரன் ஹேஸ்டிங்ஸ். இந்தியாவில் ஆங்கிலேய ஆட்சிக்கு அவர் போட்ட பலமான அஸ்திவாரமே இதற்கு காரணம்.

● வாரன் ஹேஸ்டிங்

வாழ்ந்து கெட்ட ஒரு அரச குடும்பத்தில் 1732இல் பிறந்தார் வாரன் ஹேஸ்டிங்ஸ். எனவே இந்தியாவிற்கு சென்றால் பிழைத்துக் கொள்ளலாம் என கப்பல் ஏறிய அந்தக்கால இங்கிலாந்து இளைஞர்களைப் போல, 18வது வயதில் தனது பயணத்தை தொடங்கினார் ஹேஸ்டிங்ஸ். கிழக்கிந்திய கம்பெனியின் சாதாரண எழுத்தராக அவர் வந்திறங்கியது முதலில் கல்கத்தாவில் என்றாலும், வாழ்வில் அனைத்து விதமான ஆட்டங்களையும் ஆடிப் பார்த்தது மெட்ராசில்தான்.

1750ஆம் ஆண்டு ஆகஸ்ட் மாதம் கல்கத்தா வந்த வாரன் ஹேஸ்டிங்ஸ், தனது கடின உழைப்பால் விரைவில் நல்ல பெயர் எடுத்தார். இந்தியாவைப் பற்றி தெரிந்து கொள்வதிலும், உருது, பாரசீகம் ஆகிய மொழிகளைக் கற்பதிலும் ஓய்வு நேரத்தை செலவிட்டார். இதனிடையே சில பல பதவி உயர்வுகளைப் பெற்று வாழ்க்கையில் சற்று மேலே போனாலும் கல்கத்தாவில் அன்று நிலவிய அரசியல் குழப்பங்கள் ஹேஸ்டிங்ஸை மன உளைச்சலுக்கு உள்ளாக்கின. எனவே 1764ஆம் ஆண்டு டிசம்பர் மாதம் பதவியை உதறிவிட்டு இங்கிலாந்திற்கு திரும்பிவிட்டார்.

தனது மற்ற சகாக்களைப் போல தாயகம் திரும்பும்போது பெரும் செல்வத்தை அவர் சேர்த்துக் கொண்டு செல்லவில்லை. அவர் சேர்த்த சிறிதளவு பணமும் விரைவிலேயே

கரைந்துவிட கடனாளியான ஹேஸ்டிங்ஸ், வட போச்சே என்று வருந்தினார். அப்போதுதான் மீண்டும் இந்தியா செல்வது என முடிவு எடுத்தார். அந்த முடிவு அவரது வாழ்வை மட்டுமின்றி இந்தியாவின் எதிர்காலத்தையே மாற்றி அமைத்தது.

இந்த முறை அவருக்கு மெட்ராசில் வேலை கிடைத்தது. இதற்காக 1769இல் ட்யூக் ஆஃப் கிராஃப்டன் என்ற கப்பலில் ஏறிய போதுதான் அவரது வாழ்வில் வசந்தம் வீசத் தொடங்கியது. அதே கப்பலில் இம்ஹோஃப் என்பவர் தனது மனைவியுடன் பயணம் செய்தார். பிரபு குடும்பத்தைச் சேர்ந்தவராக இருந்தாலும் வசதியில் குறைந்த இம்ஹோஃப் நன்றாக ஓவியம் வரைவார். எனவே சென்னையில் ஓய்வு நேரத்தில் ஆங்கிலேய அதிகாரிகளை படம் வரைந்து நன்றாக சம்பாதிக்கலாம் என்ற நினைப்போடு, சிபாரிசு மூலம் ராணுவத்தில் பயிற்சியாளர் வேலை பெற்று, கனவுகளோடு கப்பலில் வந்துகொண்டிருந்தார்.

நீண்ட கப்பல் பயணத்தில் வாரன் ஹேஸ்டிங்ஸும், இம்ஹோஃபின் மனைவி மரியாவும் நெருங்கிய நண்பர்களானார்கள். கடல் பயணம் ஒத்துக் கொள்ளாமல் ஹேஸ்டிங்ஸ் நோய்வாய்ப்பட்டபோது, மரியா மருந்துகளோடு சேர்த்து அன்பையும் கொடுத்து அரவணைத்தார். ஏற்கனவே மனைவியை இழந்திருந்த ஹேஸ்டிங்ஸுக்கு மரியாவின் துணை பெரும் ஆறுதலாக இருந்தது. சென்னையில் வந்து இறங்குவதற்கு முன்பே இவர்களின் நட்பு காதலாக பரிணாம வளர்ச்சி அடைந்துவிட்டது.

சென்னைக்கு வந்ததும் வாரன் ஹேஸ்டிங்ஸ் அடிக்கடி மரியாவின் வீட்டிற்கு சென்று வந்தார். 1771இல் மரியா தனது கணவருடன் கல்கத்தா செல்லும் வரை இது நீடித்தது. ஹேஸ்டிங்ஸ் தனக்கு ஆளுநர் பதவி கிடைக்கும் என்ற நம்பிக்கையில் சென்னையிலேயே தங்கி இருந்தார். ஆனால் விதி அவரையும் கல்கத்தாவிற்கு இழுத்துச் சென்றது. அவருக்கு கல்கத்தாவின் ஆளுநர் பதவி கொடுக்கப்பட்டிருப்பதாக செய்தி வந்தது. மச்சக்கார ஹேஸ்டிங்ஸிற்கு அவர் விரும்பிய ஆளுநர் பதவி மரியா வசிக்கும் நகரிலேயே கிடைத்துவிட்டது.

ஹேஸ்டிங்ஸ் கல்கத்தா சென்றதும் மீண்டும் உறவு தொடர்ந்தது. அந்நாட்களில் கல்கத்தா முழுவதும் இதுதான் பேச்சாக இருந்தது. இதனிடையே ஹேஸ்டிங்ஸ் தனது நிர்வாகப் பணிகளையும் சிறப்பாக செய்துவந்தார். அந்தக் காலத்தில் நிலவிய பல்வேறு அரசியல் சிக்கல்களையும் திறம்பட சமாளித்தார். எனவே 1773இல் இந்தியாவின் முதல் கவர்னர் ஜெனரலாக நியமிக்கப்பட்டார். அதுநாள் வரை மெட்ராஸ், பம்பாய், கல்கத்தா ஆகிய மூன்று மாகாணங்களுக்கும் தனித்தனி ஆளுநர்கள்தான் இருந்து வந்தனர். ஹேஸ்டிங்ஸின் முயற்சியால்தான் இந்த மூன்றையும் ஒருங்கிணைத்து கவர்னர் ஜெனரல் என்ற பதவி உருவாக்கப்பட்டது.

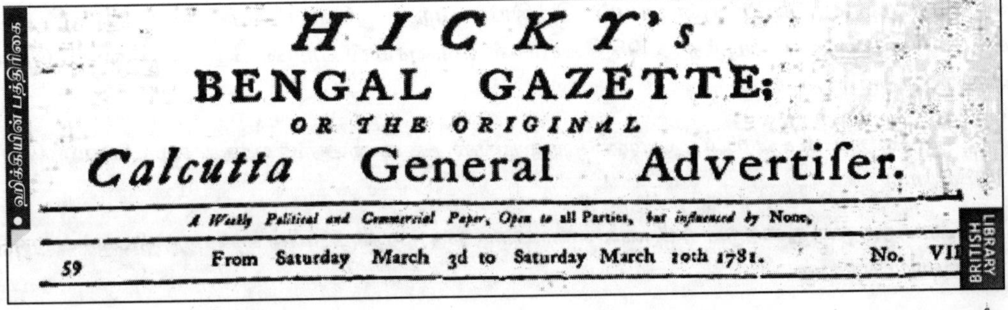

HICKY's
BENGAL GAZETTE;
OR THE ORIGINAL
Calcutta General Advertiser.
A Weekly Political and Commercial Paper, Open to all Parties, but influenced by None.
59 From Saturday March 3d to Saturday March 10th 1781. No. VII

வாரன் ஹேஸ்டிங்ஸ் நினைவிடம்

HICKY's
BENGAL GAZETTE;
OR THE ORIGINAL
Calcutta General Advertiser.

ஹிக்கியின் பத்திரிகை

இதனிடையே கணவனை விவாகரத்து செய்துவிட்டு வந்த மரியாவை 1777இல் முறைப்படி திருமணம் செய்துகொண்டார் வாரன் ஹேஸ்டிங்ஸ். பின்னர் இவர்களின் இல்வாழ்க்கை கடைசி வரை இனிமையாகத் தொடர்ந்தது. மரியாவின் மனதில் இடம் பிடித்துவிட்டால் கவர்னர் ஜெனரலிடம் காரியம் சாதித்துக் கொள்ளலாம் என சிறு குழந்தைக்கு கூட தெரிந்திருந்தது. இதனால் அதிகார துஷ்பிரயோக குற்றச்சாட்டுகளுக்கு ஆளானார் ஹேஸ்டிங்ஸ்.

இந்த சூழலில்தான் 'பெங்கால் கெஜெட்' என்ற இந்தியாவின் முதல் செய்தித்தாளைத் தொடங்கினார் ஜேம்ஸ் அகஸ்டஸ் ஹிக்கி. ஹிக்கியின் பத்திரிகை ஹேஸ்டிங்ஸையும், மரியாவையும் சரமாரியாக கிழித்தது. இப்படித்தான் இந்தியாவின் முதல் பத்திரிகை கிசுகிசு சூடு பிடித்தது. கவர்னர் ஜெனரல் தனது அதிகாரத்தைப் பயன்படுத்தி ஹிக்கியை சிறையில் அடைத்தார். அப்போதும் அடங்காமல் அவர் அவதூறுகளைப் பிரசுரித்துக் கொண்டே இருந்தார். இதனால் அவரது அச்சகத்தையும் அரசு அபகரித்துக் கொண்டது. இறுதியில் தனது போரில் ஹிக்கி தோற்றார்.

ஹிக்கியின் பத்திரிகைக்கு தீனி போடுவதைப் போல ஹேஸ்டிங்சும் நிறைய அதிகார துஷ்பிரயோகங்களிலும், ஊழல்களிலும் ஈடுபட்டார். ஓர் எழுத்தராக ஐந்து பவுண்ட் பணத்துடன் வந்த வாரன் ஹேஸ்டிங், இந்தியாவில் கொள்ளை அடித்த பணத்தின் மதிப்பு குறைந்தபட்சம் 20 மில்லியன் பவுண்ட் என்கிறார்கள். இது போன்ற குற்றச்சாட்டுகளைப் பற்றி இங்கிலாந்தின் காமன் சபையில் விசாரிக்கப்பட்டது. ஏழு ஆண்டுகள் நடைபெற்ற இந்த வழக்கின் முடிவில், வாரன் ஹேஸ்டிங் குற்றமற்றவர் என்று தீர்ப்பு அளிக்கப்பட்டது. தீர்ப்பை விலைக்கு வாங்கினார் வாரன் என்றும் சொல்லப்படுகிறது.

எது எப்படியோ ஓட்டாண்டியாய் இந்தியா வந்து ஓஹோவென வாழ்ந்து, பெரும் செல்வத்துடன் ஓட்டம் பிடித்த ஆங்கிலேயர்கள் வரிசையில் வாரன் ஹேஸ்டிங்ஸும் இடம் பிடித்துவிட்டார்.

- *பகவத் கீதையால் கவரப்பட்ட வாரன் ஹேஸ்டிங்ஸ் அதனை ஆங்கிலத்தில் மொழிபெயர்க்கச் செய்தார்.*
- *மெட்ராசிற்கு ஒரு துறைமுகம் தேவை என்ற கருத்தை முதன்முதலில் வலியுறுத்தியவர் வாரன் ஹேஸ்டிங்ஸ்தான்.*

செயின்ட் தாமஸ் மவுண்ட்

மவுண்ட் ரோடு, சாந்தோம், செயின்ட் தாமஸ் மவுண்ட் என மெட்ராசின் பழமையான பல விஷயங்களுக்கு காரணமானவர் புனித தோமையார் என்று அழைக்கப்படும் செயின்ட் தாமஸ். ஏசுநாதரின் 12 சீடர்களில் ஒருவரான புனித தாமஸ், கிபி 52இல் இந்தியாவின் கேரளப் பகுதிக்கு வந்ததாக கூறப்படுகிறது. அங்கு மதப் பிரசாரத்தில் ஈடுபட்ட தாமஸ், பின்னர் கடல் வழியாக மயிலாப்பூருக்கு வந்தார்.

33

141

• செயிண்ட் தாமஸ் மவுண்ட் தேவாலயம்

இங்கும் தீவிர மதப்பிரச்சாரத்தில் ஈடுபட்டதால் அவருக்கு கடும் எதிர்ப்பு கிளம்பியது. எனவே சைதாப்பேட்டை அருகில் இருக்கும் சின்னமலையில் சில காலம் மறைந்து வாழ்ந்தார். அப்போது அருகில் இருக்கும் பெரிய மலை என்று அழைக்கப்பட்ட இன்றைய செயின்ட் தாமஸ் மவுண்ட்டிற்கு சென்று ஜெபம் செய்வார். அப்படி ஜெபம் செய்து கொண்டிருந்தபோது, கிபி 72இல் எதிரிகளால் பின்னால் இருந்து ஈட்டியால் குத்திக் கொல்லப்பட்டார் என்று சொல்லப்படுகிறது. மலையில் மயில் வேட்டையாடுவதற்காக வந்த ஒருவனின் ஈட்டி பாய்ந்து இறந்தார் என்று மார்க்கோ போலோ தனது இந்தியப் பயணக் குறிப்பில் எழுதியிருக்கிறார்.

அப்படி தாமஸ் உயிர்நீத்த இடத்தில் இன்று ஒரு அமைதியான சிறிய தேவாலயம் இருக்கிறது. 15ஆம் நூற்றாண்டின் இறுதியில் வாஸ்கோடகாமா இந்தியாவிற்கான கடல்வழியைக் கண்டுபிடித்த பின்னர் நிறைய போர்த்துகீசிய வணிகர்கள் கேரளத்திற்கும், மயிலாப்பூருக்கும் வணிகம் செய்ய வந்து சென்றனர். அப்படி வந்த வணிகர்கள் சிலர், கடல்மட்டத்தில் இருந்து 300 அடி உயரத்தில் இருக்கும் இந்த பெரிய மலையில் தேவாலயம் ஒன்றை கட்ட விரும்பினர். அதற்காக அவர்கள் கட்டுமானப் பணியில் ஈடுபட்டபோது, புனித தாமஸ் வழிபட்ட கற்சிலுவை இரத்தத் திட்டுகளுடன் கிடைத்ததாக கூறப்படுகிறது (இந்த கற்சிலுவையை தாமஸ் தனது கைகளால் செதுக்கினார்). எனவே தாமஸ் கொலையுண்ட அதே இடத்தில் கிபி 1523ஆம் ஆண்டு ஒரு தேவாலயம் கட்டப்பட்டது.

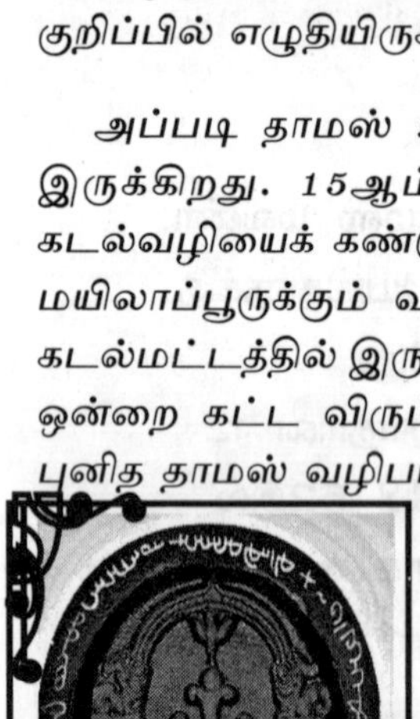

• செயிண்ட் தாமஸ் வழிபட்ட சிலுவை

தாமஸ் வழிபட்ட அந்த சிலுவை இன்றும் தேவாலயத்தில் நடுநாயகமாக வீற்றிருக்கிறது. இந்த சிலுவையில் இருந்து இரத்தம் வடிந்ததைப் பார்த்ததாக நிறைய தகவல்கள் இருக்கின்றன. கடைசியாக 1704இல் இந்த இரத்த வியர்வை காணப்பட்டதாக கூறப்படுகிறது.

இதன் அருகில் கிபி 50இல் புனித லூக்காவினால் வரையப்பட்ட அன்னை மரியாளின் ஓவியம் பாதுகாக்கப்பட்டு வைக்கப்பட்டிருக்கிறது.

இந்தியாவிலேயே மிகப் பழமையான கிறிஸ்தவ ஓவியமாக கருதப்படும் இதை, இந்தியாவிற்கு வரும்போது தாமஸ் தம்முடன் கொண்டு வந்ததாக சொல்லப்படுகிறது. இதைப் புற்றி கேள்விப்பட்ட சந்திரகிரி மன்னன், 1559இல் இந்த ஓவியத்தை தனது மாளிகைக்கு கொண்டு வரச் செய்து பார்த்ததாகவும், பின்னர் அரசு பல்லக்கில் வைத்து இதனை பெரிய மலைக்கே திருப்பி அனுப்பிவிட்டதாகவும் கூறப்படுகிறது.

மேலும் சில பழமையான வண்ண ஓவியங்களும் இந்த தேவாலயத்தை அலங்கரிக்கின்றன. இயேசு நாதர், அவரின் 12 சீடர்கள், புனித பவுல் என மொத்தம் 14 ஓவியங்கள் இருக்கின்றன. இவை 1727இல் வரையப்பட்டவை. அதாவது சுமார் 300 ஆண்டுகள் பழமையானவை.

மேரி மாதாவிற்கு அர்ப்பணிக்கப்பட்ட இந்த ஆலயம், 'எதிர்பார்த்த அன்னையின் ஆலயம்' என அழைக்கப்படுகிறது. பெயருக்கு ஏற்றபடி ஏசுவை கருவில் சுமந்தபடி அமர்ந்திருக்கும் மேரி மாதாவின் அழகிய சிற்பம் ஒன்று இங்கிருக்கிறது. இதுதவிர புனித தாமஸின் சிறிய எலும்புத் துண்டும் இங்கு ஒரு சிலுவையில் பதித்து வைக்கப்பட்டிருக்கிறது.

மெட்ராசில் ஒரு காலத்தில் புகழ்பெற்று விளங்கிய ஆர்மீனிய வணிகர்கள் இந்த தேவாலயத்திற்கு நிறைய நன்கொடைகளை அளித்திருக்கின்றனர். அவர்களில் மிகவும் முக்கியமானவர் பெட்ரூஸ் உஸ்கான். இந்த புனித தேவாலயத்திற்கு சென்னையில் உள்ள அனைவரும் எளிதில் வரவேண்டும் என்பதற்காக, இவர் தனது சொந்த செலவில் அடையாற்றின் குறுக்கே 1726இல் ஒரு பாலத்தை கட்டிக் கொடுத்தார். அதுதான் அடையாறில்

• புனித தாமஸின் சிறிய எலும்புத் துண்டுகள் பதிக்கப்பட்ட சிலுவை

• புனித தோமையார்

செயிண்ட் தாமஸ்

கற்சிலுவை

இருக்கும் மர்மலாங் பாலம். இதுமட்டுமின்றி மலை மீது ஏறுவதற்கு வசதியாக 135 படிகளையும் கட்டிக் கொடுத்திருக்கிறார்.

போர்த்துகீசியர்கள் புனித தாமஸின் நினைவாகத்தான் மயிலாப்பூருக்கு அருகில் அமைத்துக் கொண்ட தங்களின் இருப்பிடத்திற்கு சாந்தோம் என்று பெயரிட்டனர். அதாவது புனித தோமா (SAN+THOME) என்று அர்த்தம். ஆங்கிலேயர்கள் ஜார்ஜ் கோட்டையில் குடியேறிய பிறகு, செயிண்ட் தாமஸ் மவுண்ட்டிற்கு வந்து வழிபட வசதியாக ஒரு சாலை வேண்டும் என்று நினைத்ததின் விளைவுதான் இன்றைய மவுண்ட் ரோடு.

இப்படி மெட்ராசின் வரலாற்றோடு பின்னிப் பிணைந்திருக்கிறது இந்த மலை. இதன் உச்சியில் இருந்து பரந்து விரிந்திருக்கும் இன்றைய சென்னையைப் பார்க்கும்போது, ஏதோ கால இயந்திரத்தில் அமர்ந்தபடி பல நூற்றாண்டுகள் பின்னோக்கிப் பார்ப்பது போன்றதொரு பரவச அனுபவம் கிடைக்கிறது.

- போப் ஆண்டவர் இரண்டாம் ஜான் பால், 1986ஆம் ஆண்டு இங்கு வருகை புரிந்திருக்கிறார்.
- 2011ஆம் ஆண்டு இந்த தேவாலயம் தேசியத் திருத்தலமாக பிரகடனப்படுத்தப்பட்டது.
- இந்த மலையைச் சுற்றிலும் நிறைய ஐரோப்பியர்கள் வசித்ததால் இதனை உள்ளூர் மக்கள் பரங்கி மலை (பரங்கியர் வசிக்கும் மலை) என்று அழைத்தனர்.
- சென்னை விமான நிலையத்திற்கு அருகில் அமைந்திருப்பதால், இங்கிருந்தபடி விமானங்கள் ஏறுவதையும், இறங்குவதையும் தெளிவாகப் பார்க்க முடிகிறது.

தங்க சாலை

மெட்ராஸ் மாநகரின் மிக நீண்ட தெரு என்ற பெருமைக்கு உரியது தங்க சாலை (MINT STREET). அரசின் நாணயங்களை அச்சடிக்கும் தொழிற்சாலை இங்கு இருந்ததால், இந்த சாலைக்கு இப்பெயர் வந்தது. நாணய சாலை இங்கு எப்படி வந்தது என்பதை தெரிந்துகொள்ள நாம் மெட்ராஸ் நகரம் உருவான காலத்திற்கு செல்ல வேண்டும்.

34

● தங்க சாலையில் அச்சடிக்கப்பட்ட நாணயங்கள்

ஆம், 1639ஆம் ஆண்டு விஜயநகர அரசரின் பிரதிநிதியான வெங்கடாத்ரி நாயக்கரிடம் இருந்து மெட்ராஸின் நிலப்பகுதியை வாங்கிய கிழக்கிந்திய கம்பெனியார், இங்கு நாணயங்களை அச்சிட்டு புழக்கத்தில் விடும் உரிமையையும் பெற்றனர். எனவே புனித ஜார்ஜ் கோட்டைக்குள்ளேயே ஒரு நாணய தொழிற்சாலை தொடங்கப்பட்டது. இங்கிருந்த சில செட்டியார்கள் ஒப்பந்த அடிப்படையில் இதனை இயக்கி வந்தனர். நாணயத்தை அச்சடிக்கத் தேவையான தங்கத்தை கிழக்கிந்திய கம்பெனி இறக்குமதி செய்து தரும். பின்னர் 1650களில் இந்த நாணயக் கூடத்தை கிழக்கிந்திய கம்பெனி தானே இயக்குவது என முடிவு செய்தது.

கிழக்கிந்திய கம்பெனியின் வருகையின்போது, விஜயநகர அரசின் நாணயங்கள்தான் இப்பகுதியில் புழக்கத்தில் இருந்தன. விஷ்ணுவின் வராக அவதாரத்தை தாங்கி வெளியான இந்த நாணயங்கள் விஜயநகர தங்க வராகன்கள் என அழைக்கப்பட்டன. இதனிடையே கிழக்கிந்திய கம்பெனியும் தங்க நாணயங்களை வெளியிட்டதால் அவை மெட்ராஸ் வராகன்கள் எனப் பெயர் பெற்றன. இவை விஜயநகர நாணயங்களை விட எடை குறைவாக இருக்கும், அதேபோல இதன் மதிப்பும் குறைவுதான்.

இதனைத் தொடர்ந்து ஜார்ஜ் கோட்டையில் இருந்த நாணயக் கூடம், தங்க மற்றும் வெள்ளிப் பணங்களை வெளியிடத் தொடங்கியது. பின்னர் செப்புக் காசு, துட்டு ஆகியவை அச்சிடப்பட்டன. 1692 முதல் முகலாயர்களின் வெள்ளி ரூபாய்களையும் அச்சடித்துக் கொள்ளும் உரிமை இந்த நாணயக் கூடத்திற்கு அளிக்கப்பட்டது. பொதுமக்களும் தங்களிடம் இருக்கும் தங்கத்தை கொடுத்து, மெட்ராஸ் அல்லது முகலாய ரூபாயாக மாற்றிக் கொள்ளலாம் என்றும் அறிவிக்கப்பட்டது. ரூபாயை அச்சடித்துக் கொடுப்பதற்கு ஒரு குறிப்பிட்ட தொகை வசூலிக்கப்பட்டது.

இந்நிலையில் 1695ஆம் ஆண்டு கோட்டைக்குள் ஒரு புதிய நாணயத் தொழிற்சாலை கட்டப்பட்டு சில ஆண்டுகள் கழித்து கோட்டைக்குள்ளேயே வேறு இடத்திற்கு மாற்றப்பட்டது. 1742ஆம் ஆண்டு கோட்டைக்கு வெளியே ஒரு நாணயத் தொழிற்சாலை கட்டப்பட்டது. இதற்காக தேர்வு செய்யப்பட்ட இடம் சிந்தாதிரிப்பேட்டை. 50

ஆண்டுகளுக்குப் பிறகு இந்த இரண்டாவது தொழிற்சாலை கோட்டைக்கே திரும்பிவிட்டது. இப்போது கோட்டைக்குள் இரண்டு நாணயத் தொழிற்சாலைகள் இயங்கத் தொடங்கின.

1815ஆம் ஆண்டு ரூபாய், அணா, பைசா என நாணயத் தொழிற்சாலையின் பணி பல மடங்கு அதிகரித்தது. எனவே கோட்டைக்கு வெளியே ஒரு பெரிய நாணய தொழிற்சாலை அமைப்பது குறித்து விவாதிக்கப்பட்டது. ஜார்ஜ் டவுனின் வடக்கு பகுதியில் பயன்பாடற்று கிடந்த வெடிமருந்து தொழிற்சாலையை நாணயத் தொழிற்சாலையாக மாற்றலாம் என டாக்டர் பானிஸ்டர் என்பவர் யோசனை தெரிவித்தார். அப்படித்தான் தங்க சாலைக்கு வந்து சேர்ந்தது நாணயத் தொழிற்சாலை.

அதற்கு முன்பெல்லாம் இந்த சாலையை வண்ணார் சாலை என்றுதான் அழைப்பார்கள். கிழக்கிந்திய கம்பெனியின் துணி வியாபாரத்திற்காக நியமிக்கப்பட்ட சலவைத் தொழிலாளர்கள் இந்தப் பகுதியில்தான் தங்கி இருந்தனர். இந்நிலையில்தான் இங்கு அமைக்கப்பட்ட நாணயத் தொழிற்சாலை, 1842ஆம் ஆண்டு தனது பணியைத் தொடங்கியது. இதனிடையே பம்பாய் மற்றும் கல்கத்தா ஆகிய இடங்களில் இரண்டு பெரிய நாணயத் தொழிற்சாலைகளை கிழக்கிந்திய கம்பெனி தொடங்கியது. மெட்ராஸ் நாணயச் சாலை இவற்றிற்கு வழிகாட்டியாக இருந்தது.

குருவை மிஞ்சிய சிஷ்யர்களாக இந்த இரண்டு தொழிற்சாலைகளும் உருவெடுத்ததை அடுத்து, மெட்ராஸ் நாணயச் சாலைக்கு தேவை இல்லாமல் போய்விட்டது. எனவே 1869ஆம் ஆண்டு இது மூடப்பட்டு, இந்த இடத்தில் அரசு அச்சகம் ஆரம்பிக்கப்பட்டது. இந்த அச்சகம் இன்றும் செயல்பட்டு வருகிறது. பட்ஜெட் முதல் சலான்கள் வரை தமிழக அரசின் அனைத்து அச்சுத் தேவைகளையும் இதுதான் நிறைவு செய்து வருகிறது.

நாணயங்களோடு நெருங்கிய நட்பு பாராட்டிக் கொண்டிருந்த தங்க சாலை, பின்னர் அச்சகங்களின் முகவரியாக மாறியது. ஆறுமுக நாவலரின் நாவல வித்யானுபால அச்சகம் இந்த தெருவில் தான் இருந்தது. ஆனந்த விகடன் தனது ஆரம்ப நாட்களில் இங்கிருந்துதான் வெளியானது. 1880களில் தி ஹிந்து பத்திரிகை வாரத்திற்கு மூன்று முறை வந்துகொண்டிருந்தபோது, தங்கசாலையில்தான் அச்சடிக்கப்பட்டது.

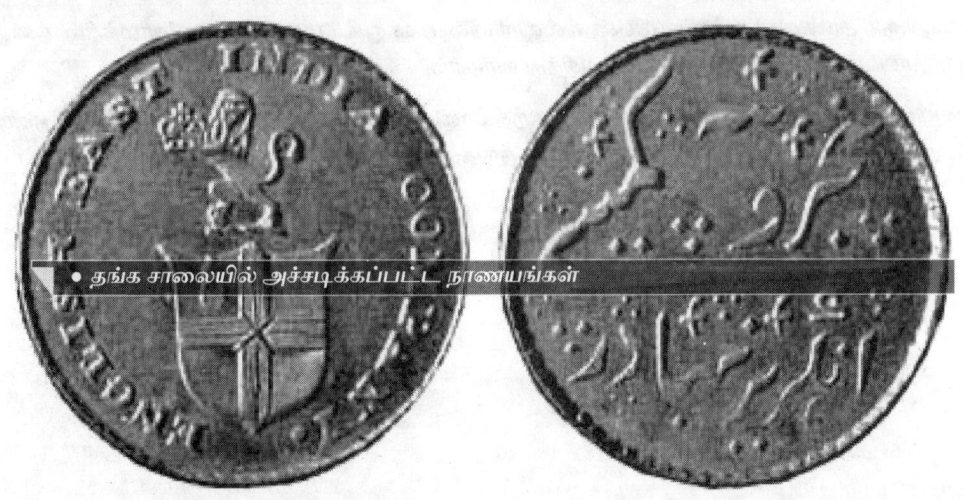

• தங்க சாலையில் அச்சடிக்கப்பட்ட நாணயங்கள்

* தங்க சாலையில் அச்சடிக்கப்பட்ட நாணயங்கள்

இசைக்குகூட இந்த தெருவுடன் நிறைய தொடர்பு இருக்கிறது. டிக்கெட் வாங்கி கச்சேரி பார்க்கும் பழக்கத்திற்கு பிள்ளையார் சுழி போட்டதே இங்கிருந்த தொண்டைமண்டல சபாதான். திருவையாற்றில் ஆண்டுதோறும் தியாகராஜ ஆராதனையை சிறப்பாக நடத்த வேண்டும் என்ற முடிவு இந்த தெருவில்தான் எடுக்கப்பட்டது. இங்கிருக்கும் தொண்டை மண்டல துருவ வேளாளர் பள்ளியில் 1908ஆம் ஆண்டு கூடிய இசைக் கலைஞர்கள் தான் இந்த முடிவை எடுத்து செயல்படுத்தியவர்கள். கடும் எதிர்ப்புகளுக்கு மத்தியில் ஹரிகதா காலட்சேபத்தை முதல்முறையாக சரஸ்வதி பாய் என்ற ஒரு பெண் அரங்கேற்றியதும் இதே தங்கசாலையில்தான்.

இப்படி நிறைய சிறப்புகளைப் பெற்ற தங்க சாலையில் தமிழர்கள் மட்டுமின்றி தெலுங்கர்கள், மார்வாடிகள், குஜராத்திகள் என பல்வேறு தரப்பினரும் நூறு ஆண்டுகளுக்கும் மேலாக ஒன்றாக வாழ்ந்து வருகின்றனர். சென்னையில் வேறு எங்கும் காண முடியாத ஒரு அற்புதமான கலாச்சாரக் கலவையைக் கொண்டிருக்கும் இந்த நீண்ட தெரு, உண்மையில் 'தங்க' சாலைதான்.

- வடலூர் வள்ளலார் வாழ்ந்த வீராச்சாமி தெரு வீடும் இந்த பகுதியில்தான் இருக்கிறது.
- பேரறிஞர் அண்ணா பச்சையப்பன் கல்லூரியில் படித்துக் கொண்டிருந்த காலத்தில் தனது தாத்தாவுடன் இந்த தெருவில்தான் வசித்து வந்தார்.
- கெயிட்டி திரையரங்கு மூலமாக, தென் இந்தியாவில் முதல் தியேட்டர் கட்டிய இந்தியர் என்ற பெருமையைப் பெற்ற ரகுபதி வெங்கய்யா, தங்கச்சாலையில் கட்டியதுதான் கிரவுன் தியேட்டர்.

மூர் மார்க்கெட்

அந்தக் கால மெட்ராசில் புத்தகப் பிரியர்களின் புதையல் சுரங்கமாய் திகழ்ந்தது மூர் மார்க்கெட். புத்தகங்கள் மட்டுமின்றி பழமையான கலைப் பொருட்கள் முதல் பல்பொடி வரை இங்கு கிடைக்காததே கிடையாது என்பார்கள். அப்பா, அம்மாவைத் தவிர அனைத்தும் கிடைக்கும் இடம் என்று மூர் மார்க்கெட்டைப் பற்றி அன்றைய மெட்ராஸ்வாசிகள் பெருமை அடித்துக் கொள்வார்கள்.

35

சென்னை

● மூர் மார்க்கெட்

சென்டிரல் ரெயில் நிலையம் அருகில் கம்பீரமாக நின்று கொண்டிருந்த சிவப்பு நிறக் கட்டடத்தில் மூர் மார்க்கெட் இயங்கி வந்தது. இந்த மார்க்கெட் உருவானதற்கு ஒரு வரலாறு உண்டு. அந்தக் காலத்தில் சென்னை பிராட்வேயில் ஒரு மெயின் மார்க்கெட் இருந்தது. அந்தப்பகுதி சாக்கடைகள் தேங்கி சுகாதார குறைவாகக் காணப்பட்டது. அப்போது முனிசிபாலிடி தலைவராக இருந்த லெப்டினட் கர்னல் சர் ஜார்ஜ் மூர், சென்னை நகரத்தின் மேம்பாட்டிலும், சுகாதாரத்திலும் மிகுந்த அக்கறை காட்டினார். அதனால் பிராட்வேயில் உள்ள மெயின் மார்க்கெட்டை வேறு இடத்திற்கு மாற்ற மூர் திட்டமிட்டார். எனவே

150

சென்ட்ரல் ஸ்டேஷன் அருகில் குஜ்லி பஜார் இருந்த இடத்தில் மூர் மார்க்கெட் கட்ட, 1898ஆம் ஆண்டு ஆகஸ்ட் மாதம் ஜார்ஜ் மூர் அடிக்கல் நாட்டினார். 1900 நவம்பரில் கட்டி முடிக்கப்பட்டு, அப்போதைய கவர்னர் ஆர்தர் ஹேவ்லாக்கால் மூர் மார்க்கெட் திறந்து வைக்கப்பட்டது. கடைகள் வியாபாரிகளுக்கு குத்தகைக்கு விடப்பட்டு வாடகை வசூலிக்கப்பட்டு வந்தது.

மெட்ராசில் வசிப்பவர்கள் மட்டுமின்றி வெளியூர்களில் இருந்து வந்து போவோரும், தவறாமல் கால்பதிக்கும் இடமாக மூர் மார்க்கெட் திகழ்ந்தது. இந்தோ சாரசானிக் பாணியில் கட்டப்பட்ட இந்த கட்டடம் பார்க்கும்போதே பரவசத்தில் ஆழ்த்தக் கூடியதாக இருந்தது. நுழைவாயில்களில் கருங்கல்களாலான வளைவுகளும், கூரைக் கைப்பிடிச் சுவர்களில் இடம் விட்டு இடமாய் கோயில் கலசங்களின் வடிவில் கல் கலசங்களும் காட்சியளித்தன. இன்று அல்லிக் குளத்தின் மேல் எழுப்பப்பட்டுள்ள புதிய மூர்மார்க்கெட் அங்காடியின் மாடிச் சுவர்களில் இந்த கல் வடிவங்கள் பத்திரப்படுத்தப்பட்டு பொருத்தப்பட்டுள்ளன.

அந்தக் காலத்து அசல் மூர் மார்க்கெட்டின் (இன்றைய சென்ட்ரல் புறநகர் ரயில் நிலையம்) உள்ளே, மத்தியில் மரங்களுக்கிடையில் அழகிய நீரூற்று ஒன்றும் அமைக்கப்பட்டிருந்தது. மூர் மார்க்கெட்டில் பழைய பொருளும் கிடைக்கும், புதிய பொருளும் கிடைக்கும். பழைய புத்தகங்கள், புதிய புத்தகங்கள், எல்லா மொழிகளிலும் புத்தகங்கள், பத்திரிகைகள் என புத்தகப் பிரியர்களின் சொர்க்க லோகமாகவே இந்த மார்க்கெட் திகழ்ந்தது. அந்தக் கால மஞ்சள் பத்திரிகைகள் கூட இங்கு கிடைக்கும்.

மூர் மார்க்கெட்டில் கிடைத்த மற்றொரு முக்கியமான பொருள் கிராமஃபோன் இசைத் தட்டுக்கள். எல்லா மொழிகளிலும் வெளிவந்த சாதாரண இசைத் தட்டுக்கள் முதல் எல்.பி ரெக்கார்டுகள் வரை இங்கு வாங்கலாம். கர்னாடக இசை, இந்துஸ்தானி இசை, தமிழ், இந்தி,

• மூர் மார்க்கெட்

• ரிப்பன் பில்டிங்கு, அல்லி குளம், மூர் மார்க்கெட்

தெலுங்கு, மலையாள சினிமாக்களின் இசைத் தட்டுக்கள் என அனைத்து இசைகளையும் வசப்படுத்தி வைத்திருந்தது இந்த கலை மார்க்கெட். ஆங்கிலோ - இந்தியர்கள் மேனாட்டு இசைத் தட்டுக்களை விற்கவும், வாங்கவும், ஒன்றைக் கொடுத்துவிட்டு இன்னொன்றை பரிமாறிக் கொள்ளவும் எப்போதும் இங்கே அலைந்து கொண்டிருப்பார்கள். இங்கு நம்மிடமுள்ள இசைத் தட்டுக்களை கொடுத்துவிட்டு, அதற்குப் பதில் சொற்பக் காசை மட்டும் கொடுத்து வேறு இசைத் தட்டை பேரம் பேசி எடுத்துச் செல்லலாம்.

மூர் மார்க்கெட்டில் பொருட்களை பேரம் பேசி வாங்குவதே ஒரு தனிக்கலை. ஆயிரங்களில் தொடங்கி அணாக்களில் முடியும் அதிர்ச்சி தரும் பேரங்கள் எல்லாம் இங்கு சர்வசாதாரணம். மார்க்கெட் வாசலிலேயே இசைத் தட்டுகளுக்கான தரகர்கள் காத்திருப்பார்கள். இப்போது சென்ட்ரல் ஸ்டேஷன் வாசலில் ஆட்டோகாரர்கள் செய்யும் வேலையை அப்போது அவர்கள் செய்து கொண்டிருந்தனர். என் கடைக்கு வா, உன் கடைக்கு வா.. என கையைப் பிடித்து இழுப்பார்கள்.

மூர் மார்க்கெட் வளாகத்தில் நிரந்தரக் கடைகள், தற்காலிகக் கடைகள் என இருவகை கடைகள் இருக்கும். நிரந்தர கடைகளில் பழைய பர்மா தேக்கில் நேர்த்தியாய்ச் செய்து கண்ணாடிச் சட்டமிட்ட கதவுகளைக் கொண்ட பிரம்மாண்டமான பீரோக்களில் அரிதான வெளிநாட்டு - உள்நாட்டு நூல்களை அடுக்கி வைத்திருப்பார்கள். அச்சுக்கலை கண்டுபிடிக்கப்பட்ட ஆரம்ப நாட்களில் பதிப்பிக்கப்பட்ட புத்தகங்களைக் கூட இங்கு வாங்கிவிட முடியும்.

மற்றொரு வகை விற்பனையாளர் ''கேர் ஆஃப் பிளாட்பாரம்'' தினுசு. இவர் மூர் மார்க்கெட் வெராண்டாக்களில் நிரந்தர கடைக்காரர்களின் தயவில் கடை விரித்திருப்பார். பெரும்பாலும் பேப்பர் பேக் நூல்களும் பழைய பத்திரிகைகளுமாயிருக்கும். விற்காமல் தேங்கிப் போகும் நூல்களையும் பத்திரிகைகளையும் அவற்றின் தகுதியறிந்து கூறு,கூறாகப் பிரித்து அம்பாரமாக்கிக் குவித்து, ''இதெல்லாம் பத்து ரூபாய் இதெல்லாம் ஐந்து ரூபாய் அதெல்லாம் எது எடுத்தாலும் ஒரு ரூபாய் எது எடுத்தாலும் எட்டணா'' என்று எழுதிய அட்டைகளைக் குத்தி வைப்பார்கள்.

புத்தகக் கடைகள் மட்டுமின்றி ரெடிமேடு துணிக்கடைகள், பொம்மைக் கடைகள், என அனைத்து வகையான கடைகளும் இங்கிருக்கும். வண்ண மீன்கள், கிளிகள், முயல்கள் போன்ற உயிரினங்களும், அவற்றை வளர்ப்பதற்கான தொட்டி, கூண்டு என சகலமும் கிடைக்கும். கடைசி பகுதிக்கு சென்றால் ஆட்டுக்கறி, கோழிக்கறி கடைகள் இருக்கும். சுருங்கச் சொன்னால் அந்தக் கால மெட்ராசின் ஒரு பிரம்மாண்ட ஷாப்பிங் காம்ப்ளெக்ஸ்தான் மூர் மார்க்கெட்.

சென்ட்ரல் ரயில் நிலைய விரிவாக்கத்திற்காக மூர் மார்க்கெட் முழுவதையுமே வேறு இடத்துக்கு மாற்ற அரசாங்கம் திட்டமிட்டது. ஆனால் இதற்கு வியாபாரிகள் மற்றும்

மெட்ராஸ்-பழைய வரைபடம்

பொதுமக்களிடையே கடும் எதிர்ப்பு கிளம்பியது. இந்நிலையில்தான் 1985ஆம் ஆண்டு ஒரு நள்ளிரவில் மூர் மார்க்கெட் மர்மமான முறையில் தீப்பிடித்து எரிந்தது. இரவு நேரம் என்பதால் தீ பிடித்த விவரம் யாருக்கும் தெரியவில்லை. கட்டடம் முழுவதும் கொழுந்துவிட்டு எரியும் போதுதான் தெரியவந்தது. தீயணைப்பு படையினர் 20 தீயணைப்பு வண்டிகளுடன் வந்து ராட்சத ஏணி கொண்ட இயந்திரங்களை பயன்படுத்தி 11 மணி நேரம் போராடி தீயை அணைத்தார்கள்.

ஆனால் அதற்குள் தீயின் நாக்குகள் அந்த பிரம்மாண்ட மார்க்கெட்டை அப்படியே சுருட்டி வாயில் போட்டுக் கொண்டன. விரல் விட்டு எண்ணக்கூடிய அளவுக்கு ஓரிரு

கடைகளே தப்பின. கடைகள் எல்லாம் இடிந்த நிலையில் மூர் மார்க்கெட்டின் உள் பகுதியில் வியாபாரிகள் சோகமே உருவாக உட்கார்ந்து இருந்தனர். படையெடுப்பிற்குப் பிறகு அழிந்து போன நகரம் போல மூர் மார்க்கெட் காட்சி அளித்தது. இப்படி 85 ஆண்டுகாலம் மிகவும் பரபரப்பாக இயங்கி, தங்கள் வாழ்வோடு இரண்டறக் கலந்துவிட்ட மூர் மார்க்கெட் திடீரென தீயில் மாயமானதை நம்ப முடியாமல் மெட்ராஸ்வாசிகள் அதிர்ச்சியில் உறைந்தனர்.

இந்த தீ விபத்தினால் ஏற்பட்ட சேதம் ரூ.10 கோடி என்று அப்போதைய அரசு தெரிவித்தது. ஆனால், கடைசி வரை தீ விபத்துக்கான உண்மைக் காரணம் வெளிச்சத்துக்கு வராமலேயே போய்விட்டது.

- *ஆர்.இ. எல்லீஸ் (R.E. Ellis) என்பவர் இந்தோ–சராசனிக் பாணியில் வடிவமைத்துக் கொடுக்க சுப்பிரமணிய ஐயர் என்பவரால் இந்த கட்டடம் கட்டப்பட்டது.*
- *பழைய மூர் மார்க்கெட் தீக்கிரையான பிறகு தான் சென்னை நகரில் பாரம்பரியக் கட்டடங்களை உரிய முறையில் பாதுகாக்க வேண்டும் என்ற விழிப்புணர்வு அதிகரிக்கத் தொடங்கியது.*

ஸ்டான்லி மருத்துவமனை

36

வட சென்னை மக்களின் வாழ்வோடு இரண்டறக் கலந்துவிட்ட ஸ்டான்லி மருத்துவமனை சுமார் இருநூறு ஆண்டுகள் பழமையானது. கிழக்கிந்திய கம்பெனிக்காரர்கள் 17ஆம் நூற்றாண்டில் மெட்ராசில் குடியேறிய பிறகு, அவர்களுக்கு வேலை செய்வதற்காக நிறைய பேர் கோட்டையை சுற்றி உள்ள பகுதிகளுக்கு வரத் தொடங்கினர். அப்படி வந்தவர்களால் உருவானதுதான் அன்றைய கருப்பர் நகரம் என அழைக்கப்பட்ட இன்றைய ஜார்ஜ் டவுன் பகுதி.

• ஸ்டான்லி மருத்துவமனை

ஆங்கிலேயர்கள் சென்னையில் காலூன்றியதும், தங்களுக்கான தேவைகள் அனைத்தையும் ஒவ்வொன்றாக பூர்த்தி செய்து கொண்டே வந்தனர். அந்த வரிசையில் நோய்வாய்ப்பட்ட ஆங்கிலேயர்களுக்கு சிகிச்சை அளிப்பதற்காக கோட்டைக்குள் மருத்துவர்கள் நியமிக்கப்பட்டனர். ஆனால் அதேசமயம் கோட்டைக்கு வெளியில் இருக்கும் சென்னையின் பூர்வ குடிகளுக்கு மருத்துவம் பார்க்க நவீன மருத்துவர்கள் என்று யாரும் இல்லை. நாட்டு மருத்துவர்கள் தான் அவர்களின் நோய்களுக்கு மருந்து கொடுத்து வந்தனர். எனவே அவர்களுக்கென ஒரு நவீன மருத்துவமனைக்கான தேவை மெல்ல உணரப்பட்டது.

இந்த சூழலில்தான் 1781இல் மெட்ராசில் மிக மோசமான பஞ்சம் தலைவிரித்தாடியது. சென்னையின் சொந்த மக்கள் சோற்றுக்கு வழியில்லாமல் பரிதவித்தனர். இவர்களுக்கு உதவுவதற்காக இன்றைய ஸ்டான்லி மருத்துவமனை இருக்கும் இடத்தில் ஒரு கஞ்சித் தொட்டி திறக்கப்பட்டது. பஞ்சத்தால் பாதிக்கப்பட்டவர்கள் நீண்ட வரிசைகளில் காத்திருந்து கஞ்சி வாங்கி குடித்து தங்களின் பசியைப் போக்கிக் கொண்டனர். அடுத்த ஓராண்டில் இந்த இடம் ஒரு சத்திரமாக மாறியது.

பஞ்சத்தால் வாடியவர்கள் குறிப்பாக முதியவர்களுக்கு அடைக்கலம் கொடுத்த இந்த இடம், மணியக்காரர் சத்திரம் என அறியப்பட்டது. நிறைய முதியவர்கள் இருந்ததால், அவர்களுக்கு மருத்துவ வசதியும் தேவைப்பட்டது. எனவே கிழக்கிந்திய கம்பெனி மருத்துவரான ஜான் அண்டர்வுட்டின் (John Underwood) முயற்சியால் இந்த இடத்தில் ஒரு சிறிய மருத்துவமனையும், தொழுநோயாளிகளுக்கான இல்லமும் தொடங்கப்பட்டது. 1799இல் தொடங்கப்பட்ட இதுதான் உள்ளூர்வாசிகளுக்கென பிரத்யேகமாக உருவான

சென்னை மாநகரின் முதல் நவீன மருத்துவனை. இதனை உள்ளூர்வாசிகள் கஞ்சித்தொட்டி மருத்துவமனை என்று அழைத்தார்கள்.

காலப்போக்கில் இதற்கு அருகில் வெங்கடகிரி சத்திரம், ராஜா சர் ராமசாமி முதலியார் மகப்பேறு மருத்துவமனை என சில சிறிய கட்டடங்கள் தோன்றின. இவை அனைத்தும் மணியக்காரர் சத்திரத்தின் தலைமையில் இயங்கி வந்தன. இந்த சிறிய மருத்துவமனையில் ஒரு மருத்துவர், மருந்து கொடுப்பவர் ஒருவர், கண்காணிப்பாளர் ஒருவர் என மூன்று பேர் பணியாற்றி வந்ததாக 1889ஆம் ஆண்டு ஆவணங்கள் சொல்கின்றன.

இதனிடையே 1836இல் மெட்ராஸ் பல்கலைக்கழகம், இந்த மருத்துவமனையில் சில மருத்துவப் படிப்புகளை தொடங்கியது. 1903இல் மருத்துவமனை உதவியாளர் என்ற படிப்பும் புதிதாக சேர்க்கப்பட்டது. இங்கு பயின்று வெளிவரும் மாணவர்களுக்கு, 1911ஆம் ஆண்டு முதல் சான்று பெற்ற மருத்துவர் (Licensed Medical Practitioner) என்ற சான்றிதழ் கொடுக்கும் முறை உருவானது.

இப்படி மருத்துவப் படிப்புகள் அதிகரித்துக் கொண்டே வந்த வேளையில், இதனை நவீன மருத்துவமனையாக மாற்ற வேண்டும் என்ற கோரிக்கையும் வலுப்பெற்றது. இதனையடுத்து 1913ஆம் ஆண்டு டிசம்பர் மாதம் பென்ட்லாண்ட் பிரபு புதிய மருத்துவமனைக்கான அடிக்கல்லை நாட்டினார். ஆனால் அடுத்த வருடமே முதல் உலகப் போர் வந்துவிட்டதால், மருத்துவமனையின் கட்டுமானப் பணிகள் முடங்கின. இருப்பினும் உலகப் போரால் காயமுற்ற வீரர்களுக்கு சிகிச்சை அளிப்பதில் இங்கிருக்கும் மருத்துவர்களும், மருத்துவ மாணவர்களும் அரும்பணியாற்றினர். சிலர் போர்முனைக்கே சென்றும் மருத்துவம் பார்த்து தங்களின் உயிரையும் பறிகொடுத்தனர். அவர்களை கவுரவிக்கும் வகையில் ஸ்டான்லி மருத்துவமனை வளாகத்திற்குள் ஒரு நினைவுத் தூண் வைக்கப்பட்டுள்ளது.

பின்னர் ஒருவழியாக 1917இல் புதிய கட்டடங்கள் கட்டி முடிக்கப்பட்டன. அப்போதெல்லாம் இது ராயபுரம் மருத்துவமனை மற்றும் மருத்துவப் பள்ளி என்றுதான் அழைக்கப்பட்டது. பின்னர் 1934ஆம் ஆண்டு மார்ச் 27ஆம் தேதி தான் இது ஸ்டான்லி மருத்துவப் பள்ளி என பெயர் மாற்றப்பட்டது. அப்போதைய மெட்ராஸ் ஆளுநர் சர் பிரெட்ரிக் ஸ்டான்லியின் நினைவாக இந்தப் பெயர் வைக்கப்பட்டது.

பின்னர் 1938இல் இந்த மருத்துவப் பள்ளி மருத்துவக் கல்லூரியாக தரம் உயர்த்தப்பட்டது. அப்போது சென்னை மாகாணத்தில் காங்கிரஸ் ஆட்சி நடைபெற்றுக் கொண்டிருந்தது. இதில் மருத்துவத் துறை அமைச்சராக இருந்த டாக்டர் டிஎஸ்எஸ் ராஜம் தான் ஸ்டான்லி மருத்துவக் கல்லூரியை திறந்து வைத்தார். இவரே ஸ்டான்லி மருத்துவப் பள்ளியின் மாணவர் என்பதுதான் இதில் விசேஷமானது.

பின்னர் காலப்போக்கில் மருத்துவத்துறை வேகமாக முன்னேற, அந்த முன்னேற்றங்கள் அனைத்தும் ஸ்டான்லி மருத்துவமனையிலும் எதிரொலித்தன, தொடர்ந்து எதிரொலித்துக் கொண்டும் இருக்கின்றன. மொத்தத்தில், மக்களின் பசியாற்றும் சாதாரண கஞ்சித் தொட்டியில் இருந்து உருவான இந்த மருத்துவமனை, இன்று உலக அளவில் சத்தமில்லாமல் பல சாதனைகளைப் புரிந்துகொண்டிருக்கிறது.

சுத்தத்திற்கு முன்னுரிமை

ஸ்டான்லி மருத்துவமனையின் சுத்தம் பற்றி நிறைய கதைகள் சொல்லப்படுகின்றன. ஒருமுறை லெப்டினன்ட் கர்னல் டி.ஜி. ராய் என்ற மருத்துவர் ரவுண்ட்ஸ் வரும்போது வெலிங்டன் வார்டில் இருந்த இத்தாலிய மார்பிள் தரையில் வழுக்கி விழுந்து விட்டாராம். இருப்பினும் விழுந்து எழுந்த கையோடு, அந்த தரையை அவ்வளவு பளபளப்பாக துடைத்து வைத்த ஊழியரை அழைத்து வெகுவாகப் பாராட்டினாராம். அந்தளவு அன்றைய மருத்துவர்கள் சுத்தத்தில் மிகவும் கவனமாக இருந்திருக்கின்றனர்.

- ஸ்டான்லி மருத்துவமனையில் ஆயிரத்திற்கும் மேற்பட்டோர் உள்நோயாளிகளாக உள்ளனர். ஒரு நாளைக்கு சுமார் 8000 பேர் புறநோயாளிகளாக சிகிச்சை பெற்றுச் செல்கின்றனர்.
- ஸ்டான்லி மருத்துவமனை கை மற்றும் ஒட்டுறுப்பு அறுவை சிகிச்சையிலும், இரைப்பை, குடல் சார்ந்த சிகிச்சையிலும் இந்திய அளவில் சிறந்து விளங்குகிறது.

சென்னைப் பொதுத் தபால் நிலையம்

37

இன்று உறவுப் பாலங்களுக்கு உரம் சேர்க்க இமெயில், எஸ்.எம்.எஸ், சாட்டிங் என தொழில்நுட்பம் நிறைய வசதிகளை செய்து கொடுத்திருக்கிறது. ஆனால் இவையெல்லாம் இல்லாத காலத்தில் தபால்கள் மட்டுமே உறவுகளையும், உணர்வுகளையும் சுமந்தபடி தூது சென்று கொண்டிருந்தன. அந்த தபால்கள் மெட்ராஸ் மாநகரில் முதன்முதலில் எப்படி முளைத்து பின் விஸ்வரூபம் எடுத்தன என்பது ஒரு சுவாரஸ்யமான கதை.

• சென்னைப் பொதுத் தபால் நிலையம்

1639ஆம் ஆண்டு கிழக்கிந்திய கம்பெனியார் மெட்ராசில் கோட்டை கட்டி குடியேறிவிட்டாலும், ஆரம்ப காலத்தில் அவர்களிடம் சரியான தபால் முறைகள் எதுவும் இல்லை. 1736ஆம் ஆண்டு ஜூலை 7ஆம் தேதிதான் இதற்கான பிள்ளையார் சுழி போடப்பட்டது. மெட்ராஸ் ராஜ்தானியில் இருந்து பிற இடங்களுக்கு அனுப்பப்படும் பல கடிதங்கள் அல்லது பார்சல்கள் உரியவர்களை சென்று சேராததை அடுத்து, இது குறித்து விவாதிப்பதற்காக ஒரு கூட்டம் கூட்டப்பட்டது. அந்த கூட்டத்தில் முக்கியமான சில முடிவுகள் எடுக்கப்பட்டன.

இதனை மெட்ராஸ் ராஜ்தானிக்கு உட்பட்ட அனைவரும் பின்பற்ற வேண்டும் என்றும் உத்தரவிடப்பட்டது. அதன்படி அன்று முதல் அனுப்பப்படும் கடிதங்கள் அல்லது பார்சல்களின் மீது எண்களை குறிக்க வேண்டும் என முடிவு செய்யப்பட்டது. அந்த பார்சல் ஒரு இடத்தை அடைந்ததும், அங்கிருந்து அடுத்த இடத்திற்கு அது பட்டுவாடா செய்யப்படும் தேதி, நேரம் ஆகியவை பார்சலின் மீதுள்ள வில்லையில் குறிக்கப்பட்டு பின்னரே அனுப்பப்படும். அங்கும் இதே முறை கடைபிடிக்கப்படும். இப்படி பல இடங்கள் மாறி உரிய இடத்தை அடையும்போது, அந்த பார்சல் எங்கெங்கிருந்து எப்போது புறப்பட்டு வந்திருக்கிறது என்ற தகவலை அறிந்துகொள்ள முடியும். கடைசியாக பார்சலைப் பெற்றவர் அதற்கு முன் அது எங்கிருந்து வந்ததோ அந்த அதிகாரியிடம் இதுகுறித்து தகவல் தெரிவிக்க வேண்டும்.

இதன்மூலம் காலதாமதம் ஏற்பட்டாலோ, பார்சல் வராவிட்டாலோ, எந்த இடத்தில் பிரச்னை என்பதை எளிதில் கண்டுபிடித்துவிடலாம். சுமார் 40 ஆண்டு காலம் இதே முறைதான் பின்பற்றப்பட்டது. 1774இல்தான் முதன்முறையாக தனியார் கடிதங்களுக்கு கட்டணம் வசூலிக்கப்பட்டது. ஒரு கடிதம் எத்தனை மைல்கள் பயணப்படுகிறது என்பதை வைத்து கட்டணம் நிர்ணயிக்கப்பட்டது. இதற்காக இப்போது நாம் ஸ்டாம்ப் பயன்படுத்துவது போல, அந்த காலத்தில் செப்பு வில்லைகளை கடிதத்தின் மீது ஒட்டி அனுப்புவார்கள்.

1785ஆம் ஆண்டு தபால் அலுவலகத்திற்கான விதிமுறைகள் திருத்தப்பட்டன. அடுத்த ஆண்டு மெட்ராசில் இருந்து பம்பாய், கல்கத்தா ஆகிய நகரங்களுக்கு கடிதங்களை கொண்டு

செல்லும் மெயில் சேவை தொடங்கப்பட்டது. ஆனால் 15 நாட்களுக்கு ஒருமுறைதான் இந்த சேவை கிடைக்கும்.

இதே ஆண்டில்தான் மெட்ராஸ் ஜெனரல் போஸ்ட் ஆபிஸ் தொடங்கப்பட்டது. அப்போதைய மெட்ராஸ் ஆளுநரின் உதவியாளரான கேம்ப்பெல் என்பவர் முதல் போஸ்ட் மாஸ்டர் ஜெனரலாக நியமிக்கப்பட்டார்.

இவருக்கு கீழ் ஒரு துணை போஸ்ட் மாஸ்டர் ஜெனரலும், ஒரு கிளார்க்கும், தபால்களை பிரிப்பதற்கு 5 பேரும், ஒரு தலைமை பியூனும், பத்து தபால்காரர்களும் இருந்தனர். இவர்கள்தான் அன்று மெட்ராஸுக்கு வந்த அனைத்து கடிதங்களையும் கையாண்டனர். தலைமைத் தபால் நிலையம் முதலில் கோட்டைக்குள் செயல்பட்டு பின்னர் பிராட்வே போய் இறுதியாக தற்போதைய இடத்தை வந்தடைந்தது.

மெட்ராசில் கடிதப் போக்குவரத்து அதிகரித்ததை அடுத்து தபால் நிலையத்திற்கென தனியாக ஒரு பெரிய கட்டடம் வேண்டும் என வலியுறுத்தப்பட்டது. இதற்காக இந்திய அரசும், மெட்ராஸ் அரசும் இணைந்து ரூ.2 லட்சம் ஒதுக்கின. பம்பாய் மற்றும் கல்கத்தாவில் தலைமை தபால் நிலையங்கள் கட்ட பணம் கொடுத்துவிட்டதால் அதற்கு மேல் ஒதுக்க நிதி இல்லை என இந்திய அரசு தெரிவித்துவிட்டது. எனவே 1873ஆம் ஆண்டே தபால் நிலையத்திற்கான இடத்தை தேர்வு செய்துவிட்டபோதிலும், பணம் இல்லாததால் 1880 வரை பணிகள் சூடுபிடிக்கவில்லை.

பின்னர் 1884இல் ஒருவழியாக கடற்கரைச் சாலையில் மொத்தம் ரூ.6,80,000 செலவில் பிரம்மாண்டமான மூன்று மாடிக் கட்டடம் கட்டப்பட்டது. மெட்ராஸ் வர்த்தக சபை இதில் கணிசமான தொகையை வழங்கியது. 352 அடி நீளமும், 162 அடி அகலமும், 125 அடி உயர இரட்டை கோபுரங்களையும் கொண்ட இந்த அழகிய கட்டடத்தை அப்போதைய அரசின் மூத்த கட்டட ஆலோசகரான ராபர்ட் சிஸ்ஹோம் வடிவமைத்துக் கொடுத்தார். அன்று முதல் இன்று வரை மெட்ராஸ் மாநகரின் மிக அழகிய கட்டடங்களில் ஒன்றாக இந்த இந்தோ-சராசனிக் பாணி கட்டடம் திகழ்ந்து வருகிறது.

இதனிடையே 1853ஆம் ஆண்டு மெட்ராசில் இருந்து ரயில் மூலம் கடிதங்களை அனுப்பும் முறை தொடங்கியது. அதற்கு அடுத்த ஆண்டுதான் முதன்முதலில் மெட்ராசில் தபால் தலை அறிமுகப்படுத்தப்பட்டது. 1864ஆம் ஆண்டு மெட்ராஸ் மாநகரில் மொத்தம் 9 தபால் அலுவலகங்கள் செயல்பட்டு வந்தன. 1870-1880 காலகட்டத்தில் பல புதிய விஷயங்கள் தபால் துறையில் அறிமுகப்படுத்தப்பட்டன. அலுவலக கடிதங்களுக்கு அதிக கட்டணம், வி.பி.தபால்கள், மணியார்டர் போன்றவை நடைமுறைக்கு வந்தன.

1872இல் கப்பல் மூலம் 15 நாட்களுக்கு ஒருமுறை மெட்ராசில் இருந்து பர்மாவின் ரங்கூன் நகருக்கு கடிதங்கள் கொண்டு செல்லப்பட்டன. 1886இல் மெட்ராசில் இருந்து இந்தியாவின் வடகிழக்கு பகுதியில் உள்ள துறைமுகங்களுக்கு இதேபோன்ற சேவை தொடங்கியது.

1915ஆம் ஆண்டு வரை, மெட்ராஸ் மாநகரில் குதிரை வண்டிகள் மூலம் தான் கடிதங்கள் பட்டுவாடா செய்யப்பட்டன. பின்னர் சோதனை முறையில் இரண்டு மோட்டார் வாகனங்கள் தபால் துறைக்கு வழங்கப்பட்டன. அவை அதிக பயன் அளித்ததால், 1918ஆம் ஆண்டு குதிரைகளின் இடத்தை மோட்டார் வாகனங்கள் முழுமையாக பிடித்துக் கொண்டன.

● தபால் கார்டு

பின்னர் வேகமெடுத்த தபால் துறை பல்வேறு சேவைகள் மூலம் மெட்ராஸ்வாசிகளின் வாழ்வின் பிரிக்க முடியாததொரு அங்கமாகிப் போனது. ஆனால் தொழில்நுட்ப வளர்ச்சி காரணமாக தபால் நிலையங்களின் அவசியம் தற்போது குறைந்துவிட்டாலும், உறவுகளிடம் இருந்து வந்த கடிதங்களை ஆர்வமுடன் பிரித்து படித்த, அந்த பழைய நினைவுகள் மட்டும் அப்படியே நெஞ்சில் நிழலாடுகிறது.

- *2000ஆம் ஆண்டு அக்டோபர் மாதம் ஜெனரல் போஸ்ட் ஆபிஸ் கட்டடத்தின் ஒரு பகுதியை தீ தின்றதால், இது மீண்டும் புனரமைக்கப்பட்டது.*
- *2011ஆம் ஆண்டு பெருமழை காரணமாக இந்த கட்டடத்தின் ஒரு பகுதி கூரை இடிந்து விழுந்தது.*
- *1852இல் தான் ஆசியாவிலேயே முதன்முறையாக தற்போதைய பாகிஸ்தானின் சிந்த் மாகாணத்தில் ஸ்டாம்ப் அறிமுகமானது*
- *தற்போது இந்தியாவில் மொத்தம் 1,55,333 தபால் நிலையங்கள் இருக்கின்றன.*

சென்னையில் தொலைபேசி

மெட்ராஸ் மாநகரம் பல்வேறு விஷயங்களிலும் உலகின் மற்ற நகரங்களுக்கு முன்னோடியாக இருந்திருக்கிறது. அப்படி மெட்ராஸ் முந்திக் கொண்ட ஒரு விஷயம்தான் தொலைபேசி. அதாவது கிரஹாம்பெல் தொலைபேசி என்ற கருவியை கண்டுபிடித்த 5 ஆண்டுகளிலேயே மெட்ராசில் தொலைபேசிகள் சிணுங்கத் தொடங்கிவிட்டன.

38

• பழைய டெலிபோன்

மெட்ராஸ், பம்பாய், கல்கத்தா மற்றும் ரங்கூன் ஆகிய நகரங்களில் தொலைபேசி இணைப் பகங்கள் ஆரம்பிக்க 1881ஆம் ஆண்டு நவம்பர் மாதம் அனுமதி அளிக்கப்பட்டது. ஓரியண்டல் டெலிபோன் கம்பெனி (ORIENTAL TELEPHONE COMPANY) என்ற இங்கிலாந்து நிறுவனம் இந்த அனுமதியைப் பெற்று இந்தியாவில் டெலிபோன் தொழிலில் காலடி எடுத்துவைத்தது. இந்த நிறுவனம் முதலில் அலுவலகம் தொடங்கியது மெட்ராசில்தான். 19-11-1881 அன்று பாரிமுனையில் உள்ள எர்ரபாலு செட்டித் தெருவில் 37ஆம் நம்பர் கட்டடத்தில் இந்தியாவின் முதல் தொலைபேசி இணைப்பகம் தொடங்கப்பட்டது.

புதிதாக தொலைபேசி இணைப்பகம் தொடங்கப்பட்ட சமயத்தில், சுமார் 4 லட்சம் மக்கள் வசித்த மெட்ராசில், வெறும் 17 பேர் மட்டுமே தொலைபேசியைப் பயன்படுத்தினர். அந்த ஆண்டு இறுதியில் இந்த எண்ணிக்கை 24ஆக உயர்ந்தது. அந்தக் கால வர்த்தகர்கள் இடையே தொலைபேசிக்கு பெரிய வரவேற்பு எதுவும் இல்லை. சாதாரண மக்களைப் பற்றி கேட்கவே வேண்டாம். எனவே தொலைபேசி நிறுவனம் பல்வேறு சலுகைகளை வழங்குவதாக விளம்பரங்களை வெளியிட்டது. ஆனால் அதுவும் பெரிதாக எடுபடவில்லை. 1910ஆம் ஆண்டு கூட வெறும் 350 பேரிடம் மட்டுமே தொலைபேசி இருந்தது. அதிலேயே நிறைய கிராஸ் டாக், ஒருவரைத் தொடர்பு கொள்ள முயன்றால் வேறு ஒருவருக்கு அழைப்பு செல்வது போன்ற பிரச்னைகள் இருந்தன.

1922ஆம் ஆண்டு ஓரியண்டல் டெலிபோன் கம்பெனியின் லைசன்சை புதுப்பிக்கும் தருணம் வந்தது. அப்போது அரசு மூன்று முக்கிய நிபந்தனைகளை விதித்தது. அதாவது, உள்நாட்டு நிறுவனத்திற்கு கம்பெனியை கைமாற்ற வேண்டும், தொலைபேசித் தொழில்நுட்பத்தை நவீனமாக்க வேண்டும், இதற்கு ஏதுவாக கட்டணத்தை உயர்த்த வேண்டும் ஆகியவை தான் அந்த நிபந்தனைகள்.

இதன்படி 1923ஆம் ஆண்டு, ரூ.5 லட்சம் முதலீட்டில் மெட்ராஸ் டெலிபோன் கம்பெனி லிமிடெட் தொடங்கப்பட்டது. இதனிடையே மெல்ல மெல்ல சந்தாதாரர்களின் எண்ணிக்கை

1224ஆக உயர்ந்தது. இது மட்டுமில்லாமல், சென்ட்ரல் மற்றும் எழும்பூர் ரயில் நிலையங்கள், துறைமுகம், சால்ட் குவார்ட்ரஸ் ஆகிய இடங்களில் மக்கள் வசதிக்காக பொதுத் தொலைபேசி களும் அமைக்கப்பட்டன. ஆனால் பொதுமக்கள் இதனைப் பெரிதாக பயன்படுத்தவில்லை.

இந்த நிலையில்தான் லண்டன் தொலைபேசி இணைப்பகத்தைப் போல மெட்ராஸ் இணைப்பகத்தையும் தானியங்கி முறைக்கு மாற்ற முடிவு செய்யப்பட்டது. இதற்கு எர்ரபாலு செட்டித் தெரு அலுவலகம் போதாது என்பதால் 1925ஆம் ஆண்டு சைனா பஜாரில் 21 ஆயிரம் சதுர அடி நிலம் வாங்கப்பட்டது. அங்கு உடனடியாக ஒரு அலுவலகம் கட்டப்பட்டு அந்த ஆண்டு டிசம்பர் மாதமே பால் காய்ச்சப்பட்டது. அதுதான் சென்னையின் 'டெலிபோன் ஹவுஸ்'.

அப்போதெல்லாம் தொலைபேசி ஒயர்கள் தலைக்கு மேலாகத்தான் சென்று கொண்டிருந்தன. கோவில் தேர் திருவிழாக்கள், சுழன்றடிக்கும் காற்று என பல காரணங்களால் இந்த ஒயர்கள் ஆங்காங்கே அறுந்து தொங்கின. இந்த பிரச்னைக்கு ஒரு முற்றுப்புள்ளி வைப்பதற்காக பூமிக்கு அடியில் கேபிள் பதிப்பது என மெட்ராஸ் டெலிபோன்ஸ் முடிவெடுத்தது. 1927-28 காலகட்டத்தில் இந்த பணி மும்முரமாக நடைபெற்று கிண்டி வரை கேபிள்கள் பதிக்கப்பட்டன. 1932இல் பெரம்பூர், ராயபுரம், துறைமுகம் என சென்னையின் முக்கியப் பகுதிகள் அனைத்தின் வயிற்றிலும் டெலிபோன் வயர்கள் புகுந்து புறப்பட்டன.

1934ஆம் ஆண்டிற்கு முன்பு வரை டெலிபோன் டைரக்டரி என்பது வெறும் ஒருசில தாள்கள் கொண்டதாகவே இருந்தது. 1934 அக்டோபர் மாதம் தான் பல வண்ண விளம்பரங்களுடன் கனமான முதல் டெலிபோன் டைரக்டரி வெளியிடப்பட்டது. பின்னர் மெல்ல மெல்ல டெலிபோனின் உபயோகத்தை மக்கள் புரிந்துகொண்டனர். எனவே சென்னையில் மவுண்ட் ரோடு, மாம்பலம் ஆகிய இடங்களில் இணைப்பகங்கள் தொடங்கப்பட்டன.

பழைய டெலிபோன்

இரண்டாம் உலகப் போர் சமயத்தில் செயிண்ட் தாமஸ் மவுண்ட் பகுதியில் நிறைய ராணுவத்தினர் தங்கி இருந்ததால், அவர்களின் வசதிக்காக அங்கு ஒரு தொலைபேசி இணைப்பகம் ஆரம்பிக்கப்பட்டது. போர் நடைபெற்றுக் கொண்டிருந்த காலத்தில், லண்டனில் தயாரிக்கப்படும் போன்கள் அனைத்தும் போர்த் தேவைகளுக்காக அனுப்பப்பட்டுவிட்டதால், மெட்ராசிற்கு புதிய போன்கள் வருவது அடியோடு நின்றுபோனது. இதனால் மெட்ராஸ் டெலிபோன்ஸ் கிட்டத்தட்ட முடங்கிப் போனது என்றே கூட சொல்லலாம்.

இந்தப் போர் தொலைபேசிகளின் பயன்பாட்டை அரசிற்கு தெளிவாகப் புரிய வைத்தது. எனவே அரசே

தொலைபேசி தொழிலை நடத்துவது என முடிவு செய்யப்பட்டது. இதனைத் தொடர்ந்து மெட்ராஸ் டெலிபோன்ஸ் கம்பெனியின் இயக்குநர்கள் கடைசி முறையாக 1943 மார்ச் 26ந் தேதி சென்னையில் உள்ள டெலிபோன் ஹவுசில் கூடிப் பேசி கனத்த இதயத்தோடு கலைந்து போயினர். ஒப்பந்தங்கள் கையெழுத்தாகின. டெலிபோன் தொழிலை அரசு ஏற்றுக் கொண்டது.

இப்படித் தான் மெட்ராஸ் மாநகரில் தொலைபேசிகள் அறிமுகமாகி, இன்று அனைவர் கைகளிலும் செல்போன்களாக சிணுங்கிக் கொண்டிருக்கின்றன.

- 1932இல் மெட்ராசில் தொலைபேசிகள் அறிமுகமானதன் 50ஆம் ஆண்டு விழா கொண்டாடப்பட்டது. அப்போது இந்த நிறுவனத்தின் பங்குகளை வைத்திருந்தவர்களுக்கு சிறப்பு போனஸ்கள் வழங்கப்பட்டன.
- அரசு இந்த தொழிலை ஏற்றுக் கொண்டதும், 1947இல் 1500 இணைப்புகளைக் கொண்ட புதிய மவுண்ட் ரோடு இணைப்பகம் தொடங்கப்பட்டது.

எலெக்ட்ரிக் தியேட்டர்

39

சினிமாவில் சேர்வதற்காக எத்தனையோ பேர் கனவுகளோடு தினமும் சென்னையில் வந்து இறங்குகிறார்கள். இதற்கெல்லாம் காரணகர்த்தாவான சினிமா முதன்முதலில் சென்னைக்கு வந்த கதை உங்களுக்குத் தெரியுமா.. அந்த கதையோடு தொடர்புடைய ஒரு கட்டடம் இன்றும் அண்ணாசாலையில் இருக்கிறது என்பது தெரியுமா... இப்படி நிறைய தெரியுமாக்களுக்கு விடையாக நின்று கொண்டிருக்கிறது எலெக்ட்ரிக் தியேட்டர்.

சினிமாவுக்கும் சென்னைக்குமான தொடர்பு ஏறக்குறைய சினிமா கண்டுபிடிக்கப்பட்ட காலத்திலேயே தொடங்கிவிட்டது. பிரான்சைச் சேர்ந்த லூமியர் சகோதரர்கள் தான் முதன்முதலில் சலனப்படங்களை உருவாக்கும் கருவி ஒன்றை கண்டுபிடித்தனர். சினிமாட்டோகிராப் என்ற இந்த கருவியைக் கொண்டு 1895ஆம் ஆண்டு டிசம்பர் 28ந் தேதி உலகின் முதல் சினிமாவை பொதுமக்களுக்கு திரையிட்டுக் காட்டினர். அடுத்த இரண்டே ஆண்டுகளில் சினிமா சென்னைக்கு வந்துவிட்டது.

மெட்ராசில் முதன்முதலில் சென்ட்ரல் இரயில் நிலையத்திற்கு அருகில் உள்ள விக்டோரியா பப்ளிக் ஹாலில்தான் 1897ஆம் ஆண்டு திரைப்படம் என்ற புதிய விஷயம் அரங்கேறியது. அதனை திரைப்படம் என்று கூட சொல்ல முடியாது. நிறைய புகைப்படங்கள் அடுத்தடுத்து ஸ்லைட் ஷோ மாதிரி நகரும் சலனப்படக் காட்சி என்று சொல்லலாம். இதனை எட்வர்டு என்ற ஐரோப்பியர் திரையிட்டார். ஒரு தொழிற்சாலையில் இருந்து ஊழியர்கள் வேலை முடிந்து வெளியேறுவது, ரயில் ஒன்று ரயில் நிலையத்திற்குள் நுழைவது போன்ற சில நிமிடங்களே ஓடக்கூடிய மவுனப் படங்கள்தான் இங்கு திரையிடப்பட்டன. திரையில் விரிந்த இந்த விநோதத்தை சென்னைவாசிகள் விழிகள் விரியப் பார்த்தனர்.

இந்த புதிய கலைக்கு மக்கள் மத்தியில் இருக்கும் வரவேற்பைப் பார்த்ததும் சென்னையில் சினிமாவிற்கான அடுத்தகட்ட முயற்சிகள் தொடங்கின. தெரு ஓரங்கள், பூங்காக்கள் என பொதுமக்கள் கூடும் இடங்களில் இதுபோன்ற மவுனப் படங்கள் திரையிட்டுக் காட்டப்பட்டன. இப்படி கண்ட இடங்களில் கூட்டம் கூட்டுவதை விட, அதற்கென ஒரு அரங்கைக் கட்டினால் என்ன என இரண்டு ஆங்கிலேயர்களுக்கு தோன்றிய யோசனையின் பலன்தான் எலெக்ட்ரிக் தியேட்டர்.

வார்விக் மேஜர் மற்றும் ரெஜினால்ட் அயர் (Warwick Major & Reginald Eyre) ஆகிய இருவரும் இணைந்து, மௌன்ட் ரோடில் 'எலக்ட்ரிக் தியேட்டர்' என்ற அரங்கை கட்டினார். இந்த தியேட்டர் 1900ஆம் ஆண்டு கட்டப்பட்டது என்று கூறப்படுகிறது. இதன் நூற்றாண்டை நினைவு கூறும் வகையில் 2000ஆம் ஆண்டு இந்திய தபால்துறை சிறப்பு தபால்தலை ஒன்றையும் வெளியிட்டது. ஆனால் சினிமா வரலாற்று ஆய்வாளர்கள் இதனை ஏற்க மறுக்கின்றனர்.

• லூமியர் சகோதரர்கள்

எலெக்ட்ரிக் தியேட்டர் 1913ஆம் ஆண்டுதான் கட்டப்பட்டதாக அவர்கள் கூறுகின்றனர். ஆனால் இதற்கு முன்னரே சென்னையில் சில திரையரங்குகள் இருந்திருக்கின்றன. இன்றையே பிராட்வே பகுதியில் குளூக் (Mrs. Klug) என்ற அம்மையார் 1911இல் பயாஸ்கோப் என்ற திரையரங்கை நடத்தியிருக்கிறார். உண்மையாகப் பார்த்தால் இதுதான் சென்னையின் முதல் நிரந்தரத் திரையரங்கம். ஆனால் குளூக் இதனை திரையரங்கமாக நடத்த வேண்டும் என்ற

திரைப்படம்

எண்ணத்தில் கட்டவில்லை. ஏற்கனவே இருந்த ஒரு கட்டடத்தை சற்றே மாற்றியமைத்து திரைப்படங்களை திரையிட்டார். இவர்தான் சென்னைவாசிகளுக்கு மாலையில் சினிமாவிற்கு போகும் பழக்கத்தை ஏற்படுத்தியவர்.

நாளிதழ்களில் விளம்பரம் கொடுத்து குளூக் தனது தியேட்டரைப் பிரபலப்படுத்தினார். அந்த காலத்திலேயே மக்கள் நெருக்கடி மிகுந்த பகுதியாக விளங்கிய பிராட்வேயில் தியேட்டரை அமைத்ததுடன், நிறைய பேர் பார்க்க வசதியாக ஒரு நூதன முறையையும் குளூக் பின்பற்றினார். அதாவது மாலை நேரம் முழுவதும் படங்கள் தொடர்ந்து திரையிடப்படும். யாருக்கு எப்போது வசதியோ அப்போது வந்து பார்த்து செல்லலாம். அந்த காலத்தில் ஐரோப்பா மற்றும் அமெரிக்காவில் இதுதான் நடைமுறையில் இருந்தது.

குளூக்கின் இந்த திரையரங்கம் வெறும் 6 மாதங்கள்தான் நீடித்தது. ஆனால் அன்றைய காலகட்டத்தில் இத்தனை மாதங்கள் தொடர்ந்து தாக்குப் பிடித்ததே பெரிய விஷயமாக பேசப்பட்டது. குளூக்கிற்கு முன்பே 1907இல் மவுண்ட் ரோடில் மிஸ்குவித் அண்ட் கோ என்ற கட்டடத்தில் (Misquith & Co) லிரிக் (Lyric) என்ற திரையரங்கு இருந்திருக்கிறது. இதனைப் பற்றிய கூடுதல் தகவல்கள் தெரியவில்லை.

இந்த சூழலில் மவுண்ட் ரோடில் அவதரித்ததுதான் எலெக்ட்ரிக் தியேட்டர். திரையரங்கமாக நடத்த வேண்டும் என்ற நோக்கத்தோடு கட்டப்பட்டது என்பதால் இதனையே சென்னையின் முதல் நிரந்தரத் திரையரங்கம் என எடுத்துக் கொள்ளலாம். அப்படிப் பார்த்தால்

• மவுண்ட் ரோடு தபால்நிலைய வளாகம்

தென்னிந்தியாவின் முதல் நிரந்தரத் திரையரங்கமும் இதுதான். உறுதியான இரும்புத் தூண்களும், சாய்வான கூரையும் கொண்ட இந்த கல் கொட்டகைக் கட்டடம் அன்றைய சென்னைவாசிகளின் கனவுகளுக்கு வண்ணம் சேர்த்தது.

மயக்கம் தரும் மெல்லிய விளக்கு வெளிச்சமும், கையால் சுற்றப்படும் புரொஜெக்டரும், மெல்ல விலகும் நீல நிற சாட்டின் துணியும், திரையில் வந்து போகும் மவுனப் படக் காட்சிகளும், அரங்கின் ஒரு மூலையில் இருந்து உயிர் கசியும் பியானோ இசையும்... அன்றைய மெட்ராஸ்வாசிகளை அப்படியே அலேக்காகத் தூக்கி ஒரு கனவு உலகத்தில் உலவ விட்டது என்றே சொல்ல வேண்டும்.

படம் பார்க்க வரும் ரசிகனுக்காக வார்விக் இன்னும் சில வசதிகளையும் ஏற்படுத்தித் தந்திருந்தார். திரையரங்கிற்கு பின்புறம் குடிமகன்களுக்காக பாரும், விளையாடி மகிழ பில்லியர்ட்ஸ் டேபிள் ஒன்றும் இருந்தது. அன்றைய மெட்ராசின் புகழ்பெற்ற உணவுக் கலைஞரான டி ஏஞ்ஜெலிஸ் அருகிலேயே ஹோட்டல் வைத்திருந்ததால், அருமையான உணவு வகைகளும் எலெட்ரிக் தியேட்டரின் திறந்தவெளி பாரில் கிடைத்தன.

இத்தனை வசதிகள் இருந்தும் எலெட்ரிக் தியேட்டரின் பயணம் இரண்டு ஆண்டுகளுக்கு (21 மாதங்கள்) மேல் தொடரவில்லை. இதற்கு முக்கியக் காரணங்களில் ஒன்று 1914இல் இதன் அருகிலேயே தொடங்கப்பட்ட கெயிட்டி தியேட்டர். ரகுபதி வெங்கைய்யா என்பவர் தொடங்கிய கெயிட்டிதான் தென்னிந்தியாவில் இந்தியர் ஒருவரால் கட்டப்பட்ட முதல் திரையரங்கம். இப்படி சில பல காரணங்களால் வார்விக் மேஜர் 1915ஆம் ஆண்டு தனது எலெக்ட்ரிக் தியேட்டரை தபால் துறைக்கு விற்றுவிட்டார். அன்று முதல் இன்று வரை இது இந்திய தபால் துறையின் வசம் இருக்கிறது.

தற்போது மவுண்ட் ரோடு தபால்நிலைய வளாகத்தில் இருக்கிறது இந்த பழமையான தியேட்டர். தபால்நிலைய வளாகத்திற்குள் நுழைந்ததுமே அந்தக்கால வீடு பாணியில் நம்மை எதிர்கொள்ளும் இந்த கட்டடத்தில் இப்போது அரிய தபால்தலைகள் காட்சிக்கு வைக்கப்பட்டுள்ளன. நூற்றாண்டை நெருங்கிக் கொண்டிருக்கும் இந்த கட்டடத்திற்குள் இப்போது நுழைந்தாலும் எங்கிருந்தோ மெல்லிய பியானோ இசை கசிவதைப் போலவே இருக்கிறது. ஒருவேளை, இல்லாத திரைகளில் இப்போதும் அந்த கருப்பு வெள்ளைப் படங்கள் ஓடிக் கொண்டே இருக்கலாம்.

- *உலகின் முதல் தபால் தலையான பென்னி பிளாக் (Penny Black) முதல் பல அரிய தபால் தலைகள் இங்கு காட்சிக்கு வைக்கப்பட்டுள்ளன.*
- *இங்குள்ள கல்வெட்டு ஒன்றில் இந்த தியேட்டர் 1900ஆம் ஆண்டு கட்டப்பட்டதாகத்தான் குறிக்கப்பட்டுள்ளது.*
- *இந்த கட்டடத்தின் சில பகுதிகள் 1980களில் இடிக்கப்பட்டுவிட்டன.*

மெட்ராஸ் விமானம்

40

மெட்ராஸ் வான்வெளியில் முதன்முதலில் விமானம் பறந்த கதை மிகவும் சுவாரஸ்யமானது. இந்த விமானம் பறந்தது மட்டுமல்ல, பிறந்ததும் மெட்ராசில்தான். எனவே இதை நாம் தாராளமாக மெட்ராஸ் விமானம் என்று அழைக்கலாம்.

1910ஆம் ஆண்டு, மார்ச் மாதத்தின் ஒரு வெயில் நாளில், தீவுத்திடல் மைதானத்தில் எதையோ பார்ப்பதற்காக ஏராளமானோர் கூடியிருந்தார்கள். ஓசியில் வேடிக்கை பார்க்க வந்த கூட்டமல்ல அது. இரண்டு அணாக்களில் இருந்து 5 ரூபாய் வரை கட்டணம் செலுத்தி வந்திருந்த கூட்டம்.

• டி'ஏஞ்ஜிலி

இரண்டு அணா கொடுத்தவர்கள் எல்லாம் தரையில் அமர்ந்திருக்க, ரூபாய்களில் கொடுத்தவர்கள் நாற்காலிகளில் உட்கார்ந்திருந்தார்கள்.

மைதானத்தின் மத்தியில் இரண்டு இறக்கைகளுடன் ஒரு விசித்திரமான வாகனம் பார்வையாளர்களின் விழிகளை விரிய வைத்துக் கொண்டிருந்தது. கொஞ்ச நேரத்தில் அங்கு வந்த பிரெஞ்சுக்காரர் ஒருவர் அந்த வாகனத்தை சுற்றி சுற்றி வந்து எதை எதையோ சோதித்துக்

கொண்டிருந்தார். பின்னர் அதில் ஏறி அமர்ந்து கொண்டார். அடுத்து என்ன நடக்கப் போகிறதோ என்ற ஆர்வத்தில் மூச்சுவிடக் கூட மறந்து, பார்த்துக் கொண்டிருந்தார்கள் மெட்ராஸ்வாசிகள்.

வாகனத்தின் முன்னால் இருந்த காற்றாடி சுற்ற ஆரம்பிக்க மெல்ல நகரத் தொடங்கியது அந்த விசித்திர வண்டி. மைதானத்தை ஒருமுறை அப்படியே சுற்றி வந்தது. இப்போது அனைவரும் அதை நெருக்கத்தில் பார்க்க முடிந்தது. பின்னர் மெல்ல மெல்ல வேகமெடுத்து வானில் உயரக் கிளம்பியது. மெட்ராஸ்வாசிகள் கண்களை கசக்கிக் கொண்டு நடப்பது நிஜம்தான் என்பதை ஊர்ஜிதப்படுத்திக் கொண்டனர்.

வானில் கிளம்பிய வாகனம் வங்கக் கடலின் மேல் பறந்து சிறிய புள்ளியாய் மாறி, பின்னர் காணாமல் போனது. எல்லோரும் கடலையே வெறித்துப் பார்த்துக் கொண்டிருக்க, சுமார் அரைமணி நேரம் கழித்து அந்த உலோகப் பறவை திரும்பி வந்தது. மக்கள் அதற்கு ஆரவார வரவேற்பு கொடுத்தார்கள். விமானத்தில் இருந்து கைகளை அசைத்தபடி வெளியில் வந்த அந்த பிரெஞ்சுக்காரர், மக்களிடம் சென்று 'யாராவது வருகிறீர்களா, ஓசியில் ஒரு ரவுண்ட் அழைத்துச் செல்கிறேன்' என்றார். கூட்டத்தில் இப்போது பயங்கர நிசப்தம். யாரும் முன்வரத் தயாராக இல்லை.

சிறிது நேரம் கழித்து ஒரே ஒரு சிறுவன் மட்டும் எழுந்து நின்றான். அவனையும் அருகில் இருந்தவர்கள் இழுத்து உட்கார வைக்க முயற்சித்தனர். ஆனால் பிரெஞ்சுக்காரர் அந்த சிறுவனை அழைத்துச் சென்று விமானத்தில் தனக்கு அருகில் இருந்த இருக்கையில் உட்கார வைத்து சீட் பெல்ட் போட்டுவிட்டார். மீண்டும் பறக்கத் தயாரானது அந்த விசித்திர வாகனம். எல்லோரும் அதிசயிக்கும் வகையில், அதே சாகசம் மீண்டும் ஒருமுறை வான்வெளியில் வெற்றிகரமாக அரங்கேறியது.

அடுத்தநாள் மெட்ராஸ் நாளிதழ்கள் அனைத்திலும் இதுதான் முக்கியச் செய்தி. பாரதியார் நடத்திய இந்தியா வார இதழிலும் இதுபற்றிய செய்தி இடம்பெற்றிருந்தது. அந்த கட்டுரையில், ஏழ்மை காரணமாக இந்தியர்கள் இதுபோன்ற புதிய முயற்சிகளில் ஈடுபடுவதில்லை என்று பாரதி குறைபட்டிருந்தார். ஆனால் இந்த விமானத்தை உருவாக்கிய தொழிலாளர்கள் தமிழர்கள் என்பதையும் பாரதி குறிப்பிடத் தவறவில்லை.

இந்த சாகசத்தை செய்து காட்டிய பிரெஞ்சுக்காரரின் பெயர் டி'ஏஞ்ஜிலி (D' ANGELI). இவர் மெட்ராசின் மவுண்ட் ரோட்டில் டி'ஏஞ்ஜிலிஸ் ஹோட்டல் என்ற பெயரில் பெரிய உணவகம் ஒன்றை நடத்தி வந்தார். விமானம் செய்ய மேற்கொள்ளப்படும் முயற்சிகள் பற்றிய தகவல்களை பாரீஸ் நகரில் இருந்து பெற்று, அதன் அடிப்படையில் இவர் மெட்ராசிலேயே இந்த விமானத்தை தயாரித்தார்.

அப்போது மெட்ராசில் ரயில் பெட்டிகள் தயார் செய்துகொடுத்துக் கொண்டிருந்த பிரபல சிம்சன் நிறுவனத்திடம் விமான பாகங்களை தயாரிக்கும் பணியை ஒப்படைத்தார். இது மிகவும் சாதாரண சிறிய ரக விமானம் என்பதால் அதிக சிரமம் இல்லாமல் இங்கேயே தயாரித்துவிட முடிந்தது. பல்லாவரம் பகுதியில் இதனை முதலில் சோதித்துப் பார்த்தார். சோதனை வெற்றி அடைந்ததால், அதிக சக்தி உள்ள என்ஜினைப் பொருத்தி மீண்டும் சோதித்துப் பார்த்தார். இதுவும் வெற்றிகரமாக அமைந்துவிட, உடனே 'கூட்டுங்கடா கூட்டத்தை' என்று தீவுத்திடலில் டிக்கெட் போட்டுவிட்டார்.

ஆர்.ஏ. பத்மநாபன் என்ற மூத்த பத்திரிகையாளர் இந்தியன் ரிவ்யூவில் (INDIAN REVIEW) எழுதிய கட்டுரையில் இந்த சம்பவத்தை அப்படியே நமக்கு படம்பிடித்துக் காட்டியிருக்கிறார். இப்படி இன்னும் நிறைய சுவாரஸ்யமான கதைகளை தனக்குள் புதைத்து வைத்திருக்கிறது மெட்ராஸ் மாநகரம். ஆனால் முறையாக ஆவணப்படுத்தத் தவறியதால் அவற்றில் பலவற்றை நாம் இழந்துவிட்டோம்.

- எஞ்ஜின், பைலட் எல்லாம் சேர்த்து மெட்ராஸ் விமானத்தின் எடை வெறும் 700 பவுண்டுகள்தான்.
- விமானத்தில் உடன் பறந்த சிறுவனின் பெயர் பி.ஆர்.எஸ். வாசன். அந்த சிறுவனின் நேரடி அனுபவங்களும் அடுத்தநாள் செய்தித்தாள்களில் வந்திருந்தன.
- மெட்ராஸ் விமான சாகசத்திற்கு மூன்று மாதங்களுக்கு முன் கல்கத்தாவில் ஒரு பஞ்சாபி தயாரித்த விமானம், 1909 டிசம்பர் 30ந் தேதி வானில் பறந்தது. அதுதான் இந்தியாவின் முதல் விமானம்.

எல்லீசன் என்ற தமிழன்!

41

சென்னை மாநகரில் நிறைய தெருக்கள் இன்றும் ஆங்கிலேயப் பெயர்களைத் தாங்கி நிற்கின்றன. அந்த வரிசையில் சாந்தி திரையரங்கிற்கு பின்புறம் திருவல்லிக்கேணியில் இருந்து அண்ணாசாலை வரை நீளும் சாலைக்கு எல்லீஸ் என்பவரின் பெயர் சூட்டப்பட்டுள்ளது. யார் இந்த எல்லீஸ் என்று வரலாற்றுப் பக்கங்களில் தேடியபோது, ஒரு சுவாரஸ்யமான மனிதரின் கதை கிடைத்தது.

எல்லீஸ் வடிவமைத்த திருவள்ளுவர் நாணயம்

கிழக்கிந்தியக் கம்பெனியில் பணியாற்றுவதற்காக இங்கிலாந்தில் இருந்து வந்த எத்தனையோ பேரில் ஒருவர்தான் ஃப்ரான்சிஸ் வைட் எல்லீஸ் (Francis Whyte Ellis). 1796இல் இந்தியா வந்த அவர், பல்வேறு பொறுப்புகளை வகித்து, படிப்படியாக முன்னேறி 1810இல் மெட்ராஸ் மாகாணத்தின் ஆளுநரானார்.

இங்கிலீஷ் பேசிப் பழகிய எல்லீசுக்கு தமிழ் மொழியைக் கேட்டதும் காதில் தேன் பாய்ந்திருக்கிறது. தமிழ் மீது எக்கச்சக்கமாக காதல்வசப்பட்டுப் போன அந்த வெள்ளைக்காரர், ராமச்சந்திரக் கவிராயர் என்பவரிடம் ட்யூஷன் படிக்க ஆரம்பித்து விட்டார். விருப்பம் இருந்ததால் விறுவிறுவென தமிழ் கற்ற எல்லீஸ், செய்யுள் இயற்றும் அளவுக்கு புலமை பெற்றுவிட்டார்.

தமிழ் கற்ற காலத்தில் திருவள்ளுவரின் தீவிர ரசிகராகிவிட்டார் எல்லீஸ். இரண்டே இரண்டு வரிகளில் இந்த மனிதர் எவ்வளவு அரிய பெரிய கருத்துகளை எல்லாம் சொல்லி விட்டார் என்று அதிசயித்த எல்லீஸ், இதை ஆங்கிலேயர்களும் அறிந்துகொள்ள வேண்டும் என்ற நோக்கில் திருக்குறளை ஆங்கிலத்தில் மொழிபெயர்த்தார். 1812ல் வெளியான அவரின் ஆங்கிலேய அறத்துப்பால்தான், திருக்குறளின் முதல் ஆங்கில மொழிபெயர்ப்பு. இதுபோதாதென்று பல தமிழ் நூல்களையும் படித்து, திருக்குறளுக்கு ஒரு எளிமையான விளக்கவுரையையும் எழுதினார் எல்லீஸ்.

தமிழ் மட்டுமின்றி பிற தென்னிந்திய மொழிகளின் முக்கியத்துவத்தையும் உணர்ந்த அவர், இங்கு பணியாற்ற வரும் ஆங்கிலேயே அதிகாரிகள் இந்த மொழிகளை அறிந்திருப்பது அவசியம் என்று வலியுறுத்தினார். இதற்காக 1812இல் புனித ஜார்ஜ் கோட்டையில் தமிழ், தெலுங்கு, கன்னடம் ஆகியவற்றை கற்பிக்கும் கல்லூரி ஒன்றை தொடங்கினார்.

நாணயத்தில் திருவள்ளுவர்

அதேசமயம் எல்லீஸ், மக்கள் பணியிலும் கவனம் செலுத்தத் தவறவில்லை. 1818-ல் பெரும் தண்ணீர்ப் பஞ்சம் வந்தபோது, எல்லீஸ் சென்னையில் 27 கிணறுகளை வெட்டி இருக்கிறார். அவற்றுள் ஒன்று சென்னை இராயப்பேட்டை பெரியபாளையத்தம்மன் கோயிலில் இருக்கிறது. இந்த கிணற்றில் எல்லீசின் திருப்பணி பற்றி சொல்லும் ஒரு நீண்ட பாடல் கல்வெட்டு கண்டெடுக்கப்பட்டிருக்கிறது.

அந்த கல்வெட்டின் விவரங்களை எனக்கு விரிவாக விளக்கினார், சென்னை அருங்காட்சியக நாணயவியல் துறை காப்பாட்சியர் திரு. சுந்தரராஜன். அதில் திருக்குறள் படித்ததன் பயனாகவே 27 கிணறுகளை வெட்டியதாக எல்லீஸ் குறிப்பிட்டிருக்கிறார். அந்த கல்வெட்டில் தம்மை 'சென்னப் பட்டணத்து எல்லீசன்' என்று அறிவித்துக் கொள்கிறார் எல்லீஸ். அத்துடன், 'நட்சத்திர யோக கரணம் பார்த்து சுபதினத்தில் இருபத்தேழு துறவு கண்டு புண்யாகவாசகம் பண்ணுவித்தேன்' என்றும் அறிவிக்கிறார். இந்தக் கல்வெட்டு தற்சமயம் மதுரை திருமலை நாயக்கர் மஹால் தொல்லியல் துறை அருங்காட்சியகத்தில் பாதுகாக்கப்பட்டு வருகிறது.

திருக்குறள் மீது இருந்த பற்று காரணமாக, எல்லீஸ் திருவள்ளுவர் உருவம் பொறித்த, பொன்னாலான இரட்டை வராகன் நாணயத்தை வடிவமைத்து ஒப்புதலுக்காக கல்கத்தாவிற்கு அனுப்பினார். ஆனால் பல்வேறு காரணங்களால் தாமதமானதால், அது மக்கள் புழக்கத்திற்கு வரவே இல்லை.

இதனிடையே எல்லீஸ் 1819ஆம் ஆண்டு தமது 41ஆவது வயதிலேயே காலரா வந்து காலமானார். வயிற்று வலி மருந்து என்று நினைத்து தவறுதலாக எதையோ குடித்ததால் உயிரிழந்ததாகவும் கூறப்படுகிறது. இறந்தாலும் தமிழை அவர் பிரியவில்லை என்பதை திண்டுக்கல்லில் உள்ள அவரது கல்லறை உணர்த்துகிறது. அதில் கீழ்கண்டவாறு ஒரு செய்யுள் பொறிக்கப்பட்டுள்ளது.

'திருவள்ளுவப் பெயர்த் தெய்வம் செப்பிய
அருங்குறள் நூலுள் அறப்பா லினுக்குத்
தங்குபல நூலுதா ரணங்களைப் பெய்து
இங்கிலீசு தன்னில் இணங்க மொழிபெயர்த்தோன்'.

இவ்வாறு எல்லீஸ் தனது கல்லறையிலும் தமிழை பறைசாற்றிக் கொண்டிருக்கிறார். மொத்தத்தில் எங்கேயோ, பிறந்து வளர்ந்த இந்த ஆங்கிலேயர், பிழைக்க வந்த நாட்டில் தமிழால் ஈர்க்கப்பட்டு தனது இறுதி நாட்களில் தமிழராகவே மாறிவிட்டார் என்பதே உண்மை. இந்த கதையை அறிந்தபின் எல்லீஸ் சாலையில் செல்லும்போதெல்லாம், அங்கிருக்கும் ஏதோ ஒரு கடையில் அமர்ந்து எல்லீஸ் அமைதியாக டீ குடித்தபடி திருக்குறள் படித்துக் கொண்டு இருப்பதைப் போலவே தோன்றுகிறது.

- *தமிழறிஞர் ரா.பி. சேதுப்பிள்ளை எழுதிய கிருஸ்தவத் தமிழ்த் தொண்டர் என்ற நூலில், தமிழர் பண்பாடு, தமிழர்களின் சமய நம்பிக்கை ஆகியவற்றில் எல்லிஸுக்கு இருந்த ஆழ்ந்த ஈடுபாடு பற்றி தெரிவித்திருக்கிறார்.*
- *தமிழ்ச் சங்கம் ஒன்றை நிறுவித் தமக்குக் கிடைத்த குறிப்பிட்டிருக்கிறார்.*
- *தமிழின் பற்றி எல்லீஸ் எழுதி வெளியாகாதிருந்த ஒரு நூலை, என்ற ஆய்வாளர் இங்கிலாந்தில் கண்டுபிடித்துள்ளார்.*

எல்லீசன் கல்வெட்டு
வாரியும் சிறுக வருபடைக் கடலோன்
ஆர்கடல் அதிர ஆர்க்கும் கப்பலோன்
மரக்கல வாழ்வில் மற்றொப் பிலாதோன்
தனிப்பெரும் கடற்குத் தானே நாயகன்

தீவுகள் பலவும் திதிபெறப் புரப்போன்
தன்னடி நிழற்குத் தானே நாயகன்
தாயினும் இனியன் தந்தையிற் சிறந்தோன்
நயநெறி நீங்கா நாட்டார் மொழிகேட்டு
உயர்செங் கோலும் வழாமை யுள்ளோன்
மெய்மறை யொழுக்கம் வீடுற அளிப்போன்
பிரிதன்னிய சகோத்திய விபானிய மென்று
மும்முடி தரித்து முடிவில் லாத
தீக்கனைத் தும்தனிச் சக்கர நடாத்தி
ஒருவழிப் பட்ட ஒருமை யாளன்
வீரசிங் காதனத்து வீற்றிருந் தருளிய
சோர்சென்னும் அரசற்கு 57 ஆம் ஆண்டில்
காலமும் கருவியும் கருமமும் சூழ்ந்து
வென்றியொடு பெரும்புகழ் மேனிமேற் பெற்ற
கும்பினி யார்கீழ்ப் பட்டகனம் பொருந்திய
யூவெலயத் என்பவன் ஆண்டவனாக
சேர சோழ பாண்டி யாந்திரம்
கலிங்க துளுவ கன்னட கேரளம்
பணிக்கொடு துரைத்தனம் பண்ணும் நாளில்
சயங்கொண்ட தொண்டிய சாணுறு நாடெனும்
ஆழியில் இழைத்த அழகுறு மாமணி
குணகடல் முதலா குடகடல் அளவு
நெடுநிலம் தாழ நிமிர்ந்திடு சென்னப்
பட்டணத்து எல்லீசன் என்பவன் யானே
பண்டார காரிய பாரம் சுமக்கையில்
புலவர்கள் பெருமான் மயிலையம் பதியான்
தெய்வப் புலமைத் திருவள்ளுவனார்
திருக்குறள் தன்னில் திருவுளம் பற்றி
'இருபுனலும் வாய்ந்த மலையும் வருபுனலும்
வல்லரணும் நாட்டிற்கு உறுப்பு'
என்பதின் பொருளை என்னுள் ஆய்ந்து
ஸ்வஸ்திஶ்ரீ சாலி வாகன சகாப்தம்
வருஷம் 1740க்குச் செல்லாநின்ற
இங்கிலீசு 1818ம் ஆண்டில்
பிரபவாதி வருஷத்துக்கு மேற் செல்லாநின்ற
பஹீத்திர யோக கரணம் பார்த்து
சுபதினத்தில் இதனோடு இருபத்தேழு
துறவு கண்டு புண்யாகவாசகம்
பண்ணுவித்தேன் 1818.

லஸ் தேவாலயம்

42

கிழக்கிந்திய கம்பெனியார் சென்னையில் கால்பதித்து மெட்ராஸ் என்ற நகரம் உருவாவதற்கு முன்பே இப்பகுதியில் கட்டப்பட்டதுதான் லஸ் தேவாலயம். ஆங்கிலேயர்களே வராத காலத்தில் இதனை யார் கட்டினார்கள்? எதற்காக இங்கு கட்டினார்கள்? இந்த கேள்விகளுக்கான விடையை அறிந்துகொள்ள நாம் சுமார் 500 ஆண்டுகள் பின்னோக்கி செல்ல வேண்டும்.

சென்னை

● லஸ் தேவாலயம்

ஐரோப்பாவிற்கும் இந்தியாவிற்கும் பல நூற்றாண்டுகளாக கடல் வழி வணிகம் நடைபெற்று வந்தாலும், அந்த கப்பல்கள் எல்லாம் பல நாடுகளை சுற்றிக் கொண்டே வர வேண்டியிருந்தது. எனவே இந்தியாவிற்கான சுருக்கமான நேரடி கடல் வழியைக் கண்டறியும் முயற்சிகள் 15ஆம் நூற்றாண்டில் மேற்கொள்ளப்பட்டன. ஸ்பானியரும், போர்த்துகீசியரும் இதில் அதிக ஆர்வம் காட்டினர். கடைசியில் ஜெயித்தது போர்த்துகீசியர்கள்தான். ஆம், 1498 மே மாதம் 17ஆம் தேதி, போர்த்துகீசிய மாலுமியான வாஸ்கோடகாமா வெற்றிகரமாக கேரளத்தின் கோழிக்கோட்டை வந்தடைந்தார்.

அவர் கண்டுபிடித்த வழியில் பயணித்து, போர்ச்சுகலின் லிஸ்பன் நகரில் இருந்து 8 பாதிரிமார்கள் 1500இல் கோழிக்கோடு வந்தனர். அவர்களில் மூன்று பேர் கொல்லப்பட்டுவிட்ட நிலையில், எஞ்சியவர்கள் கொச்சின் சென்று மதப் பிரச்சாரத்தில் ஈடுபட்டனர். சில ஆண்டுகள் கழித்து, மேலும் தெற்கு நோக்கி அவர்கள் பயணித்தபோது கடும் கடல்சீற்றம் காரணமாக அவர்களின் கப்பல் அலைக்கழிக்கப்பட்டது.

தங்களை பத்திரமாக கரை சேர்க்குமாறு அவர்கள் மேரி மாதாவிடம் வேண்டிக் கொண்டபோது, தூரத்தில் வானில் ஒரு ஒளி தோன்றியதாகக் கூறப்படுகிறது. அதனைப் பின்பற்றி கப்பலைச் செலுத்திய அவர்கள் ஒரு நிலப்பகுதியை அடைந்தனர். அந்த ஒளியை மேலும் பின்தொடர்ந்து சென்றபோது, அது ஒரு காட்டுப் பகுதியில் திடீரென மறைந்துவிட்டதாக சொல்லப்படுகிறது.

தங்களுக்கு வழிகாட்டி பத்திரமாக கரைசேர்த்த மேரி மாதாவிற்கு நன்றி பாராட்டும்விதமாக பாதிரிமார்கள், அந்த காட்டுப் பகுதியிலேயே ஒரு தேவாலயத்தை எழுப்பினர். அதுதான் லஸ் தேவாலயம். லஸ் என்றால் போர்த்துகீசிய மொழியில் ஒளி என்று அர்த்தம். அதனால்தான் இதனை பிரகாச மாதா தேவாலயம் (Church of Our Lady of Light) என்று அழைக்கிறார்கள். ஒரு காலத்தில், இது அடர்த்தியான காட்டுப் பகுதியாக இருந்ததால், உள்ளூர் மக்கள் இதனை காட்டுக் கோவில் என்றும் அழைத்தார்கள்.

கிறிஸ்தவ மதத்தை பரப்புவதற்காக முதல் நூற்றாண்டில் இந்தியா வந்த புனித தோமையாருக்கும் இந்த பகுதிக்கும் தொடர்பு இருப்பதாகவும் கூறப்படுகிறது. மலபார் மற்றும் சோழ மண்டல கடற்கரைப் பகுதிகளில் தமது பிரச்சாரத்தை துவங்கிய செயிண்ட் தாமஸ், சைதாப்பேட்டைக்கு அருகில் உள்ள சின்னமலைக்கு செல்லும் முன்பாக இன்றைய லஸ் பகுதியில் இருந்த மாந்தோப்பில் ஓய்வெடுத்தார் என்றும் சொல்லப்படுகிறது.

தற்போது காணப்படும் லஸ் தேவாலயம் 1516இல் கட்டப்பட்டது. சென்னையின் முதல் தேவாலயமான இது, 16ஆம் நூற்றாண்டு ஐரோப்பிய பாணியில், அதாவது கூர்மாட (Gothic) அமைப்பில் கட்டப்பட்டுள்ளது. குறிப்பாக இத்தாலியில் 16ஆம் நூற்றாண்டில் மிகவும் பிரபலமாக இருந்த பாரோக் (Baroque architecture) கட்டட அமைப்பில் இந்த தேவாலயம் வடிவமைக்கப்பட்டுள்ளது. வழக்கமான முறையில் இருந்து வேறுபட்டு பல புதுமைகளுக்கு இடம் அளிப்பதால் இந்த கட்டட அமைப்பு அக்காலத்தில் பெரும் வரவேற்பைப் பெற்றது.

இந்த சிறிய தேவாலயத்தின் உள்ளே மேரி மாதாவின் சிலைக்கு மேல் இருக்கும் மாடத்தின் உட்புறத்தில் தங்க நிறத்தில் அழகிய பூ வேலைப்பாடுகள் கண்ணைப் பறிக்கின்றன. அதேபோல இந்த தேவாலயத்தில் இருக்கும் சிலைகளை சுற்றியும் நுணுக்கமான வேலைப்பாடுகள் செய்யப்பட்டுள்ளன. இங்கு தரையில் பதிக்கப்பட்டிருக்கும் கற்கள்

• அழகிய பூ வேலைப்பாடுகளுடன் கூடிய மாடங்கள்

இத்தாலியில் இருந்து இறக்குமதி செய்யப்பட்டவை என்று கூறப்படுகிறது.

இந்த தேவாலயம் இருமுறை கடும் சேதங்களை சந்தித்தது. 1662 - 1673 காலகட்டத்தில் கோல்கொண்டா படைகள் இதனை சேதப்படுத்தின. அடுத்து அதே வேலையை 1780இல் ஹைதர் அலியின் படைகள் செய்தன. அவற்றை எல்லாம் மீறி சுமார் 500 ஆண்டுகால வரலாற்றை சுமந்தபடி இன்றும் கம்பீரமாக நின்றுகொண்டிருக்கிறது லஸ் தேவாலயம்.

• பழைய ஐரோப்பிய கல்வெட்டு

- 1516இல் பெத்ரோ தெ அடோங்கியா என்ற பாதிரியாரால் கட்டப்பட்டது என்ற செய்தியுடன் பழைய ஐரோப்பிய கல்வெட்டு ஒன்று இங்கிருக்கிறது. இதுவே இந்த தேவாலயத்தின் காலத்திற்கான சாட்சியாக கருதப்படுகிறது.
- 1547 முதல் 1582 வரை இந்த தேவாலயத்தில் மறுகட்டுமானப் பணிகள் நடைபெற்றன.
- மைலாப்பூரின் லஸ் கார்னர் என்ற பெயருக்கு இந்த தேவாலயமே காரணம்.

சென்னை உயர்நீதிமன்றம்

சென்னை உயர்நீதிமன்றம் அண்மையில் தனது 150ஆவது ஆண்டு விழாவைக் கொண்டாடியது. ஆனால் இதன் விதையும், அதற்கான கதையும் சுமார் 400 ஆண்டுகள் பழமையானது. கிழக்கிந்திய கம்பெனியார் சென்னையில் கால்பதித்து 1640இல் ஜார்ஜ் கோட்டையை கட்டிய உடனே, நீதிமன்றமும் வந்துவிட்டது. சிறிய வழக்குகளை விசாரிப்பதற்காக ‘சத்திரம் நீதிமன்றம்’ எனத் தொடங்கப்பட்ட அதில், சிவில், கிரிமினல் என இருவகை வழக்குகளும் விசாரிக்கப்பட்டன.

43

மெட்ராஸ் உயர்நீதிமன்றம்

பின்னர் மேயர் கோர்ட் *(1688)*, கட்சேரி கோர்ட் *(1793)*, ரிக்கார்டர் கோர்ட் *(1798)* என சென்னை பல நீதிமன்றங்களைக் கண்டது. இவற்றின் உச்சம்தான், 1801இல் உருவான மெட்ராஸ் உச்சநீதிமன்றம். இது சுமார் 60 ஆண்டுகள் செயல்பட்டது. பின்னர் 1861ஆம் ஆண்டு விக்டோரியா மகாராணியின் ஆணையின்பேரில், மெட்ராஸ், கல்கத்தா மற்றும் பம்பாய் உயர்நீதிமன்றங் உருவாகின.

1862, ஆகஸ்ட் 15ந் தேதி மெட்ராஸ் உயர்நீதிமன்றம் முறையாக தொடங்கி வைக்கப்பட்டது. இந்தியா சுதந்திரம் அடைவதற்கு சரியாக 85 ஆண்டுகளுக்கு முன்பே, ஆகஸ்ட் 15ல் நீதி வெல்லும் என்பதை சொல்லாமல் சொன்னதுபோல இது அமைந்திருந்தது.

எம்டன் கல்வெட்டு

கலங்கரை விளக்கின் அடியில் உள்ள கல்வெட்டு

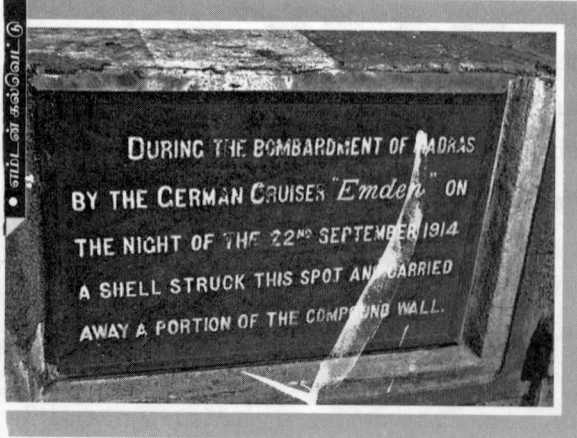

மெட்ராஸ் உயர்நீதிமன்றம் ஆரம்ப நாட்களில் ராஜாஜி சாலையில் இருக்கும் சிங்கார வேலர் மாளிகையில் அமைந்திருந்தது. பின்னர் 1888இல் உயர்நீதிமன்றத்திற்கென ஒரு அழகான கட்டடம் கட்டும் பணி தொடங்கியது. சுமார் 4 ஆண்டுகால உழைப்பில், ஜே.டபிள்யூ. பிரசிங்டன் (J.W. Brassington) தயாரித்த வடிவமைப்பில், ஹென்றி இர்வின், ஜே.எச். ஸ்டீபன்ஸ் போன்ற கலைஞர்களின் கைவண்ணத்தில், இந்தோ - சாராசனிக் பாணியில் இன்றைய உயர்நீதிமன்றக் கட்டடம் வானளாவ உருவானது. இதற்காக அந்த காலத்திலேயே ரூ.12 லட்சம் செலவானது.

இந்த கட்டடத்தின் அழகில் மயங்கி செஞ்சி ஏகாம்பர முதலியார் என்ற கவிஞர், 'ஐகோர்ட்டின் அலங்காரச்சிந்து' என்ற பெயரில் ஒரு புத்தகமே போட்டிருக்கிறார். அதில் இந்தோ - சாராசனிக் பாணி உயர்நீதிமன்ற கட்டடத்தை பற்றிய அவரின் விவரிப்பில் சில வரிகள்...

'அண்டா போல் ஒரு கூண்டு சண்டமாக கட்டி
அடுத்தசுத்திலும் பெருங் கொடத்தை போல வெகுகூட்டி
கண்டவர் பிரம்மிக்க கலசமதிலே மாட்டி
கண்கள் சிதரும்படி தங்ககிலுட்டுவூட்டி...'

இப்படி பார்ப்பவரை பரவசத்தில் ஆழ்த்திய சென்னை உயர்நீதிமன்ற கட்டடம், பய நிமிடங்களை சந்தித்த சம்பவங்களும் இருக்கின்றன. முதல் உலகப் போரின்போது, 1914, செப்டம்பர் 22ஆம் தேதி இரவு அது நிகழ்ந்தது. எம்டன் என்ற ஜெர்மானியக் கப்பல் சென்னை உயர்நீதிமன்றத்தின் மீது குண்டு வீசியது. இதில் நீதிமன்ற சுற்றுசுவரின் ஒரு பகுதி

உயர்நீதிமன்ற அருங்காட்சியகம்

• மெட்ராஸ் உயர்நீதிமன்ற கலங்கரை விளக்கு

மட்டும் சேதமடைந்தது. இதன் நினைவாக நீதிமன்றத்தில் இன்றும் ஒரு கல்வெட்டு இருக்கிறது.

இரண்டாம் உலகப் போரையும் பார்த்தது இந்த கட்டடம். 1942இல் போர் நடைபெற்றுக் கொண்டிருந்த போது, வழக்கத்திற்கு மாறாக முன்னதாகவே நீதிமன்ற விடுமுறை அறிவிக்கப்பட்டு, முக்கிய கோப்புகள் அனைத்தும் கோவைக்கும், அனந்தபூருக்கும் கொண்டு செல்லப்பட்டன. விடுமுறைக் கால நீதிமன்றம் கோவையிலேயே செயல்பட்டது. கொஞ்சம் பதற்றம் தணிந்த பிறகு சென்னை திரும்பினாலும், தி.நகரில் இருந்த ஆங்கிலோ இந்தியப் பள்ளி ஒன்றில்தான் உயர்நீதிமன்றம் சில காலம் செயல்பட்டது.

வெறும் கட்டடங்களால் மட்டுமின்றி இங்கு பணிபுரிந்த தலைசிறந்த நீதிபதிகளாலும், வழக்கறிஞர்களாலும் பல பெருமைகளைப் பெற்றிருக்கிறது சென்னை உயர்நீதிமன்றம். அப்படிப்பட்டவர்களில் முக்கியமானவர் நீதிமன்ற வளாகத்தில் இன்று சிலையாக நின்றுகொண்டிருக்கும் நீதிபதி சர் டி. முத்துசாமி ஐயர். ஏழைக் குடும்பத்தில் பிறந்து தெருவிளக்கில் படித்த திருவாரூர் முத்துசாமி ஐயர், 1878இல் மெட்ராஸ் உயர்நீதிமன்றத்தின் நீதிபதியானார். இதன் மூலம் முதல் இந்திய நீதிபதியை அளித்த பெருமை மெட்ராஸ் உயர்நீதிமன்றத்திற்கு கிடைத்தது.

மெட்ராஸ் உயர்நீதிமன்றத்தின் முதல் இந்திய தலைமை நீதிபதி என்ற பெருமைக்குரியவர் டாக்டர் ராஜமன்னார். இவர் 1948இல் இருந்து 1961 வரை சுமார் 13 ஆண்டுகள் தலைமை நீதிபதியாக இருந்தார். இப்படிப் பல்வேறு மரியாதைக்குரிய நீதி அரசர்களின் கால் தடங்களுடன், 150 ஆண்டுகளைக் கடந்து நீதியின் பாதையில் தொடர்ந்து கம்பீரமாகப் பயணிக்கிறது சென்னை உயர்நீதிமன்றம்.

- சென்னையின் முதல் கலங்கரை விளக்கம் இங்குதான் இருந்தது. நீதிமன்றம் கட்டி முடிக்கப்பட்ட பிறகு இரண்டாவது கலங்கரை விளக்கம் இதன் உச்சியில் அமைக்கப்பட்டது.
- வ.உ.சிதம்பரனாருக்கு சென்னை உயர்நீதிமன்ற நீதிபதி வாலிஸ் இரட்டை ஆயுள்தண்டனை வழங்கினார். பின்னாளில் அவரே தண்டனையைக் குறைக்க உதவியதுடன், வ.உ.சி.யின் வழக்கறிஞர் பட்டத்தையும் மீட்டெடுக்க உதவினார். இதனால் தனது கடைசி மகனுக்கு வாலேஸ்வரன் என்று பெயரிட்டார் செக்கிழுத்த செம்மல் வ.உ.சி
- இது உலகின் இரண்டாவது பெரிய நீதிமன்ற வளாகமாகக் கருதப்படுகிறது.
- 2004இல் சென்னை உயர்நீதிமன்றத்தின் மதுரைக் கிளை தொடங்கப்பட்டது.

கலங்கரை விளக்கம்

கடலில் திக்குத் தெரியாமல் தவிப்பவர்களுக்கு கடவுளைப் போன்றது கலங்கரை விளக்கம். இன்று மெரினாவில் நாம் பார்க்கும் நீண்டு உயர்ந்த கலங்கரை விளக்கத்திற்கு மூன்று மூதாதையர்கள் இருக்கிறார்கள். அவர்களின் கதையை அறிந்துகொள்ள நாம் மூன்று நூற்றாண்டுகள் பின்னோக்கிப் போக வேண்டும்.

மெட்ராஸ் வெறும் மணல் வெளியாக இருந்த காலத்தில் இங்கிருந்த மீனவர்கள் சிறிய கட்டுமரங்களைத் தான் பயன்படுத்தினார்கள்.

44

சென்னை

● கலங்கரை விளக்கம்

அவர்கள் கடலில் மீன் பிடித்துவிட்டு திரும்பும்போது, இருள் நேரத்தில் கரையில் அவர்கள் வீட்டுப் பெண்கள் பெரிய தீப்பந்தங்களை ஏந்தியபடி காத்திருப்பார்கள். அதுதான் அவர்களுக்கு கரையைக் காட்டும் கலங்கரை விளக்கமாகத் திகழ்ந்தது.

பின்னர் கிழக்கிந்திய கம்பெனிக்காரர்கள் இங்கு கோட்டை கட்டி வசிக்கத் தொடங்கியதும், அவர்களுக்கான சரக்குகளை ஏற்றியபடி பெரிய கப்பல்கள் இங்கிலாந்தில் இருந்து இந்த பகுதிக்கு வரத் தொடங்கின. ஆனால் அப்போது மெட்ராசில் துறைமுகம் எல்லாம் கிடையாது. எனவே கப்பலை நடுக்கடலிலேயே நிறுத்திவிட்டு, சிறிய படகுகள் மூலம் சென்று கப்பலில் உள்ள சரக்கை கரைக்கு கொண்டு வருவார்கள். கிழக்கிந்திய கம்பெனியார் 1639ஆம் ஆண்டே இங்கு வந்துவிட்டாலும், 1795 வரை அவர்கள் கலங்கரை விளக்கம் என்ற ஒன்றைப் பயன்படுத்தினார்களா என்று தெரியவில்லை. அதற்கான ஆதாரங்களோ, ஆவணங்களோ எதுவும் இல்லை.

1796இல் தான் முதன்முறையாக ஜார்ஜ் கோட்டையில் இன்று கோட்டை மியூசியம் இருக்கும் கட்டடத்தின் உச்சியில் ஒரு எச்சரிக்கை விளக்கு பொருத்தப்பட்டது. இதுதான் சென்னையின் முதல் கலங்கரை விளக்கம். இந்த கட்டடத்தின் மேல் தளத்தில் ஒரு பெரிய எண்ணெய் விளக்கு எரிந்துகொண்டிருக்கும். கோட்டை இருக்கும் இடத்தை அறிந்து கப்பலை செலுத்த இது உதவியாக இருந்தது. சுமார் 50 ஆண்டுகள் (1841) வரை இங்கிலாந்தில் இருந்து வந்த கிழக்கிந்திய கப்பல்கள் இந்த விளக்கைத் தான் நம்பி இருந்தன. இப்போது நமது எம்எல்ஏக்கள் வெளிநடப்பு செய்வது போல, கலங்கரை விளக்கும் கோட்டையைவிட்டு ஒரு நாள் வெளிநடப்பு செய்தது.

பார்த்திபன்

188

19ஆம் நூற்றாண்டின் தொடக்கத்தில் மெட்ராஸ் இரண்டாக இருந்தது. ஆங்கிலேயர்கள் எல்லோரும் கோட்டைக்குள் வசித்தார்கள், சென்னையின் பூர்வகுடிகளும், ஆங்கிலேயர்களுக்கு பணிபுரியும் மற்ற இனத்தவர்களும் கோட்டைக்கு மேற்கே சற்று தள்ளி இருந்த பகுதியில் வசித்தார்கள். இது கருப்பர் நகரம் என்று அழைக்கப்பட்டது. கோட்டைக்கும் இந்த கருப்பர் நகரத்திற்கும் இடையில் ஒரு பெரிய இடைவெளி இருந்தது.

இங்குதான் சென்ன கேசவப்பெருமாள் கோவிலும், சென்ன மல்லீஸ்வரர் கோவிலும் ஆரம்பத்தில் இருந்தன. 1762இல் பரவிய (மர்ம) தீ இந்த பகுதியை கபளீகரம் செய்தது. இதை அடுத்து, கிழக்கிந்திய கம்பெனிக்காரர்கள் இந்த இடத்தை வசப்படுத்தி, இங்கிருந்த இரண்டு கோவில்களையும் தற்போதைய பூக்கடை பகுதியில் மீண்டும் கட்டிக் கொடுத்தனர். பின்னர் இங்கிருந்த காலி மைதானத்தில் ஒரு உயரமான கலங்கரை விளக்கத்தை அமைத்தனர்.

சுமார் 2 ஆண்டுகால உழைப்பில் 1841ஆம் ஆண்டு 161 அடி உயர கலங்கரை விளக்கம் கம்பீரமாக எழுந்து நின்றது. இதில் பொருத்துவதற்காக இங்கிலாந்தின் பிர்மிங்ஹாம் நகரில் இருந்த ஒரு பிரபல நிறுவனத்தில் நவீன விளக்கிற்கு ஆர்டர் கொடுத்திருந்தார்கள். ஆனால் அது உரிய நேரத்தில் கிடைக்காததால், கோட்டையில் இருந்த பெரிய லாந்தர் விளக்கையே இதன் உச்சியில் வைத்துவிட்டார்கள். சுமார் 3 ஆண்டுகள் வரை இந்த லாந்தர் தான் கலங்கரை விளக்கமாக செயல்பட்டது. பின்னர் 1844ஆம் ஆண்டு அந்த நவீன விளக்கு ஆற அமர வந்து கலங்கரை விளக்கத்தின் உச்சியில் உட்கார்ந்து கொண்டது. இது சாதாரண விளக்கைப் போல தொடர்ந்து எரியாமல், விட்டுவிட்டு ஃபிளாஷ் அடிக்கும். எனவே மற்ற விளக்குகளில் இருந்து இதனை எளிதாகப் பிரித்தறிய முடியும், வெளிச்சமும் கூடுதலாக இருக்கும். இந்த கலங்கரை விளக்கம் ஒரு அரை செஞ்சுரி போட்டபோது, மீண்டும் இடப்பெயர்ச்சி வந்துவிட்டது.

இந்த கலங்கரை விளக்கத்திற்கு அருகில், மெட்ராஸ் உயர்நீதிமன்றத்திற்கென ஒரு பிரம்மாண்டமான கட்டடம் 1892ஆம் ஆண்டு கட்டப்பட்டது. இந்த கட்டடம்தான் அந்த

• இரவில் வழிகாட்டும் கலங்கரை விளக்கம்

காலத்தில் சென்னையிலேயே மிக உயரமான கட்டடமாக இருந்தது. எனவே கலங்கரை விளக்கம் உயரமான இடத்தில் இருப்பதுதானே சரி என யாரோ கேள்வி எழுப்ப, உயர்நீதி மன்றத்தின் உயரமான மாடம் (175 அடி) ஒன்றிற்கு உடனடியாக மாற்றப்பட்டது. 1894ஆம் ஆண்டு இந்த மாடத்தில் ஏறிய கலங்கரை விளக்கம் 1977 வரை அங்குதான் இருந்தது.

பின்னர் கலங்கரை விளக்கம் இன்னும் சற்று தூரம் தள்ளி, மெரினா கடற்கரையில் சாந்தோமிற்கு அருகில் இப்போது இருக்கும் இடத்தை வந்தடைந்தது. உயர்நீதிமன்ற கலங்கரை விளக்கம் சட்டென பார்க்கும் போது குதுப்மினார் மாதிரி உயரமாக உருளையாக இருக்கும். ஆனால் மெரினாவில் அமைந்த கலங்கரை விளக்கம், உயரமான பென்சில் டப்பாவைப் போல வடிவமைக்கப்பட்டுள்ளது. இதில் 187அடி உயரத்தில் பொருத்தப்பட்டுள்ள விளக்கின் ஒளி, 28 கடல்மைல் தொலைவு தெரியும் அளவுக்கு சக்தி வாய்ந்தது.

இப்படித்தான் நமது கலங்கரை விளக்கம், மூன்று சுற்றுகளை முடித்து முழுமை அடைந்து, இன்று கடற்கரையில் ஹாயாக காற்று வாங்கிக் கொண்டிருக்கிறது.

- முதல் உலகப் போரின்போது ஜெர்மனின் எம்டன் கப்பல் கலங்கரை விளக்கை குறிவைத்தே உயர்நீதிமன்ற வளாகத்தை நோக்கி குண்டு வீசியதாக கூறப்படுகிறது.
- 1970கள் வரை உயர்நீதிமன்ற கலங்கரை விளக்கில் ஏறிப் பார்க்க பொதுமக்கள் அனுமதிக்கப்பட்டனர். பின்னர் கிட்டத்தட்ட 30 ஆண்டு தடைக்கு பிறகு தற்போது பொதுமக்கள் மீண்டும் அனுமதிக்கப்படுகின்றனர்.
- தற்போது மெரினாவில் இருக்கும் கலங்கரை விளக்கம் தான் இந்தியாவிலேயே லிப்ஃட் வசதி கொண்ட ஒரே லைட் ஹவுஸ்.

45

பி ஆர் அண்ட் சன்ஸ்

1843 இல் மெட்ராஸ் வந்த ஸ்காட்லாந்து சகோதரர்களோடு தொடங்குகிறது பி ஆர் அண்ட் சன்ஸ் (P.Orr & Sons) நிறுவனத்தின் கதை. சில நிமிடங்களில் கரைந்து மறைந்துவிடக் கூடிய ஐஸ் வியாபாரத்தில் ஆரம்பித்த அவர்களுக்கு, காலத்தால் கரைக்க முடியாதபடி மெட்ராஸ்வாசிகளின் நினைவுகளில் என்றுமே பெண்டுலம் ஆடப் போகிறோம் என்பது அப்போது தெரியாது.

சகோதரர்கள் பீட்டர் ஆரும் (Peter Orr) அலெக்சாண்டர் ஆரும் (Alexander Orr) நரைக்கத் தொடங்கிய நாற்பதுகளில் மெட்ராஸ் வந்தனர்.

மூத்தவர் பீட்டர் ஆர், கடிகாரம் தயாரிப்பதில் வல்லவர், இளையவர் அலெக்சாண்டர் ஆர் ஒரு வழக்கறிஞர். ஆனால் இவர்கள் இருவரும் இணைந்து ஆரம்பத்தில் மெட்ராசில் 4 அணாக்களுக்கு ஒரு பவுண்ட் ஐஸ் விற்றார்கள். பின்னர் இங்கிருந்த ஜியார்ஜ் கார்டன் அண்ட் கோ (George Gordon & Co) என்ற கடிகார நிறுவனத்தில் சேர்ந்தனர்.

நிறுவனரான கார்டன் 1849இல் ஓய்வு பெற முடிவு எடுத்தபோது, அவரிடம் இருந்து இந்த நிறுவனத்தை வாங்கிக் கொண்டனர். பின்னர் கடிகார விற்பனையில் முன்னணி நிறுவனம் என்ற பெயரைப் பெறுவதற்காக சகோதரர்கள் இருவரும் கடுமையாக உழைத்தனர். புத்தி சாலி பொறியாளரான பீட்டர் ஆர், கடிகாரத் தயாரிப்பு மட்டுமின்றி, வேறு சில

● ராபர்ட் சிஸ்ஹோம்

விஷயங்களிலும் தமது திறனை காட்டத் தொடங்கினார். அப்படி அவர் உருவாக்கியதுதான், நீராவியில் இயங்கும் சாமரம் வீசும் இயந்திரம்.

மூத்தவர் பீட்டர் ஆரின் மகன்களான ஜேம்சும், ராபர்ட்டும் கடிகாரத் தயாரிப்பில் சுவிட்சர்லாந்தில் பயிற்சி பெற்று திரும்பியதும், 1850களில் இந்நிறுவனத்தில் சேர்ந்தனர். 1863இல் இதன் பங்குதாரர்களாகவும் உயர்ந்தனர். இப்படித்தான் பி ஆர் அண்ட் சன்ஸ் என்ற பெயர் வந்தது. 1866இல் பீட்டர் இங்கிலாந்து திரும்பிவிட, 1869இல் ஜேம்ஸ் இறந்துவிட, நிறுவனம் மொத்தமாக ராபர்ட்டின் வசம் வந்தது. ராபர்ட் பி ஆர் அண்ட் சன்ஸ் பெயரை இந்தியாவில் பிரபலப்படுத்தியதோடு அல்லாமல் கடல் கடந்தும் புகழைப் பரப்பினார்.

இந்நிலையில் 1879இல்தான் பிராட்வேயில் இருந்த நிறுவனம் தற்போதைய இடத்திற்கு மாற்றப்பட்டது. இதற்காக மவுண்ட் ரோட்டில் ஒரு அழகிய கட்டடம் கட்டும் பணி அப்போதைய மெட்ராஸ் அரசின் மூத்த கட்டட ஆலோசகரான ராபர்ட் சிஸ்ஹோமிடம் (Robert Chisholm) ஒப்படைக்கப்பட்டது. பிரசிடென்சி கல்லூரி, மெட்ராஸ் பல்கலைக்கழகத்தின் செனட் இல்லம் போன்ற பல கட்டடங்கள் இவரது கை வண்ணத்தில் உருவானவைதான்.

இந்தோ-சராசனிக் பாணியில் கைதேர்ந்த ராபர்ட் சிஸ்ஹோம், அதனுடன் கால் கிலோ கேரள பாணியையும் சேர்த்து கூரைத் தொப்பி எல்லாம் போட்டு, பி ஆர் அண்ட் சன்ஸுக்காக ஒரு அருமையான கட்டடத்தை கட்டிக் கொடுத்தார். உள்ளே நுழைந்ததும் 60 அடி நீளத்திற்கு பிரம்மாண்டமான ஷோ ரூம், மேலே கண்ணைக் கவரும் சர விளக்குகளுடன் வாடிக்கையாளர்களை வரவேற்றது. பின் பகுதியில், கடிகாரங்களை பழுது நீக்க ஒரு வொர்க் ஷாப் அமைக்கப்பட்டது. மெட்ராஸ்வாசிகளுக்கு மிகத் துல்லியமான நேரத்தை தெரிவிக்க, கட்டடத்தின் முகப்பு கோபுரத்தில் மூன்று முக கடிகாரம் ஒன்றும் பொருத்தப்பட்டது. இந்த கட்டடத்தில்தான் சுமார் 130 ஆண்டுகளைக் கடந்தும் பி ஆர் அண்ட் சன்ஸ் செயல்பட்டு வருகிறது.

கடிகாரம் மட்டுமின்றி தங்க, வைர நகைகள், வெள்ளிப் பாத்திரங்கள் ஆகியவற்றின் விற்பனையிலும் பி ஆர் அண்ட் சன்ஸ் அந்நாட்களில் கொடி கட்டிப் பறந்தது. இங்கிருந்த வொர்க் ஷாப்பில் மிக நேர்த்தியான தங்க, வைர நகைகளும், வெள்ளிப் பாத்திரங்களும் செய்யப்பட்டன. 1880களில் இந்நிறுவனத்தின் வைரத்திற்கு இந்தியா முழுவதும் மிகப் பெரிய வரவேற்பு இருந்தது. ஐதராபாத் நிஜாம் முதல் வேல்ஸ் இளவரசர் வரை பலர் இதன் வாடிக்கையாளர்களாக இருந்தனர். ரங்கூன் கிளையில் இருந்து மவுண்ட் ரோடு அலுவலகத்திற்கு விலை உயர்ந்த கற்கள் இறக்குமதி செய்யப்பட்டன. இரண்டாம் உலகப் போரின் போதுதான் இது தடைபட்டது.

அதேசமயம் போரையும் இந்நிறுவனம் பயன்படுத்திக் கொள்ளத் தவறவில்லை. நகைகள் போன்ற விஷயங்களை நிறுத்திவிட்டு, அதற்கு பதில் போர்க் காலத்தில் தேவையான ஏரோப்ளேன் மீட்டர் போன்ற உபகரணங்களை தயாரிக்கும் பணியில் இறங்கியது. போரில் சேதமான ஆயுதங்களை பழுது நீக்கித் தரும் பணியும் பின்னால் இருந்த வொர்க் ஷாப்பில் மும்முரமாக நடைபெற்றது. போருக்கு முன்பு நகைகள் மட்டுமின்றி, சர்வே உபகரணங்கள், துணிவகைகள், சமையல் பாத்திரங்கள், பேனா, சைக்கிள், கார் என பலதரப்பு பொருட்களும் இங்கு கிடைத்தன. இந்தியா சுதந்திரம் அடைந்த பிறகு, இதில் ஒவ்வொரு பொருளாக மெல்ல விடை பெறத் தொடங்கியது.

இதனிடையே இந்நிறுவனத்தின் உரிமையாளர்கள் மாறினார்கள். அனந்த ராமகிருஷ்ணனின் அமால்கமேஷன் குழுமத்தின் கைக்குப் போன நிறுவனம், 1967இல் அவரது நண்பர் கருமுத்து

• பி ஆர் அண்ட் சன்ஸ் வொர்க் ஷாப்

• பி ஆர் அண்ட் சன்ஸ் தயாரித்த காபி கப்

தியாகராஜ செட்டியாரின் வசம் சென்றது. பின்னர் மெல்ல மெல்ல பி ஆர் அண்ட் சன்ஸ் தனது பழைய கடிகாரத் தொழிலுக்கே திரும்பியது.

ஒரு காலகட்டத்தில் மெட்ராசில் இருந்த பெரும்பாலான வீடுகள் மற்றும் அலுவலகங்களை பி ஆர் அண்ட் சன்ஸ் கடிகாரங்களே அலங்கரித்துக் கொண்டிருந்தன. இப்படி வாட்ச் சக்கரங்களுக்கு வாழ்வை அர்ப்பணித்த பி ஆர் சகோதரர்கள், காலச் சக்கரத்தால் மறக்கடிக்கப்படாமல் இன்றும் நமது நினைவுகளில் சுற்றிச் சுழன்று கொண்டே இருக்கிறார்கள்.

ാ 1949இல் இதன் நூற்றாண்டு விழாவில் கலந்துகொண்ட ராஜாஜி, இளைஞர்களின் கைத்திறனை வளர்ப்பதில் இந்நிறுவனம் பெரும் பங்காற்றி வருவதாகப் பாராட்டினார்.

ാ கனடாவில் உள்ள ராயல் ஒண்டாரியோ அருங்காட்சியகத்தில் பி ஆர் அண்ட் சன்ஸ் தயாரித்த காபி கப் ஒன்று காட்சிக்கு வைக்கப்பட்டுள்ளது.

மெட்ராஸை மிரட்டிய எம்டன்

46

சினிமாவை மிஞ்சும் காட்சிகள் சில நேரங்களில் நிஜ வாழ்விலும் அரங்கேறி விடுகின்றன. 1914ஆம் ஆண்டு செப்டம்பர் 22ந் தேதி இரவு சென்னைவாசிகள் அப்படி ஒரு காட்சியைத்தான் மிரண்டு போய் பார்த்தார்கள். முதல் உலகப் போரால் பல நாடுகளும் அல்லோகலப்பட்டுக் கொண்டிருந்த வேளையில் நவராத்திரி கொண்டாட்டங்களில் மூழ்கியிருந்த மெட்ராஸ்வாசிகளை அச்சத்தில் உறைய வைத்தது அந்த காட்சி.

1914, செப்டம்பர் 22, இரவு 9.30 மணி... சென்னை துறைமுகத்திற்கு மிக அருகில் திடீரென காட்சி கொடுத்தது ஜெர்மானிய போர்க்கப்பலான எம்டன்.

• குண்டு மழை பொழிந்த எம்டன்

பிரிட்டிஷ் கப்பற்படையின் கண்களில் மண்ணைத் தூவிவிட்டு துறைமுகத்தை நெருங்கிய அந்த கப்பல், சென்னை மாநகரை நோக்கி குண்டு மழை பொழியத் தொடங்கியது. துறைமுகத்திற்குள் இருந்த பர்மா ஆயில் கம்பெனியின் எண்ணெய் கிடங்குகள் கொழுந்துவிட்டு எரிந்தன.

எண்ணெய் டாங்குகளை கபளீகரம் செய்த எம்டன் அடுத்தபடியாக துறைமுகத்தில் நிறுத்தப்பட்டிருந்த சிறிய வணிகக் கப்பல் ஒன்றை சுட்டு வீழ்த்தியது. கப்பலில் இருந்த 3 பணியாளர்கள் உயிரிழந்தனர், 20க்கும் மேற்பட்டோர் படுகாயமடைந்தனர். பிரிட்டன் படைகள் சுதாரித்து எதிர்தாக்குதல் நடத்த அரை மணி நேரம் ஆகிவிட்டது. அதற்குள் மேலும் சில குண்டுகளை சென்னைக்கு பரிசளித்துவிட்டு எம்டன் பத்திரமாக வங்கக் கடலில் விரைந்து மறைந்துவிட்டது.

அடுத்தநாள் காலை, சென்னையில் காட்சிகள் வேகமாக மாறின. எம்டன் வீசிச் சென்ற குண்டுகள் உயர்நீதிமன்றம், பூந்தமல்லி நெடுஞ்சாலை, சூலை, நுங்கம்பாக்கம் என பல கிலோ மீட்டர் தூரம் சிதறிக் கிடந்தன. மக்கள் இதனை பீதியுடன் பார்த்தனர். எம்டன் பற்றிய செய்தி காட்டுத்தீயாய் பரவியது. மீண்டும் எம்டன் தாக்கலாம் என்ற வதந்தி இறக்கை கட்டிப் பறந்தது. அச்சத்தில் உறைந்த மக்கள் அவசர அவசரமாக நகரை விட்டு வெளியேறத் தொடங்கினர். தினமும் சுமார் 20 ஆயிரம் பேர் நகரை காலி செய்துவிட்டு கிளம்பியதாக அன்றைய செய்தித்தாள்கள் தெரிவிக்கின்றன. ரயில் நிலையங்களில் கூட்டம் அலைமோதியதால் கூடுதல் போலீசார் குவிக்கப்பட்டனர்.

ரயில்களில் இடம் கிடைக்காதோர் சாலை மார்க்கமாக பயணித்தனர். எங்கு பார்த்தாலும் மூட்டை முடிச்சுகளோடு மக்கள் கூட்டம் கூட்டமாக சென்று கொண்டிருந்தனர். கடைகள் அடைக்கப்பட்டன. திறந்திருந்த ஒரு சில கடைகளில் விலைகள் திடீரென விண்ணில்

பறந்தன. அடுத்து என்ன எனத் தெரியாத ஒரு குழப்ப மேகம் நகரை சூழ்ந்திருந்தது. வதந்தி கிளப்புவோர் மீது கடும் நடவடிக்கை எடுக்கப்படும் என அரசு எச்சரித்தும் எந்த பயனும் இல்லை. வதந்திகள் பரவிக் கொண்டே இருந்தன, மக்கள் வெளியேறிக் கொண்டே இருந்தார்கள்.

அப்போதைய மெட்ராஸ் ஆளுநரான லார்ட் பெண்ட்லாண்ட் எம்டன் தாக்குதல் நடத்தியபோது ஊட்டியில் இருந்தார். தகவல் கிடைத்த பிறகும் அவர் உடனே சென்னைக்கு வரவில்லை. பொறுமையாக செப்டம்பர் 25ந் தேதி வந்து தாக்குதல் நடந்த இடங்களைப் பார்வையிட்டார். 'எம்டன் திரும்பி வராது, பயப்படாதீர்கள்' என்று நம்பிக்கை அளித்துவிட்டு, மீண்டும் ஊட்டிக்குத் திரும்பிவிட்டார். 'எம்டன் வராது என்றால் ஆளுநர் இங்கேயே இருக்க வேண்டியதுதானே, ஏன் நகரில் இருப்பதை தவிர்க்கிறார்?' என்று பொதுமக்கள் கேட்டார்கள். ஆனால் பதில் சொல்லத்தான் யாரும் இல்லை.

அந்த காலத்தில் பிரிட்டீஷ் ஏகாதிபத்தியத்தின் மகுடமாகக் கருதப்பட்ட இந்தியாவில், அதுவும் அவர்கள் முதன்முதலாக காலடி வைத்த சென்னைக்கே வந்து ஒரு எதிரி தாக்கிவிட்டு பத்திரமாகத் திரும்பியது ஆங்கிலேயப் படைக்கு மிகப் பெரிய அவமானமாக கருதப்பட்டது. இந்த ஒரு காரணத்திற்காக இந்திய மக்கள் எம்டனை ஹீரோவாகப் போற்றினார்கள். அதன்பின்னர் அசகாய சூரர்களை எம்டன் என்று தமிழக மக்கள் அழைக்கத் தொடங்கினர்.

ஆங்கிலேயர்களுக்கு சிம்மசொப்பனமாகத் திகழ்ந்த எம்டன், தனது பணிக் காலத்தில் 31 கப்பல்களை மூழ்கடித்திருக்கிறது. தனது வசீகரத் தோற்றத்தால் 'கிழக்கின் அன்னப்பறவை' என எதிரிப் படைகளாலும் வர்ணிக்கப்பட்ட பெருமை எம்டனுக்கு உண்டு. யில் முக்கிய அங்கம் வகித்த இந்த கப்பலுக்கு, 1913ஆம் ஆண்டு வான் முல்லர் (Karl Von Muller) கேப்டனாக பொறுப்பேற்றார்.

அந்த காலத்தில் இந்துமா சமுத்திரம் முழுவதும் பிரிட்டிஷ் கப்பல்கள் நிறைந்திருக்கும். ஒட்டுமொத்த சமுத்திரத்திலும் தாங்களே ஆதிக்கம் செலுத்தியதால் இந்துமா சமுத்திரத்தை 'பிரிட்டனின் ஏரி' என்று ஆங்கிலேயர்கள் கர்வத்துடன் அழைத்துக் கொண்டிருந்தனர். இந்த கர்வத்திற்குதான் மரண அடி கொடுத்தார் முல்லர். எம்டன் கப்பலில் இருந்த செண்பகராமன் என்ற விடுதலைப் போராட்ட வீரரின் கோரிக்கையை ஏற்றே சென்னை மீது முல்லர் தாக்குதல்

எம்டன் கேப்டன்

ஜெர்மானிய படை

• சுட்டு வீழ்த்தப்பட்ட எம்டன்

நடத்தியதாகவும் சொல்லப்படுகிறது. ஆனால் இதுபற்றி உறுதியான ஆவணங்கள் எதுவும் இல்லை.

எம்டனை வீழ்த்த பல நாட்டு கப்பல்களும் எவ்வளவோ முயற்சித்தன. ஆனால் முடியவில்லை. இறுதியில், வல்லவனுக்கு வல்லவன் வையகத்தில் உண்டு என்பதை நிரூபிக்கும் வகையில் எம்டனுக்கு போட்டியாக ஒரு கப்பல் களமிறங்கியது. முதல் உலகப் போர் உச்சத்தில் இருந்த போது, ஆஸ்திரேலியாவின் சிட்னி என்ற நவீன போர்க்கப்பலுடன் எம்டன் மோதியது. கடுமையான சண்டைக்குப் பிறகு எம்டன் சுட்டு வீழ்த்தப்பட்டது. கேப்டன் முல்லர் உள்ளிட்டோர் கைது செய்யப்பட்டனர். கடலில் பல வெற்றிகளை நிலைநாட்டிய எம்டன், அதே கடலில் அமைதியாக ஜலசமாதியானது.

- முதல் உலகப் போரின்போது இந்தியாவில் தாக்குதலுக்கு உள்ளான ஒரே நகரம் சென்னை தான்.
- எம்டன் தாக்கியதில் உயர்நீதிமன்ற சுற்றுச்சுவரின் ஒரு பகுதி மட்டும் சேதமடைந்தது. இதன் நினைவாக நீதிமன்றத்தில் இன்றும் ஒரு கல்வெட்டு இருக்கிறது.
- ஜெர்மனியின் எம்ஸ் நதிக்கரையில் உள்ள எம்டன் நகரின் நினைவாக இந்த கப்பலுக்கு எம்டன் எனப் பெயரிடப்பட்டது.

ஹிக்கின்பாதம்ஸ்

47

சிறந்த புத்தகம் என்பது மந்திரக் கம்பளம் போல, நாம் நுழைய முடியாத பல இடங்களுக்கு அது நம்மை அழைத்துச் செல்லும். அப்படிப்பட்ட மந்திரக் கம்பளங்கள் மலை போல் குவிந்திருக்கும் இடம்தான் புத்தகக் கடைகள்.

இன்று சென்னையில் நிறைய புத்தகக் கடைகள் வந்துவிட்டன. உலகின் மிக முக்கியமான புத்தகங்கள் அனைத்தையும் இங்கு காண முடிகிறது. புதிய புத்தகங்கள் உலகின் எந்த மூலையில் பதிப்பிக்கப்பட்டாலும் உடனே சென்னையிலும் அதன் பிரதிகள் கிடைக்கின்றன. ஆனால் சுமார் 200 ஆண்டுகளுக்கு முன் இதெல்லாம் சாத்தியமா?

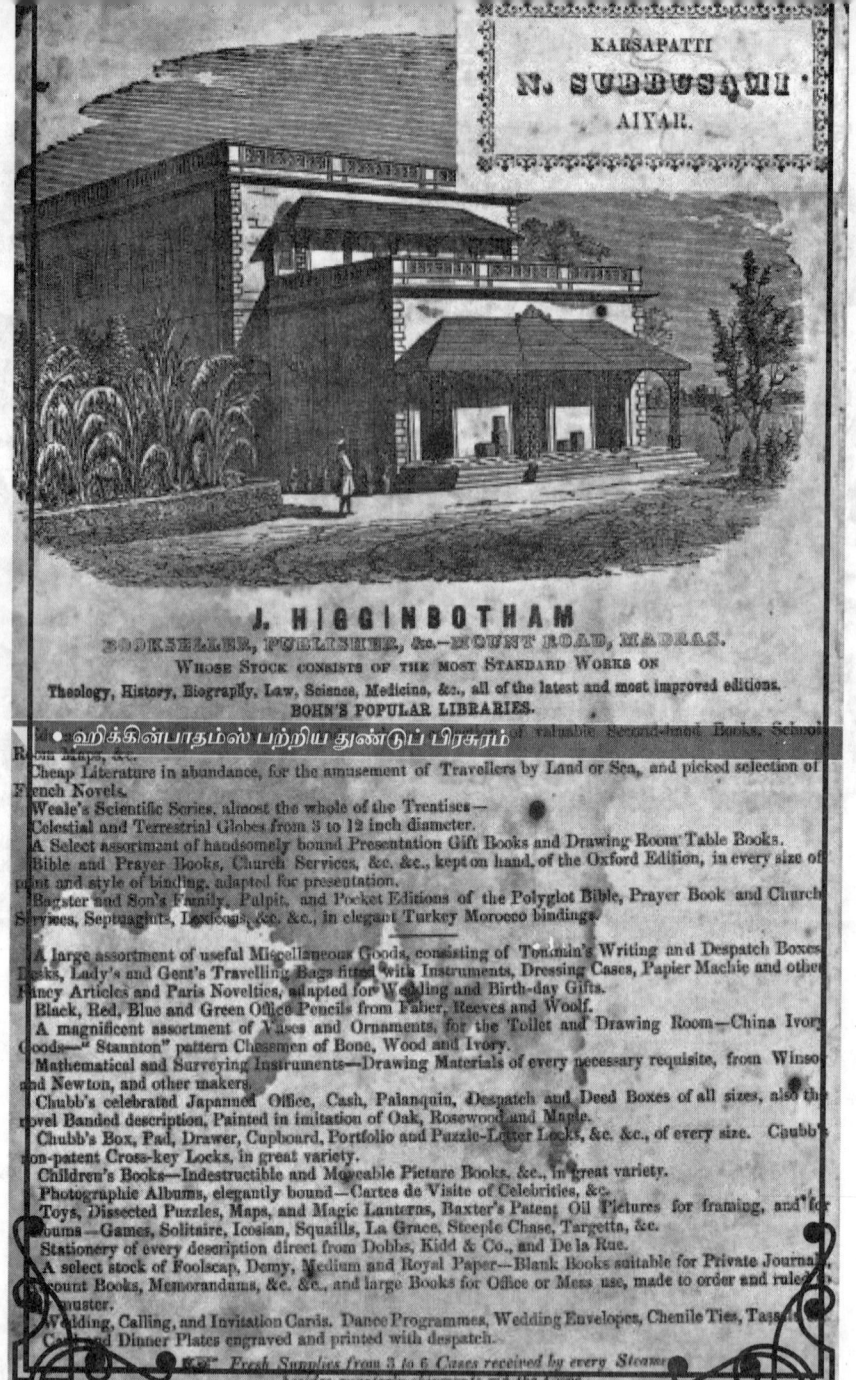

• ஹிக்கின்பாதம்ஸ் பற்றிய துண்டுப் பிரசுரம்

முயன்று பார்த்து வெற்றியும் கண்ட ஒரு மனிதரைப் பற்றி இப்போது பார்க்கப் போகிறோம். ஏ.ஜே. ஹிக்கின்பாதம்ஸ் என்ற அந்த மனிதர் இங்கிலாந்தில் இருந்து மெட்ராசிற்கு வந்த ஒரு கப்பலில் டிக்கெட் வாங்காமல் வந்தவர் என்று கூறப்படுகிறது. இப்படி டிக்கெட் வாங்கக் கூட காசு இல்லாமல் மெட்ராஸ் வந்த ஹிக்கின்பாதம்ஸ்தான், இன்றும் இயங்கிக் கொண்டிருக்கும் இந்தியாவின் மிகப் பழைய புத்தகக் கடையை நிறுவியவர்.

ஹிக்கின்பாதம்ஸ் மெட்ராசில் பார்த்த முதல் வேலை, இங்கிருக்கும் ராணுவ வீரர்களுக்கு பைபிள் விற்பனை செய்வது. அடுத்ததாக இங்கிருந்த வெஸ்லியன் புத்தகக் கடையில் அவருக்கு நூலகர் வேலை கிடைத்தது. புத்தகப் பிரியரான அவருக்கு இந்த வேலை, கரும்பு தின்னக் கூலி கொடுத்தது போல இருந்தது. ஆனால் இது அதிக காலம் நீடிக்கவில்லை. கடுமையான நஷ்டம் காரணமாக கடையை மூடி விட நிர்வாகம் முடிவு செய்தது. ஆனால் ஹிக்கின்பாதம்ஸிற்கு இதனை விட்டுவிட மனமில்லை. எனவே மிகக் குறைந்த விலைக்கு இந்த கடையை அவரே வாங்கிவிட்டார்.

• ஜே. ஹிக்கின்பாதம்

1844ஆம் ஆண்டு அப்படி உதயமானதுதான் 'ஹிக்கின்பாதம்ஸ்' புத்தகக் கடை. ஆரம்ப நாட்களில் பணியாளர்களை வேலைக்கு வைத்துக் கொள்ளும் அளவிற்கு அவருக்கு வசதி இல்லை. எனவே அவரே இங்கும் அங்கும் ஓடி வாடிக்கையாளர்களுக்கு புத்தகங்களை எடுத்துக் காட்டுவார். அவருடைய நினைவாற்றல் அபாரமானது. எந்த புத்தகம் பற்றிக் கேட்டாலும் மிகச் சரியாக சொல்லுவார். இது புத்தகப் பிரியர்களை இந்த கடையை நோக்கி இழுத்தது. வெல்லக் கட்டியை நோக்கி படையெடுக்கும் எறும்புகள் போல, ஹிக்கின்பாதம்ஸில் மொய்த்தார்கள் மெட்ராஸ் வாசகர்கள். மெல்ல மெல்ல இந்த கடையை மெட்ராசின் ஒரு அறிவார்ந்த அடையாளமாக மாற்றினார் ஹிக்கின்பாதம்ஸ்.

ஜான் முர்ரே என்பவர் 1859ஆம் ஆண்டு எழுதிய Guidebook to the Presidencies of Madras and Bombay என்ற புத்தகத்தில் ஹிக்கின்பாதம்ஸ் மெட்ராசின் பெருமைக்குரிய ஒரு புத்தகக் கடை என்று குறிப்பிட்டிருக்கிறார். அதே ஆண்டு மார்ச் மாதம், அப்போதைய மெட்ராஸ் ஆளுநரான டிரெவெல்யான் பிரபு (Lord Trevelyan) மெக்காலே பிரபுவுக்கு எழுதிய கடிதம் ஒன்றில், மெட்ராஸ் நகரின் அழகான அம்சங்களில் தனது மனதிற்கு பிடித்த ஹிக்கின்பாதம்சும் ஒன்று என்று குறிப்பிட்டிருக்கிறார். மேலும், சாக்ரடீஸ், பிளாட்டோ முதல் விக்டர் ஹூகோ வரை அனைவரையும் ஹிக்கின்பாதம்சில் சந்திக்க முடியும் என்றும் புகழ்ந்திருக்கிறார்.

1858ஆம் ஆண்டு கிழக்கிந்திய கம்பெனியிடம் இருந்து இந்தியாவின் அரசாட்சி இங்கிலாந்து அரசியிடம் கை மாறிய போது, அதனைத் தெரிவிக்கும் பிரசுரங்களை ஹிக்கின்பாதம்ஸ்தான் ஆங்கிலத்திலும், தமிழிலும் அச்சிட்டு மெட்ராஸ் ராஜ்தானி முழுவதும் விநியோகித்தது. 1875இல் வேல்ஸ் இளவரசர் இந்தியா வந்தபோது, அவரின் அதிகாரப்பூர்வ புத்தக விற்பனையாளராக ஏ.ஜே. ஹிக்கின்பாதம்ஸ் நியமிக்கப்பட்டு கவுரவிக்கப்பட்டார். இதனையடுத்து அரசிற்கு தேவையான புத்தகங்களை விற்பனை செய்யும் மிகப் பெரிய வாய்ப்பு ஹிக்கின்பாதம்சிற்கு கிடைத்தது.

இதனிடையே ஹிக்கின்பாதம்ஸ் புத்தகங்களை சொந்தமாக வெளியிடவும் தொடங்கியது. அப்போதைய இங்கிலாந்து பிரதமர் கிளமெண்ட் அட்லி முதல் மைசூர் மகாராஜா ஜெய சாம்ராஜ்ய உடையார் வரை பல பிரபலங்கள் இதன் வாடிக்கையாளர்களாக இருந்தார்கள். பேரறிஞர் அண்ணா ஹிக்கின்பாதம்சிற்கு வரும் பெரும்பாலான புத்தகங்களை

வாங்கிவிடுவாராம். ஒருமுறை ஹிக்கின்பாதம்ஸ் நடத்திய கணக்கெடுப்பின்படி, அதிக புத்தகங்களை வாங்கியவர்கள் பட்டியலில் முதலிடம் பிடித்தவர்கள் மைசூர் மகாராஜாவும், பேரறிஞர் அண்ணாவும் தான்.

ஏ.ஜே. ஹிக்கின்பாதம்ஸ், 1888 மற்றும் 1889 ஆகிய ஆண்டுகளில் மெட்ராசின் ஷெரீப் என்ற கவுரவத்தையும் பெற்றார். 1891இல் அவரது மறைவிற்கு பிறகு அவரது மகன் சி.எச். ஹிக்கின்பாதம்ஸ் கடையின் நிர்வாகத்தை ஏற்றுக் கொண்டார். அவரது நிர்வாகத்தில் ஹிக்கின்பாதம்ஸ் மெட்ராசிற்கு வெளியிலும் விரிவடைந்தது. ரயில் நிலையங்களில் ஹிக்கின்பாதம்ஸ் கடைகள் முளைத்தன.

1904இல் தான் ஹிக்கின்பாதம்ஸ் இன்று இருக்கும் கலைநயமிக்க கட்டடத்திற்கு மாறியது. நல்ல காற்றோட்டம், உயரமான மேல்தளம் என புத்தகங்கள் பூஞ்சை பிடிக்காமல் இருக்கத் தேவையான அனைத்தையும் கருத்தில் கொண்டு இந்த கட்டடம் கட்டப்பட்டது. இந்த கட்டடத்தை அலங்கரிக்கும் வண்ணமயமான கண்ணாடிகள் ஐரோப்பாவில் இருந்த வரவழைக்கப்பட்டன, தளத்தில் பதிக்கப்பட்டிருக்கும் கற்கள் இத்தாலியில் இருந்து கொண்டு வரப்பட்டன.

1921ஆம் ஆண்டு ஹிக்கின்பாதம்சை, அசோசியேட்டட் பப்ளிஷர்ஸ் நிறுவனம் வாங்கியது. பின்னர் 1945ஆம் ஆண்டு அமால்கமேஷன் குழுமத்தின் எஸ். அனந்தராமகிருஷ்ணன் இதனை விலைக்கு வாங்கினார். இன்று ஹிக்கின்பாதம்ஸிற்கு தமிழகம் மட்டுமின்றி தென்னிந்தியா முழுவதும் நிறைய கிளைகள் இருக்கின்றன.

நிர்வாகம் மாறிவிட்டாலும், இவை அனைத்திற்கும் விதை போட்டவர் இங்கிலாந்தில் இருந்து ஒன்றும் இல்லாமல் வந்து தனது கடின உழைப்பால் உயர்ந்த ஏ.ஜே. ஹிக்கின்பாதம்ஸ். அந்த மனிதரை நினைவூட்டியபடி இன்றும் மவுண்ட் ரோட்டில் கம்பீரமாக நின்றுகொண்டிருக்கிறது இந்தியாவின் பழமையான புத்தகக் கடையான ஹிக்கின்பாதம்ஸ்.

- ஹிக்கின்பாதம்ஸ் முதல் புத்தகத்தை 1884ஆம் ஆண்டு வெளியிட்டது. புத்தகத்தின் பெயர் - *"Sweet Dishes: A little Treatise on Confectionary"*
- 1989ஆம் ஆண்டு சில சீரமைப்பு பணிகளை மேற்கொண்டு கட்டடத்தின் பழமையான தோற்றத்ததை மீட்டுக் கொண்டு வந்திருக்கிறார்கள்.
- மவுண்ட் ரோட்டில் இருக்கும் இந்த இடத்திற்கு பல கோடி ரூபாய்களை கொட்டிக் கொடுக்க பலர் முன்வந்தும், பழமையான இந்த கட்டடத்தை விட்டுக் கொடுக்க இதன் உரிமையாளர்கள் மறுத்துவிட்டனர்.

ஸ்பென்சர் பிளாசா

48

சென்னைக்கு பழசு, புதுசு என நிறைய அடையாளங்கள் உண்டு. அப்படி புதிய தலைமுறையின் அடையாளமாக காணப்படும் ஒரு கட்டடம், உண்மையில் பழமையின் பிரதிநிதி என்றால் நம்ப முடிகிறதா. அதுதான் சென்னையின் நவீன அடையாளச் சின்னங்களில் ஒன்றாகத் திகழும் ஸ்பென்சர் பிளாசா.

இளசுகள் உல்லாசமாக சுற்றித் திரிந்து கொண்டிருக்கும் இந்த ஷாப்பிங் மால், உண்மையில் சுமார் 150 ஆண்டுகால வரலாற்றைக் கொண்டது. புதிய ரக கார்களிலும், பைக்கு களிலும் இளைஞர்கள் படையெடுக்கும் இந்த ஷாப்பிங் மால், மவுண்ட் ரோட்டில் மாட்டு வண்டிகளும், குதிரை வண்டிகளும் ஓடிய காலத்தில் இருந்து இருக்கிறது.

ஆமாம், இந்தியத் துணை கண்டத்தின் (அக்காலத்தில் இந்தியா, பாகிஸ்தான், வங்கதேசம் மற்றும் இலங்கையை உள்ளடக்கியது) முதல் ஷாப்பிங் மால் என்ற பெருமை ஸ்பென்சர் பிளாசாவிற்கு உண்டு.

மெட்ராஸ் ஆங்கிலேயர் ஆதிக்கத்தின் கீழ் இருந்தபோது, 1863ஆம் ஆண்டு சென்னையில் ஒரு பெரிய டிபார்ட்மெண்டல் ஸ்டோர் தொடங்கப்பட்டது. சார்லஸ் டுரண்டு மற்றும் ஜே.டபிள்யூ. ஸ்பென்சர் (Charles Durant and J. W. Spencer) ஆகிய இருவர் இணைந்து இந்த மெகா கடையை ஆரம்பித்தனர். அனைத்துப் பொருட்களும் ஒரே இடத்தில் கிடைத்தால் எப்படி இருக்கும் என்று இவர்கள் சிந்தித்ததன் விளைவுதான் ஸ்பென்சர் பிளாசா.

இதற்கு மக்களிடம் நல்ல வரவேற்பு இருந்ததால், கடையை விரிவுபடுத்த வேண்டிய அவசியம் ஏற்பட்டது. எனவே சில ஆண்டுகள் கழித்து அந்த காலத்தில் மிகவும் பிரபலமாக இருந்த இந்தோ - சராசனிக் பாணியில் ஒரு அழகிய கட்டடம் கட்டப்பட்டு, ஸ்பென்சர் பிளாசா அங்கு குடியேறியது. அதுதான் மவுண்ட் ரோட்டில் இன்று ஸ்பென்சர் இருக்கும் இடம். ஆனால் அங்கிருப்பது அதே பழைய ஸ்பென்சர் இல்லை. காரணம், 1985ஆம் ஆண்டு நிகழ்ந்த ஒரு பயங்கரத் தீ விபத்து அந்த அழகிய கட்டடத்தை தின்று தீர்த்துவிட்டது.

அதன் பின்னர் அங்கு எழுந்ததுதான் இன்று நாம் பார்க்கும் ஸ்பென்சர் பிளாசா. ஸ்பென்சரில் ஃபேஸ் 1,2,3 என மொத்தம் மூன்று கட்டடங்கள் இருக்கின்றன. இதில் ஃபேஸ்

ஸ்பென்சர் பிளாசா

• சார்லஸ் டுரண்டு மற்றும் ஜே.டபிள்யூ. ஸ்பென்சர்

3 எனப்படும் மூன்றாவது கட்டடத்தின் உள்புறத்தை பழைய ஸ்பென்சரை நினைவூட்டும் வகையில், அதே பாணியில் மீண்டும் உருவாக்கியிருக்கிறார்கள். மேல்தளத்தில் நின்றபடி இதைப் பார்க்கும்போது, நம்மையும் அறியாமல் மெல்ல நினைவுகள் கருப்பு, வெள்ளை காலத்திற்கு நழுவிவிடுகின்றன.

அந்தக் காலத்தில் மெட்ராஸ் ராஜ்தானியில் வேறு எங்கும் கிடைக்காத பொருட்கள் கூட ஸ்பென்சர் பிளாசாவில் கிடைக்குமாம். மாம்பலம், திருவல்லிக்கேணி கொசுக்களை சமாளிக்க கொசு வலை முதல் வெயிலுக்கு ஐஸ்கிரீம் வரை மெட்ராசின் சவால்களை சந்திக்க ஆங்கிலேயர்கள் இங்குதான் தஞ்சம் அடைந்திருக்கிறார்கள். வெளிநாடுகளில் இருந்து இறக்குமதி செய்யப்பட்ட பொருட்களும் இங்கு கிடைக்குமாம்.

• ஸ்பென்சர் பிளாசா

பொருட்கள் வாங்குவது மட்டுமின்றி வெறுமனே சுற்றிப் பார்த்து பொழுதுபோக்கவும் ஸ்பென்சர் சிறந்த இடமாகத் திகழ்ந்திருக்கிறது. அந்த வகையில் அன்றைய மெட்ராஸ்வாசிகளின் பொழுதுபோக்கு மையங்களில்

மெரினாவிற்கு அடுத்த இடத்தில் ஸ்பென்சர் இருந்தது. இரண்டு இடங்களிலும் பாக்கெட்டில் காசே இல்லாமல் வலம் வரலாம். காலம் மாறிவிட்டாலும் ஸ்பென்சரின் இந்த குணம் மட்டும் இன்றும் அப்படியே தொடர்கிறது. பாக்கெட் நிறைய பணத்துடன் வருபவரையும், பாக்கெட்டே இல்லாமல் வருபவரையும் இன்றும் ஒரே மாதிரி வரவேற்கிறது, இந்தியாவின் முதல் ஷாப்பிங் மால்.

- *போக்சன் (W. N. Pogson) என்பவர்தான் இந்த கட்டடத்தை வடிவமைத்தவர்*
- *ஸ்பென்சர் பிளாசா மொத்தம் 2,50,000 சதுர பரப்பளவு கொண்டது.*
- *கடைகள் மட்டுமின்றி பல்வேறு பன்னாட்டு நிறுவனங்களில் அலுவலகங்களும் இங்கு செயல்பட்டு வருகின்றன.*

சர் தாமஸ் மன்றோ

49

அண்ணாசாலையில் ஒரு குதிரை மீது சேணம் இல்லாமல் கம்பீரமாக அமர்ந்திருக்கும் மன்றோவின் சிலையைப் பார்க்கும் போதெல்லாம், யார் இந்த மனிதர், அப்படி என்ன சாதித்துவிட்டார் என்று சுதந்திர இந்தியாவில் ஒரு ஆங்கிலேயரின் சிலையை தொடர்ந்து இருக்க அனுமதித்திருக்கிறோம் என்ற கேள்வி எழும். இதற்கான விடையைத் தேடியபோது, உண்மையிலேயே ஆச்சரியமான ஒரு மனிதரின் வரலாறு கிடைத்தது.

இங்கிலாந்தில் இருந்து 1780களில் சென்னைக்கு ஒரு சாதாரண படை வீரராக வந்தவர் தாமஸ் மன்றோ. 1792 இல் திப்பு சுல்தானுக்கு எதிரான போரில் துணை நிலை ஆளுநராக பணியாற்றினார் மன்றோ.

• தாமஸ் மன்றோ

அதில் வெற்றி பெற்றதால், பாரமகால் பகுதி முழுவதும் (தற்போதைய சேலம், கிருஷ்ணகிரி, தருமபுரி மாவட்டங்கள் உள்ளிட்ட பகுதிகள்) நிர்வகிக்கும் உரிமை தளபதி அலெக்ஸாண்டர் ரிட், தாமஸ் மன்றோ ஆகிய இருவரிடமும் ஒப்படைக்கப்பட்டது.

ஆட்சி செலுத்தும் உரிமை பெற்றதால் அந்த பகுதியில் வரிவசூல் செய்யும் அதிகாரமும் இவர்களிடம் வந்தது. இந்த நிலையில், தாமஸ் மன்றோ தனது ஆளுகைக்குட்பட்ட பகுதி முழுவதும் ஆய்வு செய்து நிலத்திலிருந்து பெறப்படும் வரிவசூல் மிகவும் அதிகம் என்ற முடிவுக்கு வந்தார். எனவே விவசாயிகளுக்கு நிலத்தை அளித்து, அதற்கான வரியை அரசாங்கம் நேரடியாக வசூல் செய்யும் ரயத்துவாரி என்ற புதிய முறையை அறிமுகப்படுத்தினார். இதன் மூலம் விவசாயிகள் இடைத் தரகர்களிடம் சிக்கி சீரழியும் வேதனை முடிவுக்கு வந்தது.

1807 ஆம் ஆண்டு மன்றோ இங்கிலாந்து சென்றபோது, இந்தியாவில் அவர் சொன்னபடி வரி முறை அறிமுகப்படுத்தப்பட்டது. கிழக்கிந்திய கம்பெனியின் இயக்குநர்கள் மன்றோவின் பரிந்துரைகளை ஏற்றுக் கொண்டதால் ரயத்துவாரி முறை சென்னை மாகாணத்தில் செயல்பாட்டிற்கு வந்தது.

1814 ஆம் ஆண்டு சென்னை திரும்பிய மன்றோ மாவட்ட நிர்வாகம் மற்றும் நிதி ஆகிய இரண்டு துறைகளை சீர்திருத்தும் குழுவின் தலைவராக பொறுப்பேற்றார். 1820 ஆம் ஆண்டு அவர் சென்னை மாகாணத்தின் ஆளுநராகப் பதவி உயர்வு பெற்றார். அவருடைய ஆட்சியின்பொழுது மாவட்ட நிர்வாக முறையில் நிறைய ஆக்கப்பூர்வமான மாற்றங்கள் கொண்டு வரப்பட்டன.

மன்றோ பற்றி ஒரு சுவையான செவி வழிச் செய்தியும் சொல்லப்படுகிறது. கி.பி.19ஆம் நூற்றாண்டில் ஆங்கிலேயர்களின் ஆட்சிக்கு முன்பு மானியமாக வழங்கப்பட்ட நிலங்களை எல்லாம் மீண்டும் அரசுடைமை ஆக்கும் சட்டம் ஒன்று பிறப்பிக்கப்பட்டது. இதனையடுத்து ஸ்ரீ ராகவேந்திரரின் பிருந்தாவனம் அமைந்துள்ள மந்த்ராலய கிராமத்தை அரசுடைமை ஆக்குவதற்கான உத்தரவும் பிறப்பிக்கப்பட்டது. ஆனால் இந்த கிராமம் நவாப் சித்தி மசூத்கான் என்பவரால் திவான் செங்கண்ணரின் மூலம் ஸ்ரீ ராகவேந்திரருக்கு தானமாக அளிக்கப்பட்டது. எனவே இதனை ஒப்படைக்க முடியாது என பக்தர்கள் எதிர்ப்பு தெரிவித்தனர்.

இதுபற்றி நேரில் விசாரிக்க மன்றோ அனுப்பி வைக்கப்பட்டார். தனது காலணிகளையும் தொப்பியையும் அகற்றி விட்டு பிருந்தாவனத்திற்குள் சென்றார் மன்றோ. சிறிது நேரத்திற்கெல்லாம் மன்றோ ராகவேந்திரரின் நினைவிடம் முன்பு நின்று தனியாக பேச ஆரம்பித்துவிட்டாராம். பின்னர்

தன் உரையாடலை முடித்துக் கொண்ட மன்றோ பிருந்தாவனத்தை வலம் வந்து சாஷ்டாங்கமாக விழுந்து வணங்கினார். காரணம், ராகவேந்திரரே அவர் முன் தோன்றி பேசியதாக நம்பப்படுகிறது.

• தாமஸ் மன்றோ சிலை

ராகவேந்திரர் தோன்றியது உண்மையோ இல்லையோ ஆனால் பின்னர் தனது இருப்பிடத்திற்கு திரும்பிய மன்றோ, பிருந்தாவனத்தை அரசுடமை ஆக்கத் தேவையில்லை என அறிக்கை தந்துவிட்டார் என்பதற்கு ஆவணங்கள் இருக்கின்றன. இதுபற்றிய குறிப்பு மதராஸ் அரசாங்க கெஜட்டில் பக்கம் 213ல் 'ஆதோனி தாலுகா' எனும் தலைப்பின் கீழ் விளக்கமாக தரப்பட்டிருக்கிறது.

சர் தாமஸ் மன்றோ இந்தியர்களின் மதவழிபாடுகளுக்கும் சடங்குகளுக்கும் அதிக மரியாதை அளித்தவர். இதன் காரணமாக திருமலை திருப்பதி தேவஸ்தானத்தில் ஒரு

அறக்கட்டளையினை உருவாக்கி சித்தூர் மாவட்டத்தில் உள்ள சில கிராமங்களின் வரிவசூல் முழுவதும் அதற்கு சென்றடைய வழிவகை செய்தார். இன்றும் திருப்பதி தேவஸ்தானத்தில் நண்பகல் வழிபாட்டுக்குப் பின்னர் வழங்கப்படும் 'நைய்வேத்தியம்' மன்றோ பெயரில் அவர் ஏற்படுத்திய அறக்கட்டளை வழியே நடைபெற்று வருகிறது.

ஒருமுறை பெல்லாரி மாவட்டத்தில் ஆங்கிலேய துணைக் கலெக்டர் ஒருவர் விவசாயிகளை மதம் மாற்றுவதற்கு முயற்சி செய்தபோது, அப்போது கவர்னராக இருந்த மன்றோ, 'மக்களை மதம் மாற்றும் முயற்சி மதகுருமார்கள் சார்ந்த விஷயம். அதிகாரி ஒருவர் மக்களைத் தன் அலுவலகத்தில் கூட்டி, மதப் பிரசாரம் செய்வது அதிகாரத் துஷ்பிரயோகம்' என்று தனது கண்டனத்தை தெரிவித்திருக்கிறார். அதேபோல, இந்தியா சுதந்திரம் அடைவதற்கு 100 ஆண்டுகளுக்கு முன்பே, 'இந்தியர்களுக்கு நாம் சுதந்திரம் அளிக்கத்தான் வேண்டும், அவர்களே தங்கள் நாட்டை ஆண்டு கொள்வார்கள்' என்றும் சொன்னவர் தாமஸ் மன்றோ.

தென்னிந்தியாவை குறிப்பாகத் தமிழகத்தை நேசித்த மன்றோ, நாற்பதாண்டுகளுக்கும் மேலாக இங்கேயே பணிபுரிந்தார். தனது 67-ம் வயதில் தாயகம் திரும்ப விரும்பியதால், இங்கிலாந்து அரசு தர விரும்பிய கவர்னர் ஜெனரல் பதவியையும் வேண்டாம் என மறுத்துவிட்டார். இங்கிலாந்து திரும்பி கடைசி காலத்தில் அமைதியாக ஓய்வெடுக்க வேண்டும் என விரும்பினார் மன்றோ. ஆனால் விதி அவரை இங்கிலாந்து செல்ல விடவில்லை.

அவர் அனைத்து தரப்பு மக்களிடமும் குறிப்பாக ஏழைகளிடம் மிகவும் கருணையோடும் பாசத்தோடும் நடந்து கொண்டார். அந்த அன்பு காரணமாக, நாடு திரும்பும் முன், தான் ஆறாண்டு காலம் கலெக்டராகப் பணிபுரிந்த ஆந்திராவின் கடப்பா பகுதிக்குச் சென்றுவர விரும்பினார் மன்றோ. அப்போது, அந்த பகுதியில் காலரா பரவியுள்ளதாக அதிகாரிகள் எச்சரித்தனர். இருந்தும் அங்கு சென்று மக்களோடு பேசி மகிழ்ந்தார். காலன் காலரா வழியாக வந்தான். 1827-ம் ஆண்டு ஜூலை 6-ம் தேதி காலையில் காலரா தாக்கி அன்றிரவே மன்றோ மரணமடைந்தார்.

அந்த காலத்தில் ஆந்திர மக்கள் மன்றோ மீது இருந்த பெருமதிப்பு காரணமாக தங்களின் குழந்தைகளுக்கு 'மன்றோலப்பா' என்று பெயர் சூட்டி மகிழ்ந்திருக்கின்றனர். அப்படி இந்தியர்களின் மனதை கொள்ளை கொண்ட அந்த ஆங்கிலேயரின் கதையை அறிந்த பின், இப்போது அவரது சிலையைப் பார்க்கும்போது மன்றோ இன்னும் கொஞ்சம் கூடுதல் கம்பீரத்துடன் தெரிகிறார்.

- அண்ணாசாலையில் இருக்கும் மன்றோவின் சிலைக்கான மொத்த செலவும் பொதுமக்கள் நன்கொடையாக அளித்தது.
- ஃபிரான்சிஸ் சாண்ட்ரி என்பவர் செய்த இந்த சிலை, இங்கிலாந்தில் உருவாக்கப்பட்டு கப்பல் மூலம் 1839ஆம் ஆண்டு சென்னை கொண்டு வரப்பட்டது.
- ராஜாஜி தன்னை சந்திக்க வரும் அரசியல் தலைவர்களிடம் மன்றோவின் வாழ்க்கை வரலாற்றைப் படிக்கும்படி அறிவுறுத்துவாராம்.

மெட்ராஸ் பாஷை

50

இன்னாபா... ஷோக்கா கீறியா?... நாஸ்டா துன்னுக்கினியா? என்று யாராவது விசாரித்தால் மெர்சலாகிவிடாதீர்கள்.. அதாவது மிரண்டு விடாதீர்கள். அக்மார்க் மெட்ராஸ்வாசி களின் அன்பின் வெளிப்பாடாக கரைபுரண்டு வரும் வார்த்தை வெள்ளத்தின் நட்புத்துளிகள்தான் அவை. மூன்றரை நூற்றாண்டுகளைக் கடந்துவிட்ட மெட்ராஸ் மாநகரின் அடையாளங்களில் மிகவும் முக்கியமானது இந்த மெட்ராஸ் பாஷை.

மெட்ராஸ் பாஷையின் அழகே அதன் வேகமும், எளிமை யும்தான். ஆங்கிலம், தெலுங்கு, உருது என இந்த பகுதியில் புழங்கிய அனைத்து மொழிகளிலும் கொஞ்சம் கொஞ்சம் பிய்த்து எடுத்து தமிழோடு பிசைந்து உருவாக்கிய கூட்டாஞ்

கொத்தவால்சாவடி

சோறு மொழிதான் மெட்ராஸ் பாஷை. எவ்வளவு பெரிய சொற்றொடரையும் அப்படியே நசுக்கி பிசுக்கி ஒற்றைச் சொல்லாய் வார்த்து எடுக்கிற வார்த்தைச் சித்தர்களால் உருவானதுதான் இந்த அழகிய மொழி.

உதாரணத்திற்கு, 'இங்கே அழைத்துக் கொண்டு வந்து விடு' என்பதை மெட்ராஸ் பாஷையில் ரத்தினச் சுருக்கமாக 'இட்டாந்துடு' என்று சொல்லிவிடலாம். அதேசமயம் 'இட்டுக்குனு வா' என்பதற்கும் 'இஸ்துகுனு வா' என்பதற்கும் கடலளவு வித்தியாசம் இருக்கிறது. முன்னது அழைத்துக் கொண்டு வருவது, பின்னது இழுத்துக் கொண்டு வருவது. இந்த வார்த்தை விளையாட்டுகள் தமிழோடு நின்றுவிடுவதில்லை. ஆங்கிலத்தின் பங்களிப்பும் இதில் பெருமளவு இருக்கிறது.

அந்தக் காலத்தில் ஆங்கிலேயர்களோடு அதிகம் பழகிய ரிக்ஷாக்காரர்கள்தான் மெட்ராஸ் பாஷையின் வாத்தியார்கள். உன்னோட படா பேஜாரா பூட்ச்சுபா... என அலுத்துக் கொள்பவர்கள் அதற்குள் ஒரு ஆங்கிலச் சொல் இருக்கிறது என்பதை அறிந்திருக்க வாய்ப்பில்லை. அந்தக் காலத்தில் இங்கிலாந்தில் இருந்து கப்பலில் வந்திறங்கும் ஆங்கிலேயர்களை, இன்று வெளியூர்வாசிகளை ஆட்டோக்காரர்கள் கையைப் பிடித்து இழுப்பதைப் போல, ரிக்ஷாக்காரர்கள் அன்புத் தொல்லையில் பிய்த்தெடுத்திருக்கிறார்கள்.

இதனால் கடுப்பாகும் சில ஆங்கிலேயர்கள் dont badger me (என்னை நச்சரிக்காதே) என்று சொல்லி தவிர்த்திருக்கிறார்கள். வெள்ளைக்காரன் சொன்ன அந்த badger-ஐ, நம்ம ரிக்ஷாக்காரர்கள் அப்படியே தங்களின் குப்பத்திற்கு எடுத்துச் சென்று பேஜார் ஆக்கிவிட்டார்கள். இவை போக பக்கெட்டு (BUCKET), பாமாயிலு (PALM OIL), பிஸ்கோத்து (BISCUIT), என நிறைய சொற்களை அப்படியே ஆங்கிலத்தில் இருந்தும் எடுத்தாண்டு கொண்டு இருக்கிறார்கள்.

ஆங்கிலம் மட்டுமின்றி மற்ற மொழிகளும் மெட்ராஸ் பாஷையில் கலந்திருக்கின்றன. 'பஜாரி' என்ற சொல் உருது மொழியில் இருந்து உருவானது. உருதுவில் பஜார் என்றால் சந்தை என்று அர்த்தம். இதனால் சந்தைக்கடையில் நின்று சத்தம் போடுபவள் பஜாரி ஆகிவிட்டாள். ஆனால் பஜாரன் என்று ஒரு சொல் இல்லை. ஆக இதிலும் ஆணாதிக்கம் இருந்திருக்கிறது என்பதை கவனிக்கவும். பேக்கு என்பது கூட உருதுவில் இருந்து வந்ததுதான். பேவ்கூஃப் என்றால் உருது மொழியில் முட்டாள் என்று அர்த்தம். சென்னைவாசிகள் இந்த பேவ்கூஃபைத் தான் சுருக்கி பேக்கு என்று ஆக்கிவிட்டார்கள். இப்படி ஒவ்வொரு சொல்லுக்கு பின்னும் ஒரு மொழியியல் வரலாறே இருக்கிறது.

சென்னையின் ஒரு பகுதியில் மட்டும் புழங்கிக் கொண்டிருந்த இந்த பாஷையை நாடறியச் செய்த பெருமை தமிழ் திரையுலகிற்கு உண்டு. எம்.ஆர். ராதா, சந்திரபாபு, தேங்காய் சீனிவாசன் தொடங்கி லூஸ் மோகன், கமலஹாசன் வரை பலரும் இந்த பாஷையைப் பேசி

• மௌபரிஸ் ரோடு

இதன் பெருமையை பறைசாற்றி இருக்கிறார்கள். 'வா வா வாத்யாரே ஊட்டாண்ட...' என்ற மெட்ராஸ் பாஷை பாடல் தமிழகம் முழுவதும் பட்டிதொட்டி எங்கும் அலறியது.

ஜெயகாந்தன் போன்றவர்கள் இதே பணியை எழுத்து மூலம் செய்திருக்கிறார்கள். ஜெயகாந்தனின் 'சினிமாவுக்கு போன சித்தாளு' பேசிய பல சொற்கள் இன்று வழக்கத்தில் இருந்து மறைந்துவிட்டன. ஆனால் இன்றும் அந்த சித்தாள் நமது நினைவுகளில் நிழலாடிக் கொண்டிருக்கிறாள்.

தமிழகத்தின் பிற பகுதியினராலும் மெட்ராஸ் பாஷை ரசிக்கப்படுவதற்கு முக்கியக் காரணம் அதில் இருக்கும் வேகமும், ஒலிநயமும்தான். 'அடக் படக் டிமிக் அடிக்கிற டோலு மையா டப்ஸா' போன்ற சொற்களுக்கு எந்த அர்த்தமும் இல்லாவிட்டாலும் அந்த ஓசைநயம் கேட்பவர்களை திக்குமுக்காட வைத்துவிடுகிறது என்பதை யாரும் மறுக்க முடியாது. அதேபோல எவ்வளவு அரிய கருத்தையும் பாமரனுக்கும் புரியும் வகையில் பந்தி வைக்கவும் இந்த மெட்ராஸ் பாஷையால் முடிகிறது என்பது இதன் கூடுதல் பலம்.

ஆரம்ப நாட்களில் பேசப்பட்ட மெட்ராஸ் பாஷைக்கும் இன்று பேசப்படும் பாஷைக்கும் நிறைய வித்தியாசங்கள் இருக்கின்றன. அன்று புழக்கத்தில் இருந்த பல சொற்கள் மறைந்து தற்போது அந்த இடத்தில் ஃபீல் பண்ணி, செக் பண்ணி, டிபன் பண்ணி என நிறைய பண்ணிவிட்டார்கள். ஆனாலும் புதுப்புது சொற்களை அப்படியே அல்லது சற்று நமது வச திக்கேற்ப உருமாற்றி பயன்படுத்துவது என்ற பாரம்பரியம் மட்டும் இன்றளவும் தொடர்ந்துகொண்டே இருக்கிறது. அதனால்தான் மெட்ராஸ் பாஷை ஷோக்கா கீதுபா!

மெட்ராஸ் பாஷை அகராதியில் சில...

கில்லி - திறமையான ஆள்

ஜல்பு - ஜலதோஷம்

மட்டை - போதையில் மயங்கி விழுவது

மால் - கமிஷன்

பீட்டர் - பெருமைக்காக ஆங்கிலம் பேசுபவர்

பீலா - பொய் சொல்வது

கலீஜ் - அசுத்தம்

ஆனந்தரங்கப் பிள்ளை

51

நமது தாத்தாவின் டைரி திடீரென நமக்கு கிடைத்தால் எப்படி இருக்கும்? நூறு ஆண்டுகளுக்கு முன் ஒவ்வொரு நாளும் என்ன நடந்தது? மக்கள் அன்றாடம் என்ன செய்தார்கள்? அரசியல், பொருளாதார, சமூக சூழல் எப்படி இருந்தது என்பதெல்லாம் ஒரு கதை மாதிரி அதில் எழுதப்பட்டிருந்தால் எவ்வளவு சுவாரஸ்யமாக இருக்கும்? அப்படி ஒரு அனுபவத்தை தேடுபவர்கள் ஆனந்தரங்கப் பிள்ளையின் டைரிக் குறிப்புகளை படிக்கலாம்.

ஆனந்தரங்கப் பிள்ளை சென்னையைச் சேர்ந்த பெரம்பூரில், சர்வதாரி ஆண்டு பங்குனித் திங்கள் 21ஆம் நாள் சனிக்கிழமை (கி. பி. 1709) பிறந்தார். அவரது தந்தை திருவேங்கடப் பிள்ளை சிறிது காலத்துக்குப் பின் புதுச்சேரியில் குடியேறி அங்கேயே தங்கிவிட்டார்.

புதுச்சேரியில் இந்து சம்பிரதாயங்களுக்கு ஏற்பட்ட இடையூறுகளை எதிர்த்து போராடியதால் மக்கள் மத்தியில் கதாநாயகனாகத் திகழ்ந்த அவரை பிரெஞ்சுக் காரர்கள் உதவித் தரகராக நியமனம் செய்தனர்.

• ஆனந்தரங்கப் பிள்ளை

ANANDA RANGA PILLAI
from a portrait in the possession of his family

சிறிது காலத்திற்குப் பின் அவர் திவானாக உயர்ந்தார். ஆனால்சில ஆண்டுகளிலேயே திருவேங்கடப் பிள்ளை காலமானதால் அவருக்குப் பதிலாகக் கனகராய முதலியார் என்பவர் திவான் ஆனார். அவரும் கி.பி. 1746-ஆம் ஆண்டில் இறந்துவிடவே, அடுத்து திருவேங்கடப் பிள்ளையின் மகன் ஆனந்தரங்கப் பிள்ளை அந்த பதவியில் நியமிக்கப்பட்டார். திருவேங்கடம் திவானாய் இருந்தபோது ஆனந்தரங்கம் கூடவே இருந்து அவருக்கு வேண்டிய உதவிகளை செய்து வந்ததால் நன்றாக தொழில் கற்று வைத்திருந்தார். இதுவே, அவருக்குத் திவான் பதவி கிடைக்கக் காரணமாயிற்று.

புதுச்சேரியை ஆண்டுவந்த பிரெஞ்சு கவர்னர் துய்ப்ளேயின் (Marquis Joseph&Francois Dupleix) துபாஷியாக இருந்த ஆனந்தரங்கப் பிள்ளை, பிரதம மந்திரியாகவும், இராணுவ ஆலோசகராகவும், பிரெஞ்சுக்காரர்களின் வியாபாரப் பங்காளியாகவும் மெல்ல மெல்ல உயர்ந்தார். இந்த காலகட்டத்தில் 1736 முதல் 1761-ல் தான் இறக்கும்வரை அவர் நாட்குறிப்புகளை எழுதிவைத்தார். இதற்கு 'தினப்படிச் செய்திக்குறிப்பு, சொஸ்த லிகிதம்' என்று பெயரிட்டிருந்தார். அன்றைய அரசியல் அரங்கை அறிந்துகொள்ள இந்த குறிப்புகள் மிகவும் உதவியாக இருக்கின்றன.

நாள்தோறும் காலையில் கவர்னர் துய்ப்ளேக்ஸ் சிற்றுண்டி அருந்தியதும் ஆனந்தரங்கப் பிள்ளையைத் தமது அவைக்கு வரவழைத்து, நாட்டு நடப்புகளைப் பற்றிய செய்திகளையும் யோசனைகளையும் கேட்பதை வழக்கமாக வைத்திருந்தார். சென்னைப் பட்டணத்தின் மீது பிரெஞ்சு துருப்புகள் படையெடுத்த போது, அதனை துயிப்ளே ஆனந்தரங்கப்பிள்ளையிடம்

பின்வருமாறு குறிப்பிட்டிருக்கிறார். ‘பூந்தமல்லி சீமை வகையிரா, மயிலாப்பூர் உள்பட பரங்கிமலை பெரிய மலை, சின்ன மலை வகையிரா கொள்ளையிட்டார்கள். கொள்ளையிட்டவர்களுக்கு விஸ்தாரமாய் தினுசுகள், தானியங்கள், மாடுகள் வகையிரா அகப்பட்டதெல்லாம் அங்கங்கே தானே சரிப்போனபடிக்கெல்லாம் வித்துப் போடுகிறார்களாம். ஆனால் நம்முடவர்களுக்கு கொள்ளை நன்றாய் வாய்க்குது. ஒவ்வொருத்தன் கூலிக்காறன் கூட ஆஸ்திக்காறனாக சுகப்பட்டார்கள்‘.

இதன் விளைவாகக் குடிமக்கள் அங்குமிங்கும் இடம்பெயர்வதை, ‘தாமரை யிலையிலே யிருக்கிற செலம் மூலைக்கி மூலை ஆதரவன்றி யிலே ஓடி தளும்புகிறாப் போலே செனங்களும் அலையுறார்கள்‘ என்று ஆனந்தரங்கப்பிள்ளை கூறியிருக்கிறார். அவரின் நாட்குறிப்புகளின் பெரும்பகுதி வணிகச் செய்திகளையே விவரிக்கின்றன. நீதி வழங்கல், தண்டனை அளித்தல் ஆகிய செய்திகளும் இதில் இடம்பெற்றுள்ளன.

• துய்ப்ளே

1748ஆம் ஆண்டு செப்டம்பரில் புதுச்சேரி நகரை சென்னையிலிருந்து வந்த ஆங்கிலப்படை முற்றுகையிட்டுப் பீரங்கிகளால் தாக்கியது. இதுபற்றி 1748 செப்டம்பர் 9ம் நாள் எழுதிய நாட்குறிப்பில் ஆனந்தரங்கம் பின்வருமாறு பதிவு செய்துள்ளார்.

மற்றபடி அவன் (இங்கிலீஷ்காரன்) போட்ட தீக்குடுக்கைகள் எல்லாம் நாற்பதுக்கும் உண்டு. இந்த தீக்குடுக்கை 1-க்கு சிறிது நூற்றைம்பது ராத்தல் முதல் இருநூத்தி பத்து, பதினைந்து மட்டுக்குமிருக்கிறது. இது வரும்போது ஒரு சோதி போல புறப்படுகிற வேடிக்கையும், அப்பாலே மெள்ள அசைந்து அசைந்து கொண்டு அப்பாலே விழுந்தவுடனே வெடிக்கிற வேடிக்கையும், பார்க்கிறதற்கு ஒரு வேடிக்கையாகத் தானே இருந்தது. இத்தனை தீக்குடுக்கை விழுந்தும் ஒரு மனுஷருக்குச் சேதமில்லை. ஒருத்தருக்கும் காயம் பட்டதுமில்லை. சுட்டதும் ஒரு சப்தம், புறப்படும்போது ஒரு சூரியன் தோன்றுகிறதென்று வருகிறாப் போலே வருகிறது. வருகிறது வெகு சப்தத்துடனே வருகிறதுமல்லாமல் வெகு தொந்தியுள்ளவன் நடக்க மாட்டாமல் மெள்ள வருவானே அப்படி வருகிறபடியினாலே சமீபத்திலே வரும்போது மனுஷர் தப்பித்துக்கொள்ள விலகிப் போகலாமென்று வெகு பேருக்கெல்லாம் தைரியமுண்டாகி தீக்குடுக்கையென்றால் அதை சட்டை பண்ணி அது வருகிறதோ போகிறதா என்கிறதுகூட கேழ்க்கிறதுகூட விட்டுவிட்டார்கள். ஆனாலின்றையதினம் பயந்தவர்களுக்குள்ளே

• ஆனந்தரங்கம் தெரு புதுச்சேரி

வெள்ளைக்காரர் வெள்ளைக்காரச்சிகளுக்கு நம்முடைய தமிழர்கள் வெகு தைரியவான்களென்று நூறு தரம் சொல்லலாம்.' இவ்வாறு சுவையான பல்வேறு செய்திகள் ஆனந்தரங்கத்தின் நாட்குறிப்பில் இடம்பெற்றுள்ளன.

தமிழ், தெலுங்கு, மலையாளம், பிரெஞ்சு, சம்ஸ்கிருதம், போர்ச்சுகீசு எனப் பல மொழிகளை அறிந்து வைத்திருந்த ஆனந்தரங்கப் பிள்ளை, தஞ்சை மராட்டிய மன்னர் பிரதாப சிம்ம மகாராஜாவுக்கு கடன் கொடுக்கும் அளவுக்கு பெரும் பணக்காரராகத் திகழ்ந்தார். தென்னிந்திய அரசியலில் சாணக்கியராகத் திகழ்ந்த அவர் 'ஆனந்த புரவி' என சொந்தமாக கப்பல் ஒன்றையும் வைத்திருந்தார். கலைஞர்களை ஆதரித்த ஆனந்தரங்கப் பிள்ளையைப் புகழ்ந்து நிறைய பாடல்களும் எழுதப்பட்டிருக்கின்றன.

ஆனந்தரங்கப் பிள்ளையின் நாட்குறிப்புகளை 1846-ல் கலுவா-மொம்பிரேன் (Gallois&Montbrun) என்ற வருவாய் அதிகாரிதான் முதலில் கண்டெடுத்து பிரதியெடுத்தார். இப்படித்தான் இந்த அரிய வரலாற்றுப் பொக்கிஷம் வெளி உலகிற்கு தெரியவந்தது. ஆனந்தரங்கப் பிள்ளையின் நாட்குறிப்பைப் படிக்கும்போது, 18ஆம் நூற்றாண்டு ஆங்கிலேய - பிரெஞ்சு இந்தியா அப்படியே ஒரு திரைப்படம் போல கருப்பு வெள்ளையில் நம் கண்முன் ஓடுகிறது.

- பல்லக்கில் மேள வாத்தியத்தோடு கவர்னர் மாளிகையினுள் போகவும், தங்கப் பிடியிட்ட கைத்தடி வைத்திருக்கவும், பாதரட்சை அணிந்து கவர்னரின் அலுவலகத்திற்குச் செல்லவும் ஆனந்தரங்கப் பிள்ளைக்கு சிறப்பு உரிமை அளிக்கப்பட்டிருந்தது.
- ஆனந்தரங்கப் பிள்ளையின் சுவாரஸ்யமான வாழ்க்கை வரலாறு ரா.தேசிகன் என்பவரால் எழுதப்பட்டு 1941-ல் பதிப்பிக்கப்பட்டுள்ளது.

திருவல்லிக்கேணி பெரிய தெரு

52

வெள்ளைச்சாமி என்ற பெயருடன் பளீரென சிரிக்கும் கருப்பு பெரியப்பா மாதிரி தான் இருக்கிறது திருவல்லிக்கேணி பெரிய தெரு. பேருக்கும் தெருவின் அகலத்திற்கும் சம்பந்தமே இல்லை. இந்த தெருவின் உண்மையான பெயர் வீரராகவ முதலி தெரு. ஆனால் இந்தப் பெயர் இப்போது பெரும்பாலானோருக்கு தெரியாது என்றே தோன்றுகிறது. இங்குள்ள பெயர்ப்பலகை கூட BIG STREET (பெரிய தெரு) என்றுதான் இருக்கிறது.

திருவல்லிக்கேணியின் மையப்பகுதியில் அமைந்திருக்கும் இந்த தெருவில் பெரும்பாலும் மேன்ஷன்கள்தான் இருக்கின்றன. எனவே தமிழகத்தின் பல பகுதிகளில் இருந்து வேலை தேடி சென்னைக்கு வரும் இளைஞர்களின் சரணாலயமாக இருக்கிறது இந்த தெரு.

• இந்து மேல்நிலைப் பள்ளி

ஒருவேளை இப்படி பெரிய மனதுடன் புலூருக்கும் அடைக்கலம் தருவதால் இதற்கு பெரிய தெரு என்று பெயர் வைத்துவிட்டார்களோ என்னவோ.

பெரிய தெருவின் மிக முக்கிய அடையாளம் இங்கிருக்கும் இந்து மேல்நிலைப் பள்ளி. திருவல்லிக்கேணி என்ற ஊர் ஆரம்ப நாட்களில் இருந்தே கல்விக்கு முக்கியத்துவம் அளித்துவரும் பகுதியாகவே இருந்திருக்கிறது. எனவே 17ஆம் நூற்றாண்டிலேயே இந்த பகுதியில் முறையான பள்ளி வேண்டும் என்ற கோரிக்கை வலுக்கத் தொடங்கியது. விளைவு இரண்டு பள்ளிகள் தொடங்கப்பட்டன.

தமிழ் பையன்கள் படிப்பதற்காக 'திராவிட பாடசாலை' என்று ஒன்றும், தெலுங்கு பையன்களுக்காக 'இந்து ஆந்திர பாலரு பாடசாலையும்' ஆரம்பிக்கப்பட்டன. 1852ஆம் ஆண்டு ஆவணங்களின்படி இவை இரண்டும் தனித்தனி நிர்வாகத்தின் கீழ் செயல்பட்டு வந்தன. தமிழ் பள்ளியில் குறள், நைடதம், நன்னூல் கண்டிகை, நிகண்டு, வரலாறு, புவியியல், கணக்கு ஆகிய பாடங்கள் கற்றுத்தரப்பட்டன. விருப்பமுள்ள மாணவர்கள் மட்டும் ஆங்கிலம் படிக்கலாம். ஆண்டு இறுதியில் பொதுத்தேர்வு மூலம் மாணவர்கள் அடுத்த வகுப்பிற்கு தேர்வு செய்யப்பட்டார்கள்.

இந்த இரண்டு பள்ளிகளுமே மக்கள் அளித்த நிதியில்தான் ஓடிக் கொண்டிருந்தன. எனவே ஆசிரியர்களுக்கு மிகக்குறைந்த ஊதியமே வழங்க முடிந்தது. இருந்தாலும் அவர்கள் கல்வியை சேவையாகக் கருதி கண்ணும் கருத்துமாக கற்பித்திருக்கிறார்கள். தமிழ் பள்ளிக்கு ஆரம்ப நாட்களில் அரசும், பச்சையப்பர் அறக்கட்டளையும் நிதி உதவி அளித்து வந்தன. ஒருகட்டத்தில் இரண்டு பள்ளிகளுக்கும் நிதி அளிக்க பொதுமக்கள் சிரமப்பட்டதால் இரண்டு பள்ளிகளையும் ஒன்றாக்கிவிட்டால் என்ன என்று ஆலோசிக்கப்பட்டது. இப்படித்தான் 'திருவல்லிக்கேணி ஆந்திர திராவிட பாலரு பாடசாலை' உருவானது. 1864ஆம் ஆண்டு இதே நிர்வாகத்தின் கீழ் பெண்கள் பள்ளி ஒன்றும் தொடங்கப்பட்டது.

1897இல் இது இந்து உயர்நிலைப் பள்ளியாக உயர்ந்து தற்போதைய கட்டடத்தை வந்தடைந்தது. செக்கச்செவேலென இந்தோ - கோதிக் (Indo Gothic style) பாணியில் கட்டப்பட்டிருக்கும் இந்த மூன்று மாடிக் கட்டடத்தை ஹென்றி இர்வின் என்ற ஆங்கிலேய கட்டடக் கலைஞர் வடிவமைத்துக் கொடுத்தார். சென்னை சென்ட்ரல் ரயில் நிலையம், அரசு அருங்காட்சியகம் போன்ற பல முக்கிய கட்டடங்களை வடிவமைத்தவர் இவர். இவரது வடிவமைப்பில் 40 ஆயிரம் சதுர அடியில் நம்பெருமாள் செட்டியால் கட்டப்பட்டது தான் இன்று பெரிய தெருவில் கம்பீரமாக நின்று கொண்டிருக்கும் இந்து மேல்நிலைப் பள்ளி.

இந்தியாவின் ஆரம்பகால கூட்டுறவு சங்கங்களில் முக்கியமானதாக கருதப்படும், திருவல்லிக்கேணி நகர்ப்புற கூட்டுறவு சங்கம் (TUCS) இந்த தெருவில்தான் உதயமானது. ஸ்ரீனிவாச சாஸ்திரி, சிங்காரவேலர் உள்ளிட்டோர் சேர்ந்து 1904ஆம் ஆண்டு இந்த சங்கத்தை தொடங்கினர். பல்பொருள் அங்காடி முதல் நியாய விலைக் கடை வரை மக்களுக்கு குறைந்த விலையில் பொருட்கள் கிடைக்க வகை செய்த இந்த கூட்டுறவு சங்கத்திற்கு பெரிய தெரு மற்றும் அதனை சுற்றியுள்ள பகுதிகளில் நிலங்கள் இருக்கின்றன.

பல்துறை கலைஞர்களுக்கும் பெரிய தெரு முகவரியாக விளங்கி இருக்கிறது. ஆண்கள் மட்டுமே ஹரிகதா காலட்சேபம் செய்து வந்த காலத்தில் பொது இடத்தில் தைரியமாக களமிறங்கிய முதல் பெண் பாகவதரான சரஸ்வதி பாய் இந்த தெருவில்தான் வசித்து வந்தார். டிகேஎஸ் சகோதரர்களும் இங்கு வசித்திருக்கிறார்கள். அதேபோல 1940களில் இசை மேதை எம்.எஸ். சுப்புலட்சுமி தமது கணவர் சதாசிவத்துடன் இங்கிருந்த வீடு ஒன்றில் வாழ்ந்திருக்கிறார். இசைபட வாழ்தல் என்பார்கள், ஆனால் இசையே வாழ்ந்த தெரு இது.

• இந்து மேல்நிலைப் பள்ளியில் ஒரு குரூப் போட்டோ

இப்படி இந்த தெருவைப் பற்றிய வரலாறு இந்த தெருவின் நீளத்தை விட பல மடங்கு அதிகம். இவை அனைத்தையும் விட சிறந்தது இந்த தெருவின் பன்முகத்தன்மைதான். பல்வேறு மதம் மற்றும் கலாச்சாரங்களை சார்ந்தவர்களை பல ஆண்டுகளாக ஒன்றிணைத்து தன்னகத்தே வைத்திருக்கும் இந்த தெரு உண்மையில் 'பெரிய தெரு' தான்.

- நோபல் பரிசு பெற்ற எஸ். சந்திரசேகர் முதல் உலக நாயகன் கமலஹாசன் வரை பல சாதனையாளர்களை இந்த பள்ளி உருவாக்கித் தந்திருக்கிறது.

- பாரதியின் தன்னுடைய ஞானரதத்தில்-
  'கண்ணை விழித்துப் பார்த்தேன். மறுபடி மண்ணுலகத்திலே, திருவல்லிக்கேணி வீரராகவ முதலி தெருவில், கிழக்கு முகமுள்ள வீட்டு மேன்மாடத்தில், நானும் என் பக்கத்தில் சில வர்த்தமானப் பத்திரிகைகள், எழுதுகோல், வெற்றிலைபாக்கு முதலிய என்னுடைய பரிவாரங்களும் இருப்பது கண்டேன்.'' என்று எழுதி இருக்கிறார்.

பின்னி மில்

53

ஒருகாலத்தில் மெட்ராஸ் மாநகரின் மிக முக்கிய அடையாளங்களில் ஒன்றாக விளங்கியது பின்னி மில். இன்று குடோனாகவும், படப்பிடிப்புத் தளமாகவும் விளங்கும் இந்த மில்லிற்கு கிட்டத்தட்ட 250 ஆண்டு வரலாறு இருக்கிறது. கிழக்கிந்திய கம்பெனிக்காரர்கள் மெட்ராசில் வணிகத்தை தொடங்கிய உடன் அவர்களோடு வியாபாரம் செய்வதற்காக இங்கிலாந்தில் இருந்து வந்த ஆங்கிலேயர்களில் ஒருவர்தான் சார்லஸ் பின்னி.

உரிமம் ஏதும் இல்லாமல் 1769இல் மெட்ராஸ் வந்திறங்கினார் சார்லஸ் பின்னி. வாலாஜா நவாப்புடன் நெருக்கத்தை ஏற்படுத்திக் கொண்ட அவர், மெல்ல மெட்ராஸ் மண்ணில் காலூன்ற முயற்சித்தார். இவரது குடும்பத்தினர் தொடர்ந்து நவாப்பிடம் பணியாற்றினர்.

• பின்னி மில் தலைமையகம்

அந்த வரிசையில் நவாப் சேவையைத் தொடர்வதற்காக சென்னை வந்தவர் ஜான் பின்னி. இவர்தான் பின்னாளில் பிரம்மாண்ட விருட்சமாய் வளர்ந்த பின்னி மில்லிற்கு வித்திட்டவர்.

இன்று மவுண்ட் ரோடில் இந்தியன் ஓவர்சீஸ் வங்கியின் தலைமையகம் இருக்கும் இடத்தில் இவர் ஒரு அலுவலகத்தை தொடங்கினார். மெட்ராஸ் வரும் கப்பல்களில் இருந்து பொருட்களை ஏற்றி இறக்கும் வேலையில் இந்நிறுவனம் ஈடுபட்டிருந்தது. சிறிது காலம் கழித்து இந்த நிறுவனம் அருகிலேயே தற்போது தாஜ் கன்னிமரா ஹோட்டல் இருக்கும் இடத்திற்கு மாறியது. பின்னர் 1812இல் பாரிமுனையில் உள்ள ஆர்மீனியன் சாலைக்கு சென்றுவிட்டாலும், 1820 வரை ஜான் பின்னி இங்கிருந்த வீட்டில்தான் வசித்து வந்தார். இதன் நினைவாக இன்றும் அந்த சாலை பின்னி ரோடு என்றே அழைக்கப்படுகிறது.

இதனிடையே 1800இல் ஜான் பின்னி, டெனிசன் என்பவருடன் கூட்டு சேர்ந்தார். எனவே நிறுவனத்திற்கு பின்னி அண்ட் டெனிசன் எனப் பெயரிடப்பட்டது. துறைமுகத்திற்கு அருகில் இருப்பதால் ஆர்மீனியன் தெருவிற்கு இடம்பெயர்ந்த பிறகு, 1814இல் இது பின்னி அண்ட் கோ என பெயர் மாற்றப்பட்டது. கப்பலில் இருந்து சரக்குகளை கரைக்கு கொண்டு வந்து சேர்ப்பதற்காக இந்த நிறுவனம் 30க்கும் மேற்பட்ட சிறிய படகுகளை வைத்திருந்தது. அதேபோல தரைக்கு வந்த சரக்குகளை கையாள்வதற்காக பேருந்து சேவையையும் வழங்கியது.

வியாபாரத்தை பெருக்க நினைத்த பின்னி, வங்கி மற்றும் காப்பீட்டுத் துறையிலும் நுழைந்தார். இறுதியாக பின்னி கையில் எடுத்ததுதான், அவருக்கு பெரும் புகழ் ஈட்டித் தந்த துணி வியாபாரம். பின்னி அண்ட் கோ நிறுவனம், வட சென்னையின் பெரம்பூர் பகுதியில் 1877இல் பக்கிங்ஹாம் மில்லை (இன்றைய பின்னி மில்) ஆரம்பித்தது. இதனைத் தொடர்ந்து 1882இல் கர்நாடிக் மில் தொடங்கப்பட்டது. ஏராளமான தொழிலாளர்களுக்கு வேலை வழங்கிய இந்த மில்கள் 1920இல் இணைக்கப்பட்டன. இதன்மூலம் சுமார் 14,000

ஜான் பின்னி

தொழிலாளர்களைக் கொண்ட நிறுவனமாக பின்னி விளங்கியது.

பின்னியின் தயாரிப்புகள் உள்ளூர் மட்டுமின்றி உலக அளவில் விற்பனையில் பின்னி எடுத்தன என்றுதான் சொல்ல வேண்டும். தயாரிப்புகள் தரமானதாக இருந்ததால், அடுத்த சில ஆண்டுகளிலேயே பின்னி அண்ட் கோ, துணி வியாபாரத்தில் முன்னோடி நிறுவனமாக மாறியது. இதனிடையே 1884இல் பெங்களூரில் பெங்களூர் காட்டன், சில்க் - உல்லன் மில்லை இந்நிறுவனம் தொடங்கியது. அந்த காலத்தில் இந்தியாவில் இருந்த பிரிட்டிஷ் அரசாங்கம் பின்னி அண்ட் கோவின் தயாரிப்புகளைத் தான் அதிகளவில் கொள்முதல் செய்தது. பொதுமக்கள் மத்தியிலும் பின்னி துணிகளுக்கு நல்ல மதிப்பு இருந்தது.

பின்னி மில் தொழிலாளர்கள்

இப்படி வியாபாரத்தில் சக்கை போடு போட்டுக் கொண்டிருந்த பின்னிக்கு, இருபதாம் நூற்றாண்டு அத்தனை இனிமையானதாக இல்லை. மெட்ராசில் இயங்கி வந்த அர்புத்நாட் வங்கி (Arbuthnot Bank) 1906இல் திவாலானது பின்னிக்கு ஒரு பேரிடியாக அமைந்தது. இதனால் ஏற்பட்ட பொருள் இழப்பில் இருந்து மெல்ல மீள்வதற்குள் அடுத்த அடி 1947இல் இந்தியாவிற்கு சுதந்திரம் கிடைத்தபோது விழுந்தது. சுதந்திரம் கொடுத்த கையோடு ஆங்கிலேயர்கள் கப்பல் ஏறி சென்றுவிட பின்னியின் வியாபாரம் தொய்வடைந்தது.

இதனிடையே பின்னி மில்கள் 1970களின் பிற்பகுதியில் ஏற்பட்ட வெள்ளத்தில் கடுமையாக சேதமடைந்தன. பின்னர் சுமார் 200 ஆண்டுகளாக மெட்ராசின் வர்த்தக வளர்ச்சியில் முக்கியப் பங்காற்றிய பின்னி மில், பல்வேறு காரணங்களால் 1996இல் தனது இயக்கத்தை ஒரேயடியாக நிறுத்திக் கொண்டது. இதில் பணிபுரிந்த ஆயிரக்கணக்கான தொழிலாளர்கள் வேலை இழந்தனர். 2001இல் இந்த மில்கள் விற்கப்பட்டுவிட்டன.

தொழிற்சங்கங்களின் வரலாற்றிலும் பின்னிக்கு முக்கிய பங்கு இருக்கிறது. 1915இல் ஜவுளி வியாபாரியான செல்வபதி செட்டியாரால் பின்னி மில்லில் ஆரம்பிக்கப்பட்ட தொழிற்

• பின்னி மில் தலைமையகம், ஆர்மீனியன் சாலை

சங்கம்தான், தென்னிந்தியாவின் முதல் தொழிற்சங்கம். அவரின் தூண்டுதலின் பேரில்தான் சென்னையில் முதன்முதலாக மே தினம் கொண்டாடப்பட்டது. திரு வி.க தலைமையில் 1921இல் பின்னி மில்லில் நடைபெற்ற வேலைநிறுத்தப் போராட்டம் இந்திய தொழிற்சங்க வரலாற்றில் மிகவும் முக்கிய மானது.

இப்படி உண்மையான தொழிலாளர் போராட் டங்களை பார்த்த பின்னி மில், இன்று படப்பிடிப்புகளுக்காக அரங்கேறும் சண்டைக் காட்சிகளை பார்த்தபடி சென்னை வரலாற்றின் மௌன சாட்சியாக நின்று கொண்டிருக்கிறது.

- மாதவரத்தில் இருக்கும் பின்னி காலனி, புளியந்தோப்பில் இருக்கும் பின்னி கார்டன்ஸ், போயஸ் கார்டன் பகுதியில் இருக்கும் பின்னி ரோடு ஆகியவை இன்றும் பின்னியை நினைவு கூர்கின்றன.
- திருவி.க., பி.பி. வாடியா போன்ற தலைவர்களின் போராட்டங்களின் விளைவாகத் தான் 12 மணி நேரமாக இருந்த வேலைநேரம் 8 மணி நேரமாக குறைக்கப்பட்டது.
- பி அண்ட் சி நிர்வாகத்தால் நடத்தப்பட்ட பின்னி உயர்நிலைப் பள்ளியில் அரை நாள் படிப்பு அரை நாள் தொழில் என்ற முறை கடைபிடிக்கப்பட்டு வந்தது.

வானிலை ஆய்வு மையம்

54

‘அடுத்த 24 மணி நேரத்திற்கு தமிழகத்தின் அனேக இடங்களில் மழையோ, இடியுடன் கூடிய கனமழையோ பெய்ய வாய்ப்புள்ளது...’ என மழைக் காலங்களில் தினமும் நம் கவனத்தைக் கவரும் சென்னை வானிலை ஆய்வு மையத்தின் வயது என்ன இருக்கும் என்று நினைக்கிறீர்கள்? அதிகபட்சம் 100 ஆண்டுகள் இருக்கலாம் என்று நினைத்தால் அது தவறு.

சென்னை நுங்கம்பாக்கம் கல்லூரிச் சாலை திருப்பத்தில் சற்றே உள்ளடங்கி இருக்கும் இந்த ஆய்வு மையம் சுமார் 220 ஆண்டுகள் பழமையானது. ஐரோப்பாவிற்கு வெளியே அமைக்கப்பட்ட முதல் நவீன வானியல் ஆய்வகம் என்ற பெருமையும் இதற்கு உண்டு. இதற்கான ஆரம்பப் புள்ளியை வைத்தவர் வில்லியம் பெட்ரீ (William Petrie) என்ற கிழக்கிந்திய கம்பெனி ஊழியர்.

வில்லியம் பெட்ரீ வான சாஸ்திரத்தில் தனக்கிருந்த அதீத ஆர்வம் காரணமாக, 1787இல் தன் நுங்கம்பாக்கம் வீட்டிலேயே சொந்த செலவில் ஒரு ஆராய்ச்சிக் கூடத்தை நிறுவினார். ஓய்வு நேரத்தை அங்கேயே செலவிட்டார். அப்போது அவரிடம் மூன்று அங்குல தொலைநோக்கிகள் இரண்டு, வானியல் கடிகாரங்கள் இரண்டு, நட்சத்திரங்களின் இடங்களை கண்காணிக்க உதவும் கருவி ஒன்று என வெகுசில உபகரணங்களே இருந்தன. இவற்றைக் கொண்டு கிழக்கிந்திய கம்பெனியின் கப்பல்களுக்கு அவர் வழிகாட்டி உதவினார்.

ஒருமுறை பெட்ரீ நீண்ட விடுமுறையில் இங்கிலாந்து சென்றபோது, தனது உபகரணங்களை உபயோகிக்க அரசுக்கு அனுமதி அளித்தார். பின்னர் அவர் மெட்ராஸ் திரும்பியபோது, அரசே ஒரு வானிலை ஆய்வுக் கூடத்தை நிறுவி அதை நிர்வகிக்கும் பொறுப்பை பெட்ரீயிடம் கொடுத்தது. மெட்ராஸ் அப்சர்வேட்டரி (Madras Observatory) எனப் பெயரிடப்பட்ட அந்த ஆய்வு மையத்தை அப்போதைய மெட்ராஸ் ஆளுநர் சர் சார்லஸ் 1792இல் தொடங்கி வைத்தார்.

• வானிலை ஆய்வு மையம்

மைக்கேல் டோப்பிங் ஆர்ச் (Micheal Topping Arch) என்ற வானியல் ஆய்வாளர் இதனை வடிவமைக்க பெரிதும் உதவினார். வானிலை ஆய்வுக்கு தேவையான பல்வேறு உபகரணங்களையும் அவர் தருவித்தார். இதன் நினைவாக இங்கிருக்கும் 15 அடி உயர கிரானைட் தூணில் அவரின் பெயர் பொறிக்கப்பட்டுள்ளது. இந்த தூணில்தான் நட்சத்திரங்களை கண்காணிக்கும் தொலைநோக்கிக் கருவி முதன்முதலில் பொருத்தப்பட்டிருந்தது.

• *15 அடி உயர கிரானைட் தூண்*

'ஆயிரம் ஆண்டுகளுக்குப் பின்னால் வருபவர்களும் அறிந்துகொள்வதற்காக...' என்ற குறிப்புடன் இந்த தூணில் லத்தீன், தமிழ், தெலுங்கு, உருது ஆகிய மொழிகளில் இதுபற்றிய தகவல் பொறிக்கப்பட்டுள்ளது. இந்த தூண் இன்றும் பாதுகாக்கப்பட்டு வருகிறது.

1796இல் தான் இங்கு முதன்முறையாக வானியல் நிகழ்வுகளை முறையாகப் பதிவு செய்யும் வழக்கம் தொடங்கியது. கோல்டிங்ஹாம் (Goldingham) என்பவர்தான் இவ்வாறு பதிவு செய்த முதல் வானியல் ஆய்வாளர். இவரைத் தொடர்ந்து நிறைய புகழ்பெற்ற ஆய்வாளர்கள் இங்கு பணியாற்றி உள்ளனர். இவர்களில் முக்கியமானவர் போக்சன் (Pogson). சுமார் 30 ஆண்டுகள், இவர் மெட்ராஸ் அப்சர் வேட்டரியின் ஆய்வாளராக இருந்தார். இவரது மனைவியும், மகளும் கூட இவருடைய பணியில் உதவியாக இருந்தனர்.

19ஆம் நூற்றாண்டில் இந்தியாவில் தெரிந்த முழு சூரிய கிரகணங்களை கண்காணித்து பதிவு செய்ததில் இந்த ஆய்வு மையம் முக்கியப் பங்காற்றியிருக்கிறது. 1867இல் இந்த மையத்தை மூடுவது பற்றி லண்டனில் விவாதிக்கப்பட்டது. அப்போது தென் பகுதியில் பிரிட்டிஷார் வேறு சில ஆய்வகங்களைத் தொடங்கி இருந்ததுதான் காரணம். மெட்ராஸ் அபசர்வேட்டரி நிறைய விஷயங்களை சேகரித்து வைத்திருந்ததால், புதிய விஷயங்களை சேகரிப்பதை நிறுத்திவிட்டு, கையில் இருக்கும் விஷயங்களை பதிப்பிப்பதில் கவனம் செலுத்தலாம் என்றும் அறிவுறுத்தப்பட்டது.

இந்நிலையில்தான் 20 அங்குல தொலைநோக்கி ஒன்றை தமிழக மலைகளில் ஏதாவது ஒன்றில் பொருத்தி வானியல் நிகழ்வுகளை ஆராயலாம் என போக்சன் பரிந்துரைத்தார். அதன் அடிப்படையில் நீலகிரி மற்றும் பழனி மலைகளில் இடம்பார்க்கும் பணி நடைபெற்றது.

• 15 அடி உயர கிராணைட் தூண்

இதன் பயனாகத்தான் 19ஆம் நூற்றாண்டின் இறுதியில் கொடைக்கானல் அப்சர்வேட்டரி கட்டப்பட்டது. இதன் பிறகு, மெட்ராஸ் அப்சர்வேட்டரியின் பணிகள் அங்கு இடம்மாறின. இதனையடுத்து இந்த மையத்தின் முக்கியத்துவம் மெல்ல குறையத் தொடங்கியது.

இந்த நிலையில்தான் 1945இல் சென்னையில் மண்டல வானிலை ஆய்வு மையம் தொடங்கப்பட்டது. தமிழ்நாடு, ஆந்திரா, கேரளா, கர்நாடகா, பாண்டிச்சேரி, லட்சத்தீவு ஆகியவற்றிற்கான வானிலை அறிக்கைகளை இந்த மையம் தற்போது வெளியிட்டு வருகிறது. சுமார் 200 ஆண்டுகளுக்கு முன் ஒரு தனி மனிதனுக்கு உண்டான ஆர்வம், பெருமழை, புயல், வெள்ளம், நிலநடுக்கம் போன்றவற்றில் இருந்து இன்று நம்மை தற்காத்துக் கொள்ள உதவுகிறது.

- *வில்லியம் பெட்பீ 1807இல் மூன்று மாத காலம் மெட்ராசின் ஆளுநராக இருந்திருக்கிறார்.*
- *இந்த ஆய்வு மையத்தில் மணிக்கொரு முறை வானியல் நிகழ்வுகள் பதிவு செய்யப்படும் முறை 1840இல் தொடங்கியது.*
- *தீர்க்க ரேகை போன்ற விஷயங்களில் மெட்ராஸ் அப்சர்வேட்டரி அளித்த தகவல்களின் அடிப்படையிலேயே இந்திய வரைபடம் உருவாக்கப்பட்டிருக்கிறது.*

இரட்டைக் கோவில்கள்

55

சென்னையில் பட்டணம் பெருமாள் கோவில் எங்கிருக்கிறது என்று விசாரித்தால், நிச்சயம் உங்களை ஏற இறங்கப் பார்ப்பார்கள். ஆனால் ஒரு காலத்தில் இந்த நகரின் முக்கிய அடையாளமாகத் திகழ்ந்திருக்கிறது இந்தக் கோவில். அவ்வளவு ஏன், மெட்ராசிற்கு சென்னை என்ற பெயர் வரக்காரணமே இந்த கோவில்தான் என்றும் ஒரு கருத்து நிலவுகிறது.

மெட்ராஸ் என்ற மணல்வெளியில் கிழக்கிந்திய கம்பெனியார் குடியேறுவதற்கு முன்பிருந்தே திருவொற்றியூர், மயிலாப்பூர் போன்ற இடங்களில் புராதன கோவில்கள் இருந்தன. ஆனால் இவை எல்லாம் அப்போது மெட்ராஸ் என்ற எல்லைக்குள் வரவில்லை. அந்த வகையில் மெட்ராஸ் நகருக்குள் கட்டப்பட்ட முதல் பெரிய கோவில் சென்ன கேசவப் பெருமாள் கோவில்தான்.

• சென்ன கேசவப் பெருமாள் கோவில்

ஃபிரான்சிஸ் டே, ஆண்ட்ரூ கோகன் ஆகியோர் சந்திரகிரி மன்னரிடம் இருந்து இந்த பகுதியை 1639இல் குடிக்கூலிக்கு பெற உதவியாக இருந்த திம்மண்ணா என்ற வணிகர்தான் இந்த கோவிலைக் கட்டியவர். 1640களில் தாம் கட்டிய இந்த கோவிலை, ஏப்ரல் 24, 1648இல் நாராயணய்யர் என்பவருக்கு திம்மண்ணா தானமாக அளித்ததற்கான ஆவணங்கள் இருக்கின்றன. இந்த கோவில் அப்போது கோட்டைக்கு வெளியே தற்போது உயர்நீதிமன்ற கட்டடம் இருக்கும் இடத்தில் இருந்தது. சென்னையின் பூர்வகுடிகள் வசித்த அந்த பகுதி முழுவதும் கருப்பர் நகரம் என்று அழைக்கப்பட்டது.

நூறு ஆண்டுகளுக்கும் மேலாக அங்கிருந்தபடி சென்னைவாசிகளுக்கு அருள் பாலித்த சென்ன கேசவப் பெருமாளுக்கு 1757இல் ஆபத்து வந்தது. அடிக்கடி கோட்டையைத் தாக்கும் பிரெஞ்சுப் படைகளை சமாளிப்பது பற்றிய ஆலோசனைக் கூட்டத்தில் முன்வைக்கப்பட்ட ஒரு யோசனை தான் இந்த ஆபத்தை வரவைத்தது. கோட்டையைச் சுற்றி இருக்கும் அனைத்து கட்டடங்களையும் இடித்து தரைமட்டமாக்கிவிட்டால் எதிரிப் படைகள் தூரத்தில் வரும் போதே உஷாராகிவிடலாம் என்பதுதான் அந்த யோசனை.

இதன்படி கோட்டைக்கு வெளியில் இருந்த கருப்பர் நகரக் குடியிருப்புகள் இடித்து தரைமட்டமாக்கப்பட்டன. சென்ன கேசவப் பெருமாளும் இதற்கு விதிவிலக்கல்ல என்று சொல்லிவிட்டது கிழக்கிந்திய கம்பெனி. ஒரு வழியாக கோவிலை இடித்து விட்டார்களே தவிர அதனால் ஏற்பட்ட மக்கள் கொந்தளிப்பை கிழக்கிந்திய கம்பெனிக்காரர்களால் சமாளிக்க முடியவில்லை. எனவே தற்போதைய பூக்கடை பகுதியில் புதிதாக உருவாக்கப்பட்ட கருப்பர் நகரத்தில் சென்ன கேசவப் பெருமாளுக்கு கோவில் கட்டித் தருவது என முடிவு செய்யப்பட்டது.

லார்ட் பிகட்டுக்கு மொழிபெயர்ப்பாளராக இருந்த மணலி முத்துகிருஷ்ண முதலியார், இன்றைய பூக்கடை பகுதியில் தனக்கு சொந்தமான நிலத்தை இதற்காக தானமாகக் கொடுத்தார். மேலும் சில இடங்களை அதற்குரிய மாற்று இடங்களைக் கொடுத்து

உரியவர்களிடம் இருந்து கிழக்கிந்திய கம்பெனி பெற்றுத் தந்தது. இவ்வாறு சென்ன கேசவப் பெருமாள் கோவிலுக்காக சுமார் 24,000 சதுர அடி நிலம் ஒதுக்கப்பட்டது. இதுதவிர 1173 பகோடாக்களையும் (அன்றைய பணம்) கம்பெனி தானமாக வழங்கியது. மணலி முத்துகிருஷ்ண முதலியார் தமது பங்காக 5000 பகோடாக்களை அளித்ததோடு உள்ளூர்வாசி களிடம் இருந்து நன்கொடையும் வசூலித்து மொத்தம் 15,000 பகோடாக்களை சேகரித்தார். இந்த பணத்தைக் கொண்டு 1762இல் கோவில் கட்டும் பணி தொடங்கப்பட்டது.

இந்த இடத்தில்தான் கதையில் ஒரு திருப்பம். சென்ன கேசவப் பெருமாளுக்காக ஒதுக்கப்பட்ட இடத்தில் கூடவே சென்ன மல்லீஸ்வரருக்கும் ஒரு கோவில் கட்டுவது என முடிவு செய்யப்பட்டது. ஆக இரண்டு கோவில்களைக் கட்டும் பணி களைகட்டியது. ஆனால் பல காரணங்களால் இந்த பணிகள் தாமதமாகி 1780 வரை நடைபெற்றன. கிழக்கிந்திய கம்பெனியார் உதவியால் கட்டப்பட்ட இந்த கோவில், கம்பெனி கோவில் என்றும் சில காலம் அழைக்கப்பட்டு வந்தது.

உயர்நீதிமன்றம் இருந்த இடத்தில் அமைக்கப்பட்டிருந்த கோவிலில் வைக்கப்பட்டிருந்த மூலவர் தான் இந்த கோவிலில் பிரதிஷ்டை செய்யப்பட்டிருக்கிறார். ஆனால் ஹைதர் அலியின் படை எடுப்பின்போது, பழைய கோவிலில் இருந்த மூலவரை காப்பாற்றுவதற்காக அதனை கோவில் குருக்கள், திருநீர் மலைக்கு கொண்டு சென்றதாகக் கூறப்படுகிறது. பின்னர் அதனை மீட்டெடுக்கும் முயற்சியில் மணலி முத்துகிருஷ்ண முதலி ஈடுபட்டாலும், அவருக்கு அது கிடைக்கவில்லை. எனவே திருநீர்மலைக் கோவிலில் இருந்து ஒரு சிலையைக் கொண்டு வந்து பிரதிஷ்டை செய்ததாக நரசய்யா தனது மதராசப்பட்டினம் நூலில் குறிப்பிட்டிருக்கிறார்.

அன்றில் இருந்து இன்று வரை மணலி முத்துகிருஷ்ண முதலியின் குடும்பத்தினர்தான் இந்த கோவிலை நிர்வகித்து வருகின்றனர். அவரது குடும்பத்தைச் சேர்ந்த மணலி கிருஷ்ண சாமி முதலியார், சரவண முதலி யார் உள்ளிட்டவர்களின் கருங்கல் சிலைகள் இந்த கோவில் தூண் களில் நம்மை வரவேற்கின்றன.

● சென்ன மல்லீஸ்வரர் கோவில்

ஒரு காலத்தில் ஜூன் மாதம் நடைபெறும் பெரியாழ்வார் திருவிழாவின் போது, நாகஸ்வர கலைஞர் ஒருவரை இங்கு வரவழைத்து 10 நாட்கள் இசைக் கச்சேரி வெகு விமரிசையாக நடத்தப்பட்டிருக்கிறது. 1917ஆம் ஆண்டு நடைபெற்ற பெரியாழ்வார் திருவிழாவில் பிரபல நாகஸ்வர கலைஞர் டி.என். ராஜரத்தினம் பிள்ளை இந்த கோவிலில் இசைக் கச்சேரி செய்திருக்கிறார். கோவிலுக்குள் மக்கள் கூட்டம் நிரம்பி வழிந்ததால் தெருவில் நின்றபடி ஏராளமானோர் இந்த மயக்கும் இசையை ரசித்திருக்கிறார்கள்.

● தேவராஜ முதலி தெரு

இப்படி நாகஸ்வரங்களை ரசித்துக் கொண்டிருந்த சென்ன கேசவப் பெருமாளும், சென்ன மல்லீஸ்வரரும் இப்போது தேவராஜ முதலி தெருவிலும், நைனியப்பன் தெருவிலும் விரைந்து கொண்டிருக்கும் சைக்கிள் ரிக்ஷாக்களின் மணி ஓசையை அமைதியாக கேட்டுக் கொண்டிருக்கிறார்கள்.

- தேவராஜ முதலி தெருவில் உள்ள சென்ன கேசவப் பெருமாள் கோவிலில் இருந்து என்எஸ்சி போஸ் சாலையில் உள்ள சென்ன மல்லீஸ்வரர் கோவிலுக்கு செல்ல வழி அமைக்கப்பட்டுள்ளது.

- 1710இல் தயாரிக்கப்பட்ட மெட்ராஸ் வரைபடத்தில் இந்த கோவில், பெரிய கோவில் எனக் குறிப்பிடப்பட்டுள்ளது.

- சென்ன கேசவப் பெருமாள் இருப்பதால் தான் இந்த ஊருக்கு சென்னை என்று பெயர் வந்ததாகவும் ஒரு கருத்து நிலவுகிறது.

சேத்துப்பட்டு

56

சென்னையின் முக்கிய பகுதியாக இருக்கும் சேத்துப்பட்டின் பெயரைக் கேட்கும்போதெல்லாம் எனக்கு மழைக்காலம் ஞாபகம் வந்துவிடும். ஒரு சிறிய மழைக்கே சென்னை தெருக்கள் சேறும் சகதியுமாகி விடுவதைப் பார்க்கிறோம். அப்படி ஒரு சேற்றுப்பகுதிதான் பேச்சுவழக்கில் சேத்துப்பட்டு என மாறியிருக்கும் என நினைத்துக் கொண்டிருந்தேன். ஆனால் இதுபற்றி ஆராய்ந்தபோது, நிறைய சுவாரஸ்யமான தகவல்கள் கிடைத்தன.

முதல் சுவாரஸ்யம், இந்த பகுதிக்கு ஏன் சேத்துப்பட்டு எனப் பெயர் வந்தது என்பது பற்றியது. சுமார் 200 ஆண்டுகளுக்கு முன்பு வரை இது ஒரு அக்மார்க் கிராமமாகத் தான் இருந்திருக்கிறது.

சேத்துப்பட்டு ஏரி

பின்னர், கிழக்கிந்திய கம்பெனிக்காரர்கள் மெட்ராசில் மெல்ல வேர் பரப்ப ஆரம்பித்தபோது கோட்டைக்கு அருகில் இருந்த கிராமங்களை வாங்கத் தொடங்கினர். திருவல்லிக்கேணி, புரசைவாக்கம், எழும்பூர் ஆகிய கிராமங்களின் வரிசையில் மெட்ராசுடன் இணைந்ததுதான் சேத்துப்பட்டு. ஆனால் அப்போது இதன் பெயர் என்ன என்று திட்டவட்டமாகத் தெரியவில்லை.

இப்படி வாங்கப்பட்ட பகுதியில் ஆங்கிலேயர்கள் பெரிய பெரிய மாளிகைகளையும் தோட்ட வீடுகளையும் கட்டி வசிக்கத் தொடங்கினர். இப்படி ஏறத்தாழ 200 ஆண்டுகாலம் இந்த பகுதியில் நிம்மதியாக வாழ்ந்த ஆங்கிலேயர்கள் இந்தியாவிற்கு சுதந்திரம் கிடைத்த பிறகு மூட்டை முடிச்சுகளோடு இங்கிலாந்திற்கு கப்பல் ஏறினர். அப்போது இங்கிருந்த அவர்களின் வீடுகளை செல்வச் சீமான்களான செட்டியார்கள் அதிகளவில் வாங்கினர். இதனால் செட்டியார்கள் நிறைந்த பகுதியாக இது மாறியதால் செட்டியார்பேட்டை அல்லது செட்டிப்பேட்டை என அழைக்கப்பட்டு அதுவே காலப்போக்கில் சேத்துப்பட்டு என நிலைத்திருக்கிறது.

இங்கு வசித்த செட்டியார்களில் மிகவும் முக்கியமானவர், 19ஆம் நூற்றாண்டில் சென்னையின் மிகப் பெரிய கட்டட காண்ட்ராக்டரான நம்பெருமாள் செட்டி. விக்டோரியா ஹால், சென்னை உயர்நீதிமன்றம், சட்டக்கல்லூரி, எழும்பூரில் உள்ள சிற்பக் கலை கல்லூரி, அருங்காட்சியகம், கன்னிமாரா நூலகம் என மெட்ராஸ் மாநகரின் பல முக்கிய கட்டடங்கள் இவரது கைவண்ணத்தில் உருவானவைதான்.

இந்தோ சராசனிக் பாணியில் கட்டடங்களை வடிவமைத்த பிரபல ஆங்கிலேய கட்டடக் கலைஞர்கள் அனைவருமே தங்களின் கனவுகளுக்கு உருவம் கொடுக்கும் பொறுப்பை

நம்பெருமாள் செட்டியிடம் தான் ஒப்படைத்தார்கள். இந்த பணியை சிறப்பாக செய்ய வேண்டும் என்பதற்காகவே இவர் பச்சையப்பன் கல்லூரிக்கு அருகில் ஒரு பிரத்யேக செங்கல் சூளையை வைத்திருந்தாராம். இதேபோல கட்டடப் பணிக்கு தேவையான மற்ற பொருட்களும் தரமானதாக இருக்க வேண்டும் என்பதில் மிகவும் கவனமாக இருந்திருக்கிறார் நம்பெருமாள் செட்டி. இதற்காக சில பொருட்களை வெளிநாடுகளில் இருந்தும் இறக்குமதி செய்து பயன்படுத்தி இருக்கிறார்.

'தாட்டிகொண்ட நம்பெருமாள்' செட்டி என அழைக்கப்பட்ட இவர், ஆரம்ப காலத்தில் ஜார்ஜ் டவுனில் உள்ள தனது பரம்பரை வீடான ஆனந்த பவனத்தில் (தற்போது மைசூர் கஃபே) தான் வசித்து வந்தார். பின்னர் 1905இல் சேத்துப்பட்டில் 'க்ரையாண்ட்' என்ற வீட்டை விலைக்கு வாங்கி குடியேறினார். ஹாரிங்டன் சாலையில் உள்ள இந்த வீட்டுடன் சேர்த்து நம்பெருமாள் செட்டிக்கு சொந்தமாக 99 வீடுகள் இருந்தன. 100வது வீட்டை வாங்கினால் துரதிர்ஷ்டம் வந்துவிடும் என நம்பியதால், செட்டியார் செஞ்சுரி அடிக்கவில்லை என சொல்லப்படுகிறது. சேத்துப்பட்டு பகுதியில் இவருக்கு மொத்தம் 2000 கிரவுண்டு நிலம் இருந்திருக்கிறது. கிட்டத்தட்ட சேத்துப்பட்டின் பெரும்பகுதியை வாங்கிப் போட்டதாலேயே இவரின் நினைவாக அந்த பகுதிக்கு சேத்துப்பட்டு எனப் பெயர் வந்திருக்கலாம் எனக் கருதப்படுகிறது.

கணிதமேதை ராமானுஜம் தனது இறுதி மூச்சை இங்குதான் சுவாசித்தார் என்பது சேத்துப்பட்டிற்கு பெருமை சேர்க்கும் மற்றொரு விஷயம். காசநோய் அதிகமாகி இங்கிலாந்தில் இருந்து திரும்பிய ராமானுஜத்தை நம்பெருமாள் செட்டியார் தனது க்ரையண்ட் இல்லத்தில் தங்க வைத்து சிறப்பு வைத்தியங்களுக்கு ஏற்பாடு செய்தார். பின்னர் ராமானுஜத்தின் வசதிக்காக க்ரையண்டிற்கு எதிரில் இருந்த கோமேத்ரா என்ற தன்னுடைய இன்னொரு வீட்டில் தங்க வைத்தார். ஆனால் சிறிது காலத்திலேயே ராமானுஜம் காலமானார்.

• டோபி கானா கல்வெட்டு

• ராமானுஜம்

ராமானுஜம், கடல் கடந்து வெளிநாடு சென்றதால், அவரது உடலைக்கூட உறவினர்கள் ஏற்கவில்லை. எனவே, நம்பெருமாள் செட்டிதான் ராமானுஜத்தின் ஈமச் சடங்குகளை செய்தார்.

அன்றைய மெட்ராசில் வெளிநாட்டுக் கார் (French Dideon) வைத்திருந்த முதல் இந்தியர் செட்டியார்தான். கார் என்ன பெரிய விஷயம், அவர் தன் சொந்த உபயோகத்திற்காக, நான்கு பெட்டிகள் கொண்ட தனி ரயிலே வைத்திருந்தார். திருவள்ளூரில் இருக்கும் வீரராகவ பெருமாள் கோவிலுக்கு சென்று வருவதற்கு செட்டியார் இந்த ரயிலை பயன்படுத்தினார்.

சேத்துப்பட்டின் மற்றொரு முக்கிய விஷயம், 15 ஏக்கருக்கும் அதிகமாக பரந்துவிரிந்திருக்கும் ஏரி. அனேகமாக சென்னைக்குள் இருக்கும் பெரிய நீர்நிலை இதுவாகத் தான் இருக்கும். ஆக்ரமிப்புகள் காரணமாக தற்போது இதில் சிறிதளவே நீர் இருக்கிறது. ஆங்கிலேயர்கள் ஓய்வு நேரத்தில் இந்த ஏரியில் மீன் பிடித்து உல்லாசமாக பொழுது போக்கியிருக்கிறார்கள். ஆனால் இப்போது அதெல்லாம் பழங்கதையாகிவிட்டன.

மொத்தத்தில் கடந்த நூற்றாண்டு வரை இயற்கை எழில் சூழ, ரம்மியமாகத் திகழ்ந்த இந்த சேத்துப்பட்டு பகுதி, இப்போது போக்குவரத்து நெரிசல் மிகுந்த கான்கிரீட் காடாகக் காட்சி அளிக்கிறது. இருப்பினும் இன்றும் எஞ்சி இருக்கும் ஒரு சில பழங்கால கட்டடங்கள் அந்த அழகிய நினைவுகளை அசைபோட உதவுகின்றன.

- நம்பெருமாள் செட்டியின் சேத்துப்பட்டு வீடு இப்போதும் அவரது குடும்பத்தினர் வசம் உள்ளது. இங்கு சீனா, ஜப்பான், இத்தாலி, இங்கிலாந்து போன்ற நாடுகளில் இருந்து வரவழைக்கப்பட்ட பீங்கான் கலைப் பொருட்கள் காட்சிக்கு வைக்கப்பட்டுள்ளன.
- சென்னையின் பழைய வண்ணான்துறைகளில் முக்கியமான சேத்துப்பட்டு வண்ணான்துறை, இந்தியாவின் இரண்டாவது பெரிய வண்ணான்துறையாக கருதப்படுகிறது.
- ராமானுஜம் காசநோயால் இறந்த சேத்துப்பட்டில், காசநோய் ஆராய்ச்சி மையம் ஒன்று இருக்கிறது.

டேவுட்டன் இல்லம்

57

வகுப்புகளில் உட்கார்ந்திருப்பதை சிறையில் இருப்பதைப் போல இருக்கிறது என்று சில மாணவர்கள் கமெண்ட் அடிப்பதை கேட்டிருப்போம். ஆனால், காலம் இதை உண்மையாக்கிக் காட்டியிருக்கிறது. சென்னையில் சிலரை கைது செய்து வைக்கப் பயன்பட்ட ஒரு பழைய கட்டடத்தில் இன்று ஒரு கல்லூரி செயல்பட்டுக் கொண்டிருக்கிறது. அந்த கட்டடம்தான் சென்னை நுங்கம்பாக்கத்தில் இருக்கும் டவுட்டன் இல்லம். அந்த கல்லூரி தான் மகளிர் கிறிஸ்துவக் கல்லூரி.

அமெரிக்க அதிபரின் வெள்ளை மாளிகைக்கும் பல்லாயிரம் மைல் தொலைவில் தென்னிந்தியாவில் இருக்கும் இந்த கட்டடத்திற்கும் ஒரு தொடர்பு இருக்கிறது.

• மகளிர் கிறிஸ்துவக் கல்லூரி

இரண்டுமே ஒரே காலகட்டத்தில் கிட்டத்தட்ட ஒரேவிதமான கட்டட அமைப்பில் கட்டப்பட்டவை. ஐரோப்பிய அதிகாரிகள் மெட்ராஸ் வரும்போது தங்குவதற்காக 1798இல் இந்த கட்டடம் கட்டப்பட்டது. முன் பகுதியில் பிரம்மாண்டமான தூண்களையும், பின்னால் பிறைநிலா வடிவிலான படிக்கட்டுகளையும் கொண்ட இந்த அழகிய கட்டடத்தை பெஞ்ச மின் ரோபெக் (Benjamin Roebeck) என்ற புகழ்பெற்ற கட்டடக் கலைஞர் வடிவமைத்தார்.

அந்த காலத்தில் நுங்கம்பாக்கம் கிராமமாக இருந்தது. முன்புறம் பசுமையான நெல் வயல்கள், பின்புறம் தெள்ளத் தெளிவாக (அப்போது அப்படித்தான் இருந்தது) ஓடிக் கொண்டிருக்கும் கூவம் நதி என ரம்மியமான சூழலில் இந்த வீடு அமைந்திருந்தது. 1837ஆம் ஆண்டு வரை இது பெயரில்லாத கட்டடமாகத் தான் இருந்தது. பிறகுதான் இது டவுட்டன் இல்லம் என நாமகரணம் சூட்டிக் கொண்டது. காரணம், லெப்டினன்ட் ஜெனரலாக இருந்த ஜான் டவுட்டன் (Lt. General John Doveton) என்பவர் அப்போதுதான் இந்த வீட்டை விலைக்கு வாங்கினார். அவருக்கு பிறகு நிறைய ஆங்கிலேய அதிகாரிகள் இதில் தங்கினர். ஆனால் டவுட்டனின் பெயர் ஏனோ அப்படியே நிலைத்துவிட்டது.

இந்த டவுட்டன் என்ற பெயரில் ஏதோ ஈர்ப்பு சக்தி இருந்திருக்க வேண்டும். அதனால்தான் அது ஒரு பாரம்பரியமிக்க இந்து பிராமணக் குடும்பம் வரை பாய முடிந்தது. டவுட்டன் தனது இறுதிக் காலத்தில் இந்த வீட்டை தனக்கு நெருக்கமான ஒரு பிராமணக் குடும்பத்திற்கு உயில் எழுதி வைத்தார். அதில் இருந்து அவர்கள் தங்கள் குடும்ப உறுப்பினர்களின் பெயர்களுக்கு பின்னால் டவுட்டன் என்ற பெயரையும் சேர்த்துக் கொண்டனர். டவுட்டனுக்கும் அந்த பிராமணக் குடும்பத்திற்கும் இடையிலான பிணைப்பிற்கு என்ன காரணம் எனத் தெளிவாகத் தெரியவில்லை.

1792இல் மூன்றாவது மைசூர் போர் முடிவுக்கு வந்தபோது, ஏற்பட்ட ஒப்பந்தத்தின்படி திப்பு சுல்தான் கிழக்கிந்திய படைக்கு ஒரு பெருந்தொகை தர வேண்டும் என முடிவானது. அதுவரை அவரது இரண்டு மகன்களை கார்ன்வாலிஸ் பிரபு பிணைக் கைதிகளாக பிடித்து வைத்திருந்தார். அந்த சிறுவர்களை கவனித்துக் கொள்ளும் பொறுப்பு டவுட்டனிடம்தான்

ஒப்படைக்கப்பட்டது. அந்த சிறுவர்கள் இந்த டவுட்டன் இல்லத்தில்தான் தங்க வைக்கப்பட்டனர் என்று ஒரு தகவல் சொல் கிறது. ஆனால் 1837இல் தான் டவுட்டன் இங்கு வந்ததால், இதற்கான வாய்ப்பு குறைவு என்றே கருதப்படுகிறது.

• பிணைக் கைதிகளாக திப்பு சுல்தான் மகன்கள்

ஆனால் வேறு ஒரு அரச குடும்பத்தை சேர்ந்தவர் இந்த இல்லத்தில் சிறை வைக்கப்பட்டிருக்கிறார். அவர்தான் பரோடா இளவரசர் மல்ஹர் ராவ். அவரது ஊரில் இருந்த ஒரு ஆங்கிலேய அதிகாரியை கொல்ல முயன்றார் என்ற குற்றச்சாட்டின் பேரில் அவர் மெட்ராஸிற்கு அனுப்பப்பட்டு, 1875இல் இந்த இல்லத்தில் சில காலம் சிறை வைக்கப்பட்டார்.

இந்த இல்லத்தில் கடைசியாக தங்கிய ஆங்கிலேயர் மெட்ராஸ் உயர்நீதிமன்ற நீதிபதி சர் ரால்ஃப் பென்சன் (Sir Ralph Benson). கூவத்தின் அழகில் மனதைப் பறிகொடுத்த இவர், வெள்ளியை உருக்கி ஊற்றியதைப் போல இருக்கிறது ("placid and silvery Cooum") இந்த நதி என்று குறிப்பிட்டிருக்கிறார்.

1913இல் அவர் மெட்ராஸில் இருந்து கிளம்பிய பின்னர், பெண்கள் கிறிஸ்துவக் கல்லூரி இந்த வீட்டை விலைக்கு வாங்கியது. இந்தியப் பெண்களுக்கு உயர்கல்வி அளிக்க வேண்டும்

• டவுட்டன் இல்லம்

என்ற நோக்கில் 1915ஆம் தொடங்கப்பட்ட இந்தக் கல்லூரி, அடுத்த ஆண்டே புகழ்பெற்ற இந்த கட்டடத்திற்கு இடம்பெயர்ந்துவிட்டது. 41 மாணவிகளுடனும், 7 ஆசிரியர்களுடனும் தொடங்கப்பட்ட இந்த கல்லூரியில், இன்று சுமார் 3 ஆயிரம் மாணவிகள் பயில்கின்றனர்.

இந்த கல்லூரி வளாகத்திற்குள் இன்று நிறைய கட்டடங்கள் முளைத்துவிட்டன. இதில் கல்வி பயில வரும் இளம்பெண்களை, வயதான தாத்தா பேத்திகளை வாஞ்சையுடன் பார்ப்பதைப் போல பார்த்தபடி நின்றுகொண்டு நிற்கிறது, 200 ஆண்டுகளைக் கடந்த டவுட்டன் இல்லம்.

- 1914இல் இந்திய தேசிய காங்கிரசின் கூட்டம் ஒன்றும் இந்த கட்டடத்தில் நடந்திருக்கிறது.
- மகாத்மா காந்தி, ரவீந்திரநாத் தாகூர் ஆகியோர் மகளிர் கிறிஸ்துவக் கல்லூரிக்கு வருகை தந்துள்ளனர்.

மெட்ராசின் பறக்கும் டாக்டர்

58

பறந்து பறந்து வேலை செய்வது என்று பேச்சு வழக்கில் சொல்வதுண்டு. ஆனால் சுமார் 100 ஆண்டுகளுக்கு முன்பே மெட்ராசில் ஒரு டாக்டர் உண்மையிலேயே பறந்து பறந்து மருத்துவம் பார்த்திருக்கிறார். இதனால் அவரை மெட்ராஸ்வாசிகள் ‘பறக்கும் டாக்டர்’ என்றே அழைத்திருக்கிறார்கள்.

பின்னாட்களில் பறக்கும் டாக்டர் எனப் பெயரெடுத்த ரங்காச்சாரி கும்பகோணம் அருகே சருக்கை என்ற கிராமத்தில் 1882ஆம் ஆண்டு பிறந்தார். இவருடைய தந்தை கிருஷ்ணமாச்சாரி ஒரு பொறியாளர். சென்னையில் உள்ள நேப்பியர் பாலம் மற்றும் சென்ட்ரலுக்கு எதிரில் இருக்கும் அரசு பொதுமருத்துவமனை ஆகியவற்றை கட்டியதில் இவரின் பங்களிப்பும் உள்ளது.

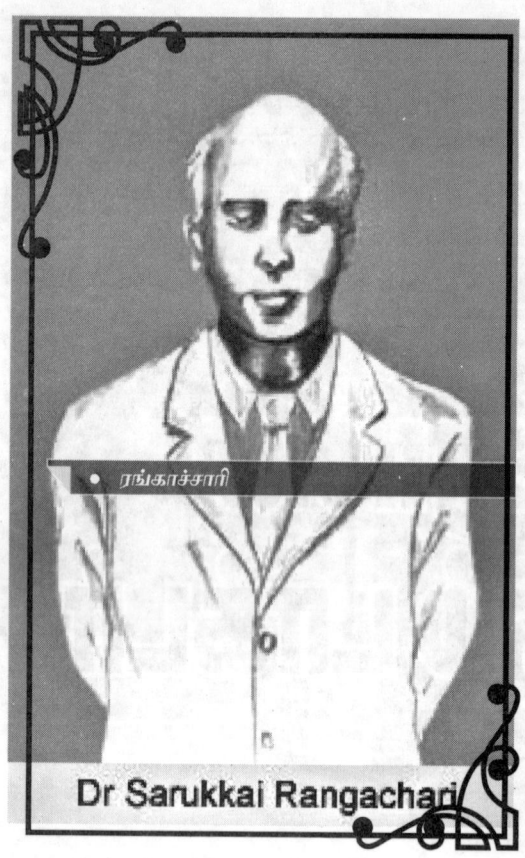
● ரங்காச்சாரி
Dr Sarukkai Rangachari

ரங்காச்சாரியின் மாமா கோபாலாச்சாரி, ஒரு வழக்கறிஞர். திருவாங்கூர் சமஸ்தானத்தின் திவானாக பணியாற்றியவர். இப்படி கல்வியின் மேன்மை அறிந்த குடும்பத்தில் பிறந்ததால் ரங்காச்சாரிக்கும் இயல்பிலேயே படிப்பின் மீது அதீத ஆர்வம் இருந்தது. கும்பகோணம் டவுன் ஐ ஸ்கூலில் படிப்பை முடித்ததும், கல்லூரியில் சேர்வதற்காக சென்னை வந்தார்.

மெட்ராஸ் கிறிஸ்துவக் கல்லூரியில் படித்துக் கொண்டிருந்த ரங்காச்சாரியை மருத்துவம் படிக்கும்படி இரண்டு ஐரோப்பிய அறுவை சிகிச்சைநிபுணர்கள் ஊக்கப்படுத்தினர். அவர்கள் அளித்த உற்சாகத்தால் மெட்ராஸ் மருத்துவக் கல்லூரியில் சேர்ந்த ரங்காச்சாரி, 1904ஆம் ஆண்டு மருத்துவப் படிப்பை வெற்றிகரமாக நிறைவு செய்தார். இரண்டே ஆண்டுகளில் துணை அறுவை சிகிச்சை மருத்துவராக அரசு பணியில் சேர்ந்தவர் எழும்பூர், ஐதராபாத், மாயவரம், தஞ்சாவூர், நாகப்பட்டினம், கும்பகோணம், பெர்ஹாம்பூர் என பல ஊர்களிலும் மாறி மாறி பணியாற்றினார்.

திறமையான மருத்துவர் எனப் பெயரெடுத்த ரங்காச்சாரி, எழும்பூரில் உள்ள மகளிர் மற்றும் குழந்தைகள் மருத்துவமனையின் துணை கண்காணிப்பாளராக 1917இல் நியமிக்கப்பட்டார். இதன் மூலம் இந்த பதவியை அடைந்த முதல் இந்தியர் என்ற பெருமையையும் பெற்றார். 1919இல் அறுவை சிகிச்சை நிபுணராக பதவி உயர்வு பெற்ற அவர், 1922 வரை அரசு பணியில் இருந்தார். பின்னர் ராஜினாமா செய்துவிட்டு பூந்தமல்லி நெடுஞ்சாலையில் தனியாக மருத்துவம் பார்க்கத் தொடங்கினார்.

சிறந்த மருத்துவராகத் திகழ்ந்த ரங்காச்சாரி மிகச்சிறந்த மனிதராகவும் இருந்தார். ஒரு நாளில் கிட்டத்தட்ட 18 மணி நேரம் மருத்துவம் பார்ப்பார். அதிகாலை 4 மணி தொடங்கி 11 மணி வரை அறுவை சிகிச்சைகளை மேற்கொள்வார். அதன் பின்னர் தனது கிளினிக்கிற்கு வந்திருக்கும் நோயாளிகளை கவனிப்பார். இதனிடையே நடக்க முடியாத நோயாளிகளின் வீட்டிற்கும் சென்று மருத்துவம் பார்ப்பார். அதிக பணம் சம்பாதிப்பதற்காக நிறைய நோயாளிகளுக்கு மருத்துவம் பார்த்திருப்பார் என்று நீங்கள் நினைத்தால் அது தவறு.

வறுமையால் வாடும் நோயாளிகளுக்கு ரங்காச்சாரி வழக்கமாக இலவசமாகத் தான் மருத்துவம் செய்வார். சிலருக்கு மருத்துவமும் பார்த்து ஆரோக்கியமான உணவுகளை வாங்கி சாப்பிடச் சொல்லி பணமும் கொடுத்து அனுப்புவாராம். ஆரம்ப நாட்களில் ரங்காச்சாரி ஒரு சைக்கிள் வைத்திருந்தார். அதில் தான் மருத்துவமனைக்கு சென்று வருவார். பின்னர் மோட்டார் பைக்கிற்கு மாறிய அவர், 1920களின் பிற்பகுதியில் அந்த காலத்திலேயே

ரூ.52,000 கொடுத்து ரோல்ஸ் ராய்ஸ் சொகுசுக் கார் ஒன்றை வாங்கினார். அடிக்கடி பயணிக்க வேண்டி இருந்ததால், பல சமயங்களில் அந்த காரே அவரின் வீடாக மாறிவிட்டது. நேரம் இல்லாததால் மதிய உணவை காரில் செல்லும்போதே சாப்பிட்டுவிடுவாராம்.

இப்படி மாய்ந்து மாய்ந்து மருத்துவம் பார்த்தும் ரங்காச்சாரிக்கு மனத்திருப்தி ஏற்படவில்லை. இன்னும் நிறைய பேருக்கு மருத்துவம் பார்க்க என்ன செய்யலாம் என்று தீவிரமாக யோசித்தபோது அவருக்கு அந்த எண்ணம் தோன்றியது. யாருமே நினைத்துப் பார்க்காத வகையில், ஒரு சிறிய விமானத்தை விலைக்கு வாங்கினார் ரங்காச்சாரி. அந்நாட்களில் பறந்து விரிந்திருந்த சென்னை மாகாணம் முழுவதும் பறந்து சென்று மருத்துவம் பார்க்க இது அவருக்கு பெரிதும் உதவியது. இப்படித் தான் சென்னைக்கு ஒரு பறக்கும் டாக்டர் கிடைத்தார்.

ரங்காச்சாரி இவ்வாறு மருத்துவத்தில் சாதனை புரிந்து கொண்டிருந்த நிலையில், திடீரென ஒரு நாள் டைபாய்டு நோயால் பாதிக்கப்பட்டார். எவ்வளவு முயன்றும் நோயில் இருந்து மீள முடியாமல் 1934ஆம் ஆண்டு தமது 52வது வயதில் இயற்கை எய்தினார். மனிதநேயமிக்க அந்த மருத்துவரை இழந்த சென்னைவாசிகள் மீளாத்துயரில் ஆழ்ந்தனர். அவரை கௌரவிக்கும் வகையில் 1939ஆம் ஆண்டு சென்னை அரசு பொதுமருத்துவமனை வாயிலில் ஒரு சிலை வைத்தனர். அந்த சிலையின் பீடத்தில் இவ்வாறு எழுதப்பட்டிருக்கிறது, ‘அவரின் சிறந்த மருத்துவ ஆற்றலையும், எல்லையற்ற மனிதநேயத்தையும் கௌரவிக்கும் வகையில் இந்த சிலை நிறுவப்பட்டுள்ளது’.

தந்தை கட்டிய மருத்துவமனையின் வாயிலில் மகன் சிலையாக நின்று கொண்டிருக்கிறார். ‘மருத்துவம் தொழில் அல்ல சேவை’ என சிலையாக நிற்கும் ரங்காச்சாரி உரக்க சொல்லிக் கொண்டிருப்பது போலவே தோன்றுகிறது. ஆனால் எத்தனை மருத்துவர்களுக்கு இது காதில் விழுகிறது என்பதுதான் தெரியவில்லை.

- *டாக்டர் ரங்காச்சாரி மேல்படிப்பிற்காக இங்கிலாந்து செல்ல ஆசைப்பட்டார். ஆனால் ஆச்சாரமான இந்துக்கள் கடல் கடந்து செல்லக் கூடாது என்று சொல்லி குடும்பத்தார் அவரது ஆசைக்கு தடை போட்டுவிட்டனர்.*
- *மருந்து, மாத்திரைகளே இல்லாமல் வெறும் ஆலோசனைகள் மூலமே நிறைய பேரின் மருத்துவப் பிரச்னைகளை டாக்டர் ரங்காச்சாரி தீர்த்திருக்கிறார்.*

சென்னை அரசு பொதுமருத்துவமனை

59

சென்னை சென்ட்ரல் ரயில் நிலையத்திற்கு எதிரில், மருந்து வாசனையோடு பிரம்மாண்டமாக நின்று கொண்டிருக்கும் பச்சைக் கட்டடத்திற்கு ஒரு நீண்ட நெடிய பாரம்பரியம் இருக்கிறது. தினமும் பல உயிர்களை காப்பாற்றிக் கரை சேர்த்துக் கொண்டிருக்கும் இந்த கட்டடத்தின் கதை மிகவும் சுவாரஸ்யமானது. அரசு பொது மருத்துவ மனைக்கான அடிக்கல், கிழக்கிந்திய கம்பெனி சென்னையில் கால்பதித்த காலத்திலேயே நாட்டப்பட்டு விட்டது.

1639இல் மெட்ராசில் குடியேறிய ஆங்கிலேயர்கள் முதலில் தங்களுக்கென ஒரு கோட்டையை கட்டிக் கொண்டனர். பின்னர் மற்ற வசதிகளை ஏற்படுத்தத் தொடங்கிய அவர்கள், தங்களுக்கென ஒரு மருத்துவமனை அவசியம் என்பதை உணர்ந்தனர். இதன் விளைவாக சர் எட்வர்ட் விண்டர் என்பவர் புனித ஜார்ஜ் கோட்டைக்குள் ஒரு அரசு பொது மருத்துவமனையைத் தொடங்கினார். கிழக்கிந்திய கம்பெனி வீரர்களுக்கு சிகிச்சை அளிப்பதற்காக 1664ஆம் ஆண்டு நவம்பர் 16ந் தேதி சிறிய அளவில் இந்த மருத்துவமனை தொடங்கப்பட்டது.

● டாக்டர் ஏ.எல். முதலியார்

சர் எலிஹூ யேல் கவர்னராக இருந்தபோது, 1690இல் இந்த மருத்துவமனை விரிவுபடுத்தப்பட்டது. பிரெஞ்சுப் படைகளுடனான யுத்தத்திற்கு பிறகு 1772இல், இந்த மருத்துவமனை கோட்டையைவிட்டு வெளியேறி தற்போதைய இடத்திற்கு வந்து சேர்ந்தது. அதன் பின்னர் இதன் வளர்ச்சி வேகம் எடுக்கத் தொடங்கியது. சிகிச்சை அளிப்பதோடு மட்டும் நின்று விடாமல், நவீன

● மெட்ராஸ் மருத்துவக் கல்லூரி

• மெட்ராஸ் மெடிக்கல் காலேஜ்

மருத்துவத்தை பிறருக்கு கற்றுத் தரவும் ஏற்பாடுகள் செய்யப்பட்டன. இங்கு பயிற்சி பெற்றவர்கள் அன்றைய மெட்ராஸ் ராஜதானியின் மாவட்ட தலைமையகங்களில் உள்ள மருத்துவமனைகளில் சிகிச்சை அளிப்பதற்காக அனுப்பி வைக்கப்பட்டனர்.

பிப்ரவரி 2, 1835இல் அப்போதைய மெட்ராஸ் கவர்னராக இருந்த சர் ஃபிரெட்ரிக் ஆடம்ஸ் இதையே முறையான மருத்துவப் பள்ளியாகத் தொடங்கி வைத்தார். இது அரசு பொது மருத்துவமனையோடு இணைக்கப்பட்டது. மருத்துவமனையும், மருத்துவப் பள்ளியும் ஒன்றாக இணைந்த சில ஆண்டுகளுக்குப் பிறகு, 1850, அக்டோபர் 1ஆம் தேதி, இந்த பள்ளியின் பெயர் மெட்ராஸ் மெடிக்கல் காலேஜ் என மாற்றப்பட்டது. இப்படிப் பல பரிமாண வளர்ச்சிகளுக்கு பிறகு மெட்ராஸ்வாசிகளுக்கு ஒருவழியாக முறையான ஒரு மருத்துவக் கல்லூரி கிடைத்தது.

• மேரி ஆன் டெகாம்ப் ஷார்லிப்

நிறைய மாணவர்களை மருத்துவர்களாக மாற்றி அனுப்பிக் கொண்டிருந்த இந்த கல்லூரியின் வரலாற்றில் 1875ஆம் ஆண்டு மறக்கமுடியாததாக மாறியது. ஆம், அந்த ஆண்டில்தான் இந்தக் கல்லூரி உலக வரலாற்றில் நிரந்தரமாக இடம்பிடித்தது. அதற்கு காரணம் மேரி ஆன்

டெகாம்ப் ஷார்லிப் (Mary Ann Dacomb Scharlieb) என்ற 30 வயது பெண்மணி. இவர் தான் உலகிலேயே மருத்துவக் கல்லூரியில் சேர்ந்து படித்த முதல் மாணவி. அந்த காலத்தில் உலகின் அனைத்து நாடுகளிலும் ஆண்கள் மட்டுமே மருத்துவக் கல்லூரிகளில் அனுமதிக்கப்பட்டனர். இந்த தருணத்தில்தான் மேரிக்கு வாசல் திறந்து உலகிற்கே முன்னுதாரணமாக மாறியது மெட்ராஸ் மருத்துவக் கல்லூரி. பின்னர் இங்கிலாந்து சென்று மருத்துவத்தில் மேல் படிப்பு முடித்த மேரி, இந்தியாவிற்கு திரும்பி ஒரு மருத்துவமனையை ஆரம்பித்தார். அதுதான் திருவல்லிக்கேணியில் தற்போது இயங்கி வரும் பெண்கள் மற்றும் குழந்தைகளுக்கான கஸ்தூரிபா காந்தி அரசு மருத்துவமனை. உலகின் முதல் பெண் மருத்துவரால் பெண்களுக்காக தொடங்கப்பட்ட பிரத்யேக மருத்துவமனை.

ஆண்களால் நடத்தப்படும் மருத்துவமனைகளுக்கு பெண்கள் செல்லத் தயங்குவார்கள் என்பதால் டாக்டர் மேரி இந்த மருத்துவமனையைத் தொடங்கினார். இதற்காக ராணி விக்டோரியாவிடம் அனுமதி பெற்று அவரது பெயரை இந்த மருத்துவமனைக்கு சூட்டினார். இந்த மருத்துவமனை முதலில் நுங்கம்பாக்கத்தில்தான் இயங்கி வந்தது. பின்னர் 1890இல் மெட்ராஸ் அரசு இந்த மருத்துவமனைக்காக சேப்பாக்கத்தில் ஒரு இடத்தை தானமாக வழங்கி, ரூ10,000 நன்கொடையும் கொடுத்தது. இதுமட்டுமின்றி ஓராண்டுக்கு தேவையான மருந்துகளும் இலவசமாக அளிக்கப்பட்டன. தற்போது இருக்கும் மருத்துவமனையின் பிரதான கட்டடம், வெங்கடகிரி ராஜா கொடுத்த ஒரு லட்ச ரூபாய் நன்கொடையில் கட்டப்பட்டது.

இவரைப் போல இன்னும் நிறைய பெண் மருத்துவர்களை மெட்ராஸ் மருத்துவக் கல்லூரி பெற்றெடுத்தது. அவர்களில் முக்கியமானவர் கிருபை சத்தியநாதன். அவர்தான் இங்கு பயின்ற முதல் இந்திய மாணவி. ஆனால் உடல்நலக் குறைவு காரணமாக அவர் முதல் ஆண்டுடன் தனது படிப்பை கைவிட வேண்டியதாகிவிட்டது. பின்னர் அவர் ஒரு புகழ்பெற்ற எழுத்தாளராக உருவெடுத்தார். 1884ஆம் ஆண்டு அபலா தாஸ், ரோஸ் கோவிந்தராஜுலு, குர்தியால் சிங் ஆகிய மூன்று இந்திய மாணவிகள் இந்த கல்லூரியில் சேர்ந்து வெற்றிகரமாக தங்கள் LMS படிப்பை முடித்தனர்.

இந்த கல்லூரியில் இருந்து 1912இல் MBBS பட்டம் பெற்று வெளியேறிய முதல் இந்திய மாணவிதான் புகழ்பெற்ற டாக்டர். முத்துலட்சுமி ரெட்டி. அவர் தொடங்கியதுதான் அடையாரில் இருக்கும் புற்றுநோய் மருத்துவமனை. இப்படிப் பல பெருமைகளைப் பெற்ற மெட்ராஸ் மெடிக்கல் கல்லூரி 1938 வரை ஆங்கிலேயே முதல்வர்களால் தான் நிர்வகிக்கப்பட்டு வந்தது. இந்த ஆங்கிலேய ஆதிக்கத்துக்கு முற்றுப்புள்ளி வைத்தார் டாக்டர் சர் ஆர்காடு லட்சுமணசாமி முதலியார். முதல் இந்திய முதல்வரான டாக்டர் ஏ.எல். முதலியாரின் சிலை கல்லூரி வளாகத்தில் இன்றும் நம்மை வரவேற்றுக் கொண்டிருக்கிறது.

1996இல் மெட்ராஸ் நகரம் சென்னை என பெயர் மாற்றம் அடைந்தபோது, இந்த கல்லூரியின் பெயரும் சென்னை மெடிக்கல் காலேஜ் என மாறியது. ஆனால் மெட்ராஸ் மெடிக்கல் காலேஜ் என்பது தான் உலகம் முழுவதும் அறியப்பட்ட பெயராக இருந்ததால், விரைவிலேயே அது மீண்டும் தனது பழைய பெயருக்கே திரும்பிவிட்டது.

சென்னை அரசு பொது மருத்துவமனையும், மருத்துவக் கல்லூரியும் கால ஓட்டத்தில் நிறைய மாற்றங்களை சந்தித்திருந்தாலும், சுமார் 340 ஆண்டுகளைக் கடந்தும் மனித

சமூகத்திற்கு சேவையாற்றும் அதன் தாயுள்ளம் மட்டும் மாறவே இல்லை. கிட்டத்தட்ட சென்னை நகரம் பிறந்தபோது, கூடவே பிறந்து வளர்ந்த இந்த மருத்துவ மையம், சென்னையின் நாடியை இன்றும் அக்கறையுடன் பிடித்துப் பார்த்துக் கொண்டிருப்பது போலவே தோன்றுகிறது.

- *இந்தியாவிலேயே கம்பவுண்டர் என்ற பதவியை 1897ஆம் ஆண்டே உருவாக்கி அதற்கான படிப்பை கற்றுத் தந்த முதல் கல்லூரி என்ற பெருமையும் மெட்ராஸ் மருத்துவக் கல்லூரிக்கு உண்டு.*
- *டாக்டர் ஏ.எல். முதலியார் எழுதிய மருத்துவப் புத்தகங்கள் லண்டன் பல்கலைக்கழகத்தில் இன்றும் பாடப் புத்தகங்களாக இருக்கின்றன.*
- *எழும்பூர் மகப்பேறு மருத்துவமனை, கண் மருத்துவமனை, கீழ்ப்பாக்கம் மனநல மருத்துவமனை என 8 மருத்துவமனைகள் இந்த கல்லூரியின் கட்டுப்பாட்டின் கீழ் வருகின்றன.*
- *எழும்பூரில் இருக்கும் அரசு கண் மருத்துவமனைதான் உலகின் இரண்டாவது மிகப் பழமையான கண் மருத்துவமனை. முதல் மருத்துவமனை லண்டனில் உள்ள மூர்ஸ் கண் மருத்துவமனை.*

காளிகாம்பாள் கோவில்

சென்னை பாரிமுனைப் பகுதியின் பழைய அடையாளங்களில் ஒன்று காளிகாம்பாள் கோவில். நெரிசல் மிகுந்த தம்புசெட்டித் தெருவில் தற்போது வசிக்கும் காளிகாம்பாள் ஆரம்ப நாட்களில் கடற்கரையோரமாக காற்று வாங்கிக் கொண்டு நிம்மதியாக குடியிருந்தாள்.

ஆங்கிலேயர்களின் வருகைக்கு முன் வங்கக் கடலை ஒட்டி ஒரு சிறிய மீனவ கிராமம்தான் இருந்தது. இந்த கிராமத்தினரின் கடவுளாக இருந்த காளிகாம்பாளுக்கு அவர்கள் செந்தூரம் சாத்தி வழிபட்டு வந்தனர். இதனால் சென்னியம்மன் என அழைக்கப்பட்டாள். சென்னியம்மன் குப்பம் என்ற பெயரே பின்னர் சென்னை என்று மருவியது என்றும் ஒரு கருத்து நிலவுகிறது.

60

● காளிகாம்பாள் கோவில்

விஸ்வகர்மா சமூகத்தினர் நாயக்கர் காலகட்டத்தில் பார்த்தசாரதிப் பெருமாள் கோயில் திருப்பணிகளுக்காக சென்னையில் குடியேறியபோது திருவண்ணாமலையில் இருந்து கல் எடுத்து வந்து கட்டிய ஆலயம் இது என்று கூறப்படுகிறது. பின்னர் 1640இல் ஆங்கிலேயர்கள் இந்த பகுதியில் புனித ஜார்ஜ் கோட்டையை கட்டியபோது, கோவில் கோட்டைக்குள் வந்துவிட்டது. இப்படி கோட்டைக்குள் வைத்து வழிபட்டதால் கோட்டையம்மன் என்றும் ஒரு பெயர் வழங்கப்பட்டிருக்கிறது.

ஆங்கிலேய வணிகர்கள் கேட்டுக் கொண்டதன் பேரில் கோட்டைக்கு வெளியே தம்பு செட்டித் தெருவிற்கு இடம்மாறினாள் இந்த அம்மன். தம்புசெட்டித் தெருவில் உள்ள கோவிலை முத்துமாரி ஆச்சாரி என்பவர் நிர்மாணித்தார். இடம் மாறியதே தவிர பக்தர்களின் எண்ணிக்கை மாறவில்லை. அம்மனை வழிபட ஏராளமான பக்தர்கள் தினந்தோறும் வந்துகொண்டே இருந்தனர். அப்படி வந்த ஒரு விஐபி பக்தர்தான் சத்ரபதி சிவாஜி.

1677இல் சென்னையை நோக்கி படையெடுத்து வந்தார் சத்ரபதி சிவாஜி. அப்போது சென்னையின் ஆளுநராக இருந்தவர் ஸ்ட்ரெயின்ஷாம் மாஸ்டர் (Streynsham Master). இவர் ஏற்கனவே சிவாஜியின் வீரத்தைப் பார்த்திருக்கிறார். 1670இல் சிவாஜி சூரத் நகரில் இருந்த கிழக்கிந்திய கம்பெனியின் கோட்டையைத் தாக்கியபோது அதனை எதிர்கொண்டவர் இதே ஸ்ட்ரெயின்ஷாம் மாஸ்டர்தான்.

தனது தென்னகப் படையெடுப்பால் வேலூர், செஞ்சி, ஆற்காடு ஆகியப் பகுதிகளை கைப்பற்றிய சிவாஜியின் அடுத்த குறி சென்னைதான் என்று பரபரப்பாக பேசப்பட்டது. இதனால் மெட்ராஸ்வாசிகள் அடுத்து என்ன எனத் தெரியாமல் அச்சத்தில் உறைந்து

போயிருந்தனர். இப்படி நிமிடங்கள் திக்..திக்.. என கடந்து கொண்டிருந்த நிலையில், 1677, மே 14ஆம் தேதி சிவாஜியின் தூதர் ஒருவர் புனித ஜார்ஜ் கோட்டைக்கு வந்தார்.

சத்ரபதி சிவாஜி சில விலை உயர்ந்த கற்களையும், விஷமுறிவு மருந்துகளையும் கேட்பதாகவும், அதற்குரிய பணத்தை அளித்து விடுவதாகவும் அந்த தூதர் தெரிவித்தார். ஆனால் ஆங்கிலேயர்கள் பணம் எதையும் பெறாமல் சிவாஜி கேட்ட பொருட்களை அனுப்பி வைத்தனர். சிவாஜி சென்னையைத் தாக்காமல் இருக்க என்ன விலையையும் கொடுக்க அவர்கள் தயாராக இருந்தனர்.

● சத்ரபதி சிவாஜி

சில நாட்கள் கழித்து மீண்டும் சில கோரிக்கைகளோடு திரும்பி வந்தார் சிவாஜியின் தூதர். இம்முறை வாங்கும் பொருட்களுக்கு உரிய விலையை கண்டிப்பாக கொடுக்கும்படி சிவாஜி வலியுறுத்தியதாக கூறினார். ஆனால் இரண்டாம் முறையும் விலையில்லா பொருட்களே அவருக்கு வழங்கப்பட்டன. மூன்றாவது முறையாக மீண்டும் வந்த தூதர், இம்முறை சில ஆங்கிலேய பொறியாளர்களை சிவாஜி அழைத்து வரச் சொன்னதாகத் தெரிவித்தார். ஆனால் இந்த கோரிக்கையை ஏற்க முடியாதென மிகவும் பணிவாக மறுத்துவிட்டார்கள் ஆங்கிலேயர்கள். இதனால் ஆத்திரமுற்று சிவாஜி சென்னை மீது படையெடுப்பார் என எதிர்பார்க்கப்பட்டது. ஆனால் அப்படி எதுவும் நடைபெறவில்லை. இதனிடையே சில அரசியல் மாற்றங்கள் காரணமாக சிவாஜி மீண்டும் தனது ராஜ்ஜியத்திற்கு திரும்பிச் செல்ல வேண்டி இருந்தது.

இந்த இடத்தில்தான் வரலாற்றில் ஒரு புதிர் அவிழ்க்கப்படாமல் நூற்றாண்டுகளாகத் தொடர்கிறது. சிவாஜி சென்னைக்குள்ளேயே வரவில்லை என்கிறார்கள் சில வரலாற்று ஆய்வாளர்கள். ஆனால் காளியின் பக்தரான சிவாஜி,

யாருக்கும் தெரியாமல் மாறுவேடத்தில் வந்து தம்புசெட்டித் தெருவில் உள்ள காளிகாம்பாளை தரிசித்துவிட்டுச் சென்றார் என்கிறார்கள் சிலர். அக்டோபர் 3, 1677இல் சிவாஜி காளிகாம்பாள் கோவிலுக்கு வந்தார் என கோவிலில் ஒரு குறிப்பு வைக்கப்பட்டிருக்கிறது. ஆனால் இதற்கு உறுதியான வரலாற்று ஆவணங்கள் எதுவும் இல்லை.

மகாகவி பாரதியார் சுதேசமித்திரனில், பணியாற்றிக் கொண்டிருந்தபோது பிராட்வேயில் தங்கியிருந்தார். அப்போது அடிக்கடி இந்த கோவிலுக்கு வழிபட வருவாராம். "யாதுமாகி நின்றாய் காளி" என்ற அவரது பாடலில் வருவது காளிகாம்பாள்தான்.

சத்ரபதி சிவாஜி, பாரதியார் தொடங்கி சூப்பர் ஸ்டார் ரஜினிகாந்த் வரை பலரையும் ஆசிர்வதித்த காளிகாம்பாள், 3 நூற்றாண்டுகள் கடந்தும் இன்றும் தனது அன்பால் சென்னையை அரவணைத்துக் கொண்டிருக்கிறாள்.

- கடற்கரைக் கோவிலில் காளி உருவம் உக்கிரமாக இருந்ததாகவும், தம்புசெட்டித் தெருவிற்கு மாறியபோது காளியின் உருவம் சாந்த சொரூபியாக மாற்றப்பட்டதாகவும் கூறப்படுகிறது.
- கோவிலின் வாசலில் இருக்கும் கிழக்கு ராஜகோபுரம் 1983இல் கட்டப்பட்டது.

பாவப்பட்ட பிகட்

ஒருமுறை கதாநாயகன் வேடம் போட்டுவிட்டு அதே நாடகத்தில் மறுமுறை வில்லன் வேடம் கிடைத்தால் எப்படி இருக்கும்? அப்படி ஒரு வாழ்க்கையோடு போராடியவர்தான் சென்னையின் ஆளுநராக இருந்த ஜார்ஜ் பிகட் (George Pigot).

ஜார்ஜ் கோட்டைக்குள் இருக்கும் புனித மேரி தேவாலயத்தின் முன்புறம் ஏராளமான கல்லறைக் கற்கள் இருக்கின்றன. மெட்ராசில் வாழ்ந்து மறைந்த பல முக்கியப் பிரமுகர்களின் பரலோக விசிட்டிங் கார்டுகளைப் போல இருக்கும் இந்த கற்களின் பின்னால் ஒரு கதை இருக்கிறது.

61

சென்னை

• பிகட்

1758-59இல் பிரெஞ்சுப் படைகள் சென்னையை முற்றுகையிட்ட போது, இன்றைய சட்டக்கல்லூரி இருக்கும் இடம் சுடுகாடாக இருந்தது. எனவே இங்கிருந்த கல்லறை மேடைகளை பீரங்கி நிறுத்தவும், கல்லறை ஸ்தூபிகளை மறைந்துகொண்டு சுடவும் பிரெஞ்சுப் படையினர் பயன்படுத்தினர். இதனால் கடுப்பான கம்பெனியினர், போர் ஓய்ந்ததும் இந்த கற்களை அகற்றி புனித மேரி தேவாலயத்தின் முற்றத்தில் பதித்துவிட்டனர். மற்றபடி தேவாலய வளாகத்திற்குள் புதைக்கப்பட்டவர்கள் வெகு சிலரே. அப்படி தேவாலயத்திற்குள்ளேயே புதைக்கப்பட்ட முதல் நபர் ஜார்ஜ் பிகட்தான்.

பதினேழு வயது சிறுவனாக எழுத்தர் வேலை பார்ப்பதற்காக இங்கிலாந்தில் இருந்து மெட்ராசிற்கு வந்தவர்தான் பிகட். கடின உழைப்பு அவரை 36 வயதில் மெட்ராசின் ஆளுநர் ஆக்கியது. இவர் ஆளுநராக இருந்தபோதுதான் பிரெஞ்சுப் படைகள் தளபதி லாலி தலைமையில் ஜார்ஜ் கோட்டையை முற்றுகையிட்டன. 65 நாட்கள் நீடித்த இந்த முற்றுகையை பிகட் திறமையாக சமாளித்தார்.

போர் முடிந்ததும் மெட்ராசின் வளர்ச்சிப் பணிகளிலும் பிகட் மும்முரமாக ஈடுபட்டார். ஒரு கட்டத்தில் இங்கிலாந்து திரும்ப முடிவெடுத்த அவர், தமது 45வது வயதில் பதவியைத் துறந்துவிட்டு தாயகத்திற்கு கப்பல் ஏறினார். அவரின் சேவையைப் பாராட்டி, அயர்லாந்தின் பிரபுப் பட்டம் வழங்கப்பட்டது. இந்தியாவில் சேர்த்த 45 லட்சம் ரூபாய் பணத்தைக்

கொண்டு, அயர்லாந்தில் சொகுசான எஸ்டேட்டில் கடைசி காலத்தில் ஹாயாக ஓய்வெடுக்கலாம் என்று பிகட் நினைத்தார். ஆனால் விதி வேறுவிதமாக நினைத்தது.

12 ஆண்டுகள் கழித்து இந்தியாவில் இரண்டாவது இன்னிங்ஸ் விளையாடுவதற்கு அவருக்கு அழைப்பு வந்தது. இந்த அழைப்பின் பின்னால் இருக்கும் ஆபத்து தெரியாமல் பிகட் இதனை ஏற்றுக் கொண்டார். மீண்டும் ஆளுநராக பதவி ஏற்பதற்காக மெட்ராஸ் வந்து இறங்கினார். ஆனால் மெட்ராஸ் வெகுவாக மாறியிருந்தது. இங்கிருந்த அரசியல் சூழலும் அதற்கேற்ப பல்வேறு மாற்றங்களை சந்தித்திருந்தது.

இந்த மாற்றங்களை ஏற்க மறுத்ததுதான் பிகட்டின் ஏமாற்றங்களுக்கான தொடக்கமாக அமைந்தது. முதல் முறை ஆளுநராக இருந்தபோது பிகட்டிற்கு உதவி செய்ய, உறுதுணையாக நிற்க நிறைய நண்பர்கள் இருந்தார்கள். அவர்கள் எல்லோரும் பிகட்டோடு சேர்ந்து வாழ்க்கையைத் தொடங்கியவர்கள், சம வயதுக்காரர்கள். ஆனால் இம்முறை பிகட் தனி மரமாக நின்றார். வயோதிகம் அவரை சற்று சிடுசிடுப்பு மிக்கவராகவும் மாற்றியிருந்தது.

வந்த உடனேயே இங்கிருந்த கவுன்சிலர்களோடு மோதினார். விளைவு சில மாதங்களிலேயே பலரின் பகையை சம்பாதித்துக் கொண்டார். முதல்முறை ஆளுநராக இருந்தபோது தனது உத்தரவுகளை நிறைவேற்ற ஆட்கள் அடித்துப் பிடித்து ஓடுவதைப் போல இப்போதும் நடக்கும் என பிகட் எதிர்பார்த்தார். ஆனால் அவரவர் தங்கள் அதிகாரங்களை நிலைநிறுத்துவதிலும், இந்திய ராஜாக்களின் சண்டையில் எப்படி ஆதாயம் அடையலாம் என கணக்குப் போடுவதிலும் மும்முரமாக இருந்ததால் இவரது ஆணைகளை காது கொடுத்துக் கூட கேட்கவில்லை.

கடுப்பாகிப் போக பிகட் ஒருகட்டத்தில் சில கவுன்சிலர்களை கைது செய்ய உத்தரவிட்டார். ஒருமுறை கோபத்தின் உச்சிக்கு போய் கோட்டையின் தளபதியையே கைது செய்யச் சொன்னார். ஆனால் கவுன்சிலர்கள் ஒன்றுகூடி முடிவெடுத்து பிகட்டை கைது செய்துவிட்டனர். இரவு விருந்து ஒன்றில் கலந்துகொள்வதற்காக குதிரை வண்டியில் சென்றுகொண்டிருந்த பிகட்டை திடீரென சிலர் வழிமறித்தனர். என்ன நடக்கிறது என சுதாரிப்பதற்குள் செயின்ட் தாமஸ் மலையில் உள்ள வீடு ஒன்றிற்கு அழைத்துச் சென்று சிறை வைத்துவிட்டனர்.

• பிகட் வைரம்

சுமார் ஒன்பது மாதங்கள் அந்த வீட்டுச் சிறையில் இருந்த பிகட் உடல்நலம் குன்றியதால் அரசு இல்லத்திற்கு மாற்றப்பட்டார். ஆனாலும் உடல்நலனில் எந்த முன்னேற்றமும் இல்லாமல் 1777ஆம் ஆண்டு ஒருநாள் திடீரென உயிரை விட்டார். பிகட்டின் உடலை சிறப்பு (!) மரியாதைகளுடன் புனித மேரி தேவாலயத்திற்குள் புதைத்துவிட்டனர்.

இதனிடையே பிகட்டை சிறை வைத்தது குறித்த விசாரணை இங்கிலாந்தில் நடைபெற்றது. இறுதியில் பிகட்டை சிறை வைத்த 7 கவுன்சிலர்கள் பதவி நீக்கம் செய்யப்பட்டனர். நான்கு பேருக்கு தலா ஆயிரம் பவுண்ட் அபராதம் விதிக்கப்பட்டது. பிகட்டிற்கு மீண்டும் ஆளுநர் பதவி அளிக்க வேண்டும், அதனை அவரே ராஜினாமா செய்வார் என்று உத்தரவிடப்பட்டது. ஆனால் இந்த உத்தரவு ஊரெல்லாம் சுற்றிக் கொண்டு இந்தியா வருவதற்குள் பிகட் உலகை விட்டே போய்விட்டார்.

இறுதியில், என்னதான் திறமைசாலியாக இருந்தாலும் மாற்றங்களை ஏற்க மறுத்தால் ஒருவனின் நிலை என்னவாகும் என்பதற்கு உதாரணமாகிவிட்டார் லார்ட் பிகட்.

- பிகட் திருமணம் செய்துகொள்ளவில்லை. இருந்தாலும் அவருக்கு நிறைய குழந்தைகள் இருந்தனர்.
- பிகட்டிடம் ஒரு விசேஷமான வைரம் இருந்தது. அது அந்த காலத்தில் பிகட் வைரம் என்றே அழைக்கப்பட்டது.

கோடம்பாக்கம்

62

வானவீதிக்கு அடுத்தபடியாக நட்சத்திரங்கள் அதிகம் வலம் வரும் இடம் கோடம்பாக்க வீதிகள். தென்னிந்தியாவின் ஹாலிவுட் எனப் புகழப்படும் கோலிவுட்டின் கதை என்ன? தமிழகத்தின் கனவுத் தொழிற்சாலையாக கோடம்பாக்கம் தேர்ந்தெடுக்கப்பட்டது ஏன்?

முதலில் கோடம்பாக்கம் என்ற பெயர் எப்படி வந்தது என்று பார்ப்போம்? இதற்கு இரண்டு கதைகள் சொல்லப்படுகின்றன. ஒன்று வரலாற்று ரீதியானது, மற்றொன்று புராண ரீதியானது. ஆங்கிலேயர்கள் ஜார்ஜ் கோட்டையில் குடியேறிய பிறகு, அருகில் இருக்கும் கிராமங்களை வாங்கி மெட்ராஸ் என்ற பகுதியை விஸ்தரிக்கும் முயற்சியில் இறங்கினர்.

• கோடம்பாக்கம் ஹரிஜன தொழிற்பள்ளியில் மகாத்மா காந்தி

அப்போது இங்கு நிறைய நிலப் பகுதிகள் கர்நாடக நவாப்புகளின் ஆதிக்கத்தில் இருந்தன. அப்படிப்பட்ட ஒரு பகுதிதான் கோடம்பாக்கம்.

அந்தக் காலத்தில் ஆற்காடு நவாப்பின் குதிரை லாயங்கள் இங்கிருந்திருக்கின்றன. காட்டுப் பகுதியாக இருந்த கோடம்பாக்கம், நவாப்பின் குதிரைகளுக்கு நல்ல மேய்ச்சல் நிலமாக இருந்திருக்கிறது. இதனால் உருது மொழியில் 'கோடா பாக்' அதாவது குதிரைகளின் தோட்டம் என்று இதனை அழைத்திருக்கிறார்கள். அதுவே பின்னர் மருவி கோடம்பாக்கம் ஆகிவிட்டது.

இப்போது அடுத்த கதைக்கு வருவோம். நவாப்புகள் எல்லாம் வருவதற்கு முன்பே இந்த பகுதியில் மக்கள் வசித்திருக்கிறார்கள். இதற்கு சுமார் 2 ஆயிரம் ஆண்டுகால வரலாறு இருக்கிறது. தொண்டை மண்டலத்தின் ஒரு பகுதியான இது, அந்தக் காலத்தில் புலியூர் என்று அழைக்கப்பட்டிருக்கிறது. புலிகள் நிறைந்த காட்டுப் பகுதி என்பதால் இந்த பெயர் வந்திருக்கலாம்.

இங்கு வியாக்ரபுரீஸ்வரர் அல்லது வேங்கீசர் ஆலயம் என்ற பழைய சிவாலயம் இருக்கிறது. வேங்கை பூசித்த ஈசர் என்பதால் வேங்கீசர் என்று கூறப்படுகிறது. சரி, இதற்கும் கோடம்பாக்கம் பெயருக்கும் என்ன சம்பந்தம் என்கிறீர்களா? கொஞ்சம் பொறுங்கள்.

இந்த வேங்கீசர் ஆலயத்தில் கார்கோடகன் என்ற பாம்பின் சிலைகள் இருக்கின்றன. இந்து புராணங்களில் வரும் இந்த கார்கோடகன் இந்த பகுதியில் சிவபெருமானைப் பூஜித்ததாகக் கூறப்படுகிறது. அதனால் இந்த பகுதி கார்கோடகன் பாக்கம் (பாக்கம் என்றால் ஊர்) என்று அழைக்கப்பட்டு, பின்னர் கோடம்பாக்கம் ஆகியிருக்கலாம் என்றும் கூறப்படுகிறது.

20ஆம் நூற்றாண்டின் தொடக்கத்தில்தான் கோடம்பாக்கம் கனவுகள் தயாரிக்கும் பகுதியாக ரசவாதம் பெற்றது. சினிமா கண்டுபிடிக்கப்பட்டு சில ஆண்டுகள் ஆன பிறகும் மெட்ராசில் முறையான ஸ்டூடியோக்கள் எதுவும் இல்லை, பம்பாய் அல்லது கல்கத்தாவிற்குதான் செல்ல வேண்டும். தென்னிந்தியாவின் முதல் ஸ்டூடியோவான ஸ்ரீனிவாசா சினிடோன் 1934ஆம் ஆண்டு முளைத்தது. ஆனால் அது ஆரம்பிக்கப்பட்ட இடம், கோடம்பாக்கம் அல்ல கீழ்ப்பாக்கம். நாராயணன் என்பவர் தொடங்கிய இந்த ஸ்டூடியோவில் தான், தமிழின் முதல் பேசும் படமான ஸ்ரீனிவாச கல்யாணம் எடுக்கப்பட்டது.

ஏவி மெய்யப்ப செட்டியார் கூட 1946இல் முதலில் காரைக்குடியில் தான் ஸ்டூடியோ தொடங்கினார். இரண்டாம் உலகப் போர் காலத்தில் சென்னையில் கடுமையான மின் தட்டுப்பாடு நிலவியதால், சொந்த ஊரில் ஸ்டூடியோ தொடங்கினார். பின்னர் 1948இல் இப்போதிருக்கும் இடத்திற்கு ஏவிஎம் இடம்பெயர்ந்தது. பி.என். ரெட்டி தொடங்கிய வாகினி ஸ்டூடியோவும் அருகில்தான் இருக்கிறது.

மெய்யப்ப செட்டியாரும், பி.என். ரெட்டியும் கோடம்பாக்கத்தை தேர்வு செய்ததற்கு என்ன காரணம் தெரியுமா? ஸ்டூடியோ என்றால் பிரம்மாண்டமான செட்டுகள், லேப் என விஸ்தாரமான இடம் வேண்டும். கோடம்பாக்கம் என்ற காட்டுப் பகுதி அதற்கு மிகவும் ஏற்றதாக இருந்தது. இதனை அடுத்து நிறைய ஸ்டூடியோக்கள் கோடம்பாக்கத்தில் உருவாகின. சினிமா உலகின் தவிர்க்க முடியாத அங்கமாக கோடம்பாக்கம் மாறியது.

• கோடம்பாக்கம் லிபர்டி பாலம்

தென்னிந்திய படங்கள் அனைத்துமே மெட்ராசில் மட்டுமே எடுக்கப்பட்ட காலங்கள் இருக்கின்றன. அப்பொழுதெல்லாம் தமிழ் மட்டுமின்றி, தெலுங்கு மற்றும் மலையாள நட்சத்திரங்களும் கோடம்பாக்க வீதிகளில் வலம் வந்து கொண்டிருப்பார்கள். பாரதிராஜாவின் 16 வயதினிலே வரும்வரை, கோடம்பாக்க செட்களில் தான் தமிழ் சினிமா குடியிருந்தது.

கோடம்பாக்கத்தின் மற்றொரு சினிமா அடையாளம், இங்கிருந்த லிபர்டி திரையரங்கம். சென்னையின் பழைய தியேட்டர்களில் ஒன்றான இதில், திரை நட்சத்திரங்கள் பலர் ரசிகர்களுடன் அமர்ந்து தங்களின் படங்களைப் பார்த்து மகிழ்ந்திருக்கிறார்கள். எத்தனையோ உதவி இயக்குநர்கள் இங்கு படங்களைப் பார்த்து தங்களின் சினிமா கனவுகளுக்கு உரம் போட்டிருக்கிறார்கள். இப்படி கனவு வளர்த்த கட்டடம் இன்று இல்லை. சில ஆண்டுகளுக்கு முன் இடிக்கப்பட்டுவிட்டது.

மொத்தத்தில் சினிமாவும் கோடம்பாக்கமும் நாணயத்தின் இரு பக்கங்களைப் போல பின்னிப் பிணைந்திருக்கின்றன. எனவேதான் ஆஸ்கர் நாயகன் ரஹ்மான் முதல் சினிமாவில் கால்பதிக்கத் துடிக்கும் இளைஞன் வரை பலரின் முகவரியாக இன்றும் கோடம்பாக்கம் திகழ்கிறது.

- கோடம்பாக்கத்தில் இன்றும் புலியூர் என்ற பகுதி இருக்கிறது.
- 1921 வரை கோடம்பாக்கம் செங்கல்பட்டு மாவட்டத்தில்தான் இருந்தது.
- 1937இல் மகாத்மா காந்தி கோடம்பாக்கம் ஹரிஜன தொழிற்பள்ளியில் உரையாற்ற வந்திருக்கிறார்
- இங்கிருக்கும் மீனாட்சி மகளிர் கல்லூரி சர்வதேச மகளிர் ஆண்டான 1975இல் தொடங்கப்பட்டது.

மெட்ராஸ் பெயர் வந்த கதை

நீங்கள் மெட்ராஸ்காரரா, சென்னைக்காரரா என யாராவது கேட்டால் அவர்களை ஏற இறங்கத்தான் பார்க்கத் தோன்றும். ஆனால் மெட்ராஸ், சென்னை ஆகியவை இரண்டு தனித்தனிப் பகுதிகள் என்பதுதான் உண்மை. இந்த இரண்டின் பெயருக்குப் பின்னாலும் ஏராளமான கதைகள் இருக்கின்றன.

மெட்ராசை மெட்ராஸ்பட்னம், மதராபட்னம், மத்ராஸ்படான், மதராஸ்படம், மதரேஸ்பட்னம், மத்தராஸ், மதராஸ், மதரேஸ்படான், மதராஸாபடான், மாத்ரிஸ்பட்னம், மதேராஸ், மதிராஸ் என ஆங்கிலேயர்களும், பிரெஞ்சுக்காரர்களும், டச்சுக்காரர்களும், போர்த்துகீசியர்களும் அவரவர் வசதிக்கேற்ப அழைத்திருக்கிறார்கள்.

63

263

• மெரினா கடற்கரை

1639ஆம் ஆண்டு ஆகஸ்ட் 22ஆம் தேதி, பிரான்சிஸ் டே என்ற கிழக்கிந்திய கம்பெனி ஏஜெண்ட் சோழமண்டலக் கடற்கரையில் ஒரு துண்டு பொட்டல் நிலத்தை வாங்கினார். பிரிட்டிஷார் அந்த இடத்தில் செயிண்ட் ஜார்ஜ் கோட்டையை கட்டினர். கோட்டையை சுற்றி மெல்ல வளர்ந்து விரிவடைந்ததுதான் இன்றைய சென்னை மாநகரம். இதுதான் சென்னையின் 'சுருக்' வரலாறு.

பிரான்சிஸ் டே வாங்கிய நிலம், சில மீனவக் குடும்பங்களும், இரு பிரெஞ்சு பாதிரியார்களும் வசித்த சிறிய கிராமத்திற்கு தெற்கே இருந்தது. அந்த கிராமத்தின் ரோமன் கத்தோலிக்க தலையாரியின் பெயர் மாதராஸன் என்றும், எனவே அந்த கிராமம் மாதராஸ்பட்னம் என்றும் வழங்கப்பட்டதாக கூறப்படுகிறது. இந்த தலையாரியின் வாழைத் தோட்டத்தை, தொழிற்சாலை அமைப்பதற்காக டே வாங்கினார். நிலத்தை கொடுக்க அவர் முரண்டு பிடித்ததால், அங்கு அமையவிருக்கும் தொழிற்சாலைக்கு மாதராஸன்பட்னம் எனப் பெயரிடுவதாக வாக்களித்து, டே நிலத்தை வாங்கியதாக சொல்லப்படுகிறது.

மதராஸ் என பெயர் வந்ததற்கு வேறு ஒரு சுவையான காரணமும் கூறப்படுகிறது. ஆங்கிலேயர்களுக்கு முன்பே சாந்தோம் பகுதியில் போர்த்துகீசியர்கள் வசித்து வந்தனர். இங்கு பிரான்சிஸ் டேவிற்கு ஒரு காதலி இருந்தார். காதலிக்கு அருகிலேயே வசிக்க வேண்டும் என்பதாலேயே டே அந்த துண்டு நிலத்தை தேர்வு செய்தார் என்று ஒரு கதை உள்ளது. டேவின் காதலி சாந்தோமில் அந்நாட்களில் செல்வாக்குடன் வாழ்ந்துவந்த மாத்ரா குடும்பத்தை சேர்ந்தவர். கடற்கரை ஓரத்தில் இருந்த நிறைய குப்பங்கள் அவர்களுக்கு சொந்தமாக இருந்தன. எனவே, டே தனது காதலியின் குடும்பப் பெயரை இந்நகருக்கு சூட்டியிருக்கலாம் என்றும் ஆய்வாளர்கள் கருதுகின்றனர்.

எக்மோர் ஆற்றுக்கும் கூவம் ஆற்றுக்கும் இடையில் இருந்த நிலம், சந்திரகிரி ராஜாவிற்கு சொந்தமானது. அதனை வாங்க அவரது உள்ளூர் நாயக்குகளான தாமர்லா சகோதரர்களிடம் பிரான்சிஸ் டே பேரம் பேசினார். அவர்கள் தங்கள் தந்தை சென்னப்ப நாயக்கரின் பெயரை, புதிதாக அமையவிருக்கும் குடியிருப்புக்கு சூட்ட வேண்டும் என்ற கோரிக்கையுடன் நிலத்தை கிழக்கிந்திய கம்பெனிக்கு பட்டா எழுதிக் கொடுத்ததாகவும், அதனால் அந்த பகுதிக்கு சென்னப்பட்டினம் எனப் பெயர் வந்ததாகவும் சொல்லப்படுகிறது. ஆக, மதராஸபட்டினம் வடக்கிலும், சென்னப்பட்டினம் தெற்கிலும் இருந்த இருவேறு பகுதிகள். பின்னர் காலப்போக்கில் இரண்டையும் ஒருங்கிணைத்து மதராஸ் என ஆங்கிலேயர்கள் அழைக்கத் தொடங்கினர்.

இவை தவிர வேறு சில காரணங்களும் கூறப்படுகின்றன. சோழமண்டல கடற்கரையில் வரும் இப்பகுதி, சோழப் பேரரசின் சிற்றரசர்களான முத்தரையர்கள்வசம் கொஞ்ச காலம் இருந்ததால், இது முத்தராசபட்டினம் என்று அழைக்கப்பட்டதாக கூறப்படுகிறது. இது முத்தராசா, முத்ராஸ், மத்ராஸ் என மருவியிருக்கலாம் என்றும் ஒரு கருத்து நிலவுகிறது.

ஆற்காடு நவாப்புகள் மதராஸ்பட்டினத்தில் இருந்த மதராஸா எனும் சமயப் பள்ளிகளுக்கு பல தலைமுறைகளாக காப்பாளர்களாக இருந்து வந்திருக்கிறார்கள். மதராஸா என்றால் சமயப்பள்ளி என்று பொருள். அதனால் மதராஸா என்ற சொல்லில் இருந்துதான் மதராஸ் எனும் பெயர் வந்ததாகவும் சொல்கிறார்கள்.

இதேபோன்று சென்னை பெயருக்கு பின்னாலும் பல காரணங்கள் கூறப்படுகின்றன. ஒருகாலத்தில் சென்னையைச் சுற்றியுள்ள நிலப்பகுதிகள் செம்மை நிறத்தில் காணப்பட்டன. அதனால் அந்தப் பகுதிக்கு செம்மை என்று பெயர் வைக்கப்பட்டது. நாளடைவில் செம்மை என்பது சென்னையாக மாறிப்போனது என்பது ஒரு கருத்து.

ஆரம்ப நாட்களில் ஜார்ஜ் கோட்டைக்குள்தான் காளிகாம்பாள் கோயில் இருந்தது. பின்னர்தான் தம்பு செட்டித் தெருவிற்கு அம்மன் இடம் மாறினாள். ஏற்கனவே, கோட்டைப் பகுதிக்குள் இருந்ததால் கோட்டையம்மன் என்ற பெயரும் அவளுக்கு உண்டு. இந்த காளிகாம்பாளுக்கு பக்தர்கள் செந்தூரம் பூசி வழிபட்டதால், ‘சென்னம்மன்’ என்று அழைத்தார்கள். ‘சென்னம்மன்’ குடியிருக்கும் இடம் படிப்படியாக வளர்ச்சி கண்டது. நாளடைவில் சென்னம்மன் சென்னையாக மாறியதாக ஒரு தரப்பினர் சொல்கின்றனர். சென்னம்மன் என்பதை ‘செம் அன்னை’ என்றும் சிலர் அழைத்தனர். இந்தச் செம் அன்னை தான் சென்னை என மாறியதாகவும் கூறப்படுகிறது.

சென்னைப் பகுதியில் சென்னக் கேசவப் பெருமாள் கோயில் எனும் பெயரில் ஒரு கோயில் இருந்தது. இப்போதும் இருக்கிறது. இந்தக் கோயில் நகரத்தின் முதன்முகப்பில் இருந்ததால், இக்கோயில் இருந்த நகரத்திற்கு சென்னை என்ற பெயர் வந்ததாகச் சிலர் கூறுகின்றனர். சென்னக் கேசவப் பெருமாள் என்பது சரியா, சின்னக் கேசவப் பெருமாள் என்பது சரியா எனத் தெரியவில்லை. ‘சின்ன’ என்ற சொல் ‘சென்ன’ என்று மாறிப் போனதாகவும் செய்திகள் உள்ளன.

இப்படி தனது பெயருக்கு பின்னால் ஏராளமான மர்மங்களை ஒளித்து வைத்தபடி, ஆங்கிலத்தில் மெட்ராஸ் என்றும், தமிழில் சென்னை என்றும் அழைக்கப்பட்டு வந்த

இந்நகரம், இனி அனைத்து மொழிகளிலும் சென்னை என்றே அழைக்கப்படும் என 1996ஆல் தமிழக அரசு அறிவித்தது. இதனைத் தொடர்ந்து மெட்ராஸ் அதிகாரப்பூர்வமாக சென்னை என்று பெயர் மாற்றம் பெற்றது.

- மசூலிப்பட்டணத்து ஆங்கிலேயர்கள் 1639ஆம் ஆண்டு சூரத்திற்கு எழுதிய கடிதத்தில் 'மதராசபட்டம் என்ற ஒரு இடம் செயின்ட் தோமுக்கு அருகில் இருக்கிறது' எனக் குறிப்பிட்டிருக்கிறார்கள்.
- அமெரிக்காவின் ஒரெகான் மாகாணத்தில் 'மெட்ராஸ்' என்று ஒரு ஊர் இருக்கிறது. நமது மெட்ராசில் இருந்து அங்கு சென்ற துணிகளில் அச்சடிக்கப்பட்டிருந்த சொல்லில் இருந்துதான், 1903இல் அந்த ஊருக்கு இந்த பெயர் வந்தது.

மெட்ராஸ் உயிரியல் பூங்கா

64

"நான் ஒருத்தன் பெருசா என்ன பண்ணிட முடியும்?' என அங்கலாய்ப்பவர்கள் ஒருமுறை வண்டலூர் உயிரியல் பூங்காவிற்கு சென்று வாருங்கள். ஆயிரக்கணக்கான விலங்குகளுடன் ஏக்கர் கணக்கில் பரந்துவிரிந்திருக்கும் இந்த பிரம்மாண்ட பூங்காவிற்கு அடித்தளம், ஒரு தனிநபரின் முயற்சி என்பதை கேட்கும்போது நம்புவதற்கு சற்று கடினமாகத்தான் இருக்கும். இதுபோன்று மேலும் பல அரிய பெரிய விஷயங்களை சத்தமில்லாமல் செய்துவிட்டுப் போன சாதனை மனிதர்தான் எட்வர்ட் கிரீன் பால்ஃபர் (Edward Green Balfour).

எட்வர்ட் கிரீன் பால்ஃபர்

எடின்பர்க் பல்கலைக்கழகத்தில் மருத்துவப் படிப்பை முடித்த பால்ஃபருக்கு, குடும்ப நண்பர் மூலம் மெட்ராசில் துணை சர்ஜன் வேலை கிடைத்தது. இதற்காக 1834இல் மெட்ராஸ் புறப்பட்ட பால்ஃபர், வழியில் மொரீஷியஸ் சென்றார். இந்த பயணம் அவரது வாழ்வை மட்டுமின்றி மெட்ராசின் வாழ்வையும் மாற்றப் போகிறது என்பது அப்போது அவருக்குத் தெரியாது. அங்கு மரங்கள் வெட்டப்பட்டு சுற்றுச்சூழல் களையிழந்து கிடந்தது பால்ஃபரின் ஆழ்மனதில் அழுத்தமாகப் பதிந்துவிட்டது.

1836இல் இந்தியாவில் கால்பதித்த பால்ஃபர், மருத்துவராக நாடு முழுவதும் சுற்றினார். இந்த பயணத்தின்போது இந்தி, பாரசீகம் உள்ளிட்ட மொழிகளை ஆர்வமாக கற்றுக் கொண்டார். இதனால் உள்ளூர் மக்களுடன் பேசிப் பழக வசதியாக இருக்கும் எனக் கருதி, இவரை சிறிய கிராமப் பகுதிகளில் பணியாற்ற அனுப்பினர். இதுமட்டுமின்றி அரசுக்கு மொழிபெயர்ப்பாளராகவும் அடிக்கடி பால்ஃபர் பயன்பட்டு வந்தார்.

268

இந்த பணிக்கு இடையில், பால்ஃபர் இந்தியா குறித்த பல்வேறு புள்ளிவிவரங்களைத் திரட்டினார். இவற்றைக் கொண்டு, வெவ்வேறு தட்பவெட்ப நிலையில் படையினரின் உடல்நலனைப் பேணுவது எப்படி? பருவ மாற்றத்தில் மரங்களின் பங்கு என்ன? என்பது போன்ற கட்டுரைகளை வெளியிட்டார். அவர் ஒரு மருத்துவராகவும் இருந்ததால், பருவநிலை மாற்றம் உடலில் ஏற்படுத்தக் கூடிய தாக்கங்கள் குறித்து விஞ்ஞான ரீதியில் விரிவாக விளக்க முடிந்தது.

இதுமட்டுமின்றி மொரீஷியசில் பார்த்ததை வைத்து, மரங்கள் அழிக்கப்பட்டால் அது பஞ்சத்திற்கு வழிவகுக்கும் என்பதையும் அவர் அரசுக்கு தெரியப்படுத்தினார். ஏற்கனவே பல பஞ்சங்களைப் பார்த்து பதறிப் போயிருந்த கிழக்கிந்திய கம்பெனி, பால்ஃபரின் பரிந்துரையை உடனடியாக ஏற்றுக் கொண்டது. இப்படித்தான் மெட்ராஸ் வனத்துறை என்ற ஒன்று தொடங்கப்பட்டது.

சென்னை அருங்காட்சியகத்தின் பொறுப்பாளராக இருந்த பால்ஃபர், ஒரு புலி, ஒரு சிறுத்தை என இரண்டு விலங்குகளை அதே வளாகத்தில் கூண்டில் பார்வைக்கு வைத்தார். இந்த விலங்குகளைப் பார்க்க வெகு தொலைவில் இருந்தெல்லாம் மக்கள் கூட்டம் கூட்டமாக வந்தனர். இன்னும் சில விலங்குகளை பார்வைக்கு வைத்ததும், கூட்டம் அதிகரித்தது. விலங்குகளின் எண்ணிக்கை அதிகம் இருக்கும்போது, அருங்காட்சியகத்திற்கு வரும் கூட்டமும் அதிகரிக்கிறது என்பதை கணக்கெடுப்புகள் மூலம் உறுதிப்படுத்திக் கொண்ட பால்ஃபர், மெட்ராசில் உயிரியல் பூங்கா ஒன்று வேண்டும் என்று அரசுக்கு பரிந்துரைத்தார். இப்படித்தான் 1855இல் 'மெட்ராஸ் உயிரியல் பூங்கா' தொடங்கப்பட்டது. இதுதான் இந்தியாவின் முதல் வனவிலங்கு பூங்கா என்பது குறிப்பிடத்தக்கது.

● வண்டலூர் உயிரியல் பூங்கா

● வெள்ளை நாரை பறவை

கர்நாடகத்தின் கடைசி நவாப்பான குலாம் கவுஸ் கானுடன் (Nawab Ghulam Ghouse Khan) பால்ஃபருக்கு நல்ல நட்பு இருந்தது. இதைப் பயன்படுத்தி நவாப்பிடம் இருந்த காட்டு விலங்குகளை அருங்காட்சியகத்துக்கு அனுப்புமாறு கேட்டுக்கொண்டார். நவாப்பும் அனுப்பி வைக்க, 1856ஆம் ஆண்டு இந்த அருங்காட்சியகத்தில் 360 விலங்குகள் இருந்தன. மிகப்பெரிய நீர்வாழ்விலங்குகள் காட்சியகம் (Aquarium) ஒன்றும் அரசு அருங்காட்சியகத்தில் இருந்தது.

பின்னர் மாநகர சபை விலங்கினக் காட்சிசாலைக்கு பொறுப்பேற்றதும், 1861ஆம் ஆண்டு, தற்போது சென்னை சென்ட்ரல் புறநகர் ரயில் நிலையம் இருக்கும் இடத்திற்கு மெட்ராஸ் உயிரியல் பூங்கா இடம்மாறியது. அப்போது இங்கு 116 ஏக்கரில் பீப்பிள்ஸ் பார்க் இருந்தது. இதன் ஒருபகுதியைத் தான் விலங்கியல் காட்சியகமாக மாற்றினர். சுமார் 100 ஆண்டுகளுக்கும் மேலாக உயிரியல் பூங்கா இங்குதான் இருந்தது. மூர் மார்க்கெட்டுக்கு வருபவர்கள் இந்த விலங்குகளையும் சுற்றிப் பார்த்துவிட்டு செல்வர், கட்டணமெல்லாம் கிடையாது.

1975இல் பூங்காவும் வளர்ந்துவிட்டது, மெட்ராசும் நன்கு வளர்ச்சி பெற்றுவிட்டது. எனவே பூங்காவை விரிவாக்க வேண்டிய தேவை ஏற்பட்டது. ஆனால் நகரின் மையப் பகுதியில் இதற்கு மேல் இடம் ஒதுக்க முடியாததால், இங்கிருந்த வனவிலங்குகள் எல்லோரும் மெகா ஊர்வலமாகப் புறப்பட்டு புறநகர் பகுதியான வண்டலூருக்கு சென்றனர். 1985 ஜூலை 24ஆம் தேதி அப்போதைய முதலமைச்சர் எம்.ஜி.ஆர், அறிஞர் அண்ணா உயிரியல் பூங்காவை முறைப்படி திறந்துவைத்தார்.

இப்படித்தான் பால்ஃபர் என்ற ஒற்றை மனிதர் போட்ட விதை, இன்று 1200 ஏக்கர் பரப்பளவில் பிரம்மாண்ட விருட்சமாக வளர்ந்து நிற்கிறது. அதன் நிழலில் ஆயிரக்கணக்கான விலங்குகள் அமைதியாக இளைப்பாறிக் கொண்டிருக்கின்றன.

○ வண்டலூர் ஆரம்பத்தில் புதர்க்காடாகத்தான் இருந்தது. உயிரியல் பூங்கா அதிகாரிகளும், அக்கம்பக்கத்து கிராமத்தினரும் சேர்ந்து நிறைய மரக்கன்றுகளை நட்டு, பெரிய மரங்கள் ஓங்கி நிற்கும் வனமாக மாற்றி இருக்கின்றனர்.

○ உள்ளூர் மொழிகளுக்கு முக்கியத்துவம் கொடுத்த பால்ஃபர், ஆங்கில மருத்துவத்தை தமிழ், தெலுங்கு, மலையாளம் ஆகிய மொழிகளிலும் கற்பிக்க வேண்டும் என்று வலியுறுத்தினார்.

○ பால்ஃபரின் நினைவுப் போற்றும் வகையில் இன்றும் சென்னையில் ஒரு தெரு அவரது பெயரைத் தாங்கி நிற்கிறது.

பார்த்திபன்

நேப்பியர் பாலம்

65

வாழ்க்கை மிகவும் விசித்திரமானது. அது சில நேரங்களில் எதிரெதிரான இரண்டு விஷயங்களை ஒன்றாக கட்டிப் போட்டுவிடுகிறது. அப்படி ஒரு விநோத விளையாட்டின் சாட்சிதான் நேப்பியர் பாலம். மெட்ராசில் முதன்முதலில் கட்டப்பட்ட பாலங்களில் இன்றும் நிலைத்து நிற்கும் இந்த பாலத்தின் கதை மிகவும் சுவாரஸ்யமானது.

1819இல் ஸ்காட்லாந்தில் ஒரு பிரபுக் குடும்பத்தில் பிறந்த ஃபிரான்சிஸ் நேப்பியர், இங்கிலாந்தில் உள்ள டிரினிடி கல்லூரியில் சேர்ந்தார். பெற்றோர் சேர்த்துவிட்டார்களே தவிர அவரால் படிப்பை தொடர முடியாததால் பாதியிலேயே வெளியேறிவிட்டார். ஆனால் தனியாக ஆசிரியரை அமர்த்தி சில வெளிநாட்டு மொழிகளை கற்றுக் கொண்டார். அதுதான் அவருக்கு பிற்காலத்தில் பெரிதும் கை கொடுத்தது.

வெளிநாட்டு மொழிகள் அறிந்தவர் என்பதால் இங்கிலாந்தின் தூதராக அவர் பல நாடுகளுக்கு அனுப்பப்பட்டார். வியன்னா, இத்தாலி, அமெரிக்கா, ரஷ்யா என உலகமெல்லாம் சுற்றிக் கொண்டிருந்தவரை இங்கிலாந்து அரசு கடைசியில் மெட்ராசிற்கு அனுப்பியது. 1866இல் மெட்ராஸ் ஆளுநராக நியமிக்கப்பட்டார் லார்ட் நேப்பியர்.

நேப்பியர் பதவி ஏற்ற சிறிது காலத்திலேயே அவர் ஒரு மிகப்பெரிய பஞ்சத்தை எதிர்கொள்ள வேண்டி இருந்தது. இன்றைய ஒரிசாவில் உள்ள கஞ்சம் (Ganjam) மாவட்டத்தில் கடுமையான பஞ்சம் ஏற்பட்டது. அன்றைய மெட்ராஸ் மாகாணத்திற்கு உட்பட்ட பகுதி என்பதால், பஞ்சத்தால் தவித்த கஞ்சம் மக்களை காப்பாற்ற வேண்டிய கடமை நேப்பியர் தலையில் விழுந்தது. ஆனால் நேப்பியர் இதனை திறமையாகவே சமாளித்தார்.

உலகம் முழுவதும் சுற்றிப் பெற்ற அனுபவமும், நட்பும் அவருக்கு கை கொடுத்தது. கிரீமிய யுத்தத்தில் காயமடைந்த வீரர்களுக்கு சிகிச்சை அளித்ததன் மூலம் கை விளக்கேந்திய காரிகை என வரலாற்றில் போற்றப்படும் பிரபல செவிலியர் பிளாரன்ஸ் நைட்டிங்கேல், நேப்பியரின் நெருங்கிய நண்பர். மக்கள் பஞ்சத்தால் மடிந்தபோது, அவருக்கு கடிதம் எழுதி ஆலோசனை கேட்டார் நேப்பியர். நைட்டிங்கேலின் ஆலோசனைகளை உடனே செயல்படுத்தவும் செய்தார். இது பஞ்சத்தை எதிர்கொள்ள மிகவும் உதவியது.

பென்னாறு அணை நேப்பியர் காலத்தில்தான் கட்டப்பட்டது. இதேபோல விவசாயத்தை வளப்படுத்த நிறைய பாசனத் திட்டங்களை நேப்பியர் செயல்படுத்தினார். 1872இல் இந்தியாவின் வைஸ்ராயாக இருந்த ரிச்சர்ட் பூர்ட், அந்தமானில் கொல்லப்பட்ட பிறகு சிறிது காலம் தற்காலிக வைஸ்ராயாக நேப்பியர் நியமிக்கப்பட்டார். பின்னர் ஒரு புதிய

• நேப்பியர் பாலம்

நேப்பியர் அருங்காட்சியகம்

வைஸ்ராய் கிடைத்ததும், நேப்பியர் இந்திய சேவைகளை முடித்துக் கொண்டு தாயகம் திரும்பிவிட்டார்.

இதனிடையே நேப்பியர் மெட்ராஸ் ஆளுநராக இருந்தபோது, 1869இல் கட்டப்பட்டதுதான் நேப்பியர் பாலம். அந்த காலத்தில் இதனை இரும்புப் பாலம் என்று அழைத்தனர். மெரினாவையும், புனித ஜார்ஜ் கோட்டையையும் இணைக்கும் வகையில், 149 மீட்டர் நீளத்தில், 6 வளைவுகளுடன் பிரம்மாண்டமாக இந்த பாலம் கட்டப்பட்டது. அதெல்லாம் சரி, எதற்காக இப்படி ஒரு பாலத்தை கட்டினார்கள் என்ற கேள்விக்கு விடை தேடிய போது ஒரு சுவாரஸ்யமான தகவல் கிடைத்தது.

இப்போது நேப்பியர் பாலம் இருக்கிற இடத்துக்கு அருகே அந்த காலத்தில் நரிமேடு என்று ஒரு குன்று இருந்தது. ஜோக் ஹில் என்று அழைக்கப்பட்ட அந்தக் குன்றில் பீரங்கியை நிறுத்தி குறி வைத்தால் கோட்டையைத் தரைமட்டம் ஆக்கிவிட முடியும்.

எனவே கோட்டைக்கு அருகில் இப்படியொரு ஆபத்து வேண்டாம் என நினைத்த வெள்ளையர், குன்றை அகற்றுவது என முடிவெடுத்தனர். எனவே அந்தக் குன்றின் மண்ணை மாட்டு வண்டிகளில் எடுத்துச் சென்று ஒரு இடத்தில் கொட்டினர். அப்படி மண் அடிக்கப்பட்ட பகுதிதான் இன்று மண்ணடி என்று அழைக்கப்படுகிறது.

இப்படி குன்று காணாமல் போன பிறகுதான் அங்கு நேப்பியர் பாலம் முளைத்தது. மெட்ராசில் உள்ள அழுக்குகளை எல்லாம் சுமந்துகொண்டு, தள்ளாடி அசைந்துவரும் கூவம் ஆறு, இந்த பாலத்திற்கு அடியில் நுழைந்துதான் வங்கக் கடலோடு கலக்கிறது. லார்ட் நேப்பியர் சுத்தத்திற்கு அதிக முக்கியத்துவம் கொடுத்தவர். நகர சுகாதாரம் பற்றி சிறப்பு

பயிற்சி பெறுவதற்காக அதிகாரிகள் சிலரை இங்கிலாந்திற்கு அனுப்பியவர். இப்படி சுத்தம், சுகாதாரம் என வாழ்ந்தவரின் நினைவாக நிற்கும் நேப்பியர் பாலம், கூவத்தின் கருப்புத் திரவம் கருநீல வங்கக் கடலில் கலக்கும் கண்கொள்ளா காட்சியை இன்று அமைதியாக பார்த்துக் கொண்டிருக்கிறது. ஆம், வாழ்க்கை விசித்திரமானதுதான்.

- நேப்பியர் பாலம் 1999ஆம் ஆண்டு புதுப்பிக்கப்பட்டது.
- சிந்தாதிரிப்பேட்டையில் நேப்பியரின் நினைவாக தொடங்கப்பட்ட நேப்பியர் பூங்கா தான், இன்றைய மே தினப் பூங்கா.
- நேப்பியர் பெயரில் கேரள மாநிலம் திருவனந்தபுரத்தில் ஒரு அருங்காட்சியகம் இருக்கிறது.

சென்னையின் சர்ச்சை சிலை

வரலாறு மிகவும் விசித்திரமானது. அது சிலரை உயர உயரத் தூக்கி கடைசியில் அதல பாதாளத்தில் வீசி எறியும். அப்படி வீசி எறியப்பட்ட ஒருவர் தான் கர்னல் ஜேம்ஸ் நீல். நகரின் பிரதான சாலையில் கம்பீரமாக நின்று கொண்டிருந்த நீலின் சிலை அருங்காட்சியகத்தில் அடைபட்டுப் போன கதை மிகவும் சுவாரஸ்யமானது.

66

'அலகாபாத் கசாப்புக்காரன்' என்று பிற்காலத்தில் பெயர் எடுத்த ஜேம்ஸ் நீல், ஸ்காட்லாந்தில் ஒரு சிறிய கிராமத்தில் 1810இல் பிறந்தார். கிளாஸ்கோ பல்கலைக்கழகத்தில் பட்டம் பெற்ற நீல், கிழக்கிந்திய கம்பெனியின் மெட்ராஸ் ஃபுசிலியர்ஸ் ரெஜிமண்ட் படைப் பிரிவில் சேர்ந்தார். இரண்டாவது பர்மியப் போரில் சூறைக் காற்றாய் சுழன்றடித்த நீலுக்கு லெப்டினன்ட் கர்னலாக பதவி உயர்வு அளிக்கப்பட்டது.

• சிப்பாய் கலகம்

கிழக்கிந்திய படையின் துடிப்பான அதிகாரி எனப் பெயர் பெற்ற நீல், 1857ஆம் ஆண்டு இந்தியாவிற்கு வந்தார். தனது பெயர் இந்திய சரித்திரத்தின் கருப்புப் பக்கத்தில் இடம்பெறப் போகிறது என்பதை நீல் அப்போது அறிந்திருக்கவில்லை. அவர் இந்தியா வந்த சமயம் கிழக்கிந்திய படையில் இருந்த சில இந்திய வீரர்கள் தலைமைக்கு எதிராக கொந்தளிக்கத் தொடங்கி இருந்தனர். விளைவு, இந்தியத் துணைக்கண்டத்தில் நிகழ்ந்த வெள்ளையர் எதிர்ப்புகளிலேயே அளவிலும் பங்கேற்பிலும் பெரியதாக கருதப்படும் சிப்பாய் கலகம் வெடித்தது.

இந்திய சுதந்திரப் போராட்டத்தில் முதல் மாபெரும் கிளர்ச்சியான இந்த கலகம் கிழக்கிந்திய படையை கலக்கமடையச் செய்தது. வட மாநிலங்களில் வேகமாகப் பரவிய கலகத்தை ஒடுக்க திறமையான அதிகாரிகள் உடனடியாக கலவரப் பகுதிகளுக்கு அனுப்பி வைக்கப்பட்டனர். அவ்வாறு பனாரஸ் நகருக்கு அனுப்பப்பட்டவர்தான் நீல்.

ஜூன் 4ந் தேதி பனாரஸ் சென்றடைந்த நீலின் படை, ஒரே இரவில் ஏராளமான கிளர்ச்சியாளர்களை கொன்று குவித்தது. பின்னர் அலகாபாத்திலும் நீல் இதே வெறியாட்டத்தை வெளிப்படுத்தி கிளர்ச்சியை அடக்கி ஒடுக்கினார். நீலின் இந்த படுபாதக செயல்தான் அவருக்கு 'அலகாபாத் கசாப்புக்காரன்' என்ற அடைமொழியைப் பெற்றுத் தந்தது.

இப்படிப்பட்ட நீலுக்குத் தான் கிழக்கிந்திய கம்பெனி மவுண்ட் ரோடில் சிலை வைத்து அழகு பார்த்தது. 1861 ஆம் ஆண்டு ஆகஸ்ட் 24ஆம் தேதி நீலனின் வெண்கலச் சிலையை ஆளுநரின் ஆலோசனைக்குழு உறுப்பினர் எட்வர்டு மால்ட்பி திறந்து வைத்து, நீலனை

வானளாவப் புகழ்ந்தார். இன்றைய ஸ்பென்சர் பிளாசாவுக்கு எதிரில் கம்பீரமாக நின்று கொண்டிருந்த நீலின் 10 அடி உயர பிரம்மாண்ட சிலை, தேச பக்தர்களை கொந்தளிக்கச் செய்தது. இதனை அகற்றக் கோரி ஆரம்பித்ததுதான் நீலன் சிலை சத்தியாகிரகம்.

இந்த அறவழிப் போராட்டம் 1927இல் நடத்தப்பட்டது. சென்னை மகாஜன சபையும், இந்திய தேசிய காங்கிரசின் சென்னை மாகாணக் குழுவும் நீல் சிலையை அகற்றக் கோரி தீர்மானங்கள் இயற்றின. பின் அதற்காகத் தொடர் போராட்டங்களிலும் ஈடுபட்டன. திருநெல்வேலியைச் சேர்ந்த சோமையாஜுலு இதற்கு தலைமை வகித்தார். சென்னை மாகாணம் முழுவதிலும் இருந்து வந்த போராட்டக்காரர்கள் இதில் பங்கேற்றனர். அவர்களில் பலர் கைது செய்யப்பட்டு சிறையில் அடைக்கப்பட்டனர். அவர்களுக்கு சில வாரங்கள் முதல் ஒரு வருடம் வரை சிறை தண்டனைகள் வழங்கப்பட்டன.

சோமையாஜுலு, சாமிநாத முதலியார் போன்ற முன்னணித் தலைவர்கள் கைது செய்யப்பட்ட பின், செப்டம்பர் 1927இல் காமராஜர் களத்தில் இறங்கினார். அந்த சமயம் சென்னை வந்திருந்த மகாத்மா காந்தியை சந்தித்து இதற்கான அனுமதியையும் பெற்றார். சிலை அகற்றலுக்கு ஆதரவாக சென்னை சட்டமன்றத்திலும் தீர்மானங்கள் இயற்றப்பட்டன. ஆனாலும் நீலை அங்கிருந்து அசைக்க முடியவில்லை.

அந்த சமயத்தில் சைமன் குழு புறக்கணிப்புப் போராட்டம் வலுப்பெறத் தொடங்கியதால், இது உரிய கவனம் பெறாமல் போய்விட்டது. நீல் பல ஆண்டுகள் மவுண்ட் சாலையில் மவுனமாக நின்று கொண்டிருந்தார். பின்னர் சில ஆண்டுகள் கழித்து நீலை இடம்மாற்றி ரிப்பன் கட்டிட வளாகத்தில் வைத்தனர்.

பின்னர் 1937இல் நடந்த தேர்தலில் காங்கிரஸ் வெற்றி பெற்று ராஜாஜி சென்னை மாகாண முதல்வரானதும் முதல் வேலையாக நீல் சிலையை அகற்றத் தீர்மானம் நிறைவேற்றப்பட்டது. இதனையடுத்து நீல் சிலையை அகற்றி சென்னை அருங்காட்சியகத்தில் வைக்க உத்தரவிடப்பட்டது. ஆனாலும் 1952ஆம் ஆண்டுதான் நீலின் சிலை முறைப்படி அருங்காட்சியகத்திடம் ஒப்படைக்கப்பட்டது.

இந்திய சிப்பாய்கள்

ஒரு வீரனின் சிலை என்று ஆங்கிலேயர்களால் வியந்து பார்க்கப்பட்ட ஒன்று, இந்தியர்களால் அவமானச் சின்னமாகப் பார்க்கப்பட்டது. விளைவு, காலம் அந்த காலனை தற்போது அருங்காட்சியகத்தின் மானுடவியல் பிரிவில் நிற்க வைத்திருக்கிறது.

- லக்னோ நகரில் குதிரை மீது அமர்ந்தபடி களத்தில் கட்டளையிட்டுக் கொண்டிருந்த நீல், இந்தியச் சிப்பாய்களின் பீரங்கித் தாக்குதலுக்கு இரையாகி செத்து விழுந்தார்.
- நீலின் சிலையை லண்டனைச் சேர்ந்த உலகப் புகழ்பெற்ற சிற்பி எம் நோபிள் வடித்துக் கொடுத்தார்.

தி.நகர் தந்த பிட்டி. தியாகராயர்

67

சென்னையில் ஷாப்பிங் போக வேண்டும் என்றதுமே நினைவுக்கு வருவது தி.நகர்தான். ஆனால் எந்நேரமும் தி.நகரிலேயே தவம் கிடப்பவர்களுக்கு கூட தியாகராய நகர் என்ற பெயருக்கு காரணமான அந்த தியாகராயர் பற்றி அதிகம் தெரிவதில்லை. உண்மையில் தியாகராயரும் ஒரு நடமாடும் தி.நகர் சிறப்பு அங்காடியாகத்தான் இருந்திருக்கிறார். காரணம், பல அரிய பண்புகளை அந்த அற்புத மனிதரின் வாழ்வில் இருந்து நாம் ஷாப்பிங் செய்துகொள்ள முடிகிறது.

சென்னை கொருக்குப்பேட்டையில் ஒரு பணக்கார வணிகக் குடும்பத்தில் 1852ஆம் ஆண்டு ஏப்ரல் 27ந் தேதி தியாகராயர் பிறந்தார். சென்னை மாநிலக் கல்லூரியில் பி.ஏ. பட்டம் பெற்ற அவர், காங்கிரஸ் இயக்கத்தில் சேர்ந்து தீவிரமாக பணியாற்றினார்.

இந்திய தேசிய காங்கிரசின் இரண்டாவது மாநாடு சென்னையில் நடைபெற்றபோது, அவர்தான் அதனை முன்னின்று நடத்தினார்.

நெசவு மற்றும் தோல் பதனிடும் தொழிலில் அவரது குடும்பம் ஈடுபட்டிருந்தது. இது தவிர வேறு பல தொழில்களும் அவர்களுக்கு இருந்தன. பிட்டி நெசவு ஆலை என்ற பெயரில் சுமார் நூறு தறிகளைக் கொண்ட நெசவாலையை ஏற்படுத்திய தியாகராயர், கைத்தறி நெசவில் குஞ்சம் இழுத்து நெய்யும் முறையை அறிமுகப்படுத்தினார். அதற்கு முன்பெல்லாம் நாடாவை கைகளில் தள்ளிதான் நெய்தார்கள். இங்கு தயாரிக்கப்பட்ட பிட்டி மார்க் கைக்குட்டைகள் உலகப் புகழ் பெற்றவையாக விளங்கின.

காந்தியடிகள் சென்னைக்கு வந்தபோது பிட்டி நெசவாலைக்கு வருகை தந்து பார்வையிட்டார். ஒரு தறியில் அமர்ந்து நெய்தும் பார்த்தார். இந்த நவீன உத்திகளைக் கற்றுக் கொள்வதற்காகத் தன்னுடைய மகன்கள் மணிலால், மதன்லால் ஆகிய இருவரையும் ஆறு மாத பயிற்சிக்காகவும் தியாகராயரிடம் அனுப்பி வைத்தார்.

காந்தியிடம் மிகுந்த மரியாதை இருந்தாலும், அவரது பல கொள்கைகளில் இருந்து தியாகராயர் முரண்பட்டார். ஒருகட்டத்தில் இனிமேல் காங்கிரசில் இருக்க முடியாது என முடிவெடுத்து வெளியேறினார். 'தென் இந்தியர் நல உரிமைச் சங்கம்' என்ற பெயரில் ஒரு அமைப்பைத் தொடங்கினார். இதன் சார்பில் 'நீதி' (Justice) என்ற பெயரில் ஒரு இதழையும் நடத்தினார். இதனால் அந்த அமைப்பையே நீதிக்கட்சி (Justice Party) என்று மக்கள் அழைக்கத் தொடங்கினர்.

சர்.பி. தியாகராயரின் தன்னலமற்ற விடாமுயற்சியால், 1921ஆம் ஆண்டு நடைபெற்ற சென்னை மாநில சட்டமன்றத் தேர்தலில் நீதிக்கட்சி அறுதிப் பெரும்பான்மைப் பெற்றது. அப்போதைய ஆளுநர் வெலிங்டன் பிரபு, நீதிக்கட்சியின் தலைவரான தியாகராயரை ஆட்சி அமைக்க வருமாறு அழைப்பு விடுத்தார். ஆனால், முதலமைச்சர் பதவியை ஏற்க விரும்பவில்லை என்று கூறி, கடலூர் வழக்கறிஞர் சுப்பராயலு ரெட்டியாரை முதலமைச்சராக பொறுப்பேற்கச் செய்தார், தியாகராயர்.

• நீதிக்கட்சி அமைப்பு

• சர்.பி. தியாகராயர்

• சர்.பி. தியாகராயர்

இவர் 1892 முதல் 1925 வரை சென்னை மாநகராட்சி மன்ற உறுப்பினராகப் பணி ஆற்றினார். 1920 ஆம் ஆண்டு உள்ளாட்சி மன்ற சட்டப்படி தேர்ந்தெடுக்கப்பட்ட முதல் மேயர் தியாகராயர்தான். தொடர்ந்து 1922 வரை மூன்று முறை சென்னை மேயராகப் பதவி வகித்த தியாகராயரைப் போற்றும் வகையில் ரிப்பன் மாளிகையின் வாயிலில் இவருக்கு சிலை வைக்கப்பட்டிருக்கிறது. 1959-ஆம் திராவிட முன்னேற்றக் கழகம் சென்னை மாநகராட்சியின் நிர்வாகப் பொறுப்பை முதன்முதலில் ஏற்றபோது, பேரறிஞர் அண்ணாவின் ஆணைப்படி இவரது சிலைக்கு மரியாதை செலுத்திவிட்டுதான் திமுக உறுப்பினர்கள் மாமன்றத்தினுள் நுழைந்தனர்.

மாநகராட்சி சார்பில் ஏராளமான பள்ளிகளைத் தொடங்கிய தியாகராயர், அங்கு பயிலும் மாணவர்களுக்கு இலவச மதிய உணவு, இலவச பாடப் புத்தகங்கள் ஆகியவற்றை வழங்கி இன்றைய அரசுகளின் பல நல்ல திட்டங்களுக்கு முன்னோடியாக விளங்கினார். தமது சொந்தப் பணத்தில் பல பள்ளிகளையும் கல்லூரிகளையும் நிறுவினார். வடசென்னையில் உள்ள தியாகராயர் கல்லூரி இவர் தொடங்கியதே.

சென்னை மற்றும் ஆந்திரா பல்கலைக் கழகங்களை நிறுவவும் பெரும் தொண்டாற்றினார். செட்டிநாடு அரசர் அண்ணாமலை செட்டியாருடன் இணைந்து அண்ணாமலை பல்கலைக் கழகம் உருவாக உறுதுணையாக இருந்தார். பாடசாலைகளைப் போலவே தொழில்நுட்பப் பயிற்சி பள்ளிகளையும் தொடங்கினார்.

சுயமரியாதைக் கொள்கையில் ஈடுபாடு கொண்டிருந்தாலும் தியாகராயர், கடவுள் திருப்பணிகளிலும் நிகரற்று விளங்கினார். மயிலாப்பூர் கபாலீஸ்வரர் ஆலயத்தை பத்தாயிரம் ரூபாய் செலவு செய்து திருப்பணி செய்து குடமுழுக்கிற்கு ஏற்பாடு செய்தார். பார்த்தசாரதி கோவிலுக்கும் திருப்பணி செய்வித்தார். வண்ணாரப்பேட்டையில் உள்ள ஸ்ரீஇராமலிங்க சவுடேஸ்வரி கோயிலின் உற்சவ சிம்ம வாகனத்தின் கண்களில் பதிப்பதற்காக இரண்டு கண்ணாடி கண் விழிகளை லண்டனிலிருந்து வரவழைத்தார்.

எப்போதும் வெள்ளை உடையில் பளிச்சென காட்சியளிக்கும் தியாகராயர், 'வெள்ளுடை வேந்தர்' என அன்புடன் அழைக்கப்பட்டார். 1905ஆம் ஆண்டு இங்கிலாந்து இளவரசர் 5ஆம்

ஜார்ஜ் சென்னை வந்தபோது, மாநகராட்சி மேயராக இருந்த சர். பிட்டி. தியாகராயர், அதே வெள்ளுடையில் இளவரசரை வரவேற்க அப்போதைய கவர்னர் ஒப்புதல் அளித்தார். ஆங்கிலேய ஆட்சியில் ஒரு தமிழருக்கு இந்த அனுமதி கிடைப்பது அரிதான விஷயமாக இருந்தது.

1925இல் தியாகராயர் இறந்தபோது இவரது நினைவாக சென்னையில் புதிதாக உருவாக்கப்பட்ட நகருக்கு தியாகராய நகர் (தி.நகர்) எனப் பெயர் சூட்டப்பட்டது. பிட்டி தியாகராயர் அரங்கம் எனும் பெயரில் தி.நகரில் அரங்கம் ஒன்றும் இருக்கிறது. பெங்களூரிலும் இவரது நினைவாக தியாகராய நகர் என ஒரு நகர் இருக்கிறது.

- இந்திய அரசு தியாகராயரைப் போற்றும் வகையில் தபால் தலை வெளியிட்டிருக்கிறது. தபால் தலையின் பின்னணியில் தறி நெய்யும் நெசவாளியின் உருவம் பொறிக்கப்பட்டுள்ளது.
- யஞ்யராமன் என்ற பிராமணர் தாழ்த்தப்பட்டவர்களுக்காகத் தொண்டு செய்ய சேரிப் பகுதியில் போய் தங்கியதால், சாதி நீக்கம் செய்யப்பட்டு வேலையையும் இழந்தார். தியாகராயர் அவரைப் பச்சையப்பன் கல்லூரியில் விரிவுரையாளராகப் பணி நியமனம் செய்தார்.

பெரம்பூர் ராஜா

68

வட சென்னையின் மிக முக்கியமான பகுதிகளில் ஒன்றான பெரம்பூர் இன்று எப்படி இருக்கிறது என்று நம் எல்லோருக்கும் தெரியும். சுமார் 500 ஆண்டுகளுக்கு முன்பு எப்படி இருந்தது தெரியுமா? மூங்கில் மரங்கள் அடர்ந்த காட்டுப் பகுதியாக இருந்தது. ஆனால் ஆங்கிலேயர் வருகைக்கு முன்பே இந்த காட்டுப் பகுதி திருத்தி அமைக்கப்பட்டு ஊராகிவிட்டது.

1752ஆம் ஆண்டு எழுதப்பட்ட 'ஆனந்தரங்கம் விஜய சம்பு' என்ற சமஸ்கிருத நூலில் பெரம்பூர் பற்றிய சுவாரஸ்யமான ஒரு செய்தி இருக்கிறது. அதாவது அந்தக் காலத்தில் கருவேந்தன் என்ற ஒருத்தர் அயனாவரத்தில் வசித்து வந்தார். சிறந்த கலா ரசிகனான கருவேந்தன் அவரைத் தேடி வரும் கலைஞர்களுக்கு நிறைய பரிசுப் பொருட்களைக் கொடுத்து கவுரவிப்பாராம்.

• ஆனந்தரங்கப் பிள்ளை

ANANDA RANGA PILLAI
from a portrait in the possession of his family

அதேபோல ஒருமுறை கொல்கொண்டாவில் இருந்து வந்திருந்த சில கவிஞர்களுக்கு கருவேந்தன் அள்ளிக் கொடுத்து அனுப்பியிருக்கிறார். அவர்கள் நாடு திரும்பியதும் இவரைப் பற்றி தங்கள் அரசரிடம் ஆஹா ஓஹோவென்று புகழ்ந்திருக்கிறார்கள்.

கவிஞர்கள் போற்றும் அந்த கலா ரசிகனை பார்க்க வேண்டும் என்று கூப்பிட்டு அனுப்பியிருக்கிறார் கோல்கொண்டா அரசர் மகரங்கா. அரசரைப் பார்க்கப் போன இடத்தில் கருவேந்தனுக்கு அடித்தது அதிர்ஷ்டம். கருவேந்தனைப் பிடித்துப் போன மகரங்கா அவருக்கு பரிசாக வெட்ரபுரா என்ற இடத்தைக் கொடுத்தார். அதுதாங்க நம்ம பெரம்பூர். அதாவது வெட்ர என்றால் பிரம்பு என்று அர்த்தம். வெட்ரபுரா என்றால் பிரம்புகள் நிறைந்த ஊர் என்று பொருள். அப்படித்தான் பெரம்பூரைப் பெற்றுத் திரும்பினார் கருவேந்தன். ராஜா ஆனதும் அவர் அயனாவரத்தில் இருந்து பெரம்பூருக்கு வீட்டை மாற்றிக் கொண்டு வந்துவிட்டார்.

அதெல்லாம் சரி, இந்த கருவேந்தனுக்கும் 'ஆனந்தரங்கம் விஜய சம்பு' நூலுக்கும் என்ன சம்பந்தம் என்று கேட்கிறீர்களா? நியாயமான கேள்வி. இரண்டுக்கும் பல தலைமுறை சம்பந்தம் இருக்கிறது. அதாவது இந்த நூலின் கதாநாயகன் ஆனந்தரங்கப் பிள்ளை. இந்த அனந்தரங்கப் பிள்ளை யார் தெரியுமா? பிரெஞ்சு கவர்னர் துய்ப்ளேக்ஸின் மொழிபெயர்ப்பாளராக இருந்தவர். இவர் 1736 முதல் 1760 வரை கிட்டத்தட்ட இருபத்தைந்து ஆண்டுகள் தான் பார்த்த கேட்டவற்றை நாட்குறிப்பு போல எழுதி வைத்தார்! அந்த காலகட்டத்தை அறிந்துகொள்ள இந்த குறிப்புகள் பெருமளவில் உதவுகின்றன.

சரி, விஷயத்திற்கு வருவோம். இந்த ஆனந்தரங்கத்தின் கொள்ளு கொள்ளுத் தாத்தாதான் நம்ம கருவேந்தன். இதற்கும் ஆதாரம் இருக்கிறது. கருவேந்தன் பெரம்பூருக்கு வீடு மாறியதும், அவருக்கு சோலை, வடமலை, திருமலை என மூன்று மகன்கள் பிறந்தனர். இவர்களில் சோலையின் மகன் பொம்மைய்யா. அந்த பொம்மைய்யாவிற்கு பெத்த பொம்மா, சின்ன பொம்மா என இரட்டைக் குழந்தைகள். இதில் சின்ன பொம்மாவிற்கு 6 மகன்கள். அதில் மூத்த மகனான பொம்மையாவிற்கு இரண்டு மகன்கள், ஒரு மகள். இதில் இரண்டாவது மகன் பேர் திருவேங்கடம். இவர்தான் நம்ம ஆனந்தரங்கத்தின் அப்பா. அப்பாடா... ஒருவழியா சொல்லி முடிச்சாச்சு.

இந்த திருவேங்கடத்திற்கு பிரெஞ்சு, ஆங்கிலம், டச்சு, போர்த்துகீஸ் என பல ஐரோப்பிய மொழிகள் தெரியுமாம். திறமைசாலியாக மட்டுமில்லாமல் பெரிய மனசுக்காரராகவும் இருந்திருக்கிறார் திருவேங்கடம். பெரம்பூரில் அவர் கட்டிய சத்திரமும், அருகிலேயே ஏழைப் பிரமாணர்களுக்காக அவர் உருவாக்கிய சிறிய கிராமமும் இதற்கு ஆதாரமாக விளங்கின.

• பெரம்பூர் ரயில் நிலையம்

கிழக்கிந்திய கம்பெனிக்காரர்கள் மெட்ராசில் காலூன்றி அதனை விஸ்தரித்துக் கொண்டிருந்தபோது, பெரம்பூர் ஆர்காடு நவாபின் ஆட்சியின் கீழ் இருந்தது. அப்போதைய நவாப்பாக இருந்த முகம்மது சையத், 1742ஆம் ஆண்டு ஆங்கிலேயர்களுக்கு ஐந்து கிராமங்களை வழங்கினார். அதில் நம்ம பெரம்பூரும் இருந்தது. பின்னர் ஆங்கிலேயர்கள் இங்கு குடியேறினர். அப்போதைய மெட்ராஸ் மற்றும் தெற்கு மராட்டா ரயில்வே கம்பெனிக்காக 1856இல் இங்கு ஒரு ரயில்வே வொர்க் ஷாப் கட்டப்பட்டது. இங்கு பணிபுரிவதற்காக இன்னும் நிறைய ஆங்கிலேயர்கள் இப்பகுதிக்கு வந்தனர். இதனால் ஒரு காலத்தில் பெரம்பூர் ஒரு குட்டி வெள்ளையர் நகரம் போலவே காட்சியளித்தது. இன்றும் பெரம்பூர் பகுதியில் நிறைய ஆங்கிலோ இந்தியர்கள் காணப்படுவதற்கு இதுதான் காரணம்.

ஒரு கலா ரசிகனுக்கு பரிசாக கிடைத்து உருவானதாலோ என்னவோ, இப்போதும் பெரம்பூர் பல்வேறு மதத்தினரும், கலாச்சாரத்தினரும் ஒன்றுகலந்து வாழும் உயிர்த்துடிப்புமிக்க கலைப் படைப்பைப் போல் காட்சியளிக்கிறது.

- துய்ப்ளேக்ஸ் அரசாங்கத்தில் மற்றவர்களுக்கில்லாத உரிமைகளை ஆனந்தரங்கப் பிள்ளை பெற்றிருந்தார். பல்லக்கில் மேள வாத்தியத்தோடு கவர்னர் மாளிகையினுள் போகவும், தங்கப் பிடிபோட்ட கைத்தடி வைத்திருக்கவும், பாதரட்சை அணிந்து கவர்னரின் காரியாலயத்திற்குச் செல்லவும் அவருக்கு உரிமை அளிக்கப்பட்டிருந்தது.
- சாதாரண வழக்குகளை ஆராய்ந்து நீதி வழங்கும் அதிகாரத்தையும் பிரெஞ்சுக்காரர்கள் அவருக்கு அளித்திருந்தனர்.
- ஆனந்தரங்கப் பிள்ளை 'ஆனந்தப் புரவி' என்ற பெயரில் புதுச்சேரி – கொழும்பு இடையே வியாபாரக் கப்பலை நடத்தும் அளவுக்கு செல்வாக்குடன் இருந்தார்.

ராணி மேரிக் கல்லூரி

69

வங்கக்கடலின் காற்றுக்கு மேலும் குளிர்ச்சி கூட்டியபடி கடற்கரைச் சாலையில், கம்பீரமாக நின்று கொண்டிருக்கும் ராணி மேரிக் கல்லூரிதான் மெட்ராசின் முதல் பெண்கள் கல்லூரி. தென்னிந்தியாவைப் பொறுத்தவரையில் இரண்டாவது பெண்கள் கல்லூரி என்ற பெருமையும் இதற்கு உண்டு. கடலைப் பார்த்தபடி மரங்களுக்கு இடையில் அமைதியாக காட்சியளிக்கும் இந்த கட்டடம் கல்லூரியாக மாறியதே ஒரு சுவாரஸ்யமான கதை.

ஜுலை 1914இல் மதராஸ் மகளிர் கல்லூரி என்ற பெயரில் தொடங்கப்பட்ட இது, அதற்கு முன்பு ஹோட்டலாகவும், அதற்கும் முன்பு தனியார் ஒருவரின் வீடாகவும் இருந்தது.

கர்னல் பிரான்சிஸ் கேப்பர் (Col. Francis Capper) என்ற ராணுவ வீரர் கடற்கரைக்கு எதிரில் ஒரு வீடு கட்டினார். எனவே இந்த வீடு கேப்பர் இல்லம் (Capper's House) என அழைக்கப்பட்டது. அவர் இந்தியாவை விட்டு வெளியேறும்போது, இந்த வீட்டை விற்றுவிட்டார். அடுத்து அங்கு ஒரு ஹோட்டல் முளைத்தது. அதையும் மக்கள் கேப்பர் ஹோட்டல் என்றுதான் அழைத்தனர். மெரினா சாலைக்கு வந்த முதல் ஹோட்டல் அதுதான். ஆனால் அந்த ஹோட்டலில் அதிக வருமானம் கிடைக்கவில்லை.

இதனிடையே 1910களில் பெண்களுக்கென ஒரு கல்லூரி தொடங்குவது குறித்து விவாதிக்கப்பட்டு வந்தது. இதற்கான இடம் தேடும் பணியும் ஒருபுறம் நடைபெற்றது. ஹோட்டலிலும் அதிக வருமானம் இல்லாததால் கேப்பர் இல்லத்தையே கல்லூரியாக மாற்றிவிடலாம் என முடிவு செய்யப்பட்டது. இந்த முடிவுக்கு பின்னணியில் மெட்ராஸ் வர்த்தக சபையின் பங்கு இருந்ததாக கூறப்படுகிறது. காரணம், வர்த்தக சபையின் தலைவர்

பியர்ட்செல்ஸின் (WA Beardsells) எக்மோர் இல்லத்தை கல்லூரியாக மாற்றலாம் என்றும் பரிசீலிக்கப்பட்டு வந்தது. இதனை தவிர்ப்பதற்காக கேப்பர் இல்லத்தை கைகாட்டி விட்டார்கள் என்றும் கூறப்படுகிறது.

ஒருவழியாக 1914இல் கேப்பர் இல்லத்தில் மதராஸ் மகளிர் கல்லூரி தொடங்கப்பட்டது. ஆரம்பித்தபோது 37 பெண்கள் இதில் சேர்ந்தனர். முதல் முதல்வரான டி லா ஹே (Ms de la Haye) கல்லூரியின் வளர்ச்சிக்கு பெரிதும் பாடுபட்டார். அவரது அயராத முயற்சியால் கல்லூரி வளாகத்தில் Pentland House *(1915)*, Stone House *(1918)*, Jeypore House*(1921)* ஆகிய கட்டடங்கள் கட்டப்பட்டன. இதனிடையே 1917இல் இது ராணி மேரிக் கல்லூரி எனப் பெயர் மாற்றப்பட்டது. கல்லூரிக்கு அருகில் இருந்த நீதிபதி சுப்பிரமணிய ஐயரின் பீச் இல்லம், நீதிபதி சங்கர ஐயரின் இல்லம் ஆகிய இரண்டு கட்டடங்கள் விலைக்கு வாங்கி கல்லூரியுடன் இணைக்கப்பட்டன.

சென்னை

எத்தனை கட்டடங்கள் வந்தாலும், இவற்றிற்கெல்லாம் பிள்ளையார் சுழி போட்ட கேப்பர் இல்லம்தான் கல்லூரியின் முக்கியப் பகுதியாக விளங்கி வந்தது. 1990களில் முறையான பராமரிப்பு இல்லாத காரணத்தால், கேப்பர் இல்லம் சிதிலமடைந்தது. இதனை தொடர்ந்து பயன்படுத்துவது பாதுகாப்பானது அல்ல என்பதால், அதன் பயன்பாடு நிறுத்தப்பட்டது. இங்கிருந்த அலுவலகங்கள் வேறு கட்டடங்களுக்கு மாற்றப்பட்டன.

இதனிடையே 2003இல் ராணி மேரிக் கல்லூரியை இடம் மாற்றிவிட்டு, அங்கு புதிய தலைமைச் செயலகம் கட்டப் போவதாக தமிழக அரசு அறிவித்தது. கல்லூரி மாணவிகள் பொங்கி எழுந்து போராட்டத்தில் குதித்தனர். கையெழுத்து இயக்கங்கள் நடத்தப்பட்டன, நீதிமன்றத்தில் வழக்கு தொடரப்பட்டது. அரசியல் கட்சிகள் இப்பிரச்னையை கையில் எடுத்தன. இப்படி பல தரப்பில் இருந்தும் எதிர்ப்பு எழுந்ததையடுத்து இந்த முடிவு கைவிடப்பட்டது. இந்நிலையில் தான் ஒருநாள் இரவு கேப்பர் இல்லத்தின் ஒருபகுதி இடிந்து விழுந்தது.

இதனை சீரமைப்பதற்கு பதிலாக, இந்த கட்டடம் ஒட்டுமொத்தமாக இடிக்கப்பட்டு, அங்கு ஒரு புதிய கட்டடம் கட்டப்பட்டது. அதே பாணியில் கட்டப்பட்டதாக சொல்லப் பட்டாலும், பழைய கட்டடத்திற்கும் புதியதற்கும் பெரிய ஒற்றுமை இருப்பதாகத் தெரியவில்லை. 2010ஆம் ஆண்டு திறந்து வைக்கப்பட்ட இந்த கட்டடத்திற்கு கலைஞர் மாளிகை எனப் பெயரிடப்பட்டது. இப்போது இது 'கலை மாளிகை'யாக மாறிவிட்டது.

இங்கிருக்கும் கட்டடங்களின் கதைகளைவிட, இங்கு பயின்று செல்லும் பெண்களின் கதைதான் மிக முக்கியம். அந்த வகையில், மெட்ராசின் முதல் பெண்கள் கல்லூரியாக உருவெடுத்து எத்தனையோ பெண்களின் வாழ்வையே மாற்றி இருக்கிறது இந்த ராணி மேரிக் கல்லூரி. சாமானியர்களாக, சாதாரண குடும்பத்தில் இருந்து படிக்க வந்த ஆயிரக்கணக்கான பெண்கள், சாதனைப் பெண்களாகும் வல்லமையுடன் இங்கிருந்து வெளியில் சென்றிருக் கிறார்கள். இப்படி சத்தமின்றி தொடர்ந்து சரித்திரங்களை படைத்து வரும் இந்த கல்லூரி விரைவில் நூற்றாண்டு விழா கொண்டாடத் தயாராகி வருகிறது.

- *கல்லூரியின் வளர்ச்சிக்கு பெரும் பங்காற்றிய முதல்வர் டி லா ஹேவிற்கு கல்லூரி வளாகத்தில் சிலை வைக்கப்பட்டுள்ளது.*
- *அரசு மகளிர் கல்லூரிகளில் ராணி மேரிக் கல்லூரிதான் முதலில் (1987) தன்னாட்சி அதிகாரம் பெற்றது.*

பச்சையப்பன் கல்லூரி

70

பச்சையப்பன் கல்லூரி... பூந்தமல்லி நெடுஞ்சாலையில் மரங்களுக்கு இடையில் மறைந்திருக்கும் இந்த கல்வி நிலையத்திற்கு ஒரு நீண்ட நெடிய வரலாறு இருக்கிறது. இன்றிலிருந்து சுமார் 200 ஆண்டுகளுக்கு முன்பு, 1800களில் தொடங்குகிறது இதன் கதை.

தென்னிந்தியாவிலேயே ஆங்கிலேயரின் நிதி உதவி இல்லாமல் தொடங்கப்பட்ட முதல் கல்வி நிலையம் என்ற பெருமை இந்த கல்லூரிக்கு உண்டு. அந்தக் காலத்தில் ஆங்கிலேயர்களே கல்வி நிலையங்களைத் தொடங்கி நடத்தி வந்த நிலையில், 1842ஆம் ஆண்டு இந்து மாணவர்களுக்காக தொடங்கப்பட்டதுதான் பச்சையப்பன் கல்லூரி.

• பச்சையப்பன் பள்ளி

கருப்பர் நகரம் என்று அழைக்கப்பட்ட அன்றைய பிராட்வேயில் முதலில் ஒரு பள்ளிக் கூடமாகத் தொடங்கப்பட்ட இது, பச்சையப்பா மத்தியக் கழகம் என்ற பெயரில் இயங்கி வந்தது. பின்னர் 1850இல் இப்போதைய கல்லூரி இருக்கும் இடத்திற்கு மாறியது. அப்போதைய மெட்ராஸ் ஆளுநர் சர் ஹென்றி பொட்டிங்கர் இதனைத் தொடங்கிவைத்தார். ஏராளமான இந்திய மற்றும் ஐரோப்பிய பிரமுகர்கள் கலந்துகொள்ள, இதன் தொடக்க விழா மிகப் பிரம்மாண்டமாக அமைந்திருந்தது.

ஆனால் பச்சையப்பர் என்ற ஏழைதான் இவ்வளவு பிரம்மாண்டமான கல்லூரிக்கு அடித்தளம் அமைத்தவர் என்று சொன்னால் நம்புவதற்கு சற்று கடினமாகத் தான் இருக்கும். வறுமையில் பிறந்த பச்சையப்பன், தமது கடின உழைப்பாலும், அறிவுத் திறனாலும் வள்ளல் பச்சையப்பராக விஸ்வரூபம் எடுத்த கதை, நாம் அனைவரும் அறிந்துகொள்ள வேண்டிய மிகப் பெரிய பாடம்.

காஞ்சிபுரத்தில் விசுவநாத முதலியாருக்கும் பூச்சியம்மாளுக்கும் மூன்றாவது குழந்தையாகப் பிறந்தவர் பச்சையப்பர். இவர் கருவில் இருந்தபொழுதே, விசுவநாத முதலியார்

இறந்துவிட்டார். அவருடைய நண்பர் ரெட்டிராயர் என்பவர், சென்னைக்கு அருகில் உள்ள பெரியபாளையத்தில் செல்வாக்குடன் வாழ்ந்து வந்தார். எனவே அவருடைய ஆதரவை நாடி, பச்சையப்பரை வயிற்றில் சுமந்தபடி பெரியபாளையம் போனார் பூச்சியம்மாள். 1754 இல் பச்சையப்பர் அங்கு தான் பிறந்தார்.

ஆர்க்காடு சுபேதாரின் காரியக்காரராக இருந்த ரெட்டிராயரிடம் ஐந்து வயது வரை வளர்ந்தார். இராயர் மரணமடைந்தவுடன் பூச்சியம்மாள் பச்சையப்பரையும், இரண்டு பெண் குழந்தைகளையும் அழைத்துக் கொண்டு, சென்னைக் கோட்டைக்கு மேற்கே ஒற்றைவாடை சாமி மேஸ்திரி தெருவில் உள்ள ஒரு சிறு சந்து வீட்டில் குடியேறினார்.

அடுத்து பூச்சியம்மாள் நெய்தவாயல் பௌனி நாராயண பிள்ளை என்பவரிடம் ஆதரவு கேட்டார். மொழிபெயர்ப்பாளரான அவரிடம் ஆங்கிலம் கற்ற பச்சையப்பர், பீங்கான் கடையில் வேலைக்குச் சேர்ந்து பொருள் வாங்க வரும் ஐரோப்பியர்களுக்கு மொழிபெயர்ப்பாளரானார். பின்னர் நிக்கல்ஸ் என்ற ஆங்கில அதிகாரியிடம் மொழிபெயர்ப்பாளராக இருந்து அப்படியே கிழக்கிந்தியக் கம்பெனியின் மொழிபெயர்பாளராக தம்மை உயர்த்திக் கொண்டார். அதுமட்டுமின்றி திறமையாக பலவகை வணிகத்திலும் ஈடுபட்டார்.

தொழிலுக்கு வசதியாக சென்னையில் சிந்தாதிரிப்பேட்டை, கோமளேஸ்வரன்பேட்டை ஆகிய இடங்களிலும், தஞ்சாவூரிலும் பச்சையப்பர் குடியிருந்தார். அக்கா மகளை மணந்துகொண்டார். குழந்தை இல்லாததால் இரண்டாவது திருமணம் செய்து கொண்டார். அங்குதான் விதி விளையாடியது. இரண்டு மனைவிகளுக்கும் இடையில் ஓயாத சண்டை. விளைவு, நிம்மதியைத் தொலைத்தார் பச்சையப்பர். உடல் நலம் கெட்டது. 1794 மார்ச் 31 இல் திருவையாறில் இறந்தார்.

மரணம் வரப் போவதை அறிந்தோ, அறியாமலோ, இறப்பதற்கு ஒரு வாரத்திற்கு முன்பு உயில் எழுதினார் பச்சையப்பர். தன் குடும்பத்தினருக்கு எழுதிவைத்த சொத்துப் போக, மீதியை அறக்காரியங்களுக்கு ஒதுக்கி, அதை நாராயணப்பிள்ளை நிர்வகிக்க வேண்டும் என உயிலில் குறிப்பிட்டிருந்தார். பச்சையப்பருக்கு வாரிசு இல்லை என்பதால் உறவினர்கள் சொத்துக்கு உரிமை கோரி நீதிமன்றத்திற்கு போனார்கள்.

• பச்சையப்பர்

பச்சையப்பர் இறக்கும்போது, அவரது சொத்து சுமார் ஒரு லட்சம் பகோடாக்கள், அதாவது சுமார் ரூ.3 1/2 லட்சம். சொத்துச் சண்டை காரணமாக நீதிமன்றத்தில் 47 ஆண்டுகள் இருந்த இந்தப் பணம் பின்னர் சுமார் 8 லட்சம் ரூபாயாக உயர்ந்தது. பச்சையப்பர் உயில்படி இதில் மூன்றரை லட்சம் ரூபாய் கோவில் மற்றும் தர்ம பணிக்களுக்கென ஒதுக்கப்பட, மீதித் தொகையை கல்வி வளர்ச்சிக்கு செலவிட வேண்டுமென நீதிமன்றம் உத்தரவிட்டது. சென்னை, காஞ்சி, சிதம்பரம் ஆகிய இடங்களில் முதலில் உயர்நிலைப் பள்ளிகள் தோன்றின. சென்னையில் இருந்த பள்ளி, 1880 இல் கல்லூரியாக உயர்ந்தது. இப்படித்தான் பச்சையப்பர் பெயரில் கல்வி நிலையங்கள் உருவாகின.

● பச்சையப்பன் கல்லூரி மாணவர்கள்

திருவல்லிக்கேணி பார்த்தசாரதி கோயிலின் கிழக்கு நுழைவாயில் அருகே பச்சையப்பர் கல்வி நிறுவனங்கள் பற்றிய கல்வெட்டு ஒன்று இருக்கிறது. 'மேற்படி லட்சம் வராகன் போக மற்ற மிகுதிப் பணத்துக்கு வரப்பட்ட வட்டியில் அனுகூலமாகும்போது மேற்படி இடத்தில் இந்துப் பிள்ளைகளுக்கு இந்த தேசத்தில் வழங்கா நின்ற விவகார சாஸ்திரங்கள் கற்பிக்கிறதற்கு மாதம் ஒன்றுக்கு 10 வராகன் சம்பளத்தில் ஒரு பண்டிதரையும், இங்கிலீஷ் பாஷை கற்பிக்கிறதற்கு 5 வராகன் சம்பளத்தில் ஒரு உபாத்தியாயரையும் நியமித்து வித்தியாசாலை ஏற்படுத்தப்படும்' என்கிறது அந்த கல்வெட்டு.

வறுமையில் பிறந்ததற்காக வாடி நிற்காமல், கடின உழைப்பால் தம்மையும் உயர்த்திக் கொண்டு, கல்வி நிலையங்கள் அமைத்து லட்சக்கணக்கானோரின் வாழ்வையும் உயர்த்திய உயர்ந்த மனிதரை இன்றும் நினைவுபடுத்தியபடியே நிற்கிறது பச்சையப்பன் கல்லூரி.

> ○ சீனுவாச ராமானுஜம், பம்மல் சம்பந்த முதலியார், அறிஞர் அண்ணா என இந்தக் கல்லூரியின் மாண்புமிகு மாணவர்கள் பட்டியல் மிக மிக நீளமானது.
> ○ 1947ஆம் ஆண்டு வரை இங்கு இந்து மாணவர்கள் மட்டுமே சேர்க்கப்பட்டனர்.
> ○ பச்சையப்பர் தினமும் காலையில் கூவத்தில் (அப்போ கூவம் நல்லா இருந்தது) குளித்துவிட்டு அருகில் உள்ள கோவிலில் வழிபட்டதாக அவருடைய டைரிக் குறிப்பு சொல்கிறது.

ராஜாஜி ஹால்

பல தமிழ்ப்படங்களில் நீதிமன்றப் படிக்கட்டுகளாகக் காட்டப்படும் பிரம்மாண்ட படிக்கட்டுகளைக் கொண்ட ராஜாஜி ஹாலின் கதையும் அதே அளவிற்கு பிரம்மாண்டமானதுதான். இந்த ஹால் ஒரு மாபெரும் வெற்றியின் நினைவாகக் கட்டப்பட்டது. ஆம், திப்பு சுல்தானுக்கு எதிராக நான்காவது மைசூர் யுத்தத்தில் கிழக்கிந்திய படைகள் பெற்ற வெற்றியின் சின்னம்தான் இது.

71

1800இல் தொடங்கி 1802இல் கட்டி முடிக்கப்பட்டபோது, இதற்கு பான்குவிடிங் ஹால் (Banqueting Hall) எனப் பெயரிடப்பட்டது. காரணம், பொதுநிகழ்ச்சிகளை நடத்துவதற்கான ஒரு அரங்கமாகத் தான் இது கட்டப்பட்டது.

பான்குவிடிங் ஹால்

கிழக்கிந்திய கம்பெனியின் பொறியாளரும் வானியல் நிபுணருமான ஜான் கோல்டிங்ஹாம் என்பவர்தான் இந்த பிரம்மாண்ட ஹாலை வடிவமைத்தார். இவர் வானியல் நிபுணர் என்பதாலோ என்னவோ, வான சாஸ்திரத்தில் அதிக ஆர்வம் காட்டிய புராதன கிரேக்கர்களின் கன்னித் தெய்வமான ஏத்தெனாவின் பார்த்தினான் கோவில் சாயலில் இதனை வடிவமைத்தார். இப்போதும் ஏத்தென்ஸ் நகரில் சிதிலமடைந்து கிடக்கும் பார்த்தினான் கோவிலைப் பார்த்தால், உங்களுக்கு இதை ஏற்கனவே எங்கோ பார்த்திருக்கிறோமே என்ற எண்ணம் தோன்றும்.

சரி, விஷயத்திற்கு வருவோம். புதிய தலைமைச் செயலக கட்டடம் அமைந்திருக்கும் ஓமந்தூரார் அரசினர் தோட்டத்தின் பரந்தவெளி முழுவதும் ஒரு காலத்தில் ஆண்டானியா தி மதிரோஸ் (Antonia de Madeiros) குடும்பத்தினருக்கு சொந்தமாக இருந்தது. அன்றைய சென்னைப்பட்டினத்தின் மிகவும் செல்வாக்கு வாய்ந்த இந்த குடும்பத்தினால்தான் சென்னைக்கு மெட்ராஸ் என்ற பெயரே வந்தது என்று, ஒரு கருத்தும் உள்ளது. இந்த குடும்பத்திடம் இருந்து, அந்த பரந்து விரிந்த மைதானத்தை 1753இல் விலைக்கு வாங்கிய கிழக்கிந்திய கம்பெனி, மெட்ராஸ் ஆளுநர்கள் தங்குவதற்காக அங்கு ஒரு பெரிய பங்களாவைக் கட்டியது. அதுதான் அரசினர் இல்லம்.

ராஜாஜி ஹால் வரைபடம்

பின்னர் ராபர்ட் கிளைவின் மகன் எட்வர்ட் கிளைவ் மெட்ராஸ் ஆளுநராக இருந்தபோது, 1800களில் இந்த கட்டடம் சற்றே புனரமைக்கப்பட்டது. அப்போதுதான் அருகில் பான்குவிடிங் ஹால் கட்டப்பட்டது. இந்த கட்டடத்தின் வடிவமைப்பாளர் ஜான் கோல்டிங்ஹாம் இதற்காக உருவாக்கிய வரைபடங்கள் இன்றும் பத்திரமாக பாதுகாத்து வைக்கப்பட்டுள்ளன.

சுமார் இரண்டரை லட்சம் ரூபாய் செலவில் கட்டி முடிக்கப்பட்ட இந்த ஹால், 1802 அக்டோபர் 7ந் தேதி

திறந்து வைக்கப்பட்டது. அதன் பிறகு சென்னை மாநகரின் எத்தனையோ முக்கியமான விழாக்கள் இந்த கட்டடத்தில் நடைபெற்றன. மக்கள் இதைப் பெருமளவு பயன்படுத்தியதால், 1875இல் தொடங்கி இந்த ஹால் அடிக்கடி புனரமைக்கப்பட்டும், விஸ்தரிக்கப்பட்டும் வந்தது. 1857இல் இருந்து மெட்ராஸ் பல்கலைக்கழகத்தின் பட்டமளிப்பு விழா ஆண்டுதோறும் இந்த பிரம்மாண்ட ஹாலில்தான் நடைபெற்றது. 1879இல் செனட் இல்லம் கட்டப்படும் வரை மெட்ராஸ் பட்டதாரிகள் இங்குதான் தங்களின் பட்டங்களை பெற்றுச் சென்றனர்.

1938 ஜனவரி 27 - 1939 அக்டோபர் 26 காலகட்டத்தில் மெட்ராஸ் ராஜ்தானியின் சட்டப் பேரவை இங்குதான் செயல்பட்டது. பின்னர் நாட்டிற்கு சுதந்திரம் கிடைத்ததும், முதல் இந்திய கவர்னர் ஜெனரலாக இருந்த ராஜகோபாலச்சாரியின் நினைவாக, இந்த கட்டடம் 1948இல் ராஜாஜி ஹால் எனப் பெயர் மாற்றப்பட்டது.

120 அடி நீளமும், 65 அடி அகலமும், 40 அடி உயரமும் கொண்ட இந்த விசாலமான கட்டடம், வெறும் கூட்டங்கள் மட்டுமின்றி சரித்திரப் புகழ்மிக்க பல நிகழ்வுகளுக்கு சாட்சியமாய் இருந்திருக்கிறது. 1961ஆம் ஆண்டு பிப்ரவரி மாதம் இங்கிலாந்து ராணி எலிசபெத் தனது பிறந்தநாள் கேக்கை இந்த ஹாலில்தான் வெட்டினார். அப்போது முதலமைச்சராக இருந்த காமராஜர் இந்த நிகழ்ச்சிக்கு ஏற்பாடு செய்திருந்தார். அதே காமராஜர் இறந்தபோது, மக்கள் அஞ்சலி செலுத்துவதற்காக இதே ராஜாஜி ஹாலில்தான் அவரின் உடல் வைக்கப்பட்டது. இவரைத் தவிர பேரறிஞர் அண்ணா, எம்.ஜி.ஆர் போன்ற முன்னாள் முதலமைச்சர்களின் உடல்களுக்கு தமிழகமே திரண்டு வந்து கண்ணீர் அஞ்சலி செலுத்தியதையும் இந்த ஹால் கனத்த இதயத்தோடு பார்த்திருக்கிறது.

ஓமந்தூரார் அரசினர் தோட்டம் ஒரு காலத்தில் அழகிய வனம் போல இருந்தது. கொளுத்தும் வெயிலிலும் குளிர்ச்சியான நிழல் பரப்பும் நிறைய ஆலமரங்கள் இங்கிருந்தன.

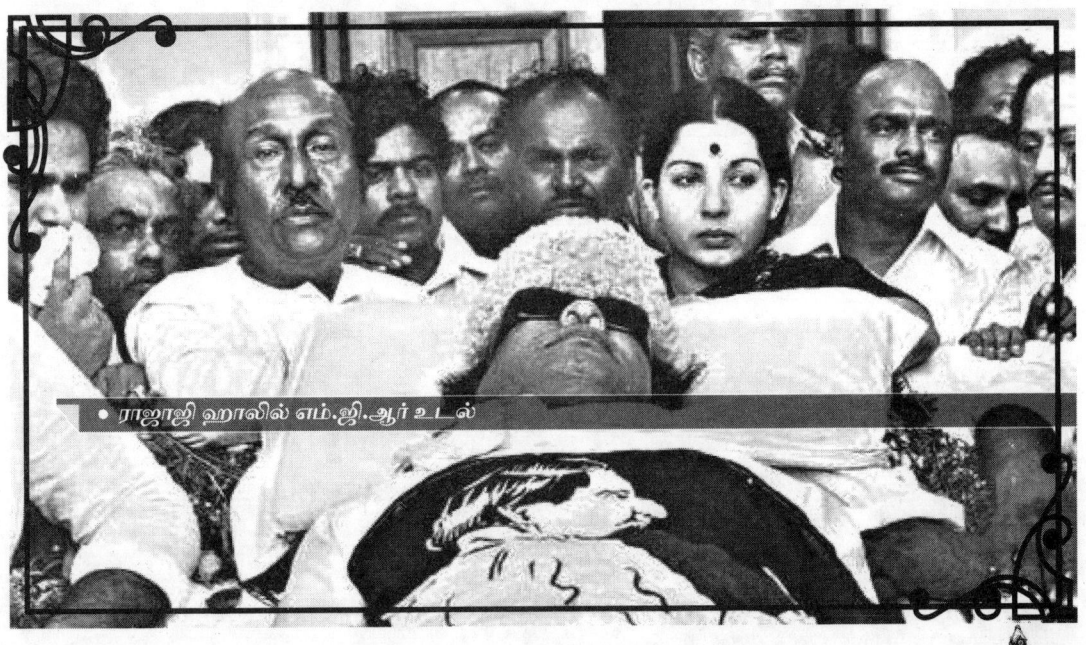

• ராஜாஜி ஹாலில் எம்.ஜி.ஆர் உடல்

ஆனால் புதிய தலைமைச் செயலகம் கட்டுவதற்காக இதில் பல மரங்கள் வெட்டப்பட்டுவிட்டன. அரசினர் இல்லம், காந்தி இல்லம் உட்பட இங்கிருந்த சில பழைய கட்டடங்கள் இடித்து தள்ளப்பட்டன. ஆனால் இதில் இருந்து எல்லாம் தப்பிப் பிழைத்து, 200 ஆண்டுகளைக் கடந்து நின்று கொண்டிருக்கிறது ராஜாஜி ஹால்.

- ஒரு காலகட்டத்தில், இந்த ஹாலை கோலிவுட்காரர்கள் குத்தகைக்கு எடுத்துக் கொண்டதைப் போல, ஏராளமான படப்பிடிப்புகள் இங்கு தொடர்ந்து நடந்து கொண்டிருந்தன.
- புதிய தலைமைச் செயலக கட்டுமானப் பணிகளால் இந்த ஹால் பலவீனமடைந்துள்ளதாகவும், உடனே இதை பாதுகாக்க உரிய நடவடிக்கைகளை எடுக்க வேண்டும் என்றும் சமூக ஆர்வலர்கள் கோரிக்கை விடுத்து வருகின்றனர்.

சாந்தோம் தேவாலயம்

72

மெட்ராஸ் சுமார் 1500 ஆண்டுகளுக்கு முன்பே சர்வதேச அளவில் புகழ்பெற்ற நகரமாக விளங்கியது. இதற்கு முக்கியக் காரணம் இங்கிருந்த ஒரு சிறிய தேவாலயம். இதனை தரிசிப்பதற்காக உலகின் பல பகுதிகளில் இருந்தும் ஏராளமான பக்தர்கள் தொடர்ந்து வந்துகொண்டே இருந்தனர், இன்னும் வந்து கொண்டிருக்கின்றனர். இப்படி உலகையே திரும்பிப் பார்க்க வைத்த அதுதான் சாந்தோம் தேவாலயம்.

இயேசு கிறிஸ்துவின் 12 சீடர்களில் ஒருவரான புனித தோமையார் கிபி 52இல் கேரளாவிற்கு வந்தார். அங்கு தீவிர மதப்பிரச்சாரத்தில் ஈடுபட்ட அவர், பின்னர் மெட்ராசிற்கு வருகை தந்தார்.

SANTHOME OLD CATHEDRAL PULLED DOWN IN 1892

● 1892ல் சாந்தோம் தேவாலயம்

1.SOUTHERN PORTIGO 2.DOOR TO SACRISTY 3. BELFRY OVER THE SACRISTY
4. CHAPEL UNDERTOMB CONTAINING THE TOMB OF ST.THOMAS
5. PRESBYTERY IN WHICH ST. FRANCIS XAVIER LIVED IN 1545

இங்கும் மதப்பிரச்சாரத்தில் ஈடுபட்ட அவர், கி.பி 72இல் இன்றைய புனித தோமையார் மலையில் ஈட்டியால் குத்திக் கொல்லப்பட்டார். அவரது சமாதியின் மீது எழுப்பப்பட்டதுதான் சாந்தோம் தேவாலயம்.

பண்டைய கிறிஸ்தவ ஆசிரியர்களின் குறிப்புகள்படி, தோமையார் இறந்ததும் அவரது உடல் அவரே கட்டியிருந்த சிறு கோவிலில் அடக்கம் செய்யப்பட்டது. கி.பி. 10ஆம் நூற்றாண்டில் தோமா அடக்கம் செய்யப்பட்ட இடத்தில் கிறிஸ்தவர்கள் சற்று பெரிதாக ஒரு கோவில் கட்டினார்கள். 1292இல் மயிலாப்பூருக்கு வருகை தந்த இத்தாலிய பயணி மார்க்கோ போலோ, புனித தோமாவின் கோவில் மற்றும் கல்லறை பற்றி எழுதி இருக்கிறார்.

பின்னர் 16ஆம் நூற்றாண்டின் முற்பகுதியில் மெட்ராசிற்கு வந்த போர்த்துகீசியர்கள், தோமா கோவில் பாழடைந்து கிடந்ததாகவும், 'பெத் தூமா' ('தோமாவின் வீடு') என்று அழைக்கப்பட்ட ஒரு சிற்றாலயம் மட்டும் தோமாவின் கல்லறையை அடையாளம் காட்டியது என்றும் குறிப்பிட்டிருக்கிறார்கள். இதனையடுத்து 1523இல் போர்த்துகீசியர் தோமா கல்லறைமீது பெரிய அளவில் ஒரு கோவிலைக் கட்டினார்கள். அதோடு தங்கள் குடியிருப்பைப் பாதுகாக்க ஒரு கோட்டையையும் கட்டினார்கள். ஆனால் அது பின்னாட்களில் டச்சுக் காரர்களால் தகர்க்கப்பட்டது.

சுமார் 300 ஆண்டுகள் இந்த கோவில் கடலின் உப்புக் காற்றை தாங்கி நின்றதால் மெல்ல பழுதடையத் தொடங்கியது. எனவே பழைய கோவில் இடிக்கப்பட்டு, 1893ஆம் ஆண்டு புதிய கோவில் வேலை தொடங்கியது. மயிலாப்பூரில் தங்கியிருந்த கேப்டன் பவர் (Captain

J.A. Power) என்ற ஆங்கிலேய பொறியியல் வல்லுநர், புதிய கோவிலுக்கு வடிவம் கொடுத்தார். அவர் 'புதிய கோத்திக்' என்னும் கட்டடப் பாணியில் உயர்ந்த கோபுரங்களை எழுப்பி பிரம்மாண்டமான ஒரு கோவிலை வடிவமைத்தார்.

இந்த தேவாலய ஜன்னல்களில் கிறிஸ்தவ சமயம் தொடர்பான காட்சிகள் அடங்கிய அழகிய வண்ணக் கண்ணாடிகள் (stained glass) பொருத்தப்பட்டுள்ளன. இவை ஜெர்மனியில் இருந்து வரவழைக்கப்பட்டவை. இதுமட்டுமின்றி விசாலமான வழிபாட்டு அரங்கம், உயரமான மேற்கூரை என பார்த்துப் பார்த்து கட்டிய புதிய கோவில், 1896ஆம் ஆண்டு திறந்துவைக்கப்பட்டது.

இந்த தேவாலயத்தில் மேரி மாதாவின் பழைய மரச்சிற்பம் ஒன்று உள்ளது. மயிலை மாதா என அழைக்கப்படும் இந்த மூன்றடி சிற்பத்தை பல முக்கியப் பிரமுகர்கள் வழிபட்டுள்ளனர். உலகப் புகழ்பெற்ற புனித பிரான்சிஸ் சேவியர், 1545இல் இங்கு வந்தபோது, மேரி மாதா முன்பு மணிக்கணக்கில் பிரார்த்தனையில் ஈடுபடுவாராம்.

தேவாலய வளாகத்தில் புனித தோமையாரின் கல்லறைக்கு மேல் ஒரு சிறிய வழிபாட்டுத் தலம் அமைக்கப்பட்டுள்ளது. அமைதி நிறைந்த இந்த இடத்தில் ஏராளமானோர் நெஞ்சுருகப் பிரார்த்தித்து இறைஅனுபவம் பெற்றுச் செல்கின்றனர். இந்த கல்லறை இதுவரை நான்கு முறை திறக்கப்பட்டுள்ளது. தோமையார் அற்புதங்கள் நிகழ்த்தும் புனிதராக கருதப்பட்டதால் அவரது உடல் புதைக்கப்பட்ட மண் கூட சக்திவாய்ந்ததாக கருதப்பட்டது. எனவே அப்போது மயிலாப்பூர் பகுதியை ஆண்ட மகாதேவன் என்ற அரசரின் மகன் உடல்நலம் பெறுவதற்காக தோமையாரின் கல்லறையில் இருந்து மண் எடுக்கப்பட்டது.

கிபி 222க்கும் கிபி 235க்கும் இடைப்பட்ட காலத்தில் மீண்டும் ஒருமுறை கல்லறையைத் திறந்து புனித தோமையாரின் உடல் எச்சங்களை எடுத்து இத்தாலியில் உள்ள ஓர்த் தோனா என்ற இடத்திற்கு அனுப்பி வைத்தனர். இன்றும் இத்தாலியில் அவை பாதுகாக்கப்படுகின்றன. 1523இல் போர்த்துகீசியர்கள் கோவிலை புனரமைத்தபோது, கல்லறை மூன்றாவது முறையாகத் திறக்கப்பட்டது. கடைசியாக 1729ஆம் ஆண்டு கல்லறையை திறந்து மண் எடுத்து பக்தர்களுக்கு விநியோகித்தனர்.

• சாந்தோம் தேவாலயம்

• சாந்தோம் தேவாலயத்தின் உள்தோற்றம்

கிறிஸ்தவர்களின் புனிதத்தலமாக விளங்கும் இந்த தேவாலயத்தில், ஓர் அருங்காட்சியகமும் உள்ளது. புனித தோமையார் காலத்தில் பயன்படுத்தப்பட்ட பல பொருட்கள் இங்கு காட்சிப்படுத்தப்பட்டுள்ளன. தோமையாரை குத்திக் கொன்ற ஈட்டியின் தலைப் பகுதியும், அவரின் எலும்புகளும் இங்கு பார்வைக்கு வைக்கப்பட்டுள்ளன.

அமைதியான ஒரு மதிய நேரத்தில் இந்த அருங்காட்சியகத்தில் தனியாக நிற்கும்போது, திடீரென காலம் நம்மை 2000 ஆண்டுகளுக்கு முன்பு தூக்கி வீசியதைப் போல இருக்கிறது. உலகம் முழுவதும் கோடிக்கணக்கான மக்களால் கடவுளாக வழிபடப்படும் ஏசுநாதருடன் பேசிப் பழகிய, அவரது நேரடி சீடர் ஒருவரின் எலும்புகளை பார்த்துக் கொண்டிருக்கிறோம் என்ற உணர்வே சிலிர்க்க வைக்கிறது. வெளியில் வந்த பிறகும் நீண்ட நேரம் அந்த இனிய அதிர்வுகள் தொடர்ந்து கொண்டே இருக்கின்றன.

- *ஏசுவின் மூன்று சீடர்களின் கல்லறைகள் மீதுதான் தேவாலயங்கள் எழுப்பப்பட்டுள்ளன. ஒன்று ரோமில் உள்ள புனித ராயப்பர் பேராலயம், இரண்டாவது ஸ்பெயினில் உள்ள புனித யாகப்பர் பேராலயம். மூன்றாவது சாந்தோம் பேராலயம்.*
- *தேவால்யத்திற்கு பின்புறம் கடற்கரைக்கு செல்லும் வழியில் தோமாவின் கம்பம் ஒன்று உள்ளது. கடல்நீர் உட்புகுந்து மனித உயிர்களைப் பறிப்பதை தடுக்க புனித தோமா இதை நிறுவியதாக ஒரு பாரம்பரிய கதை உள்ளது.*
- *இந்திய கத்தோலிக்க ஆயர் பேரவையால், 2006ஆம் ஆண்டு இது தேசிய வழிபாட்டுத்தலமாக அறிவிக்கப்பட்டது.*

புனித ஜார்ஜ் பள்ளி

73

அண்மைக் காலமாக சென்னை புத்தகக் கண்காட்சி நடைபெற்று வரும் புனித ஜார்ஜ் இலவசப் பள்ளிதான் இந்தியாவிலேயே முதன்முதலாக நிறுவப்பட்ட மேற்கத்திய பாணி பள்ளிக்கூடம். அவ்வளவு ஏன், அந்தக் கால சிவப்புக் கட்டடங்களுடன் கம்பீரமாக காட்சியளிக்கும் இதுதான் ஆசியாவிலேயே பழைய மேற்கத்திய பாணிப் பள்ளி என்றும் சொல்லப்படுகிறது. 300 ஆண்டுகளை நெருங்கிக் கொண்டிருக்கும் இந்த பள்ளியின் ஆரம்பப் புள்ளி புனித ஜார்ஜ் கோட்டையில் இருந்துதான் தொடங்கியது.

கிழக்கிந்திய கம்பெனியார் வியாபாரம் செய்வதற்காகத்தான் மெட்ராஸ் என்ற நிலப்பகுதியில் குடியேறினர்.

• புனித ஜார்ஜ் பள்ளி

எனவே ஆரம்ப நாட்களில் அவர்களின் கவனம் முழுவதும் வியாபாரத்தில் தான் இருந்தது. மற்ற எதைப் பற்றியும் அவர்கள் அதிகமாக கவலைப்படவில்லை. இந்நிலையில் வெள்ளையர் நகரத்தில் வசித்த எப்ரைம் என்ற பிரெஞ்சுப் பாதிரியார் தனது வீட்டிலேயே ஒரு சிறிய பள்ளியை தொடங்கினார்.

மெட்ராசில் குடியேறிய புதிதில் கிழக்கிந்திய கம்பெனியில் மணமாகாத இளைஞர்களே பெருமளவில் இருந்ததால் கம்பெனி ஊழியர்களின் குழந்தைகள் கோட்டைக்குள் குறைவாகவே இருந்தனர். இதனிடையே ரோமன் கத்தோலிக்கர்கள் சிலரும் பள்ளிகளைத் தொடங்கினர். இதனால் அச்சமடைந்த பிராடஸ்டன்டுகள், தங்கள் குழந்தைகளுக்கென ஒரு ஆசிரியர் தேவை என இங்கிலாந்து நிர்வாகத்திடம் வலியுறுத்தினர். இதனை ஏற்று பிராடஸ்டன்ட் பிரிவைச் சேர்ந்த ரால்ப் ஓர்டே என்ற திறமையான ஆசிரியர் 1677இல் அனுப்பி வைக்கப்பட்டார். இவர் குழந்தைகளுக்கு கிறிஸ்துவ பிராடஸ்டன்ட் பிரிவுக் கொள்கைகளை கல்வியோடு சேர்த்து போதித்தார். இதுதான் ஆங்கில அரசு இந்தியாவில் கல்விப் பணியில் எடுத்து வைத்த முதல் அடி.

சுமார் 40 ஆண்டுகாலம் இந்த பள்ளி நடைபெற்று வந்த நிலையில், இங்கிலாந்தில் இருந்து சென்னையில் குடியேறிய பிராடஸ்டன்ட் குழந்தைகளுக்காக அரசே ஒரு புதிய இலவசப் பள்ளியை நிறுவ வேண்டும் என்ற கோரிக்கை எழுந்தது. இதன்படி கோட்டையின் பாதிரியாராக இருந்த வில்லியம் ஸ்டீவன்ஸன் 1715இல், 'புனித மேரி தேவாலய தர்ம பள்ளி'யைத் தொடங்கினார்.

இந்த காலகட்டத்தில் பிரெஞ்சுப் படை கிழக்கிந்திய படையுடன் அடிக்கடி மோதி வந்தது. எனவே கோட்டைக்குள் இருப்பது பாதுகாப்பானது அல்ல என சொல்லப்பட்டதால் பள்ளியை கோட்டைக்கு வெளியே மாற்றுவது என முடிவு செய்யப்பட்டது. இதனையடுத்து பள்ளி செயல்பட்டு வந்த இடம் அரசுக்கு 300 பகோடாக்களுக்கு (அந்தக்காலப் பணம்) விற்கப்பட்டது. அரசு இழப்பீடாக மேலும் 400 பகோடாக்களைத் தந்தது. இதனைக் கொண்டு கோட்டைக்கு வெளியே 1751இல் தீவுத்திடலில் ஒரு வாடகை இடத்திற்கு பள்ளி மாற்றப்பட்டது.

இதனிடையே ஏற்கனவே சென்னையில் இயங்கிக் கொண்டிருந்த ஆண், பெண் ஆதரவற்றோர் இல்லங்களுடன் இந்த பள்ளி இணைக்கப்பட்டது. இதனால் மாணவர்களின் எண்ணிக்கை 100க்கும் அதிகமாக உயர்ந்ததால் அந்த இடம் போதவில்லை. எனவே இப்போது எழும்பூர் ரயில் நிலையம் இருக்கும் இடத்திற்கு பள்ளி இடம்மாறியது. இப்படியே சில ஆண்டுகள் கழிந்த நிலையில், ரயில்வே நிர்வாகம் எழும்பூர் ரயில் நிலையத்தை விஸ்தரிக்க விரும்பியதால் மீண்டும் ஒரு இடப்பெயர்ச்சிக்கு ஆளானது இந்தப் பள்ளி. அப்படித்தான் பச்சையப்பன் கல்லூரிக்கு எதிரில் இருக்கும் இந்த இடத்திற்கு கடைசியாக வந்து சேர்ந்தது புனித மேரி இலவசப் பள்ளி.

பிரிகேடியர் கான்வே என்ற ஆங்கிலேய அதிகாரிக்கு சொந்தமான 21 ஏக்கர் பரப்பளவு கொண்ட இந்த இடம், அந்தக் காலத்தில் 29,750 ரூபாய்க்கு வாங்கப்பட்டது. கான்வேயின் பளிங்கு சிலை ஒன்று கோட்டைக்குள் இருக்கும் புனித மேரி தேவாலயத்தில் இன்றும் இருக்கிறது. இந்த பள்ளி வளாகத்தில் உள்ள தேவாலயம் 1883 - 84 -ம் ஆண்டில் கட்டப்பட்டது. இங்கிலாந்தின் ஒரு கிராமப்புற தேவாலயம் போல தோற்றமளிக்கும் இதனைக் கட்ட அந்தக் காலத்திலேயே 16,000 ரூபாய் வரை செலவானதாம்.

• புனித ஜார்ஜ் பள்ளி

இரண்டாம் உலகப் போருக்கும் இந்த பள்ளிக்கும் ஒரு தொடர்பு இருக்கிறது. காரணம் போரின் போது, ராணுவ வீரர்களின் பயன்பாட்டிற்காக இந்த பள்ளி ஒதுக்கப்பட்டது. எனவே 1945- 46 -ம் ஆண்டில் அரசு உத்தரவின்படி, கோவையில் இயங்கி வந்த ஸ்டேன்ஸ் பள்ளி வளாகத்துக்கு இந்த பள்ளி மாற்றப்பட்டது. இறுதியாக, 1954 -ல் கோவையிலிருந்து மீண்டும் சென்னைக்கு மாற்றப்பட்ட பிறகுதான் இது புனித ஜார்ஜ் பள்ளி மற்றும் ஆதரவற்றோர் இல்லம் என்று பெயர் மாற்றம் செய்யப்பட்டது.

உருண்டோடிய இந்த இரண்டு நூற்றாண்டுகளில் ஆயிரக்கணக்கான மாணவர்கள் இங்கு கல்வி பெற்றுச் சென்றுவிட்டனர். எத்தனையோ கல்விமான்கள் இங்கு தங்களின் அறிவை அடுத்த தலைமுறைக்கு அளித்துச் சென்றுள்ளனர். ஆங்கிலேய ஆதிக்க நாட்கள், சுதந்திரப் போராட்ட நாட்கள், சுதந்திரத்திற்கு பிந்தைய சுகமான நாட்கள் என வரலாற்று சிறப்புமிக்க பல நினைவுகளை சுமந்தபடி இன்றும் கம்பீரமாக நின்று கொண்டிருக்கும் இந்த சிவப்புக் கட்டடங்களுக்கு இடையே நடைபயிலும்போது, மெட்ராசின் சரித்திரம் சக பயணியாக உடன் வருவது போலவே இருக்கிறது.

- ஆரம்ப நாட்களில் இந்த பள்ளியில் ஆங்கிலேயர்களின் குழந்தைகள் மட்டுமே கல்வி கற்றனர்.
- விரல் விட்டு எண்ணக்கூடிய அளவிலான மாணவர்களோடு தொடங்கப்பட்ட இந்த பள்ளியில் இன்று 1500க்கும் அதிகமானோர் பயில்கின்றனர்.

பிரபல தெருக்களின் பிதாமகன்கள்

74

சமுதாயத்திற்காக உழைத்து மக்கள் மனதில் நின்றவர்களை வருங்கால சந்ததியினர் மறக்காமல் இருப்பதற்காக அவர்களின் பெயர்களை தெருக்களுக்கு சூட்டுவது வழக்கம். ஆனால் சென்னையில் பல பிரபல தெருக்கள் இன்றும் நாம் கேள்விப்படாத ஆங்கிலேயர்களின் பெயர்களைத் தாங்கி நிற்கின்றன. உண்மையில், இவர்கள் யார்? சமூகத்திற்கு என்ன செய்தார்கள்? என்று தேடியபோது நிறைய சுவாரஸ்யத் தகவல்கள் கிடைத்தன.

அவற்றை ஆராய்வதற்கு முன் நாம் ஒரு விஷயத்தை தெளிவாகப் புரிந்துகொள்ள வேண்டும். கிழக்கிந்திய கம்பெனி இருந்த காலத்தில், சென்னையில் இவ்வளவு பேர் இல்லை.

சென்னை

• ஸ்டெர்லிங் ரோடு

எனவே ஆங்கிலேயர்கள் மிகப்பெரும் நிலப்பரப்புகளில் தோட்ட வீடுகள் அமைத்து வசதியாக வாழ்ந்திருக்கிறார்கள். காலப்போக்கில் அங்கு மற்றவர்களும் குடியேறும்போது, அப்பகுதி அந்த தோட்ட வீட்டுக்காரரின் பெயரில் அழைக்கப்பட்டு அப்படியே நிலைத்துவிடுகிறது.

இதற்கு சிறந்த உதாரணம் போயஸ் கார்டன். போ (poe) என்பவர் கதீட்ரல் சாலைக்கு தென்புறம் ஒரு பெரிய தோட்ட வீட்டில் வாழ்ந்திருக்கிறார். இதனால் அது போவின் தோட்டம் (poe's garden) என்று அழைக்கப்பட்டது. இது காலப்போக்கில் அப்படியே தமிழில் உச்சரிக்கப்பட்டு 'போயஸ் கார்டன்' ஆகிவிட்டது. ஜான் சைமன் என்ற ஆங்கிலேயர் 1833ஆம் ஆண்டு எழுதிய டைரிக் குறிப்பில், இதுபற்றி குறிப்பிட்டிருக்கிறார். சைமன் தனது குறிப்பில் மேலும் சில ஆங்கில கனவான்களின் இருப்பிடங்கள் பற்றிய தகவல்களையும் பகிர்ந்துகொண்டிருக்கிறார்.

சென்னையின் பிரபல சாலைகளான ஹாடோஸ் ரோடும், ஹாரிங்டன் ரோடும் இரண்டு அரசு ஊழியர்களின் பெயர்களைத் தாங்கி நிற்கின்றன. ஜார்ஜ் ஜான் ஹாடோ (George John Haddow) 1805ஆம் ஆண்டு முதல் கிழக்கிந்திய கம்பெனியில் பணியாற்றியவர், 1827ஆம் ஆண்டுவாக்கில் இவர் வசித்த தெருதான் தற்போது ஹாடோஸ் ரோடு என அழைக்கப்படுகிறது. அதேபோல, 1784இல் கிழக்கிந்திய கம்பெனியில் இணைந்த வில்லியம் ஹாரிங்டனுக்கு (William Harrington) 1796இல் சேத்துப்பட்டில் 10 ஏக்கர் நிலம் தானமாக வழங்கப்பட்டது. அந்த நிலத்தில்தான் பயணிக்கிறது இன்றைய ஹாரிங்டன் ரோடு. ஹால்ஸ் ரோடு, ஹாரிஸ் சாலை, சேமியர் சாலை, டெய்லர்ஸ் ரோடு என பல சாலைகளின் கதையும் கிட்டத்தட்ட இதேதான்.

• 1890ல் சென்னை

நுங்கம்பாக்கத்தின் பிரதான சாலையான ஸ்டெர்லிங் ரோடு ஒருகாலத்தில் மாட்டு வண்டிகள் பயணிக்கும் ஒற்றையடி பாதையாக இருந்தது.

19ஆம் நூற்றாண்டின் தொடக்கத்தில், இந்த பகுதியில் ஒரு இடத்தை வாங்கினார் ஸ்டெர்லிங் (L. K. Sterling). ஆங்கிலேயப் படையில் சாதாரண சிப்பாயாக சேர்ந்த இவர், படிப்படியாக முன்னேறி செஷன்ஸ் நீதிபதியாகிவிட்டார். அந்த நீதிமானின் நினைவாகத் தான் இன்றும் நீண்டு கிடக்கிறது ஸ்டெர்லிங் சாலை.

ராயப்பேட்டை மணிக்கூண்டிற்கு அருகில் தொடங்குகிறது வைட்ஸ் சாலை (Whites Road). சுதந்திரத்திற்கு பிறகும் ஏன் இன்னும் இந்த வெள்ளைக்கார சாலை இருக்கிறது என்று விசாரித்ததில், வைட் (J. D. White) என்ற ஆங்கிலேயர், கம்பெனி தனக்கு அளித்த நிலத்தில் இங்கு வீடு கட்டி குடியிருந்தது தெரியவந்தது. இந்த வைட் சாலையை அண்ணா சாலையுடன் இணைக்கிறது பட்டுலாஸ் சாலை. இதற்கு காரணகர்த்தா ஆங்கிலப் படையில் கேப்டனாக இருந்த எர்ஸ்கின் பட்டுலா (Archibald Erskine Patullo). இவரும் இந்த பகுதிவாசிதான்.

இதேபகுதியில் இருக்கிறது வுட்ஸ் ரோடு (Wood's Road). ஆங்கிலேய அரசின் தலைமைச் செயலாளராக இருந்த எட்வர்ட் வுட்டின் வீடு இங்கு இருந்ததே இதற்கு காரணம். 1822இல் எட்வர்ட் இந்த வீட்டில் தங்கி இருந்தார். பின்னர் அந்த வீடு கேஸ்டல் ஹோட்டலாக (Castle Hotel) மாறிவிட்டது. ஸ்பென்சர் பிளாசாவுக்கு அருகில், பின்னி நிறுவனத்தின் ஜான் பின்னி வாழ்ந்த வீடு இருந்த தெரு, இன்றும் பின்னி சாலை என்றுதான் அழைக்கப்படுகிறது. இப்படி முக்கியப் புள்ளிகள் வசித்த தெருக்களுக்கு எல்லாம் அவர்களின் பெயர்களை வஞ்சனை இல்லாமல் வைத்துவிட்டார்கள் ஆங்கிலேயர்கள்.

சென்னையில் ஒரு சிலரின் பதவி கூட தெருப் பெயராக மாறி இருக்கிறது. இதற்கு நல்ல உதாரணம், எழும்பூரில் இருக்கும் கமாண்டர் இன் சீஃப் (Commander&in&Chief) சாலை. 19ஆம் நூற்றாண்டு தொடக்கத்தில் இங்கிருந்த ஒரு வீட்டில், ஒரு பெயர் தெரியாத கமாண்டர் இன் சீஃப் வாழ்ந்து, இந்த பெயருக்கு காரணமாகிவிட்டார். இந்த வீடு பின்னர் விக்டோரியா ஹோட்டலாக மாறிவிட்டது. ஒருகாலத்தில் சென்னையில்

அனைத்து தெருக்களுமே ஆங்கிலேயர்களின் பெயர்களுடன்தான் இருந்தன. பின்னர் இவற்றில் பலவற்றை மாற்றி தமிழ் அறிஞர்கள், கலைஞர்கள் மற்றும் சமூகப் போராளிகளின் பெயர்களை வைத்தனர். இருப்பினும் இதில் தப்பிப் பிழைத்து இன்றும் தாக்குப் பிடிக்கிறார்கள் சில ஆங்கிலக் கனவான்கள். கொஞ்சம் நின்று நிதானித்துப் பார்த்தால், இதுபோன்ற ஒவ்வொரு பெயர்ப் பலகைக்கு பின்னும் ஒரு கதை கருப்பு வெள்ளையில் ஓடிக் கொண்டிருப்பது தெரியும்.

- ஹென்றி சுலைவன் கிரீம் என்ற அரசு ஊழியர் வாழ்ந்த சாலைதான் கிரீம்ஸ் ரோடு. கிரீமின் சாலை (Graeme's Road) என்பதுதான் இப்படி மருவிவிட்டது.

- சாந்தோம் பகுதியில் இருந்த ஹாமில்டன் பாலம் (Hamilton Bridge) நம்மாட்கள் வாயில் நுழையாததால் அம்பட்டன் வாராவதி ஆகிவிட்டது. பின்னர் இது மீண்டும் மொழிமாற்றப்பட்டு பார்பர்ஸ் பிரிட்ஜ் (Barbers Bridge) ஆனது தனிக்கதை.

கவர்னரான வைர வியாபாரி

75

வந்தாரை வாழ வைக்கும் மதராசபட்டினம் எத்தனையோ பேருக்கு வசந்தத்தின் வாசலைத் திறந்துவிட்டிருக்கிறது. சாமானியர்களாய் வந்தவர்களை சரித்திர ஏடுகளில் சாகாவரம் பெற்றவர்களாய் நிலைக்கச் செய்திருக்கிறது. அப்படி மெட்ராசால் மேன்மை பெற்ற ஒருவர்தான் கவர்னர் தாமஸ் பிட்.

1653இல் இங்கிலாந்தில் பிறந்த தாமஸ் பிட், தனது இருபத்தியோராவது வயதில் இந்தியா வந்தார். ஒரிசாவின் பாலாசூர் நகரில் தங்கியிருந்த பிட், கிழக்கிந்திய கம்பெனியின் ஒப்புதலைப் பெறாமலே கிழக்கிந்திய நாடுகளுடன் வணிகம் செய்து வந்தார். இதனால் கம்பெனிக்கும் இவருக்கும் அடிக்கடி முட்டிக் கொண்டது.

• ரீஜென்ட் வைரம்

இவரை ஒடுக்க கம்பெனி பல்வேறு நடவடிக்கைகளை எடுத்தது. ஆனால் பிட் அவை அனைத்தையும் வெற்றிகரமாக முறியடித்துக் கொண்டே இருந்தார்.

இதனிடையே 1683இல் இங்கிலாந்து சென்ற பிட்டை அங்கேயே மடக்கிப் பிடித்து, கிழக்கிந்திய கம்பெனிக்கு எதிரான அவரது செயல்களுக்காக 400 பவுண்டுகள் அபராதம் விதித்தார்கள். ஆனால் அதற்குள் பிட் இந்தியாவில் எக்கச்சக்கமாக சம்பாதித்து விட்டதால், அந்த தொகையை பெரிதாக அலட்டிக் கொள்ளாமல் கட்டிவிட்டார். இருந்தாலும் சிறிது காலம் அடக்கி வாசிக்க முடிவு செய்த அவர், இங்கிலாந்திலேயே சில ஆண்டுகள் தங்கி இருந்தார். அங்கு நிறைய நிலங்களை வாங்கிப் போட்ட பிட், எம்.பி.யாகவும் தேர்ந்தெடுக்கப்பட்டுவிட்டார்.

பின்னர் 1693இல் மீண்டும் இந்தியா வந்த தாமஸ் பிட், இம்முறை கிழக்கிந்திய கம்பெனியுடன் சமாதானம் செய்து கொண்டார். அவரது திறமையை புரிந்துகொண்ட கம்பெனி அவருக்கு தலைவர் பதவி கொடுத்து மெட்ராசிற்கு அனுப்பியது. அடுத்த ஆண்டே அவர் புனித ஜார்ஜ் கோட்டையின் கவர்னராக நியமிக்கப்பட்டார்.

முகலாயப் பேரரசர் அவுரங்கசீப்பின் தளபதியான தாவூத் கான், 1702ஆம் ஆண்டு புனித ஜார்ஜ் கோட்டையை மூன்று மாதங்களுக்கும் மேலாக முற்றுகையிட்டிருந்தபோது, கோட்டையின் கவர்னராக தாமஸ் பிட்தான் இருந்தார். அவரது சமரச முயற்சிகளின் பலனாக முற்றுகை விலக்கிக் கொள்ளப்பட்டது. பின்னர் வருங்காலத்தில் இதுபோன்ற நிகழ்வுகள் ஏற்படாமல் தடுக்க உள்ளூர் வீரர்களை கம்பெனியின் படையில் சேர்த்து கோட்டைக்கு வலுசேர்த்தார் தாமஸ் பிட்.

மெட்ராஸ் நகரை முதன்முறையாக துல்லியமாக சர்வே எடுக்க ஏற்பாடு செய்தது போன்ற நடவடிக்கைகளால் தாமஸ் பிட்டின் ஆட்சிக் காலத்தை மெட்ராசின் பொற்காலம் என வரலாற்று ஆய்வாளர்கள் கூறுகின்றனர். 1708இல் திருவொற்றியூர், கத்திவாக்கம், நுங்கம்பாக்கம், வியாசர்பாடி, சாத்தங்காடு ஆகிய கிராமங்களை தாவூத் கானிடம் இருந்து மானியமாகப் பெற்று மெட்ராசுடன் இணைத்ததும் தாமஸ் பிட்தான்.

தனக்கு இவ்வளவு செய்த பிட்டிற்கு, மெட்ராஸ் ஒரு பெரிய வைரத்தை பரிசளித்தது. ஆம், இந்தியாவில் கிடைத்த பெரிய வைரங்களில் முக்கியமானது ரீஜென்ட் வைரம். இந்த வைரத்திற்கு மற்றொரு பெயர் என்ன தெரியுமா?... பிட் வைரம் (Pitt Diamond). இந்த வைரம் கோல்கொண்டாவின் பர்க்கால் சுரங்கத்தில் இருந்து தோண்டி எடுக்கப்பட்டது.

வெட்டி எடுத்தபோது 410 காரட்டாக இருந்த இந்த வைரத்தை 1701ஆம் ஆண்டு கவர்னர் தாமஸ் பிட் 48,000 பகோடாக்கள் விலை கொடுத்து வாங்கினார். பின்னர் இங்கிலாந்துக்கு

அனுப்பப்பட்டு பட்டை தீட்டப்பட்டதும் இது 137 காரட்டாக குறைந்தது. பிட் வைரம் என்று அழைக்கப்பட்ட இதனை பிரெஞ்சு அரசுக்கு 1,35,000 பவுண்டுகளுக்கு விற்று மிகப் பெரிய ஜாக்பாட் அடித்தார் தாமஸ் பிட்.

1717-ல் பிரெஞ்ச் மன்னரால் ரீஜென்ட் என்று பெயர் மாற்றப்பட்ட இந்த வைரத்தைத்தான் நெப்போலியன் தன்னுடைய வாளின் கைப்பிடியில் பதித்து வைத்திருந்தார் என்கிறார்கள். நெப்போலியனுக்கு பணக் கஷ்டம் வந்தபோது, 40 லட்சம் டாலருக்கு இதை அடகு வைத்து பிறகு மீட்டார் என்றும் சொல்லப்படுகிறது. எது எப்படியோ ரீஜென்ட் வைரம் தற்போது பாரீஸ் நகரில் உள்ள லூவர் மியூசியத்தில் பத்திரமாக பாதுகாக்கப்பட்டு வருகிறது.

1709இல் தனது பதவிக்காலம் முடிந்ததும் பெரும் செல்வத்துடன் இங்கிலாந்து திரும்பிய தாமஸ் பிட், பல பகுதிகளில் அரண்மனை போன்ற வீடுகளை கட்டி அம்சமாக செட்டிலாகிவிட்டார். அப்போதும் சும்மா இல்லாமல் மீண்டும் இங்கிலாந்து நாடாளுமன்றத்திற்குள் நுழைந்துவிட்டார். இதனிடையே அவரது மகனும் எம்.பி.யாகி விட்டதால் அப்பாவும், மகனும் சேர்ந்தே நாடாளுமன்றத்திற்கு சென்று வந்தனர்.

- *இவரது பேரனான வில்லியம் பிட் சீனியரும், கொள்ளுப் பேரனான வில்லியம் பிட் ஜூனியரும் இங்கிலாந்தின் பிரதமர்களாக இருந்தவர்கள்.*
- *இறுதி நாட்களில் அவர் ஜமைக்காவின் கவர்னராக நியமிக்கப்பட்டார். ஆனால் சில காரணங்களால் பிட் அந்த பதவியில் சேரவில்லை.*

தேனாம்பேட்டை

76

மெட்ராஸ் பேட்டைகளில் முக்கியமானது தேனாம்பேட்டை. கோர்ட்யார்ட் மரியட், ஹயாத் ரிஜென்சி என பிரம்மாண்ட 5 நட்சத்திர ஓட்டல்களோடு இன்று ஜொலிக்கும் இந்த பேட்டை, சுமார் 200 ஆண்டுகளுக்கு முன் வயல்கள் சூழ்ந்த கிராமமாக இருந்தது. ஷங்கர் பட கிளைமேக்ஸ் மாதிரி, இந்த கிராமம் ஒரு நவநாகரீகப் பகுதியாக உருமாறிய கதை ரொம்பவே சுவாரஸ்யமானது.

1800களுக்கு முன் இந்த பகுதி முழுவதும் விவசாய நிலங்களாகத் தான் இருந்தன. எங்கு பார்த்தாலும் நெல் வயல்கள், வெத்தலை, வாழைத் தோப்புகள், கரும்பு மற்றும் காய்கறித் தோட்டங்கள் என பச்சைப் பசேலென்று காட்சியளித்தது.

இங்கு நிறைய தென்னந்தோப்புகள் இருந்ததால் இது தென்னம் பேட்டை என்று அழைக்கப்பட்டு, பின்னாளில் மருவி தேனாம்பேட்டை ஆகிவிட்டது என்று கூறப்படுகிறது.

தேனாம்பேட்டை பெயருக்கு வேறு ஒரு காரணமும் சொல்லப்படுகிறது. இந்த பகுதியில் செல்வாக்குடன் வாழ்ந்த தெய்வநாயக முதலியார் என்பவர் இங்குள்ள அகஸ்தீஸ்வர சுவாமி கோவில், அகிலாண்டேஸ்வரி அம்மன் கோவில் ஆகியவற்றிற்கு நன்கொடைகளை வாரிக் கொடுத்ததாகவும், அவரின் நினைவாகவே இது தெய்வநாயகம்பேட்டை என அழைக்கப்பட்டதாகவும் கூறப்படுகிறது. அந்தக் கால பத்திரப் பதிவு ஆவணங்களில் தெய்வநாயகம் பேட்டை என்பதை குறிக்கும் வகையில் தெ.பேட்டை என்றே குறிப்பிடப்பட்டுள்ளது. இதனை பேச்சு வழக்கில் மக்கள் ‘தேனா பேட்டை’ என்று அழைக்கத் தொடங்கி, அதுவே தேனாம்பேட்டை ஆகியிருக்கலாம் என்றும் கருதப்படுகிறது.

சரி, இந்த தேனாம்பேட்டை கிடுகிடு வளர்ச்சி அடைந்த கதைக்கு வருவோம். தேனாம்பேட்டையின் மேற்குப் பகுதியில் அந்த காலத்தில் ஒரு பெரிய குளம் இருந்தது. இந்த குளத்து நீரைப் பயன்படுத்தித்தான் இங்கு விவசாயம் செழிப்பாக நடைபெற்று வந்தது. இந்நிலையில்தான் கதையில் ஒரு திருப்பம். கிழக்கிந்திய கம்பெனியார் சென்னையில் குடியேறிய உடன், புனித தோமையார் மலைக்கு செல்வதற்காக பரங்கிமலை வரை சுமார் 15 கி.மீ நீளத்திற்கு ஒரு சாலையை அமைத்தனர். 1781-1785 கால கட்டத்தில் சார்லஸ் மெக்கார்டினி (Charles MaCartney) மெட்ராஸ் ஆளுநராக இருந்தபோது அமைக்கப்பட்ட இந்த அகன்ற சாலைதான் இன்றைய மவுண்ட் ரோடு.

இந்த மவுண்ட் ரோடு, தேனாம்பேட்டையை ஒட்டி அமைக்கப்பட்டது இந்த பகுதியின் வளர்ச்சியை பன்மடங்கு அதிகரிக்கச் செய்தது. தேனாம்பேட்டை விவசாயிகள் மவுண்ட் ரோடு மூலம் தங்களின் விளை பொருட்களை மெட்ராசின் வேறு பகுதிகளுக்கு எடுத்துச் சென்று விற்பனை செய்தனர். இதனால் பலருக்கும் தேனாம்பேட்டை பற்றி தெரிய வந்தது. இயற்கை எழில் கொஞ்சும் சூழல், அருகிலேயே ஒரு பிரதான சாலை என அம்சமாக அமைந்துபோனதால், நிறைய ஆங்கிலேயர்கள் இங்கு தோட்ட வீடுகளை கட்டி குடியேற ஆரம்பித்தனர்.

அவர்களில் முதலில் தேனாம்பேட்டைவாசியானவர் லெப்டினன்ட் கர்னல் வேலெண்டைன் பிளாக்கர் (Lieu. Col. Valentine Blacker). இவருக்கு 1806ஆம் ஆண்டு இந்த பகுதியில் 9 ஏக்கர் நிலம் மானியமாக வழங்கப்பட்டது. இதில் அழகாக ஒரு வீட்டைக் கட்டி குடியேறிய அவர், 1817-1819 இடையே நடைபெற்ற மராத்திய யுத்தம் பற்றி சிறப்பாக எழுதிய வரலாற்று ஆய்வாளராக போற்றப்படுகிறார். அவரைத் தொடர்ந்து இந்த பகுதிக்கு வந்த முக்கிய பிரமுகர் லஷிங்டன். இவர் இன்றைய தோட்டக்கலை பண்ணையில் வீடு கட்டி கிரகப்பிரவேசம் செய்தவர். இப்படி அடுத்தடுத்து நிறைய பிரபலங்கள் தேனாம்பேட்டைவாசிகளாக மாறினர்.

அப்படி வந்தவர்களில் ஒருவர்தான் ரிச்சர்ட் எல்டாம். 1801இல் மெட்ராஸ் நகர மேயராக இருந்த இவர், தேனாம்பேட்டையில் ஒன்றரை ஏக்கர் நிலத்தை வாங்கி லஸ் ஹவுஸ் என்ற வீட்டைக் கட்டினார். இவர் கிழக்கிந்திய கம்பெனியில் பல முக்கியப் பொறுப்புகளை வகித்தவர். இவரின் நினைவாகத் தான் இந்த சாலை இன்று எல்டாம்ஸ் சாலை (Yeldam Road) என அழைக்கப்படுகிறது.

எல்லையம்மன் கோவில்

ஆங்கிலேயர்களின் வருகை அதிகரித்ததை அடுத்து இந்த பகுதியைச் சுற்றி பிரபல தேவாலயங்கள் எழுப்பப்பட்டன. இதில் வடக்கே அமைக்கப்பட்ட புகழ்பெற்ற கதீட்ரல் தேவாலயம் காரணமாக, அந்த சாலையே கதீட்ரல் சாலை எனப் பெயர் பெற்றது. தேனாம்பேட்டையின் மற்றொரு முக்கிய இடம் எல்லையம்மன் கோவில் பகுதி. இங்கிருந்த ஏரியில் ஒரு முறை பெரிய வெள்ளம் வந்துவிட்டதாம். அப்போது அலைகளில் அடித்தபடி ஒரு அம்மன் சிலை வந்ததாகவும், அதனைக் கொண்டு கோவில் அமைக்கப்பட்டதாகவும் சொல்லப்படுகிறது. அலைகளில் வந்த அம்மன் என்பதால் அலை அம்மன் என்று அழைக்கப்பட்டு காலப்போக்கில் ஆலையம்மன் என்றும் எல்லையம்மன் என்றும் மருவிவிட்டதாகவும் சொல்கிறார்கள். இந்த கோவிலின் காலம் பற்றிய தகவல் உறுதியாகத் தெரியவில்லை.

ஒருபுறம் எல்லையம்மன் கோவில், மறுபுறம் நட்சத்திர ஹோட்டல்கள். இடையே அண்ணா அறிவாலயம், காமராஜர் அரங்கம் போன்ற முக்கியத்துவம் வாய்ந்த கட்டடங்கள், பேட்டையைச் சுற்றிலும் அரசியல் நாயகர்களான முன்னாள், இன்னாள் முதலமைச்சர்களின் வீடுகள், கோலிவுட் நாயகர்களான சூப்பர் ஸ்டார் மற்றும் உலக நாயகனின் இல்லங்கள், இவற்றிற்கிடையே இன்றும் எந்த மாற்றமும் இல்லாமல் சந்து, பொந்துகளில் காட்சியளிக்கும் சென்னையின் பூர்வகுடிகளின் குடிசைகள் என வாழ்வின் மிகப் பெரிய தத்துவத்தை நம்முன் காட்சிக்கு வைத்திருக்கிறது இந்த பேட்டை.

- *தேனாம்பேட்டை ஆரம்ப நாட்களில் வெள்ளாளத் தேனாம்பேட்டை, வண்ணியத் தேனாம்பேட்டை என இரண்டாக இருந்தது*
- *பிரபல பாலிவுட் நாயகியாக விளங்கிய ஹேமமாலினி முதலில் தன் இல்லத்தையும், நடனப் பள்ளியையும் இங்குதான் அமைத்திருந்தார்.*

ஆவணக் காப்பகம்

77

திருவள்ளுவர் வீட்டு விலாசம், ஔவையாரின் மெடிக்கல் ரிப்போர்ட் போன்ற ஆவணங்கள் எல்லாம் காணக் கிடைத்தால் எவ்வளவு பரவசமாக இருக்கும். ஆனால் நம்மிடம் இந்த ஆவணப்படுத்துதல் என்ற பழக்கம் குறைவாக இருந்ததால், தமிழரின் பெருமைமிகு பாரம்பரியம் குறித்த நிறைய தகவல்கள் அறியப்படாமலே இருக்கின்றன. இலக்கிய சான்றுகள், கல்வெட்டுகள் ஆகியவற்றின் மூலம் தெரிய வந்தவை சில மட்டுமே. ஆனால் அன்றைய சாமானிய மக்களின் வாழ்க்கை முறை பற்றிய எக்கச்சக்கமானதகவல்கள் காலக்கரையானால் அழிக்கப்பட்டுவிட்டன.

ஆனால் மெட்ராஸ் என்ற பொட்டல்வெளியில் கிழக்கிந்திய கம்பெனியார் குடியேறிய காலத்தில் (1639) இருந்து நிகழ்ந்தவை பற்றிய தகவல்கள் நம்மிடம் இருக்கின்றன.

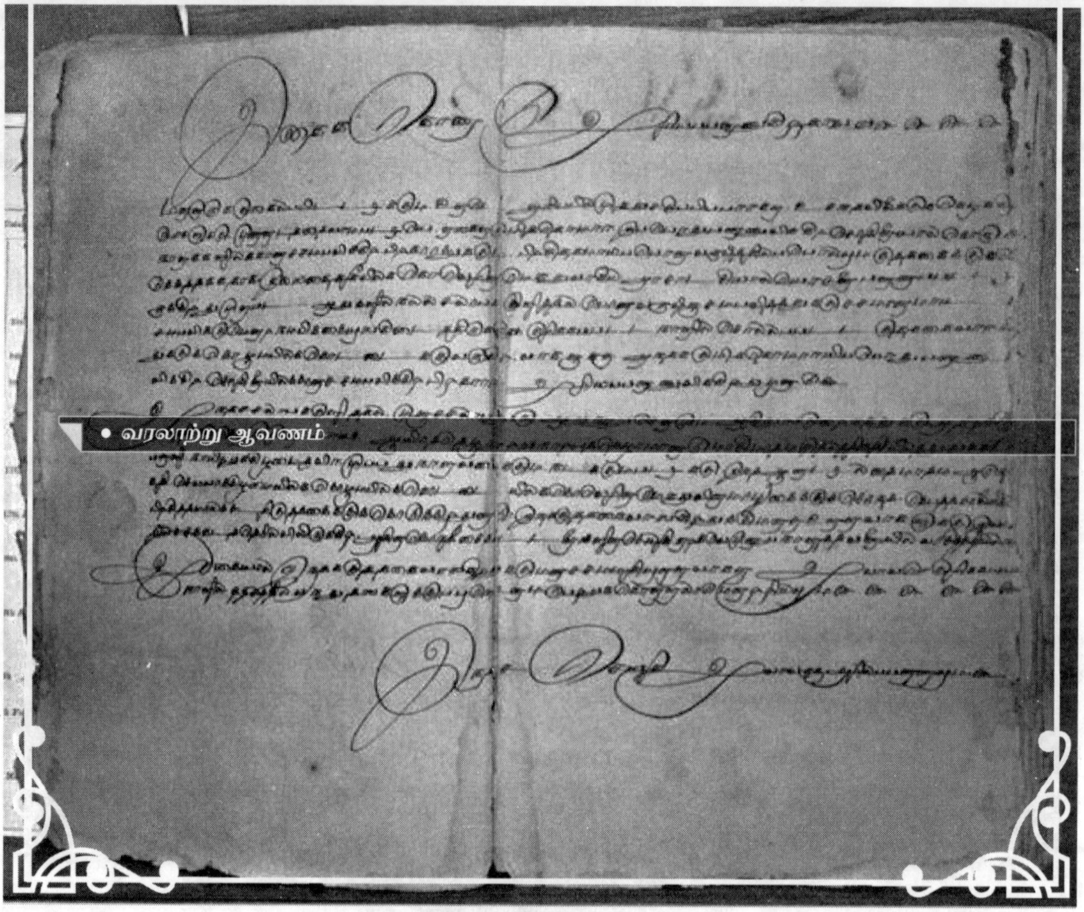

• வரலாற்று ஆவணம்

இதற்கு வித்திட்டவர் சர் வில்லியம் லாங்கோர்ன் (Sir William Langhorne). 1672இல் மெட்ராஸ் ஆளுநராக நியமிக்கப்பட்ட வில்லியம், 'வரலாறு முக்கியம் அமைச்சரே' என்பதை நன்கு உணர்ந்திருந்தார். எனவே, கிழக்கிந்திய கம்பெனியின் ஆவணங்களை முறையாக தொகுத்து பாதுகாக்க உத்தரவிட்டார்.

• சர் வில்லியம் லாங்கோர்ன்

இதில் கவனிக்க வேண்டியது என்னவென்றால், இங்கிருந்த கிழக்கிந்திய கம்பெனி அதிகாரிகளுக்கும், இங்கிலாந்து அதிகாரிகளுக்குமான கடிதப் போக்குவரத்து போன்ற ஆவணங்கள்தான் முதலில் சேகரிக்கப்பட்டன. இவை அனைத்துமே ஆங்கிலேயர்களால் ஆங்கிலேயர்களுக்கு எழுதப்பட்டவை என்பதால் இதில் தமிழர்களைப் பற்றிய நல்ல விஷயங்கள் எவ்வளவு இருக்கும் என்பது சந்தேகமே. ஆனால் குறைந்தபட்சமாக அப்போது நிகழ்ந்த சம்பவங்களையாவது இவற்றின் மூலம் அறிந்துகொள்ள வாய்ப்பு இருக்கிறது.

ஆரம்ப காலத்தில் கோட்டைக்குள் இருந்த கவுன்சில் அறையில் இந்த ஆவணங்கள் பாதுகாக்கப்பட்டன. பின்னர் ஆவணங்களின் எண்ணிக்கை அதிகரிக்க அதிகரிக்க கோட்டைக்குள்ளேயே இவை இடம் மாறிக் கொண்டே இருந்தன. பிற்காலத்தில் மெட்ராஸ் மாகாணம் என்றழைக்கப்பட்ட தென்னிந்தியப் பகுதி முழுவதும்

1801இல் கிழக்கிந்திய கம்பெனியார் கட்டுப்பாட்டில் வந்தது. இதன் பிறகு, ஆணவங்கள் மலை போல் குவியத் தொடங்கிவிட்டன.

எனவே 1805இல் மெட்ராஸ் ஆளுநராக இருந்த வில்லியம் பெண்டிக், துறைவாரியாக சிதறிக் கிடந்த தலைமைச் செயலக ஆவணங்கள் அனைத்தையும் ஒரே இடத்தில் பாதுகாக்க உத்தரவிட்டார். இதற்கென ஒரு ஆவணக் காப்பாளரையும், சில உதவியாளர்களையும் பணியமர்த்தினார். இவர்கள் கிட்டத்தட்ட ஒரு நூற்றாண்டு காலம் பல்வேறு ஆவணங்களையும் தொடர்ந்து சேகரித்துக் கொண்டே இருந்தனர். ஒரு கட்டத்தில் ஆவணங்களை வைக்க இடம் இல்லாத நிலை ஏற்பட்டதும்தான் இதற்கென தனி கட்டடம் தேவை என்பது உணரப்பட்டது.

அப்போது உருவானதுதான் எழும்பூர் ரயில் நிலையத்திற்கு எதிரில் இருக்கும் தற்போதைய தமிழ்நாடு ஆவணக் காப்பகம். 1909ஆம் ஆண்டு கட்டப்பட்ட இந்த கட்டடத்திற்கு அந்த காலத்திலேயே ரூ.2,20,000 செலவானதாம். இதில் ஆவணங்களை பாதுகாக்கத் தேவையான வசதிகளுக்காக தனியாக ரூ.1,17,000 செலவிட்டிருக்கிறார்கள். செக்கச் செவேலென இந்தோ - சராசனிக் பாணியில் கம்பீரமாக நின்று கொண்டிருக்கும் இந்த கட்டடத்தை லோகநாத முதலியார் என்ற தமிழர்தான் கட்டினார். அந்த காலத்தில் புகழ்பெற்ற கட்டுமானக் கலைஞராக விளங்கிய லோகநாத முதலியார்தான் பிற்காலத்தில் ரிப்பன் மாளிகையை கட்டியவர்.

ஆவணக் காப்பகம் அந்த காலத்தில் மெட்ராஸ் ரெக்கார்ட் ஆபிஸ் என்று அழைக்கப்பட்டது. 1670ஆம் ஆண்டைச் சேர்ந்த சில ஆவணங்கள் கூட இங்கே இருக்கின்றன. இவை மட்டுமின்றி அந்த காலத்தில் தஞ்சாவூர் மகாராஜா போன்ற இந்திய ஆட்சியாளர்கள் ஆங்கிலேயர்களுக்கு எழுதிய கடிதங்களும் இங்கு பாதுகாக்கப்படுகின்றன.

தென்னிந்திய பகுதி முழுவதையும் கைப்பற்றிய பிறகு கிழக்கிந்திய கம்பெனியார் நிர்வாக வசதிக்காக அவற்றை பல்வேறு மாவட்டங்களாகப் பிரித்தனர். அவற்றை நிர்வகிக்க தனித்தனி அதிகாரிகள் நியமிக்கப்பட்டனர். புதிதாக வரும் ஆங்கிலேயே அதிகாரிகள் அந்த மாவட்டத்தைப் பற்றி அறிந்து கொள்வதற்காக புத்தகங்கள் போடப்பட்டன. மாவட்ட கையேடு என்ற பெயரில் இவை பிரசுரிக்கப்பட்டன. முதலில் 1868இல் மெட்ராஸ் மாவட்ட கையேடு வெளியானது. இதனைத் தொடர்ந்து தென்னாற்காடு, வட ஆற்காடு, திருச்சி, செங்கல்பட்டு உள்ளிட்ட மாவட்டங்களின் கையேடுகள் வெளியாகின.

• சர் வில்லியம் லாங்கோர்ன்

இந்த கையேடுகளில் உள்ள தகவல்களை புதுப்பிக்க வேண்டிய தருணம் வந்தபோது, இவற்றில் புதியவற்றை சேர்த்து மாவட்ட கெசட்டியர்கள் (District Gazetteers) வெளியிடப்பட்டன. முதல் மாவட்ட கெசட்டியர் 1906ஆம் ஆண்டு மதுரை மாவட்டத்தைப் பற்றி வெளியானது. அன்று தொட்டு இன்று வரை இவை தொடர்ந்து வெளியாகிக் கொண்டே இருக்கின்றன. இவற்றின் மூலம் ஒரு மாவட்டம் பற்றிய பல்வேறு தகவல்களையும் அறிந்துகொள்ள முடியும். இந்த கெசட்டியர்கள் தமிழ்நாடு ஆவணக் காப்பகத்தில் விலைக்கும் விற்கப்படுகின்றன.

ஆவணங்களை பாதுகாப்பதோடு அவை மக்களுக்கும் பயன்பட வேண்டும் என்ற நோக்கில் ஆராய்ச்சி மாணவர்கள்

* ஆவணக் காப்பகத்தின் உள்தோற்றம்

இந்த ஆவணங்களைப் பயன்படுத்த அனுமதிக்கப்படுகின்றனர். பொதுமக்களும் இங்கிருக்கும் ஆவணங்களில் இருந்து தங்களுக்கு தேவையான தகவல்களை கட்டணம் செலுத்தி அறிந்து கொள்ளலாம்.

இங்கு குவிந்திருக்கும் மலை போன்ற ஆவணங்களில் நம்மை மலைக்க வைக்கும் ஏராளமான தகவல்கள் புதைந்திருக்கின்றன. ஜாடிக்குள் அடைபட்ட அலாவுதீன் பூதம் போல தம்மை வெளிப்படுத்த அவை தருணம் பார்த்துக் காத்திருப்பதாகவே தோன்றுகிறது.

- சர் வில்லியம் தனக்காக கிண்டியில் கட்டிய தோட்ட வீடுதான், ராஜ் பவன் எனப்படும் இன்றைய ஆளுநர் மாளிகையாக உருமாறி இருக்கிறது.
- பல்வேறு அதிநவீன தொழில்நுட்பங்களைக் கொண்டு இங்கிருக்கும் ஆவணங்கள் படி எடுக்கப்பட்டு பாதுகாக்கப்படுகின்றன.
- தெற்காசியாவிலேயே மிகப் பெரிய ஆவணக் காப்பகங்களில் முக்கியமானதாக இது திகழ்கிறது.

மெட்ராஸ் கிறிஸ்துவக் கல்லூரி

78

மெட்ராசை ஆண்ட காலத்தில் ஆங்கிலேயர்கள் செய்த உருப்படியான விஷயங்களில் முக்கியமானது அவர்கள் தொடங்கிய கல்வி நிலையங்கள். கிறிஸ்துவ மதத்தை பரப்பவே இந்த முயற்சி என்று ஒரு கருத்து முன்வைக்கப்பட்டாலும், ஒட்டுமொத்த சமூக வளர்ச்சிக்கும் இந்த கல்வி நிலையங்கள் பெரிதும் பயன்பட்டிருக்கின்றன. அந்த வகையில் சுமார் 200 ஆண்டுகளுக்கு முன்பு சென்னைக்கு கிடைத்த ஒரு அரும் பொக்கிஷம்தான் மெட்ராஸ் கிறிஸ்துவக் கல்லூரி.

ஆசியாவின் மிகப் பழமையான கல்லூரிகளில் ஒன்றாகக் கருதப்படும் மெட்ராஸ் கிறிஸ்துவக் கல்லூரி 1837ஆம் ஆண்டு தொடங்கப்பட்டது. ஆனால் 1835ஆம் ஆண்டே இதற்கான விதை விதைக்கப்பட்டுவிட்டது.

• மெட்ராஸ் கிறிஸ்துவக் கல்லூரி

மெட்ராசில் இருந்த ஸ்காட்லாந்து தேவாலயத்தின் மதகுருமார்களான ரெவ்ரண்ட் ஜார்ஜ் லாரியும், ரெவ்ரண்ட் மேத்யூ போவியும் (Rev George James Laurie & Rev Matthew Bowie) இணைந்து எழும்பூரில் செயிண்ட் ஆண்ட்ரூ என்ற சிறிய பள்ளியைத் தொடங்கினர்.

இவர்கள் கேட்டுக் கொண்டதற்கிணங்க இந்த பள்ளியை நிர்வகிப்பதற்காக, ஸ்காட்லாந்து தேவாலயம் சமயப் பிரச்சாரகர் ஒருவரை இந்தியாவிற்கு அனுப்பியது. இப்படி வந்து சேர்ந்த ரெவ்ரண்ட் ஜான் ஆண்டர்சன் என்ற பிரச்சாரகர், பாரிமுனையின் ஆர்மீனியன் தெருவில் ‘தி ஜெனரல் அசெம்ப்ளி ஸ்கூல்’ என்ற பெயரில் ஒரு பள்ளியைத் தொடங்கினார். அப்போது ஒரு தலைமை ஆசிரியர் மற்றும் 59 சிறுவர்களுடன் எழும்பூரில் இயங்கிக் கொண்டிருந்த செயிண்ட் ஆண்ட்ரூ பள்ளி, இந்த வளாகத்திற்கு இடம்மாறியது.

இந்து மாணவர்களுக்கு பைபிளில் உள்ள கருத்துகளை எடுத்துக் கூறுவதன் மூலம் கிறிஸ்துவத்தின் மகத்துவத்தை பரப்புவதே இந்த பள்ளியின் நோக்கமாக இருந்தது. டாக்டர். வில்லியம் மில்லர் என்பவர்தான் தமது அயராத உழைப்பால், இந்த பள்ளியை கல்லூரியாக மாற்றியவர். மெட்ராஸ் கிறிஸ்துவக் கல்லூரி என்ற பெயரும் இவர் வைத்ததுதான்.

காலப்போக்கில் மாணவர்களின் எண்ணிக்கை கணிசமாக அதிகரிக்கவே, கல்லூரியை சென்னைக்கு வெளியே மாற்றுவது எனத் தீர்மானிக்கப்பட்டது. இதனையடுத்து 1919ஆம் ஆண்டுதான் தாம்பரத்திற்கு இடம்மாறுவது பற்றி ஆலோசிக்கப்பட்டது. அப்போது நகர வளர்ச்சித் துறை செயலாளராக இருந்த ரெவ்ரண்ட் கார்டன் மேத்யூ, அரசுடன் பேச்சு நடத்தி தாம்பரத்தில் உள்ள சேலையூர் காட்டுப் பகுதியில் கல்லூரிக்கென 390 ஏக்கர் நிலத்தைப் பெற்றுத் தந்தார்.

தாம்பரத்திற்கு செல்வது என முடிவானதும், எட்வர்ட் பேர்னஸ் என்ற பேராசிரியர் தமது முயற்சியால்

• டாக்டர். வில்லியம் மில்லர்

ஏராளமான அரிய வகை மரக்கன்றுகளை இந்த பகுதியில் நட ஆரம்பித்தார். இன்று மெட்ராஸ் கிறிஸ்துவக் கல்லூரியில் நாம் நின்று இளைப்பாறும் பல மரங்கள் இவரது வியர்வையால் வளர்ந்தவை. அதேபோல இங்கு கட்டப்பட்ட கட்டடங்களை ஹென்றி (Henry Schaetti) என்ற சுவிட்ஸர்லாந்து கட்டடக் கலைஞர் வடிவமைத்துக் கொடுத்தார். இப்படி கல்லூரிக்கான வேலைகள் முடிந்த பிறகு, 100 ஆண்டுகள் சென்னையின் மையப் பகுதியில் இயங்கிய கிறிஸ்துவக் கல்லூரி, 1937ஆம் ஆண்டு அமைதியான தாம்பரம் காட்டுப் பகுதிக்கு இடம்மாறியது.

1937ஆம் ஆண்டு ஜனவரி 30ந் தேதி, அப்போதைய மெட்ராஸ் ஆளுநர் லார்ட் ஜான் எர்ஸ்கின், புதிய கல்லூரி வளாகத்தை அதிகாரப்பூர்வமாகத் திறந்துவைத்தார். அதுவரை மாணவர்கள் மட்டுமே வலம் வந்துகொண்டிருந்த கல்லூரியில், 1939ஆம் ஆண்டு முதல் மாணவிகளும் சேர்த்துக்கொள்ளப்பட்டனர். ஆங்கிலேயர்களால் தொடங்கப்பட்டு, ஆங்கிலேய முதல்வர்களையே பார்த்துப் பழகிய கல்லூரியின் முதல் இந்திய பிரின்ஸிபால் என்ற பெருமையைப் பெற்றவர் டாக்டர் சந்திரன் தேவநேசன். 1962 முதல் 1972 வரை கல்லூரி முதல்வராக இருந்த டாக்டர் சந்திரன் தேவநேசன், ஒரு காந்தியவாதி. எனவே கல்லூரி பேராசிரியர்கள் மற்றும் மாணவர்களை, தாம்பரம் சுற்றுவட்டாரப் பகுதிகளில் பல்வேறு சமூக சேவைகளில் அவர் ஈடுபடுத்தினார். இது போன்ற சமூகப் பணிகளால் அவர் இன்றும் அப்பகுதி மக்களால் அன்புடன் நினைவுகூரப்படுகிறார். அவர் முதல்வராக இருந்த 10 ஆண்டுகாலத்தை 'தேவநேசன் தசாப்தம்' (The Devanesan Decade) என்றே பழைய மாணவர்கள் பெருமையோடு குறிப்பிடுகின்றனர்.

இங்கு பணியாற்றிய பல முதல்வர்கள் பின்னர் இந்தியாவின் பல்வேறு பல்கலைக்கழகங்களின் துணைவேந்தர்களாக உயர்ந்திருக்கின்றனர். இவர்களுக்கு போட்டியாக இங்கு பயின்ற மாணவர்களும் பல்வேறு துறைகளில் முதன்மையாக விளங்கினர், விளங்கிக் கொண்டிருக்கின்றனர். முன்னாள் குடியரசுத் தலைவர் டாக்டர் ராதாகிருஷ்ணன் முதல் பெப்சி நிறுவனத்தின் இந்திரா நூயி வரை இந்த கல்லூரியின் பெருமைக்குரிய மாணவர்களின் பட்டியல் மிக மிக நீளமானது.

மொத்தத்தில், இப்படியொரு நீண்ட நெடிய பாரம்பரியத்துடன் 200ஆம் ஆண்டை நோக்கி கம்பீரமாக நடைபோட்டுக் கொண்டிருக்கிறது, சென்னை கிறிஸ்துவக் கல்லூரி.

- *பாகிஸ்தான் உச்சநீதிமன்றத்தின் முன்னாள் தலைமை நீதிபதி முகமது சஹாபுதீன் கிறிஸ்துவக் கல்லூரியின் மாணவர்.*
- *இந்தியாவில் முதன்முதலில் தன்னாட்சி பெற்ற கல்லூரிகளில் கிறிஸ்துவக் கல்லூரியும் ஒன்று. இது 1978ஆம் ஆண்டு தன்னாட்சி பெற்றது.*

செயின்ட் ஜார்ஜ் கதீட்ரல்

பார்த்தவுடன் பரவசப்படுத்தி நம்மை பல நூற்றாண்டுகள் பின்னோக்கி அழைத்துச் செல்லும் ஆற்றல் சில கட்டடங்களுக்கு உண்டு. சென்னைக்குள் இந்த வாக்கியத்தை சோதித்துப் பார்க்க விரும்புகிறவர்கள், அமெரிக்க துணைத் தூதரகத்திற்கு அருகில் அமைந்திருக்கும் செயின்ட் ஜார்ஜ் கதீட்ரலுக்கு ஒருமுறை சென்று வாருங்கள்.

சுமார் 200 ஆண்டுகள் பழமையான இந்த தேவாலயம், கிமு 500களில் கிரேக்கர்கள் பயன்படுத்திய ஐயானிக் பாணியில் வடிவமைக்கப்பட்டுள்ளது. முக்கோண கூரையும் அதனைத் தாங்கும் வேலைப்பாடுகள் நிறைந்த உயரமான தூண்களும்தான் ஐயானிக் பாணியின் அடையாளங்கள்.

79

• கல்லறைத் தோட்டம்

கிரேக்கர்களால் மிகவும் ஸ்டைலான மாடலாக கருதப்பட்ட இந்த வடிவமைப்பை செயின்ட் ஜார்ஜ் தேவாலயத்திற்காக தேர்ந்தெடுத்தவர், கிழக்கிந்திய கம்பெனியின் மூத்த பொறியாளரான கர்னல் கால்ட்வெல்.

கிரேக்கக் கலையோடு, ஐரோப்பிய கட்டடக் கலையையும் கலந்து உயரமான கோபுரத்துடன், ஒரு பிரம்மாண்டமான தேவாலயத்தை அவர் வடிவமைத்துக் கொடுக்க, அதனை கட்டி முடித்தார் அவரது உதவியாளரான கேப்டன் டி.ஹாவிலேண்ட். இந்த மெகா தேவாலயத்தை 1815இல் கட்டி முடிக்க ரூ.2 லட்சத்து 7000 செலவானதாம். இந்த மொத்தத் தொகையையும் மக்களே திரட்டி அளித்ததாக கூறப்படுகிறது. இவ்வளவு செலவு செய்து கட்டப்பட்ட இந்த ஆலயம், லண்டனுக்கு வெளியே அமைந்துள்ள மிக நேர்த்தியான ஆங்கிலிகன் தேவாலயமாக அந்நாட்களில் போற்றப்பட்டது.

அதெல்லாம் சரி, இப்படி கலைநயமிக்க ஒரு தேவாலயத்தை இங்கு அமைக்க வேண்டியதன் அவசியம் என்ன என்ற கேள்விக்கு விடை தேடியபோது, மெட்ராசின் வரைபடத்தையே மாற்றிய ஒரு கதை கிடைத்தது. ஒருகாலத்தில், தீவுத்திடலில் இருந்து செனடாப் ரோடு வரை மவுண்ட் ரோட்டின் இருபுறமும் வெறும் மைதானமாகத்தான் இருந்தது. பெரிய சத்திரச் சமவெளி என இந்த பகுதி அழைக்கப்பட்டது.

கிழக்கிந்திய கம்பெனி இந்த பகுதியை வாங்கிய பிறகு, மெட்ராசில் மேயராக இருந்த ஜார்ஜ் மெக்கே என்பவர் 1785இல் இங்கு ஒரு பெரிய தோட்ட வீட்டைக் கட்டினார். ஆயிரம்

• செயின்ட் ஜார்ஜ் கதீட்ரல்

• தேவாலயத்தில் இருக்கும் பழமையான வாத்தியக் கருவி

கல்லறைத் தோட்டம்

விளக்கு மசூதிக்கு அருகில் இருக்கும் இந்த பகுதி இன்றும் மெக்கேஸ் கார்டன் என அழைக்கப்பட்டு வருகிறது. கோட்டைக்குள் சிறிய வீடுகளில் குடியிருந்த ஆங்கிலேயர்கள், இப்படி பரந்துவிரிந்த தோட்ட வீடுகளுக்கு இடம்பெயர்வதை விரும்பினர். விளைவு மெக்கேவைத் தொடர்ந்து நிறைய பேர் இந்த பகுதியில் குடியேறத் தொடங்கினர்.

இப்படி பல்கிப் பெருகிய ஆங்கிலேயர்களின் வச திக்காகத்தான் இந்த பகுதியில் புனித ஜார்ஜ் கதீட்ரல் கட்டப்பட்டது. இந்த பகுதியின் அடையாளமாகவே இந்த தேவாலயம் விளங்கியதால், இந்த சாலையே கதீட்ரல் சாலை என அழைக்கப்பட்டது. இந்த கட்டடம் மட்டுமின்றி இங்கு நடைபெற்ற நிறைய காரியங்களும் வரலாற்று முக்கியத்துவம் வாய்ந்தவை.

அவற்றில் சிலவற்றை என்னோடு பகிர்ந்துகொண்டார், இந்த தேவாலயத்தின் அருட்தந்தை இம்மானுவேல் தேவகடாட்சம். தென்னிந்திய திருச்சபை என அழைக்கப்படும் சிஎஸ்ஐ பிரிவு, 1947ஆம் ஆண்டு இந்த தேவாலயத்தில்தான் நிறுவப்பட்டது. நீண்ட நெடிய முயற்சி களுக்கு பிறகு, கிறிஸ்துவத்தின் பல்வேறு பிரிவுகளை ஒருங்கிணைத்த இந்த நிகழ்வு வரலாற்றில் முக்கியத்துவம் வாய்ந்ததாக கருதப்படுகிறது.

இங்குள்ள சுவர்களில் பளிங்குச் சிலைகளாகவும், பத்திரங்களாகவும் நிறைய நினைவுக் குறிப்புகள் இடம்பிடித்திருக்கின்றன. அவை ஒவ்வொன்றுக்கு பின்னாலும் ஒரு கண்ணீர் கதை இருக்கிறது. இந்த தேவாலயத்தின் மற்றொரு முக்கியமான அம்சம், இங்கிருக்கும் சித்திர வேலைப்பாடு

சித்திர வேலைப்பாடு நிறைந்த கண்ணாடி

நிறைந்த கண்ணாடிகள். கருவறையின் இருபுறமும் ஏசுபிரானின் வாழ்வைச் சொல்லும் வண்ணக் கண்ணாடிகளின் வழியே சூரிய ஒளி தேவாலயத்திற்குள் ஊடுருவுவதைப் பார்ப்பதே பரவச அனுபவமாக இருக்கிறது.

தேவாலயத்திற்கு அருகிலேயே ஒரு கல்லறைத் தோட்டம் இருக்கிறது. தேவாலயத்தை கட்டிய கேப்டன் டி.ஹாவிலேண்டின் மனைவிதான் இங்கு புதைக்கப்பட்ட முதல் நபர். அவரைத் தொடர்ந்து அந்தக்கால சென்னையின் பல முக்கியப் பிரமுகர்கள் இங்கு அடக்கம் செய்யப்பட்டுள்ளனர். கல்லறைத் தோட்டத்தைச் சுற்றி உள்ள வேலியை உருவாக்க பயன்பட்ட நூற்றுக்கணக்கான துப்பாக்கிகள் ஸ்ரீரங்கப்பட்டினத்தில் இருந்து கைப்பற்றப்பட்டவையாக இருக்கலாம் எனச் சொல்லப்படுகிறது. இப்படி வேலியில் தொடங்கி உள்ளிருக்கும் கல்லறைகள் வரை சென்னையின் 200 ஆண்டுகால சரித்திரம் இங்கு உறைந்து கிடக்கிறது.

பாரம்பரியமிக்க கோபுரக் கடிகாரம், ராட்சத மணிகள், காற்றுக்கு இனிமை சேர்க்கும் குழலிசைக் கருவி என வரலாறு பேசும் பல்வேறு பொருட்கள் இங்கு நிறைந்துகிடக்கின்றன. இவ்வளவு சிறப்புகளோடு அமைதியாக நிற்கும் இந்த தேவாலயத்தை ஒவ்வொருமுறை பார்க்கும்போதும், நமது தாத்தா பாட்டிகள் பாசமுடன் அளிக்கும் பரிசுப் பொருட்களால் ஏற்படும் மகிழ்ச்சியும், நெகிழ்ச்சியும் ஒருசேர உற்பத்தியாகிறது.

- *நான்காம் நூற்றாண்டில் இங்கிலாந்தில் வாழ்ந்த ஜார்ஜ் என்ற புனிதரின் நினைவாகத்தான், இந்த தேவாலயத்திற்கு செயின்ட் ஜார்ஜ் கதீட்ரல் எனப் பெயர் வைக்கப்பட்டுள்ளது.*
- *கிரேக்கத்தின் ஏதென்ஸ் நகரில் உள்ள ஏதெனா கோவில் ஐயானிக் பாணி கட்டடத்திற்கு சிறந்த உதாரணம். அமெரிக்க அதிபரின் வெள்ளை மாளிகையின் வடக்கு வாசலும் ஐயானிக் பாணியில் கட்டப்பட்டதுதான்.*

சிந்தாதிரிப்பேட்டை

மெட்ராஸ் நன்கு திட்டமிட்டு உருவாக்கப்பட்ட நகரம் அல்ல. காலத்தின் தேவை கருதி, தொடர்ந்து தன்னை விரிவு படுத்திக் கொண்டதுதான், ஒருகாலத்தில் சிறிய மணல் வெளியாக இருந்த மெட்ராஸை, இன்று மாபெரும் நகரங்களின் பட்டியலில் சேர்த்திருக்கிறது. அப்படி இந்த மாநகரம் தனது தேவை கருதி உருவாக்கிய ஒரு பகுதிதான் சிந்தாதிரிப்பேட்டை.

80

சிந்தாதிரிப்பேட்டை உருவானதற்கு பின்னணியில் ஒரு சுவாரஸ்யமான அரசியல் கதையும் இருக்கிறது. ஆட்சியாளர்களின் அதிருப்திக்கு ஆளானால் என்ன ஆகும் என்பதை அந்தக் கதை இன்றும் நினைவுபடுத்திக் கொண்டிருக்கிறது.

புனித ஜார்ஜ் கோட்டைக்கு அருகில், கூவம் நதியின் வளைவில் குளுகுளுவென இருந்ததால் இந்த இடத்தில் தோட்ட வீடு கட்டி குடியேறினார் சுங்குராமா.

18ஆம் நூற்றாண்டு தொடக்கத்தில் மெட்ராஸில் மிகுந்த செல்வாக்குடன் வாழ்ந்தவர்தான் இந்த சுங்குராமா. ஆங்கிலேயர்களுக்கு மொழிபெயர்ப்பாளராக (துபாஷ்) இருந்த அவர், 1711இல் தலைமை வணிகராக உயர்ந்தார். 1717இல் திருவொற்றியூர், சாத்தன்காடு, எண்ணூர், வியாசர்பாடி, நுங்கம்பாக்கம் ஆகிய கிராமங்களை ஆண்டுக்கு 1200 பகோடாக்கள் கொடுத்து 12 ஆண்டுகளுக்கு வாடகைக்கு எடுக்கும் அளவுக்கு பணமும், செல்வாக்கும் அவருக்கு இருந்தது.

புனித ஜார்ஜ் கோட்டைக்குள்ளேயே வீடு கட்டிக் கொள்ளும் உரிமையும் அவருக்கு வழங்கப்பட்டிருந்தது. அவர் அந்த வீட்டை ஏற்றுமதிக்கான துணிகளை வைக்கும் குடோனாக பயன்படுத்தி வந்தார். பதவி வரும்போது பணிவும் வரவேண்டும் என்பார்கள். ஆனால் சுங்குராமாவிற்கு அது வரவில்லை. ஐரோப்பிய வணிகர்களிடம் அவர் நடந்துகொண்ட விதம் பலருக்கும் அவர் மீது கசப்புணர்வை ஏற்படுத்தத் தொடங்கியது. விளைவு, சுங்குராமாவிற்கான கெட்ட காலம் தொடங்கியது. ஆட்சி மாறியதும், காட்சியும் மாறியது.

மெட்ராஸின் புதிய ஆளுநராக மார்டன் பிட் (Morton Pitt) பதவியேற்றார். இவருக்கும் சுங்குராமாவிற்கும் அவ்வளவாக ஒத்துப்போகவில்லை. அந்த சமயத்தில் ஏற்றுமதிக்காக தரமான துணிகள் கிடைப்பதும் சற்று சிரமமாக இருந்தது. கிழக்கிந்திய கம்பெனியின் பிரதான தொழிலே மெட்ராசில் இருந்து மேலைநாடுகளுக்கு துணி ஏற்றுமதி செய்வதுதான். இதற்காகத்தான் முன்னர் ஆளுநராக இருந்த கோலட், தனது பெயரில் (காலடிப்பேட்டை)

• சிந்தாதிரிப்பேட்டை

தண்டையார்பேட்டை அருகில் ஒரு புதிய குடியிருப்பை உருவாக்கி இருந்தார். அதேபோன்றதொரு தேவை ஆளுநர் பிட்டுக்கும் எழுந்தது.

ஒரே கல்லில் இரண்டு மாங்காய் அடிக்க விரும்பிய பிட், இந்த புதிய குடியிருப்பை சுங்குராமாவின் பரந்துவிரிந்த தோட்டத்தில் அமைப்பது என முடிவெடுத்தார். கூவத்தின் வளைவில் மரங்கள் நிறைந்திருந்த அந்த பகுதி நெசவாளர்கள் நிழலில் அமர்ந்து வேலை செய்யவும், கூவம் ஆற்றின் நீர் துணிகளை அலசவும் ஏற்றதாக இருக்கும் எனக் காரணம் சொல்லப்பட்டது. இது அராஜகம் என சுங்குராமா கூக்குரலிட்டுப் பார்த்தார். ஆனால் ஒன்றும் நடக்கவில்லை. இதனிடையே சுங்குராமா தலைமை வணிகர் பதவியில் இருந்தும் நீக்கப்பட்டுவிட்டதால் அவரால் பெரிதாக ஒன்றும் செய்ய முடியவில்லை.

மெட்ராஸ் மாகாணத்தின் பல்வேறு பகுதிகளில் இருந்தும் நூற்பவர், நெசவாளர், சாயம் தோய்ப்போர் உள்ளிட்டோர் இந்த பகுதியில் குடியேற்றப்பட்டனர். இப்படித்தான் 1734இல் 'சின்ன தறிப் பேட்டை' உருவாகி காலப்போக்கில் சிந்தாதிரிப்பேட்டை என்றானது. 1737இல் இந்த பகுதியில் 230 நெசவாளர்கள் இருந்ததாக ஒரு ஆங்கிலேய குறிப்பு சொல்கிறது.

பிட் இந்த குடியிருப்பை உருவாக்க ஆதியப்ப நாராயண செட்டி, சின்னதம்பி முதலியார் ஆகிய இரண்டு வணிகர்களைப் பயன்படுத்திக் கொண்டார். நெசவாளர்களை இங்கு அழைத்து வருவது, அவர்களுக்கு வீடு கட்டிக்கொள்ள குறிப்பிட்ட காலம் வரை வட்டியில்லாமல்

● சின்ன தறிப் பேட்டையின் கைத்தறி

ஆதிகேசவப் பெருமாள் கோவில்

கடன் வழங்குவது போன்ற பணிகளை இவர்கள் மேற்கொண்டனர். இதற்கு பதிலாக இங்கு உற்பத்தி செய்யப்படும் துணிகளை மொத்தமாக வாங்கி கணிசமான லாபத்திற்கு கம்பெனிக்கு விற்கும் உரிமை இவர்களுக்கு வழங்கப்பட்டது.

கிழக்கிந்திய கம்பெனி எதிர்பார்த்தது போலவே துணி வியாபாரத்திற்கு சிந்தாதிரிப்பேட்டை மிகவும் பயனுள்ளதாக இருந்தது. எனவே பிட்டிற்கு பிறகு ஆளுநரான ரிச்சர்ட் பென்யானும் இந்த பகுதியை வளர்ப்பதில் ஆர்வம் காட்டினார். ஆற்காடு நவாப்பிடம் இருந்து ஆற்காடு நாணயங்களை கம்பெனியே அச்சடித்துக் கொள்ளும் உரிமையைப் பெற்ற பென்யான், அதற்கான நாணயச் சாலையை சிந்தாதிரிப்பேட்டையில் அமைத்தார். அதை நிர்வகிக்கும் உரிமை லிங்கிச் செட்டி என்ற வணிகருக்கு வழங்கப்பட்டது.

ஒருபக்கம் பறக்கும் ரயில், மற்றொரு பக்கம் அண்ணாசாலையை நோக்கி விரையும் ஆயிரக்கணக்கான வாகனங்கள் என சிந்தாதிரிப்பேட்டையின் முகம் இன்று வெகுவாக மாறிவிட்டது. ஆனால் ஒவ்வொருமுறையும் மாலை மயங்கும் நேரத்தில் கூவம் ஆற்றுப் பாலத்தில் நடக்கும்போது, 300 ஆண்டுகளுக்கு முந்தைய சிந்தாதிரிப்பேட்டையின் முகம், கறுப்பு கூவத்தில் கலங்கலாய் தெரிவது போலவே இருக்கிறது.

- சிந்தாதிரிப்பேட்டையில் உள்ள ஆதிகேசவ பெருமாள் கோவில், ஆதியப்ப நாராயண செட்டி கட்டியதுதான். இவர் இந்த பகுதியில் ஒரு மசூதியையும் கட்டிக் கொடுத்தார். இப்பகுதியில் 1847இல் கட்டப்பட்ட ஒரு சர்ச்சும் இருக்கிறது.
- புனித ஜார்ஜ் கோட்டையை முற்றுகையிட்டபோது, பிரெஞ்சுப் படைகள் சிந்தாதிரிப்பேட்டையில்தான் முகாமிட்டு தங்கின.

ஆங்கிலேயர் கட்டிய பெருமாள் கோவில்

பக்தர்கள்தான் கடவுளைத் தேடிச் செல்வது வழக்கம். ஆனால் பக்தனைத் தேடி தெய்வம் வருவது அதிசயமாக சில நேரங்களில் நிகழ்ந்துவிடுகிறது. புராணக் காலத்தில் அப்படி எல்லாம் நடந்திருக்கலாம், இப்போது சாத்தியமில்லை என்று நீங்கள் நினைத்தால் அது தவறு. இதுபோன்றதொரு ஆச்சர்யம் சுமார் 300 ஆண்டுகளுக்கு முன் சென்னையிலேயே நடந்திருக்கிறது.

81

1717இல் ஜோசப் கோலட் (Joseph Collett) என்பவர் மெட்ராசின் ஆளுநராக நியமிக்கப்பட்டார். அப்போது அவருக்கு உள்ளூர் நிர்வாகத்தில் உதவி செய்வதற்காக வீரராகவர் என்ற பிராமணர் எழுத்தராக பணியமர்த்தப் பட்டார்.

அலுவல் காரணமாக இருவரும் மணிக்கணக்கில் விவாதிக்க வேண்டி இருந்தது. பல்வேறு விஷயங்களில் இருவரும் ஒத்த கருத்துடையவர்களாக இருந்ததால் காலப்போக்கில் கோலட்டும், வீரராகவரும் நெருங்கிய நண்பர்களாகிவிட்டனர். ஆனாலும் வீரராகவரிடம் கோலட்டிற்கு ஒரு பிரச்னை இருந்தது.

ஜோசப் கோலட்

வீரராகவர் தீவிர பெருமாள் பக்தர். காஞ்சிபுரத்தில் உள்ள வரதராஜ பெருமாளை தரிசிப்பதற்காக அடிக்கடி சென்று விடுவார். இதனால் பல சமயங்களில் அலுவலகத்திற்கு தாமதமாக வருவார். இது கோலட்டை மிகவும் எரிச்சல் படுத்தியது. வீரராகவரின் கடவுள் பக்தி முட்டாள்தனமானது என்று நினைத்த கோலட், இதனை வீரராகவரும் உணரும்படி செய்ய வேண்டும் என முடிவெடுத்தார். ஆனால் அவர் ஒன்று நினைக்க விதி ஒன்று நினைத்தது.

ஒருமுறை வீரராகவரை அழைத்த கோலட், நீங்கள் பெருமாளுக்காக இப்படி உருகுகிறீர்களே, இந்த நிமிடம் காஞ்சிபுரத்தில் உங்கள் பெருமாள் என்ன செய்து கொண்டிருக்கிறார் என்று சொல்ல முடியுமா? என்று கேட்டார். ஒருநிமிடம் கண்களை மூடிய வீரராகவர், பெருமாள் தற்போது தேரில் உலா வந்து கொண்டிருப்பதாகவும், இந்த நொடியில் அவரது தேர்ச் சக்கரம் சேற்றில் சிக்கிக் கொண்டதால் அதனை மீட்கும் முயற்சிகள் நடைபெற்று வருவதாகவும் தெரிவித்தார்.

வீரராகவர் சொன்ன தகவல்கள் சரியா என கோலட் காஞ்சிபுரத்தில் இருந்த அதிகாரிகளை தொடர்புகொண்டு கேட்டார். அவர்கள் சொன்ன பதில் கோலட்டை வாயடைத்துப் போகச் செய்தது. உண்மையிலேயே வீரராகவர் சொன்ன அந்த தருணத்தில் பெருமாளின் தேரை சேற்றில் இருந்து மீட்கும் முயற்சி தான் நடந்திருக்கிறது. சிலிர்த்துப் போன கோலட், வீரராகவரின் பக்திக்கு மரியாதை செலுத்தும்விதமாக அவரது வீட்டிற்கு அருகிலேயே ஒரு பெருமாள் கோவிலைக் கட்டிக் கொடுத்தார். அதுதான் திருவொற்றியூருக்கு அருகே காலடிப்பேட்டையில் இருக்கும் கல்யாண வரதராஜபெருமாள் கோவில். இங்குள்ள மூலவர் காஞ்சிபுரம் வரதராஜபெருமாள் கோவிலில் இருக்கும் மூலவரைப் போல அச்சுஅசலாக செய்யப்பட்டிருக்கிறார்.

காலடிப்பேட்டை என்ற இந்த ஊரே ஜோசப் கோலட்டால் உருவாக்கப்பட்டதுதான். கிழக்கிந்திய கம்பெனியின் பிரதான தொழில் இங்கிருந்து துணிகளை பிற நாடுகளுக்கு ஏற்றுமதி செய்வதுதான். இந்த பணியை மேற்கொள்வதற்காக நிறைய நெசவாளர்களும், சாயம் தோய்ப்பவர்களும் தேவைப்பட்டனர். எனவே மெட்ராஸ் மாகாணம் முழுவதும் பரவிக் கிடந்த அவர்களை ஒன்று திரட்டி கோட்டைக்கு அருகில் சில இடங்களில் குடியமர்த்தினர். அந்த வகையில் கோலட், தான் திரட்டியவர்களை இந்த பகுதியில் குடியேறச்

செய்தார். 1719ஆம் ஆண்டு டிசம்பர் 28ந் தேதி கோலட் தனது அதிகாரிகளுக்கு அளித்த அறிக்கை ஒன்றில், இந்த பகுதியில் 104 வீடுகளும், 10 கடைகளும், ஒரு கோவிலும், மொத்தமாக 489 ஆட்களும் இருப்பதாகத் தெரிவித்துள்ளார்.

இந்த அறிக்கை அனுப்பிய கையோடு கோலட் பணியில் இருந்து ஓய்வுபெற்று இங்கிலாந்து திரும்ப விரும்பினார். போவதற்கு முன், தான் ஏற்படுத்திய குடியிருப்புக்கு தனது பெயரையே வைக்க வேண்டும் என அந்த பகுதி மக்கள் விரும்புவதாக (?) ஜார்ஜ் கோட்டையில் உள்ள கவுன்சிலுக்கு தெரிவித்தார். இதனை ஏற்று அந்த பகுதிக்கு கோலட்பெட் (COLLETPET) என்று பெயரிடப்பட்டது. ஆனால் இது காலப்போக்கில் மருவி காலடிப்பேட்டை என்றாகிவிட்டது.

கோலட் ஆளுநராக இருந்தபோது, நிலவரி மற்றும் அடிமைகளுக்கான வரி ஆகியவற்றில் சில திருத்தங்களை செய்தார். அதேபோல கறுப்பர் நகரத்தில் இருக்கும் வீடுகள் மற்றும் தோட்டங்கள் அனைத்தையும் கண்டிப்பாக அரசாங்கத்திடம் பதிவு செய்ய வேண்டும் என்றும் சட்டம் இயற்றினார். ஆனால் இதற்கான பதிவுக் கட்டணத்தை தங்களால் செலுத்த இயலாது என சில வறியவர்கள் ஆளுநரிடம் முறையிட்டனர். இதனைப் பொறுமையாகக் கேட்ட கோலட், 50 பகோடாக்களுக்கும் (அந்தக்கால நாணயம்) குறைவான மதிப்புடைய சொத்துகளை பதிவு செய்ய வேண்டிய அவசியமில்லை என சட்டத்திருத்தம் கொண்டு வந்தார். இப்படி ஏழைகளிடம் அவர் காட்டிய பரிவும், மக்கள் அவரது பெயரை தங்களின் பகுதிக்கு வைக்க வேண்டும் எனக் கேட்டதற்கு காரணமாக இருக்கலாம் எனக் கருதப்படுகிறது.

இப்படி பல்வேறு நிர்வாக சீர்திருத்தங்களை மேற்கொண்ட கோலட், 1720ஆம் ஆண்டு ஜனவரியில் தாயகம் திரும்பினார். கோலட் போய் கிட்டத்தட்ட 300 ஆண்டுகள் ஆகிவிட்டன. ஆனால் அவரது பெயர் இன்றும் வட சென்னை வரலாற்றில் நிலைத்து நிற்கிறது.

● கல்யாண வரதராஜபெருமாள் கோவில்

- கர்நாடக சங்கீத ஜாம்பவான் டைகர் வரதாச்சாரி காலடிப்பேட்டையில் தான் பிறந்தார்.

- இராமலிங்க அடிகளார் இந்த பகுதியில் உலா வந்ததால், அவரது 'காலடி பட்ட பேட்டை' என்ற வகையில் காலடிப்பேட்டை என்ற பெயர் பொருத்தமானதுதான் என்றும் ஒரு கருத்து நிலவுகிறது.

காணாமல் போன கார்ன்வாலிஸ்

82

புனித ஜார்ஜ் கோட்டைக்குள் இருக்கும் தலைமைச் செயலகத்திற்கு செல்லும்போதெல்லாம் அருகில் இருக்கும் ஒரு பழமையான கூண்டு கண்ணில்படும். வேலைப்பாடு நிறைந்த பிரமாண்டமான அந்த நினைவுக் கூண்டிற்குள் இன்று எந்த சிலையும் இல்லை. ஒருகாலத்தில் இங்கு சிலையாக நின்ற கனவான் யார்? அவர் காணாமல் போனதன் காரணம் என்ன? என்று தேடியபோது ஊரெல்லாம் சுற்றித் திரிந்த ஒரு சிலையின் கதை கிடைத்தது.

கிழக்கிந்தியாவின் படைத்தளபதி மற்றும் கவர்னர் ஜெனரல் என்ற இரட்டைப் பதவியோடு 1786இல் இந்தியா வந்தார் சார்லஸ் கார்ன்வாலிஸ்.

• கார்ன்வாலிஸ்

அவர் மெட்ராஸ் துறைமுகத்தில் வந்திறங்கிய நேரம் இந்தியாவில் கிழக்கிந்திய கம்பெனியின் நிர்வாகம் சீர்குலைந்து போயிருந்தது. கம்பெனி நஷ்டத்தில் ஓடிக் கொண்டிருந்தது. உண்மையில் அதனை சீர்படுத்தத்தான் கார்ன்வாலிஸை அனுப்பி வைத்திருந்தார்கள்.

மெட்ராசில் இருந்து வங்காளம் சென்ற கார்ன்வாலிஸ், சீர்திருத்த சாட்டையை சொடுக்கினார். நிர்வாக மற்றும் சட்டத்துறைகளில் அவர் மேற்கொண்ட சீர்திருத்தங்கள் இந்தியாவின் ஆட்சி முறையில் பெரும் மாற்றங்களைக் கொண்டுவந்தன. இப்படி வேகமாக செயல்பட்டுக் கொண்டிருந்த கார்ன்வாலிஸூக்கு சிம்மசொப்பனமாக விளங்கினார் மைசூரின் திப்பு சுல்தான்.

திப்பு சுல்தானை ஒழித்துக்கட்ட கார்ன்வாலிஸ் பல திட்டங்களைத் தீட்டினார். மெட்ராஸ் நோக்கி பெரும் படையோடு நீண்ட நெடும் பயணங்களை மேற்கொண்டார். ஆனால் எதற்கும்

சலைக்காத திப்பு, கார்ன்வாலிஸூக்கு கண்ணாமூச்சி காட்டிக் கொண்டிருந்தார். ஒருவழியாக 1792இல் பல சதிகளின் பின் திப்புவை வளைத்துப் பிடித்தார் கார்ன்வாலிஸ். இதனையடுத்து கிழக்கிந்திய கம்பெனிக்கு ஒரு பெரும் தொகையை தருவதாக திப்பு ஒப்புக் கொண்டார். அது வரை அவரது இரண்டு மகன்களை கார்ன்வாலிஸிடம் பணயமாக ஒப்படைத்தார். இப்படி திப்புவின் பின்னால் அலைந்து கொண்டிருந்ததால், சோர்ந்து போன கார்ன்வாலிஸ், அடுத்த ஆண்டே தாயகம் திரும்பிவிட்டார். பின்னர் சிறிது இடைவெளி விட்டு, 1805இல் அவர் மீண்டும் கவர்னர் ஜெனரலாக இந்தியாவிற்கு வந்தது தனிக்கதை. வந்த சில மாதங்களிலேயே கடுமையான காய்ச்சலால் காசிப்பூர் என்ற இடத்தில் மரணத்தை தழுவிய கார்ன்வாலிஸை அங்கேயே கங்கைக் கரையோரமாக புதைத்துவிட்டார்கள்.

இப்படி இந்திய வரலாற்றில் நிலைத்துவிட்ட லார்ட் கார்ன்வாலிசுக்கு 1799ஆம் ஆண்டு மெட்ராசில் செனடாப் (Cenotaph - எங்கோ புதைக்கப்பட்ட மனிதரின் நினைவாலயம்) ரோட்டில் ஒரு சிலை வைக்கப்பட்டது. கார்ன்வாலிஸ் கடும் வெயில், மழையில் சிக்கி சின்னாபின்னமாகக் கூடாது என்று நினைத்தோ என்னவோ அவரது சிலையை ஒரு கூண்டு வடிவ நினைவுக் கட்டடத்திற்குள் வைத்தனர். ஒரு பெரிய பீடத்தின் மீது அமைக்கப்பட்ட அந்த 14 1/2 அடி உயர சிலையை தாமஸ் பாங்ஸ் என்பவர் வடித்திருந்தார்.

சிலையின் பீடத்தில் திப்பு சுல்தானின் இரண்டு மகன்கள் கார்ன்வாலிசிடம் பணயமாக ஒப்படைக்கப்பட்ட வரலாற்று சிறப்புமிக்க நிகழ்வு வடிக்கப்பட்டிருந்தது. இந்த சிலை அமைக்கப்பட்டிருந்த செனடாப் சாலை அக்காலத்தில் மக்கள் மாலை நேரங்களில் ஓய்வாக நடைபயிலும் இடமாக இருந்தது. அப்போது மெரினா கடற்கரை இப்போதுபோல

• கார்ன்வாலிசின் நினைவு கோபுரம்

சீரமைக்கப்பட்டிருக்கவில்லை என்பதால் ஆங்கிலேயர்களுக்கு வாக்கிங் போகும் இடமாக செனடாப் சாலைதான் விளங்கியது. மெரினாவில் நடைபாதை வந்தபிறகு செனடாப்பின் மவுசு குறைந்தது.

இதனிடையே ஒரு நூற்றாண்டு கடந்து செனடாப் சாலையில் காட்சி கொடுத்துக் கொண்டிருந்த கார்ன்வாலிஸை, 1906இல் கோட்டைக்கு இடம்மாற்றினார்கள். இதற்கான காரணம் திட்டவட்டமாகத் தெரியவில்லை. கோட்டையில் உள்ள பரேட் மைதானத்திற்கு எதிரில் இந்த சிலை வைக்கப்பட்டது. அங்கும் கார்ன்வாலிஸால் நிலையாக கால்பதிக்க முடியவில்லை.

1925ஆம் ஆண்டு கார்ன்வாலிஸ் கடற்கரை சாலைக்கு இடம் மாற்றப்பட்டார். வடக்கு கடற்கரைச் சாலையில் இருந்த பெண்டிக் கட்டடத்திற்கு முன்பு அவரது சிலை வைக்கப்பட்டது. ஆனால் உப்புக் காற்றால் சிலை பாதிக்கப்படுவதாகக் கூறி மூன்றே ஆண்டுகளில் அங்கிருந்து தூக்கிவிட்டார்கள். அடுத்ததாக கன்னிமரா நூலகத்திற்கு போனார் கார்ன்வாலிஸ், ஆனால் அதுவும் நிலைக்கவில்லை.

இந்தியா சுதந்திரம் அடைந்த பிறகு, கார்ன்வாலிஸ் இறுதியாக புனித ஜார்ஜ் கோட்டையில் இருக்கும் அருங்காட்சியகத்திற்குள் சென்றுவிட்டார். அவர் நின்று கொண்டிருந்த பிரமாண்ட கூண்டு அருங்காட்சியகத்திற்கு வெளியில் நின்றுவிட்டது. அந்த கூண்டினால் ஏற்பட்ட செனடாப் என்ற பெயர் மட்டும், அந்த வீதியில் இன்றும் சுற்றித் திரிந்துகொண்டிருக்கிறது, கால ஓட்டத்தில் குடும்பத்தை பிரிந்த குட்டிமகனாய்.

- *அமெரிக்க சுதந்திரப் போரை ஒடுக்குவதற்காக, 1776இல் இங்கிலாந்தால் அனுப்பிவைக்கப்பட்ட கார்ன்வாலிஸ் இறுதியில் தோல்வியையே தழுவினார். இந்த தோல்விக்கு பிறகுதான் அவர் இந்தியாவிற்கு அனுப்பப்பட்டார்.*
- *கார்ன்வாலிஸால் பணயமாக பிடித்து வைக்கப்பட்ட திப்பு சுல்தானின் மகன்கள், மெட்ராசில்தான் வைக்கப்பட்டிருந்தனர். அவர்கள் இன்றைய மகளிர் கிறிஸ்தவக் கல்லூரி இருக்கும் டவுட்டன் இல்லத்தில்தான் தங்க வைக்கப்பட்டதாக ஒரு தகவல் சொல்கிறது.*

மெட்ராசின் ஜட்கா வண்டி

83

மக்களின் வாழ்வோடு இரண்டறக் கலந்து விளங்கும் சில விஷயங்கள், காலப்போக்கில் மெல்ல மங்கி மறைந்து விடுகின்றன. அப்படி ஒருகாலத்தில் மெட்ராசில் இறக்கைகட்டிப் பறந்துகொண்டிருந்த ஜட்கா வண்டிகள், நவீன வாகனங்களின் வருகைக்கு பின் காணாமலே போய்விட்டன.

ஆங்கிலேயர்கள் சென்னையில் குடியேறிய புதிதில் தங்களின் போக்குவரத்திற்கு பல்லக்கு, மாட்டு வண்டி, குதிரை, குதிரை வண்டி போன்றவற்றையே பயன்படுத்தினர். ஆனால் பொதுமக்களில் வசதி படைத்தோருக்கு மட்டுமே இந்த சொகுசு சாத்தியமாக இருந்தது. மற்றவர்கள் தன் காலே தனக்கு உதவி என்று பல மைல் தூரம் நடந்துதான் சென்றனர்.

● ஜட்கா வண்டி

சென்னை மாகாணத்தில் உள்ள முக்கிய நகரங்களுக்கு இடையில் சாலைகள் போடப்பட்ட பின்னர், போக்குவரத்து அதிகரிக்கத் தொடங்கியது. ரயில் கண்டுபிடிக்கப்பட்டு ராயபுரம், சென்ட்ரல் ரயில் நிலையங்கள் எல்லாம் வந்த பிறகு, வெளியூர்களில் இருந்து மெட்ராஸ் வருபவர்களின் எண்ணிக்கை பெருகியது. ரயில் நிலையங்களில் வந்திறங்கும் அவர்களுக்கு வரப்பிரசாதமாக வந்தவைதான் ஜட்கா வண்டிகள்.

ஒற்றை குதிரை பூட்டிய ஒரு சிறிய கூண்டு வண்டிதான் ஜட்கா வண்டி என்று அழைக்கப்பட்டது. மாடு பூட்டிய சில ஜட்கா வண்டிகளும் ஆரம்பத்தில் இருந்தன. ஆனால் குதிரைகளின் வேகத்திற்கு ஈடுகொடுக்க முடியாததால் இவை சீக்கிரமே வழக்கொழிந்துவிட்டன. அந்தக்கால மெட்ராஸ் City Of Magnificent distances என்று அழைக்கப்பட்டது. காரணம் ஒரு இடத்திற்கும் இன்னொரு இடத்திற்கும் இடையில் அவ்வளவு தூரம் இருந்தது. இந்த தூரத்தை கடக்க ஜட்கா வண்டிகள்தான் உதவின.

சென்ட்ரல் ஸ்டேஷனுக்கெதிரில் ராஜா ராமசாமி முதலியார் சத்திரம் என்று ஒன்றிருந்தது. அதேபோல எழும்பூர் ஸ்டேஷனுக்கருகில் கண்ணன் செட்டியார் சத்திரம் இருந்தது. இப்படி இன்னும் சில சத்திரங்கள் நகரில் ஆங்காங்கே இருந்தன. இவற்றின் வாசல்களில் ஜட்கா வண்டிகள் வரிசைகட்டி நின்றன. நான்கு பேர் அமர்ந்து செல்லக்கூடியது என்று சொல்லப்படும் இந்த ஜட்கா வண்டிகளைப் பற்றி அந்தக்காலத்தில் ஒருவர் 'அனுபவித்து' எழுதியது இது..

சென்னப் பட்டணத்தில் காணப்படுகிற ஜட்கா மாதிரி அங்கே [லண்டனில்] தேடித் தேடியலைந்தாலும் கிடைக்காது. அந்த ஜட்கா சென்னப் பட்டணத்திற்கென்று விசேஷமாயல்லவோ

340

ஏற்பட்டிருக்கிறது. பிரமனுடைய சிருஷ்டிகளில் எதைத்தான் அதற்குச் சமானமாய்ச் சொல்லலாம்? பம்பாய்க்குப் போனால்தான் என்ன, கல்கத்தாவுக்குப் போனால்தான் என்ன, அங்கே இதுமாதிரி, ஒடுக்கமாய் ஒடிந்தும் நெரிந்துமிருக்கிற மரப் பெட்டிகளை வெகு காலத்திற்கு முன் வர்ணம் பூசப்பட்ட அடையாளத்துடன் இரண்டு சக்கரங்களின் மேலேற்றி, தேக சவுக்கியமுள்ள ஒரு மனிதனுடைய சரீரத்திற்கு உள்ளே இடம் இல்லாதபொழுது, `நாலு பேர் சவாரி செய்ய` என்று எழுதிய ஒரு தகடுஞ் சேர்த்துள்ள வண்டிகள் கிடைத்தல் அருமையினுமருமை. லண்டனில் அதனினும் அருமை. அந்தப் பாக்கியமெல்லாம் சென்னைக்கே இருக்கட்டும்.

-ஜி.பரமேஸ்வரம் பிள்ளை
'லண்டன் பாரீஸ் நகரங்களின் வினோத சரித்திரம்' *1899.*

இதுமட்டுமின்றி, இப்போது சில ஆட்டோக்காரர்கள் செய்யும் அதே வேலைகளை அப்போதைய ஜட்காகாரர்களும் செய்திருக்கின்றனர். அதிக பணம் கேட்டு அடாவடி செய்வது, வேறு இடத்தில் இறக்கிவிட்டுச் செல்வது போன்ற விஷயங்கள் எல்லாம் அப்போதே இருந்திருக்கிறது. இது பற்றிய செய்திகள் அந்தக்கால பத்திரிகைகளில் ஆதங்கத்தோடும், ஆவேசத்தோடும் இடம்பெற்றிருக்கின்றன.

வண்டிக்குள் சொற்பவிடத்திலே நான்கு பேராய் உட்கார்ந்து அதிக நெருக்கத்தால் செம்மையாய் உட்காரக் கூடாமல் கால்நோவும், இடுப்புநோவுமாய்ப் பிரயாணிகள் வருந்திக் கொண்டு போவது மாத்திரமேயல்லாமல், அவ்வண்டிகள் ஆடுகிற ஆட்டத்தில் தேகத்தில் பூட்டுக்குப் பூட்டு நோவெடுத்து எப்பொழுது இவ்வண்டியைவிட்டு இறங்கப் போகிறோம் என்று எண்ணும்படியாகிறது.

மேலும் அவ்வண்டிக்காரர்களுள் அநேகர் துர்மார்க்கர்களாய்த் திருஅல்லிக்கேணிக்கு என்று பேசி வண்டி ஏறிப்போனால், திருவல்லிக்கேணிக் கடைத் தெருவிலே கொண்டுபோய் நிறுத்தி, இதுதான் திருவல்லிக்கேணி இறங்குங்கள் என்கிறார்கள். பின்பு பிரயாணிகள் என்ன நி Ō ® எடுத்துரைத்தாலும் அவர்கள் கேட்பதில்லை. நடுவே சற்றிறங்கி ஒருவரோடு ஒரு பேச்சு பேசி வருகிறோம் என்றால் அவர்கள் சம்மதிப்பதில்லை.

இவ்விதமான பல காரணங்களால் சச்சரவு உண்டாகி இப்பட்டணத்தில் ஜட்கா வண்டி வியவகாரம் போலீசுக்குப் போகாத நாளில்லை.

இதென்ன வீண்தொல்லையாயிருக்கிறது என்று இவ்வகையான துர்மார்க்கச் செயல்கள் மறுப்பதற்காகவே நாளது வருஷத்தில் போலீசு அதிகாரிகள், ஜட்கா வண்டிகளுக்கு இவ்வளவு தூரத்திற்கு இவ்வளவு கூலி கொடுக்க வேண்டுமென்றும், நடுவே நிற்க வேண்டுமானால் அந்தக் காலத்திற்குத் தக்கபடி கூலி கட்டிக்கொடுக்க வேண்டுமென்றும், பிரயாணிகள் எந்த இடத்திற்கு வண்டி பேசுகிறார்களோ அங்கே அவர்கள் இறங்கவேண்டிய இடத்திலேயே வண்டியைவிட வேண்டுமென்றும் ஒரு விதி ஏற்படுத்தியிருக்கிறார்களாம். ஆயினும் அந்த வருத்தங்கள் மட்டும் அதிகமாய் ஒழியவில்லை.

'ஜனவிநோதினி'
டிசம்பர் 1879
இல.12. புஸ்த.10
பக்கம் 269 - 272

• ஜட்கா வண்டி

இந்த ஜட்காகாரர்கள் மகாத்மா காந்தியைக் கூட விட்டுவைக்கவில்லை. கோட்டு சூட்டு போட்டுக்கொண்டிருந்த காலத்தில் ஒருமுறை சென்னை வந்த காந்தி, தம்புசெட்டித் தெருவில் இருந்த எழுத்தாளரும் பதிப்பாளருமான ஜி.ஏ.நடேசன் வீட்டிற்கு செல்ல ஒரு ஜட்காவில் ஏறினாராம். அந்த ஜட்காகாரர் ஊரெல்லாம் சுற்றிவிட்டு தம்புச்செட்டித் தெருவில் காந்தியை இறக்கிவிட்டு அதிக காசு பிடுங்கிவிட்டாராம்.

இப்படி சண்டை சச்சரவுகள் இருந்தாலும் மக்கள் தொடர்ந்து ஜட்கா வண்டிகளை பயன்படுத்தி வந்தனர். அரசு பொதுமருத்துவமனையில் இருந்து பிணங்களை எடுத்துச் செல்லவும் ஜட்கா வண்டிகள்தான் பயன்பட்டிருக்கின்றன.

1877இல் மெட்ராஸ்வாசிகளுக்கு டிராம் வண்டி அறிமுகமானது. அப்போதெல்லாம் குதிரை இழுத்துச் செல்லும் டிராம் வண்டிதான் இருந்தது. இதிலும் கட்டணம் குறைவாக இருந்ததால் மக்கள் ஜட்காவை கழற்றிவிட்டுவிட்டு டிராமிற்கு மாறினார்கள். அதற்குள் மே 7, 1895இல் எலெக்ட்ரிக் டிராம்கள் ஓடத் தொடங்கி விட்டன. அதோடு ரிக்ஷா வண்டிகளும் அதிகமாகிவிட்டதால், இவற்றை எல்லாம் தாக்குப் பிடிக்க முடியாமல், ஜட்கா வண்டிகள் இந்த பட்டணத்தின் தெருக்களில் இருந்து ஒரேயடியாக மறைந்துவிட்டன.

- *இந்தியாவிலேயே மெட்ராசில்தான் எலெக்ட்ரிக் டிராம் முதன்முறையாக ஓடியது. அந்த சமயத்தில் லண்டன் போன்ற மாநகரங்களில் கூட எலெக்ட்ரிக் டிராம் அறிமுகமாகவில்லை.*
- *பொதுவாக ஜட்கா வண்டியை இழுக்க தட்டுவாணிக் குதிரை அல்லது நாட்டுத் தட்டு குதிரைகள்தான் பயன்படுத்தப்பட்டன.*

பழவேற்காடு கோட்டை

84

ஒருகாலத்தில் மிகப் பெரிய விஷயமாக இருந்தவை கூட, காலப்போக்கில் மெல்ல மறைந்து, இருந்ததற்கான சுவடே இல்லாமல் போய்விடும். அப்படி காலக்கரையானால் அரிக்கப்பட்டு நின்றுகொண்டிருக்கிறது பழவேற்காடு கோட்டையின் சில கடைசி கற்கள்.

பிரிட்டிஷார் மெட்ராசில் கால்பதித்து புனித ஜார்ஜ் கோட்டையைக் கட்டியதில் இருந்துதான் சென்னையின் கதை தொடங்குகிறது. ஆனால் அவர்களின் வருகைக்கு முன்பே இந்த பகுதியில் மக்கள் வாழ்ந்திருக்கிறார்கள். அதேபோல பிரிட்டிஷாருக்கு முன்பே இங்கு வந்து குடியேறிய வெளிநாட்டினரும் இருக்கிறார்கள். பல விஷயங்களில் அவர்களின் வழியைத்தான் பிற்காலத்தில் பிரிட்டீஷார் அப்படியே பின்பற்றினர்.

• போர்த்துகீசிய பாணி தேவாலயம்

1498இல் வாஸ்கோடகாமா இந்தியாவிற்கான கடல்வழியைக் கண்டுபிடித்து கோழிக்கோட்டை அடைந்ததில் ஆரம்பிக்கிறது இந்தக் கதை. இந்தியாவிற்கு வரும் வழி தெரிந்ததையடுத்து 1522இல் போர்த்துகீசியர்கள் பழவேற்காட்டில் குடியேறினர். அந்தக் காலத்தில் பழவேற்காடு மிகப் பிரபலமான துறைமுக நகராக விளங்கியது. இங்கிருந்து துணிகள், வாசனைப் பொருட்கள் போன்றவை பல நாடுகளுக்கும் ஏற்றுமதி செய்யப்பட்டன. இப்படி செல்வச் செழிப்போடு இருந்ததே போர்த்துகீசியர்கள் இங்கு வந்ததற்குக் காரணம்.

அவர்களைத் தொடர்ந்து 1607இல் டச்சுக்காரர்கள் வந்தனர். அப்போது இந்த பகுதியை ஆண்ட நாயக்க மன்னர் இரண்டாம் வேங்கடரின் மனைவி இறைவியிடம் அனுமதி பெற்று அவர்கள் ஒரு தொழிற்சாலையைத் தொடங்கினர். இது ஏற்கனவே இங்கு தொழில் செய்துவரும் போர்த்துகீசியர்களை எரிச்சல்படுத்தியது. இதனால் ஆத்திரமடைந்த அவர்கள், டச்சுக்காரர்களின் தொழிற்சாலையைத் தாக்கினர். அப்போதுதான் ஒரு கோட்டையின் அவசியம் டச்சுக்காரர்களுக்குப் புரிந்தது.

இதன் விளைவாக 1613இல் உருவானதுதான் ஜெல்டிரியா கோட்டை (FORT GELDRIA). இந்த ஜெல்டிரியா கோட்டையைப் பார்த்துதான் ஆங்கிலேயர்கள் புனித ஜார்ஜ் கோட்டையை

(1639) கட்டினர். ஜெல்டிரியா என்பது நெதர்லாந்தில் உள்ள ஒரு மாகாணத்தின் பெயர். இந்த கோட்டையின் முதல் டைரக்டர் ஜெனரலான வெம்மர் (Wemmer van Berchem) தனது சொந்த ஊரின் பெயரையே கோட்டைக்கு வைத்துவிட்டார். கட்டி முடிக்கப்பட்ட முதல் மாதத்திலேயே கோட்டை ஒரு தாக்குதலை எதிர்கொண்டது. உள்ளூர் தலைவரான எத்திராஜா என்பவர் சிறுபடையைக் கொண்டு கோட்டையைத் தாக்கினார். ஆனால் டச்சுக்காரர்கள் இதனை முறியடித்துவிட்டனர். அடுத்ததாக தொழில் போட்டியாளர்களான போர்த்துகீசியர்கள் தரை மற்றும் கடல்வழியாக இருமுனைத்தாக்குதல் நடத்தினர். அதையும் வெற்றிகரமாக எதிர்கொள்ளும் அளவுக்கு கோட்டை மிகப் பலமாக கட்டப்பட்டிருந்தது. 90 வீரர்கள் எந்நேரமும் கோட்டையைக் காவல் காத்ததாக ஒரு குறிப்பு சொல்கிறது.

கோட்டையைச் சுற்றி நான்குபுறமும் ஆழமான அகழிகள், மதில் சுவற்றில் அனைத்து பக்கங்களிலும் பீரங்கிகள் என பல அடுக்கு பாதுகாப்புடன் விளங்கியது ஜெல்டிரியா கோட்டை. இந்தியாவில் டச்சுக்காரர்களுக்கு இருந்த ஒரே கோட்டை என்பதால் இதனைப் போற்றிப் பாதுகாத்தனர். கடலைப் பார்த்தபடி இருக்கும் கோட்டையின் தென்கிழக்கு வாசலில் மிகப்பெரிய கொடி பறக்க விடப்பட்டிருக்கிறது. கப்பல்கள் தூரத்தில் இருந்தே அடையாளம் காண வேண்டும் என்பதற்காக இந்த ஏற்பாடு.

● நாணயம்

கோட்டைக்குள் ஒரு பெரிய வெடிமருந்துத் தொழிற்சாலை இருந்தது. கிழக்கு கடற்கரையோரம் இருந்த டச்சு குடியேற்றப் பகுதிகள் முழுவதற்கும் இங்கிருந்துதான் வெடிமருந்து சப்ளை செய்யப்பட்டது. உள்ளேயே ஒரு நாணய வார்ப்புசாலையும்

செயல்பட்டிருக்கிறது. மிக அதிக அளவிலான சரக்குப் போக்குவரத்து இருந்ததால், இந்த நாணயச் சாலை அவசியமானதாக இருந்தது. இங்கு தயாரான நாணயங்கள் பழவேற்காடு நாணயங்கள் என அறியப்பட்டன.

கோட்டைக்குள்ளே வசிக்கும் மக்களின் தேவையைப் பூர்த்தி செய்வதற்காக உள்ளேயே பல கிணறுகள் தோண்டப்பட்டன. இந்த கோட்டை குறித்த வரைபடம் ஒன்றில் கோட்டைக்குள் மூன்று கிணறுகள் இருப்பது குறிப்பிடப்பட்டுள்ளது. இப்படி சகல வசதிகளுடன் இருந்த ஜெல்டிரியா கோட்டையை, மைசூர் போரின்போது ஹைதர் அலி அழித்தார். 1806இல் ஹாலந்து, பிரெஞ்சுப் பேரரசுடன் இணைக்கப்பட்டுவிட்டது என்பது தெரியவந்ததும், பிரிட்டிஷார் இந்தக் கோட்டையை இடித்து தரைமட்டமாக்கிவிட்டனர்.

இன்று கோட்டை இருந்த இடத்தில் ஒரு பெரிய முட்புதர் காடுதான் எஞ்சியிருக்கிறது. சிரமப்பட்டு உள்ளே சென்று பார்த்தால், ஒருகாலத்தில் கோட்டை மதிலில் ஒய்யாரமாக உட்கார்ந்து கொண்டிருந்த சில கற்கள் சாயம் போன கனவுகளாய் காலில் மிதிபடுகின்றன. அந்த முட்புதர் காடு முழுவதும் 16ஆம் நூற்றாண்டு டச்சுக்காரர்கள் கண்ணுக்குத் தெரியாமல் அரூபமாய் அலைந்து கொண்டிருப்பது போலவே இருக்கிறது.

- 1522இல் கிருஷ்ணதேவ ராயர்தான் பழவேற்காடு என்று பெயர் வைத்தார். அதற்கு முன் இந்த பகுதி, புலியூர் கோட்டம், பையர் கோட்டம், அனந்தராயன் பட்டினம் எனப் பல பெயர்களில் அழைக்கப்பட்டது.
- கோட்டை இருந்த பகுதிக்கு எதிரில் டச்சுக்காரர்களின் கல்லறை ஒன்று இருக்கிறது. இங்கிருக்கும் சமாதிக் கற்கள் கலைநயத்துடன் வடிவமைக்கப்பட்டுள்ளன.

டச்சுக் கல்லறைகள்

85

வரலாறு மிகவும் விசித்திரமானது. அது இலக்கியமாகவும், கல்வெட்டாகவும், பழம்பொருட்களாகவும் மட்டும் அடுத்த தலைமுறைக்கு கிடைப்பதில்லை. கல்லறைக் கற்களாகவும் வரலாறு உலகம் முழுவதும் ஆங்காங்கே அமைதியாக புதையுண்டு கிடக்கிறது. சில கல்லறைகள் புதையுண்ட அந்த மனிதரையும் தாண்டி, அந்த நிலப்பரப்பின் ஒட்டுமொத்த வரலாற்றிற்கும் கதவு திறந்துவிடுகின்றன. அப்படிப்பட்ட பொக்கிஷக் கல்லறைகள் சில, சென்னைக்கு அருகில் இருக்கின்றன.

ஆங்கிலேயர்கள் வருவதற்கு சுமார் 100 ஆண்டுகளுக்கு முன்பே போர்த்துகீசியர்கள் சோழமண்டலக் கரையோரத்தில் குடியேறிவிட்டனர். அவர்கள் சென்னைக்கு அருகில் உள்ள பழவேற்காட்டை தங்கள் இருப்பிடமாக்கிக் கொண்டனர்.

• கல்லறைத் தோட்டம்

வணிகத்திற்காக வந்த டச்சுக்காரர்கள் பின்னர் பாதுகாப்பு கருதி பழவேற்காட்டில் ஒரு கோட்டையைக் கட்டினர். இன்று கோட்டைக்கான எந்த சுவடும் அந்த பகுதியில் இல்லை. ஆனால் அங்கு ஒரு பலமான கோட்டை இருந்தது என்பதற்கு ஆதாரமாய் இன்றும் இருந்துகொண்டிருக்கிறது ஒரு கல்லறை. ஒருகாலத்தில் கோட்டை இருந்த பகுதிக்கு எதிரில் அமைந்திருக்கிறது இந்த கல்லறைத் தோட்டம்.

புதிய கல்லறைத் தோட்டம் (New Cemetery) என்று அழைக்கப்படும் இந்த பகுதி தற்போது இந்திய தொல்லியல் துறையின் கட்டுப்பாட்டில் இருக்கிறது. ''பாதுகாக்கப்பட்ட பகுதி, எனவே இதனை சேதப்படுத்துபவர்களுக்கு மூன்று மாதங்கள் சிறைத் தண்டனையோ, ரூ.5 ஆயிரம் அபராதமோ அல்லது இரண்டும் சேர்த்தோ வழங்கப்படும்'' என எச்சரிக்கிறது இங்கிருக்கும் ஒரு துருப்பிடித்த அறிவிப்புப் பலகை. ஆனால் அருகிலேயே ஒட்டப்பட்டிருக்கும் 'மூலம்' சிகிச்சைக்கான சுவரொட்டிகள் மூலம், மக்கள் இதனை எந்தளவு மதிக்கிறார்கள் என்பது தெளிவாகத் தெரிகிறது.

இரண்டு எலும்புக் கூடுகள் வரவேற்கும் வாசல் வழியாக சென்றால் நம் கண்முன் விரிகிறது 17ஆம் நூற்றாண்டு. குதிரைகள் புடைசூழ ஒய்யாரமாக வலம் வந்த தளபதிகள் முதல் சமையல் அறைகளில் இருந்தபடியே சரித்திரத்தின் பக்கங்களில் ஆதிக்கம் செலுத்திய பெண்மணிகள் வரை அனைவரும் இங்கு அமைதியாக உறங்கிக் கொண்டிருக்கிறார்கள். இந்த கல்லறைத் தோட்டத்தில் மொத்தம் 77 சமாதிகள் இருக்கின்றன. 1656ஆம் ஆண்டுக்கு

ஜப்பானிய சிறுவனின் கல்லறை

பிறகு இறந்த முக்கியப் பிரமுகர்களின் உடல்கள் இங்கு அடக்கம் செய்யப்பட்டுள்ளன. 1606 முதல் 1656 வரை உயிரிழந்தவர்களின் உடல்கள் சற்று தொலைவில் உள்ள பழைய கல்லறையில் புதைக்கப்பட்டுள்ளன. ஆனால் பழைய கல்லறை இன்று மிகவும் சிதலமடைந்துவிட்டது.

புதிய கல்லறையில் இருக்கும் ஒவ்வொரு சமாதியும் பல வரலாற்றுத் தகவல்களைத் தாங்கி நிற்கின்றன. இந்த நினைவுக் கற்களின் மீதுள்ள எழுத்துகள் டச்சு மொழியில் பொறிக்கப்பட்டுள்ளன. இவை ஹாலந்து நாட்டிலேயே எழுதப்பட்டு கப்பலில் எடுத்துவரப்பட்டிருக்கலாம் எனக் கருதப்படுகிறது. இங்குள்ள 77 சமாதிகளில் பெரும்பாலானவை டச்சுக் காரர்களுடையவை. இவற்றில் 5 சமாதிகளின் மீது சிறிய மாடம் போன்ற அமைப்புகள் கட்டப்பட்டுள்ளன. அதிலும் குறிப்பாக மூன்று சமாதிகள், வேலைப்பாடுகள் நிறைந்த வளைவுகளுடன் காட்சியளிக்கின்றன. மீதமுள்ள இரண்டு சமாதிகள் சதுர ஸ்தூபிகளாக (Obelisk) உயர்ந்து நிற்கின்றன. இவற்றில் உயரமாக இருக்கும் ஸ்தூபிக்கு பின் ஒரு அழகான காதல் கதை இருக்கிறது.

இங்குள்ள அனைத்து சமாதிகளின் மீதும் டச்சு மொழியில் நிறைய எழுதப்பட்டுள்ளன. இவை அந்த மனிதரைப் பற்றியும், அவரது வாழ்க்கை சார்ந்த நிறைய தகவல்களையும் தெரிவிக்கின்றன. உதாரணத்திற்கு, இங்குள்ள 20 கல்லறைகளின் தகவல்கள் மொழிபெயர்க்கப்பட்டிருக்கின்றன. இதில் 11 கல்லறைகள் பெண்களுடையவை, 9 ஆண்களுடையவை. இறந்தவர்களில் பெண்களின் சராசரி வயது 30ஆகவும், ஆண்களின் சராசரி வயது 48ஆகவும் இருக்கிறது.

இந்த சமாதிக் கற்களின் மூலம்தான் இங்கு ஜெல்டிரியா என்ற கோட்டை இருந்த விவரம் உறுதிப்படுத்தப்படுகிறது. அந்த கோட்டை எப்படி இருந்தது என்ற வரைபடம் கூட ஒரு சமாதியில் இடம்பெற்றிருக்கிறது. மற்றொரு நினைவிடத்தில் பழவேற்காடு 17ஆம் நூற்றாண்டில் எப்படி இருந்தது என காலத்திற்கும் அழியாத வகையில் கல்லில் பொறித்திருக்கிறார்கள். டச்சுக்காரர்கள் வரைபடம் வரைவதில் சிறந்தவர்கள் என்பதை இந்தக் கற்கள் உறுதிப்படுத்துகின்றன.

• கல்லறையில் கோட்டை வரைபடம்

நினைவுக் கற்களின் ஓரங்களை அலங்கரிக்கும் விதவிதமான பூ வேலைப்பாடுகள், மத்தியில் காட்சியளிக்கும் பிரதான சித்திரங்கள், அவற்றின் அழகியல் என ஒவ்வொரு கல்லும் சிற்பக் காவியமாகவே காட்சியளிக்கின்றன. இவற்றை ரசித்தபடியே, ஆளரவமற்ற இந்த மயான பூமியில் அமைதியாக கண்களை மூடி நிற்கும்போது வாழ்வின் நிலையாமை அழுத்தமாக முகத்தில் அறைகிறது.

கடலில் கரைந்த கனவு

டச்சு கல்லறைத் தோட்டத்தில் அனைத்தையும் விட உயர்ந்து நிற்கும் ஒரு சதுர ஸ்தூபிக்கும் ஜப்பானுக்கும் தொடர்பு இருக்கிறது. கப்பலில் இருந்து ஓடிவந்த ஹிக்கின்போதம் (MynHeer Von Higginbottom) என்ற வணிகர் பழவேற்காட்டில் தஞ்சமடைந்தார். பின்னாட்களில் சிறந்த வணிகராக பெயரெடுத்த அவர், இங்கிருந்தபடியே சிங்கப்பூர், ஜப்பான் போன்ற நாடுகளுடன் வணிகம் செய்தார். வணிகத்தோடு நிறுத்தாமல் அவர் காதலும் செய்தார்.

ஜப்பானின் அரச கருவூலத்தை கவனிக்கும் உயரதிகாரியின் மகளை இந்த வணிகர் காதலித்தார். அவரையே கரம்பிடித்து பழவேற்காட்டிற்கு அழைத்து வந்துவிட்டார். அவர்களுக்கு ஒரு மகன் பிறந்தான். இப்படி சந்தோஷமாக போய்க்கொண்டிருந்த வாழ்க்கையில் ஒருநாள் புயல் வீசியது. கடலில் சிறிய படகில் சென்று கொண்டிருந்த அவரது 18 வயது மகன் அலையின் சீற்றத்திற்கு இரையாகிவிட்டான். தங்கள் அருமை மகனைப் புதைத்து, அதன் மேல் அந்த காதல் தம்பதி எழுப்பிய ஸ்தூபி, இன்றும் அவர்களின் ஆறாத சோகத்தை சொல்லிக் கொண்டே இருக்கிறது.

பேரி திம்மப்பா

86

பிற்காலத்தில் மிகப்பிரமாண்டமாக விஸ்வரூபம் எடுக்கும் பல விஷயங்கள் மிகச்சிறியதாகத் தான் தொடங்குகின்றன. அதற்கு தொடக்கப்புள்ளி வைப்பவர்களும் சாதாரண எளிய மனிதர்களாகத்தான் இருக்கிறார்கள். மெட்ராஸ் என்ற மாநகரமும் அப்படி சில சாதாரண மனிதர்களால்தான் உருவானது. அவர்களில் முக்கியமான ஒருவர்தான் பேரி திம்மப்பா என்கிற பேரி திம்மண்ணா.

ஆந்திர மாநிலம் மசூலிப்பட்டினம் அருகே துணி வியாபாரம் செய்து கொண்டிருந்தவர்தான் இந்த பேரி திம்மப்பா. கிழக்கிந்திய கம்பெனி தனது முதல் தொழிற்சாலையை மசூலிப்பட்டினத்தில்தான் அமைத்தது. ஆனால் அங்கு டச்சு மற்றும் போர்த்துகீசியர்களின் தொல்லை அதிகமானதால் கம்பெனிக்கு வேறு இடம்பார்க்க வேண்டிய நிர்பந்தம் ஏற்பட்டது.

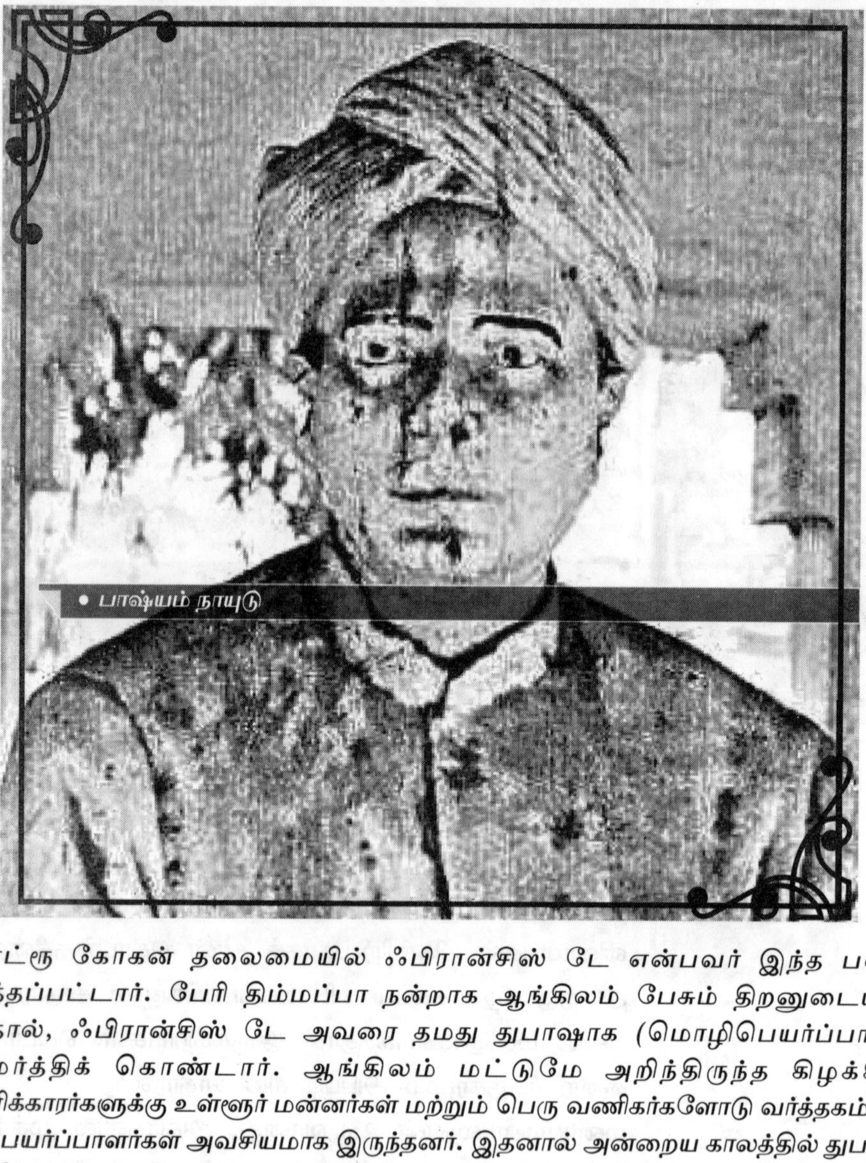

• பாஷ்யம் நாயுடு

ஆண்ட்ரூ கோகன் தலைமையில் ஃபிரான்சிஸ் டே என்பவர் இந்த பணியில் ஈடுபடுத்தப்பட்டார். பேரி திம்மப்பா நன்றாக ஆங்கிலம் பேசும் திறனுடையவராக இருந்ததால், ஃபிரான்சிஸ் டே அவரை தமது துபாஷாக (மொழிபெயர்ப்பாளராக) பணியமர்த்திக் கொண்டார். ஆங்கிலம் மட்டுமே அறிந்திருந்த கிழக்கிந்திய கம்பெனிக்காரர்களுக்கு உள்ளூர் மன்னர்கள் மற்றும் பெரு வணிகர்களோடு வர்த்தகம் செய்ய மொழிபெயர்ப்பாளர்கள் அவசியமாக இருந்தனர். இதனால் அன்றைய காலத்தில் துபாஷிகள் பெரும் செல்வாக்குடன் வலம் வந்தனர்.

கம்பெனிக்காக இடம்தேடி அலைந்த ஃபிரான்சிஸ் டே, சாந்தோமிற்கு அருகே ஒரு பொட்டல் மணல்வெளியை தேர்ந்தெடுத்தார். அப்போது அங்கு சில மீனவ குப்பங்களைத் தவிர வேறு எதுவும் இல்லை. ஆண்ட்ரூ கோகனும் இந்த இடத்தை ஓ.கே செய்ய, நிலத்திற்கு சொந்தக்காரரான நாயக்க மன்னரின் உள்ளூர் நிர்வாகிகளிடம் இதுகுறித்து பேச்சுவார்த்தை நடத்தப்பட்டது. அப்போது பேரி திம்மப்பாதான் மொழிபெயர்ப்பாளராகவும், திறமையான தரகராகவும் செயல்பட்டு கிழக்கிந்திய கம்பெனிக்கு இந்த நிலப்பரப்பை குறைந்த விலைக்கு பெற்றுத் தந்தார். இதற்கு பிரதிபலனாக ஆங்கிலேயர்கள் பேரி திம்மப்பாவிற்கு ஒரு பெரிய நிலப்பரப்பை அன்பளிப்பாக அளித்தனர்.

புதிய நிலப்பரப்பில் கிழக்கிந்திய கம்பெனிக்காரர்கள் கோட்டை கட்டிக் கொள்ள, கோட்டைக்கு வெளியே தமக்கு அளிக்கப்பட்ட நிலத்தில் குடும்பத்தோடு குடியேறினார் பேரி திம்மப்பா. பின்னர் அவரின் குடும்பத்தினர் பல ஆண்டுகள் ஆங்கிலேயரின் தலைமை வணிகர்களாக விளங்கினர். இதனிடையே பேரி திம்மப்பா கோட்டைக்கு வெளியே ஒரு சிறிய நகரத்தையே உருவாக்கினார். நெல்லூர், மசூலிப்பட்டினம் ஆகிய இடங்களில் இருந்து நெசவாளர்கள், சாயம் தோய்ப்போர் என நெசவுத் தொழிலோடு தொடர்புடைய பலரையும் அழைத்து வந்து குடியேற்றினார். இப்படி கோட்டைக்கு வெளியே உள்ளூர் மக்களால் உருவான நகரை ஆங்கிலேயர்கள் 'கருப்பர் நகரம்' என்று அழைத்தனர். அந்த கருப்பர் நகரத்தின் தந்தை பேரி திம்மப்பாதான்.

பேரி திம்மப்பாவின் அடியொற்றி ஆந்திர மண்ணில் இருந்து நிறைய பேர் இங்கு இடம்பெயர்ந்ததால்தான், அந்த காலத்தில் மெட்ராசில் தெலுங்கு பேசும் மக்களின் எண்ணிக்கை அதிகமாக இருந்தது. இது அப்படியே பல்கிப் பெருகி சுதந்திர இந்தியாவில் மொழிவாரி மாநிலங்களைப் பிரிக்கும்போது, 'மதராஸ் மனதே' என்று தெலுங்குக்காரர்கள் உரிமை கொண்டாடியதற்கு ஒரு வகையில் பேரி திம்மப்பாவும் காரணமாக கருதப்படுகிறார்.

உள்ளூர் மக்களுக்காக பேரி திம்மப்பா ஒரு பெரிய கோயிலையும் கட்டினார். தற்போது உயர்நீதிமன்றம் இருக்கும் இடத்தில் அந்த கோயில் இருந்தது. அதுதான் பட்டனம் பெருமாள் கோயில் என்று அழைக்கப்பட்ட சென்னக்கேசவப் பெருமாள் கோயில். பின்னர் பிரெஞ்சுப் படைகளுடனான போரின்போது இந்த கோயில் இடிக்கப்பட்டு, சற்று தள்ளி இப்போதைய பூக்கடை பகுதியில் மீண்டும் கட்டப்பட்டது தனிக்கதை.

தாம் கட்டிய பெருமாள் கோயிலை பேரி திம்மப்பா, நாராயணப்ப அய்யர் என்பவருக்கு தானமாக அளித்ததாக கூறப்படுகிறது. இதுபற்றி 1648இல் எழுதப்பட்ட ஒரு சாசனம் கிடைத்திருக்கிறது. அதில் நான் கட்டிய சென்னகேசவப் பெருமாள் கோயில், அதன் மானியம், அதனைச் சார்ந்த நிலங்களை, இதன் மூலம் உங்கள் பெயருக்கு மாற்றித் தருகிறேன். சூரிய,

• திம்மப்பா பாஷ்யம் நாயுடு,

• நாராயணப்ப நாயுடு

சந்திரர் உள்ள வரை உங்கள் வம்சாவளிக்கு அதன் போக உரிமை இருக்கும். அவர்கள் இந்த கோயிலில் எல்லா பூஜைகளையும் முறைப்படி செய்து வர வேண்டும். தவறினால், கங்கைக் கரையில் கரும்பசுவைக் கொன்ற பாவத்திற்கு ஆளாவார்கள். இது நாராயணப்பையருக்கு பேரி திம்மண்ணாவால் கொடுக்கப்பட்டது' எனக் குறிப்பிடப்பட்டுள்ளது.

பேரி திம்மப்பாவிற்கு மகன்கள் யாரும் இல்லை, ஒரே ஒரு மகள்தான். அவரது வழியாக பேரியின் குடும்பம் வளர்ந்தது. பேரி திம்மப்பாவின் கொள்ளு கொள்ளுப் பேரர்களான திம்மப்பா பாஷ்யம் நாயுடு, நாராயணப்ப நாயுடு ஆகியோர் மெட்ராஸ் நகரின் மேம்பாட்டிற்காக நிறைய நிதி அளித்திருக்கின்றனர். அவர்களின் நினைவாகத்தான் கீழ்ப்பாக்கம் பகுதியில் பாஷ்யம் நாயுடு பூங்காவும், அப்பா கார்டன் தெருவும் இன்றும் இருக்கின்றன. இவர்கள் மட்டுமின்றி பேரி திம்மப்பாவின் குடும்பத்தில் வந்த பலரது பெயர்களும் சென்னையின் பல தெருக்களுக்கு வைக்கப்பட்டிருக்கின்றன. ஆனால் மெட்ராஸ் என்ற மாநகரை உருவாக்குவதில் முக்கிய பங்காற்றிய பேரி திம்மப்பாவிற்கு, ஏனோ யாரும் ஒரு சிலை கூட வைக்கவில்லை.

- *சென்னகேசவப் பெருமாள் கோவிலை நாகபட்டன் என்பவர் 1646இல் நாராயணப்பையருக்கு சாசனமாக அளித்தாகவும் ஒரு ஆவணம் கிடைத்திருக்கிறது. இந்த நாகபட்டன் என்பவர் ஆங்கிலேயர்களுக்கு வெடிமருந்துப் பொடி தயாரித்துக் கொடுப்பவராக இருந்தார்.*
- *பேரி திம்மப்பாவின் சகோதரரான பேரி சின்ன வெங்கடாத்ரி கிண்டியில் ஒரு பெரிய லாட்ஜ் வைத்திருந்தார். கிண்டி லாட்ஜ் என்று அழைக்கப்பட்ட அந்த கட்டடம் தான் தற்போது தமிழக ஆளுநர் வசிக்கும் ராஜ் பவன்.*

மெட்ராஸ் அச்சகங்கள்

87

உலகில் இன்று நாம் பயன்படுத்திக் கொண்டிருக்கும் பல்வேறு தொழில்நுட்பங்கள் அறிமுகமான சில நாட்களிலேயே மெட்ராஸ் மாநகருக்குள் நுழைந்திருக்கின்றன. எலெக்ட்ரிக் டிராம் போன்ற சில விஷயங்கள் லண்டனில் அறிமுகமாவதற்கு முன்பே மெட்ராசில் பயன்பாட்டிற்கு வந்திருக்கிறது. ஆனால் சில விஷயங்களை மெட்ராஸ் கோட்டைவிட்ட வரலாறும் இருக்கிறது. அவற்றில் முக்கியமானது அச்சுத் தொழில். பின்னர்கூட தற்செயலாகத்தான் அச்சுத் தொழில் மெட்ராசிற்குள் நுழைந்தது.

அந்த கால அச்சுத் தமிழ்

இதில் விசித்திரம் என்னவென்றால், இந்தியாவிலேயே முதன்முதலாக அச்சில் ஏற்றப்பட்ட மொழி தமிழ்தான். ஆனால் அந்த நிகழ்வு உள்நாட்டில் அரங்கேறவில்லை. போர்ச்சுகல் நாட்டின் லிஸ்பனில் தமிழ் எழுத்துருக்கள் தயாரிக்கப்பட்டு, 'கார்ட்டிலா' (The 1554 Cartilha in Roman Script) என்ற நூல் அச்சடிக்கப்பட்டது. இங்கிருந்த சிலரை மதமாற்றம் செய்து லிஸ்பனுக்கு அழைத்துச் சென்று கிறிஸ்தவ பாதிரி மார்கள் இந்த முயற்சியை செய்தனர். இதனையடுத்து 1578இல் 'டாக்ட்ரினா கிறிஸ்தியானா' என்ற 16 பக்க நூல் 'தம்பிரான் வணக்கம்' என்ற பெயரில் தமிழில் அச்சடிக்கப்பட்டிருக்கிறது.

வெளிநாடுகளில் அச்சடிக்கப்பட்டு வந்த தமிழை, இந்தியாவிற்குள் கொண்டுவந்தவர் சீகன்பால்க் (Ziegenbalg). மதமாற்ற முயற்சிகளுக்காக தரங்கம்பாடிக்கு வந்த சீகன்பால்க், 1715இல் பைபிளைத் தமிழில் மொழிபெயர்த்து அச்சடித்தார். இதுதான் இந்திய மொழியில் தயாரான முதல் பைபிள்.

அச்சுத் தமிழ் இப்படி அலைந்து திரிந்த பிறகு, ஒருவழியாக 1761இல்தான் மெட்ராசிற்கு வந்தது. சென்னையில் முதன்முதலாக அமைந்த அச்சகம், கொள்ளையடித்துக் கொண்டு வரப்பட்டது என்று சொன்னால் நம்புவதற்கு சற்று கடினமாகத்தான் இருக்கும். 1761-இல் புதுச்சேரியைக் கைப்பற்றிய கிழக்கிந்தியக் கம்பெனி தளபதி ஐர்கூட், அங்கு சூறையாடிய பொருட்களை மெட்ராசுக்குக் கொண்டு வந்தார். அவற்றில் ஒரு அச்சகத்திற்கு தேவையான கருவிகளும், முக்கியமாகத் தமிழ் எழுத்துருக்களும் இருந்தன. ஆனால் அப்போது மெட்ராசில் யாருக்கும் இதனை எப்படிப் பயன்படுத்துவது எனத் தெரியவில்லை.

எனவே அந்த பொருட்கள் புனித ஜார்ஜ் கோட்டையில் ஒரு மூலையில் முடங்கிப் போயின. பின்னர் அவற்றை தமிழ் மொழியை அறிந்திருந்த ஃபெப்ரீஷியஸ் என்பவரிடம் கிழக்கிந்தியக் கம்பெனி ஒப்படைத்தது. அப்படித்தான் மெட்ராசின் முதல் அச்சகமான

எஸ்.பி.சி.கே பிரஸ் வேப்பேரியில் தொடங்கப்பட்டது. இதுதான் தற்போது சி.எல்.எஸ் பிரஸ் என்று அறியப்படுகிறது. கம்பெனியின் விருப்பப்படியே ஃபெப்ரீஷியஸ் அந்த அச்சகத்தைக் கிறிஸ்தவ மதப் பிரச்சாரப் பிரசுரங்களுக்கு மட்டுமே பயன்படுத்தி வந்தார்.

அந்நாட்களில் மெட்ராசில் கிறிஸ்தவத்தை பரப்பும் முயற்சிகள் மும்முரமாக நடைபெற்று வந்தன. மிஷனரிகளின் இந்த மதமாற்ற முயற்சிக்கு, புதிய தொழில்நுட்பமான அச்சடித்தல் மிகவும் உறுதுணையாக இருந்தது. எனவே தரங்கம்பாடியில் இருந்து ஒரு அச்சு இயந்திரத்தை வாங்கி வந்தனர். இதனைக் கொண்டு 1772இல் 'மலபார் புதிய ஏற்பாடு' என்ற நூலைத் தயாரித்தனர். கம்பெனி அதிகாரிகளின் தேவைக்காக 1779, 1786ஆம் ஆண்டுகளில் அகராதிகளையும் ஃபெப்ரீஷியஸ் அச்சடித்துக் கொடுத்தார். இப்படித்தான் அச்சு மெட்ராசில் காலூன்றியது.

ஆரம்ப நாட்களில் துண்டுப் பிரசுரங்கள் மட்டுமே அச்சடிக்கப்பட்டு வந்தன. காலப்போக்கில் அவை செய்தித்தாளாக பரிணாம வளர்ச்சி அடைந்தன. சென்னையில் முதன்முதலாக செய்தித் தாளைத் தொடங்கியவர் ஆங்கில அரசாங்கத்தில் வேலைபார்த்த ரிச்சர்டு ஜான்ஸன் என்பவர். 'மெட்ராஸ் கூரியர்' என்ற பெயரில் 1785இல் அவர் தொடங்கிய ஆங்கிலப் பத்திரிகை, நான்கு பக்கங்கள் கொண்டதாக இருந்தது. அரசின் ஆதரவோடு நடந்த அந்தப் பத்திரிகைக்கு அரசு விளம்பரங்கள் குவிந்ததால் விரைவில் பக்கங்கள் ஆறாக அதிகரித்தன.

மெட்ராஸ் கூரியருக்கு ஆசிரியராக இருந்த ஹக் பாயிட், பின்னர் சொந்தமாக 'ஹிர்காரா' என்ற பெயரில் ஒரு பத்திரிகையை 1791இல் தொடங்கினார். 'ஹிர்காரா' என்றால் தூதுவன் அல்லது ஒற்றன் என்று அர்த்தமாம். ஆனால் ஒற்றன் அதிக நாள் ஓடவில்லை. 1794இல் ஹக் காலமாகிவிட, அவர் தொடங்கிய பத்திரிகையும் சேர்த்து புதைக்கப்பட்டுவிட்டது.

அடுத்ததாக 1795இல் ராபர்ட் வில்லியம் என்பவர் ஒரு அச்சகத்தை நிறுவி, கம்பெனியின் அச்சு வேலைகளைப் பெறுவதில் ஜான்ஸனோடு போட்டியிட்டார். அத்தோடு நிற்காமல், மெட்ராஸ் கூரியருக்குப் போட்டியாக 'மெட்ராஸ் கெஸட்' என்ற பத்திரிகையையும் ஆரம்பித்தார். அரசு தனது வேலைகளை இருவருக்கும் பகிர்ந்தளித்து வந்தது. இதற்கிடையில்

● போர்ச்சுகலில் அச்சான தமிழ் நூல்

• தமிழில் அச்சுப் பிரதி

ஜான் கோல்டிங்ஹாம் என்பவரும் கம்பெனி அரசுக்காக அதிகாரபூர்வமாக மெட்ராஸ் அரசாங்க கெஸட்டைத் தொடங்கிவிட்டார்.

இதெல்லாம் போதாது என்று மெட்ராஸ் அரசாங்கமே 1800இல் ஒரு அச்சகத்தை நிறுவியது. அதில் இருந்து ‘மெட்ராஸ் அஸைலம் ஆல்மனாக்’ என்ற பெயரில் ஓர் இதழ் வெளிவரத் தொடங்கியது. இந்தச் சமயத்தில் அரசின் ஒப்புதலைப் பெறாமலேயே ‘இந்தியன் ஹெரால்டு’ என்கிற பத்திரிகையை ஜி. ஹம்ப்ரீஸ் என்ற ஆங்கிலேயர் ஆரம்பித்தார். ஆனால் இதுசற்றே வித்தியாசமான பத்திரிகை. மற்ற பத்திரிகைகள் எல்லாம் அரசின் விளம்பரங்களை வாங்கிக் கொண்டு ஜால்ரா அடித்துக் கொண்டிருந்த காலத்தில், இதுமட்டும் கம்பனி அரசை கடுமையாக விமர்சித்தது. அதற்காக ஹம்ப்ரீஸ் கைது செய்யப்பட்டு நாட்டைவிட்டே வெளியேற்றப்பட்டார்!

ஒரு குறிப்பிட்ட காலம்வரை ஆங்கிலேயர்களே பத்திரிகைகளை நடத்திக் கொண்டிருந்த நிலையில், காஜுலு லக்ஷ்ம நரசு என்ற தெலுங்கு வணிகர் இந்த போட்டியில் களமிறங்கினார். ஹிந்துக்களின் உரிமைகளை வலியுறுத்தும் நோக்கத்துடன் ‘க்ரெசன்ட்’ என்ற பெயரில் 1844இல் ஒரு பத்திரிகையைத் தொடங்கினார். 1868இல் லக்ஷ்ம நரசு இறந்துவிட, அவரது பத்திரிகையும் நின்று போனது. இதனைத் தொடர்ந்து மெட்ராஸ் டைம்ஸ், தி மெட்ராஸ் மெயில், ஸ்பெக்டேடர், தி ஹிந்து, சுதேசமித்திரன் என பல பத்திரிகைகள் தொடங்கப்பட்டு அச்சுத்தொழில் மெட்ராசில் அரியணை போட்டு அமர்ந்துகொண்டது.

மொத்தத்தில் எதேச்சையாக மெட்ராசிற்குள் நுழைந்த அச்சுத் தொழில் இன்று விஸ்வரூபம் எடுத்து விண்ணில் விரிந்து நிற்கிறது. ஆரம்பத்தில் கொஞ்சம் கோட்டை விட்டாலும் பின்னர் சுதாரித்துக் கொண்டதால் மெட்ராஸ் இந்திய அச்சு வரலாற்றில் ஒரு குறிப்பிடத்தக்க இடத்தை பிடித்துவிட்டது.

- *அச்சில் ஏறிய முதல் தமிழ் அகராதியை தயாரித்தவர் ராபர்ட் டி நோபிளி என்ற இத்தாலிக்காரர். இவரை தத்துவ போத சுவாமி என தமிழர்கள் அன்புடன் அழைத்தனர்.*
- *நமசிவாய முதலியார் என்பவர் அச்சு எழுத்துகள் தயாரிக்கும் முறையை சீரமைத்தார். அவர் உருவாக்கிய புதிய எழுத்துருக்கள் ‘நமசிவாய எழுத்து வரிசை’ என்றே அழைக்கப்பட்டன.*
- *நாட்டுக்கோட்டைச் செட்டியார்கள் பர்மாவிலிருந்தும், தாய்லாந்தில் இருந்தும் தமிழகம் திரும்பிய பிறகு, அவர்களில் சிலர் அச்சகங்களையும், பதிப்பகங்களையும் தொடங்கினர்.*

மெமோரியல் ஹால்

88

நடந்து முடிந்த சரித்திர முக்கியத்துவம் வாய்ந்த ஒரு நிகழ்வை நினைவுகூர்வதற்காக நினைவுத் தூண்களும், கட்டடங்களும் கட்டப்படுவதைத்தான் வரலாறு இதுவரை பார்த்திருக்கிறது. ஆனால் இதற்கு நேர் எதிராக, நடைபெறாத ஒரு விஷயத்தை நினைவுகூர மக்கள் கைக்காசைப் போட்டு கட்டடம் கட்டியது அநேகமாக மெட்ராசில் மட்டும்தான் இருக்க முடியும். அப்படி உருவானதுதான் சென்னை சென்ட்ரல் ரயில் நிலையத்திற்கு அருகில் இருக்கும் மெமோரியல் ஹால்.

இந்தியாவின் முதல் சுதந்திரப் போராட்டம் என்று வர்ணிக்கப்படும் சிப்பாய் கலகம், கிழக்கிந்தியக் கம்பனியின் இந்திய சிப்பாய்களால் 1857ஆம் ஆண்டு, மே 10ந் தேதி மீரட் நகரில் தொடங்கியது.

• மெமோரியல் ஹால்

ஒரு மூலையில் பற்றிய தீ மளமளவென மற்ற இடங்களுக்கும் பரவுவது போல, மீரட்டையும் மீறி பிற நகரங்களையும் இந்த கலகம் கபளீகரம் செய்தது. குறிப்பாக இந்தியாவின் மத்திய மலைப் பகுதிகளில் பரவிய கலகத்தில் சிப்பாய்கள் மட்டுமின்றி பொதுமக்கள் பலரும் பங்கெடுத்துக் கொண்டனர்.

முக்கிய கிளர்ச்சி இன்றைய உத்தரப் பிரதேசம், உத்தரகாண்ட், வடக்கு மத்தியப் பிரதேசம், டெல்லி, குர்காவுன் ஆகிய இடங்களை மையம் கொண்டிருந்தது. கிளர்ச்சியாளர்கள் கிழக்கிந்திய படையினருக்கு பெரும் சவாலாக விளங்கினர். ஓராண்டு கடும் போராட்டத்திற்கு பிறகு ஜூன் 20, 1858 இல் தான் கலகத்தை முழுவதுமாக முடிவுக்கு கொண்டு வர முடிந்தது

இந்த கலகம் முடிவுக்கு வந்ததும், இதனை நினைவுகூறும் வகையில் லக்னோ, கான்பூர், டெல்லி போன்ற இடங்களில் நினைவகங்கள் அமைக்கப்பட்டன. காரணம், இந்த நகரங்கள் சிப்பாய் கலகத்தின் தாக்கத்தை நேரடியாக உணர்ந்தன. இந்நகரத் தெருக்களில் கலகத்தின்போது ரத்த ஆறு ஓடியது. மக்கள் பதற்றத்துடனும், பயத்துடனும் ஆங்காங்கே பதுங்கிக் கிடந்தனர். ஆனால் இந்த கலகத்தால் மெட்ராஸ் எந்த வகையிலும் பாதிக்கப்படவில்லை.

திருவல்லிக்கேணி, ஜார்ஜ் டவுன் போன்ற ஒரு சில இடங்களில் மட்டுமே லேசான கலவரங்கள் வெடித்தன. அதுவும் உடனடியாக அடக்கப்பட்டு விட்டன. எனவே மெட்ராஸ் ராஜ்தானியில் சிப்பாய் கலகத்தால் ஒரு ஆங்கிலேய உயிர்கூட பறிபோகவில்லை. இதற்காக நிச்சயம் ஆண்டவருக்கு நன்றி சொல்ல வேண்டும் என்று சென்னையில் கூடிய ஒரு ஆங்கிலேய கூட்டத்தில் முடிவு எடுக்கப்பட்டது. இதனையடுத்து மெட்ராசில் ஒரு நினைவகம் கட்டுவது என தீர்மானிக்கப்பட்டு, அதற்காக மெட்ராசில் வசித்த ஆங்கிலேயர்களிடம் நிதி வசூலிக்கப்பட்டது.

அண்ணா பல்கலைக்கழகத்தில் இருக்கும் பொறியியல் கல்லூரியின் அன்றைய முதல்வர் கர்னல் ஜார்ஜ் வின்ஸ்காம் (Col.George Winscom) இதற்கென ஒரு அழகிய கட்டடத்தை வடிவமைத்துக் கொடுத்தார். இதனையடுத்து கட்டுமானப் பணி 1858ஆம் ஆண்டு தொடங்கியது. ஆனால் மக்களிடம் பணம் வசூலித்து கட்ட வேண்டியிருந்ததால், பணி மெல்ல ஆமை வேகத்தில் நடைபெற்றது. இதனிடையே கர்னல் ஹார்ஸ்லி என்பவர் வின்ஸ்காமின் வடிவமைப்பில் சில பல மாற்றங்களை செய்ய, ஒருவழியாக 1860களின் தொடக்கத்தில் இந்த பணி நிறைவடைந்தது.

இப்படித்தான் மெட்ராசிற்கு மெமோரியல் ஹால் என்ற அழகிய கட்டடம் கிடைத்தது. உயரமான மேடை, அதன் மீது ஐயானிக் பாணியில் பிரம்மாண்ட தூண்களுடன் கூடிய போர்ட்டிக்கோ என மிக நேர்த்தியாக கட்டப்பட்ட மெமோரியல் ஹால், மெட்ராசின் அழகிய கட்டடங்களுள் முக்கியமானதாக கருதப்படுகிறது. கட்டடத்தின் முகப்பில், ஆண்டவருக்கு நன்றி சொல்லும் வகையில் "The Lord has been Mindful of us: He will bless us." என்ற வாசகங்கள் பொறிக்கப்பட்டன.

ஆரம்ப நாட்களில் இந்த கட்டடம் பைபிள் பிரசங்கங்கள், கிறிஸ்துவக் கூட்டங்கள் போன்றவற்றிற்காக மட்டுமே பயன்படுத்தப்பட்டது. மெட்ராசின் பைபிள் சொசைட்டி இந்த கூட்டங்களை ஏற்பாடு செய்தது. பின்னர் காலப்போக்கில் இந்த அரங்கு, ஆடைகள் விற்பனைக் கண்காட்சி, கைவினைப் பொருள் கண்காட்சி என பல்வேறு பயன்பாடுகளுக்காக வாடகைக்கு விடப்பட்டது.

இதன் எதிரில் அரங்கேறும் கண்டன ஆர்ப்பாட்டங்கள் காரணமாக, 150 ஆண்டுகளைக் கடந்தும் இன்றும் இந்த ஹால் தினமும் செய்திகளில் அடிபடுகிறது. இந்தியர்களிடையே எழுந்த ஒரு பெரிய புரட்சியால் பாதிக்கப்படவில்லை என்பதற்கு நன்றி தெரிவிக்கும் வகையில் கட்டப்பட்ட கட்டடம், இன்று தினமும் புரட்சி முழக்கங்களை கண் எதிரில் பார்த்துக் கொண்டிருக்கிறது. வரலாறு விசித்திரமானது என்பதற்கு இதைவிட வேறு என்ன சாட்சியம் வேண்டும்?

> ‌ மெமோரியல் ஹால் வளாகத்தில் அருகிலேயே பாரம்பரிய பாணியில் ஒரு கட்டடம் கட்டப்பட்டது. இதுதான் கிறிஸ்துவ இலக்கிய சங்கத்தின் தலைமையகமாக இருந்தது. இந்த பழைய கட்டடம் சில ஆண்டுகளுக்கு முன் இடிக்கப்பட்டு தற்போது அங்கு ஒரு புதிய கட்டடம் முளைத்திருக்கிறது.

மெட்ராஸ் பரதேசிகள்

89

மெட்ராஸ் மண்ணில் இருந்து பல்வேறு நாடுகளுக்கும் பரதேசியாய், அடிமையாய் கப்பல்களில் கொத்து கொத்தாக அடைத்து அனுப்பப்பட்ட எளிய மனிதர்களின் கதை நம்மில் பலரும் அறியாதது. மெட்ராஸ் மாநகரின் வரலாறு அவர்களின் வலி நிறைந்த வாழ்க்கையோடு பின்னிப் பிணைந்து கிடக்கிறது.

இந்தியாவில் ஆங்கிலேயர்களின் வருகைக்கு முன்பிருந்தே அடிமை முறை இருந்திருக்கிறது. ஆனால் வேலைக்காக அடிமையை வாங்குவது, கொத்தடிமையாக வெளிநாடுகளுக்கு அனுப்புவது போன்ற பழக்கமெல்லாம் ஐரோப்பியர்கள் வந்த பிறகுதான் தொடங்கியது. ஆங்கிலேயர்கள், போர்த்துகீசியர்கள், டச்சுக்காரர்கள், பிரெஞ்சுக்காரர்கள் என அனைவரும் இந்த அடிமை வியாபாரத்தில் ஈடுபட்டிருந்தனர்.

ஆரம்ப நாட்களில் கிழக்கிந்திய கம்பெனியினர் ஆப்ரிக்க நாடுகளில் அடிமைகளை வாங்கி கீழை நாடுகளில் தோட்ட வேலைக்காக அனுப்பி வைத்தனர். அந்நாட்களில் ஆப்ரிக்காவில் இருந்து புறப்படும் அனைத்து கப்பல்களிலும் வணிகப் பொருட்களோடு சேர்த்து அடிமைகளும் ஏற்றப்பட்டனர். கிழக்கிந்திய கம்பெனிக்காரர்கள் மெட்ராசில் கோட்டை கட்டி குடியேறியதும், ஆப்ரிக்காவில் செய்த வேலையை இங்கும் செய்யத் தொடங்கினர்.

ஜனவரி 5, 1641இல் மைக்கேல் என்ற கப்பலில் 14 மலபார் (தமிழ்) நாட்டு மனிதர்களை அடிமைகளாக அழைத்துச் சென்றதாக ஒரு குறிப்பு சொல்கிறது. இதுபோன்று அடிமைகளாக செல்பவர்களின் கூலி, அவர்கள் செல்லும் நாட்டில் உள்ள உள்நாட்டுத் தொழிலாளர்களின் கூலியை விட மூன்று மடங்கு குறைவானதாக இருந்தது.

இந்தியாவின் தென்பகுதியில் மெட்ராஸ் துறைமுகத்தில்தான் அடிமை வணிகம் அமோகமாக நடைபெற்றது. மெட்ராஸில் அடிமை வணிகத்திற்கு நிறைய சலுகைகள் அளிக்கப்பட்டதே இதற்குக் காரணம். அடிமைகளுக்கான சுங்க வரி மற்ற துறைமுகங்களை விட மெட்ராசில் குறைவு. 1711ஆம் ஆண்டு நிலவரப்படி, ஒரு அடிமைக்கு 6 ஷில்லிங்கு, 9 பென்ஸ் அதாவது இந்திய மதிப்பில் 8 அணா, சுங்க வரியாக வசூலிக்கப்பட்டிருக்கிறது. இந்த பணம் கிழக்கிந்திய கம்பெனி, நீதிபதி மற்றும் வேலையாட்கள் இடையே பகிர்ந்து கொள்ளப்பட்டது.

இந்த குறைவான சுங்க வரி காரணமாக ஆங்கிலேயர்கள் மட்டுமின்றி டச்சுக்காரர்கள் கூட மெட்ராஸ் துறைமுகம் வழியாகவே தங்களின் அடிமை வியாபாரத்தை நடத்தினர். அடிமைகளைப் பிடிப்பதற்காக அவர்கள் மெட்ராஸில் தனியாக புரோக்கர்களை வைத்திருந்தனர். அதெல்லாம் சரி, இவர்களிடம் அடிமைகளாக, முன்பின் தெரியாத நாட்டிற்கு செல்ல உள்நாட்டு மக்கள் எப்படி சம்மதித்தார்கள் என்று ஒரு கேள்வி எழுகிறது.

மெட்ராசில் ஏற்பட்ட கடுமையான பஞ்சங்கள் தான் இதற்கு பதில். 1646இல் ஒரு பயங்கரப் பஞ்சம் மெட்ராஸை பந்தாடியது. சொந்த மண்ணில் சோற்றுக்கு இல்லாமல் சாவதைவிட, எங்கோ சென்று அடிமையாக உயிரைத் தக்கவைத்துக் கொள்வதே மேல் என மக்கள் முடிவுக்கு வந்தனர். அப்படி பஞ்சத்தால் நொந்துபோன மக்களை, இந்தோனேஷியா போன்ற நாடுகளுக்கு ஆங்கிலேயர்கள் அடிமைகளாக அனுப்பி வைத்து காசு பார்த்தனர்.

பஞ்சம் போன பிறகும் மெட்ராசில் அடிமை வியாபாரம் தொடர்ந்தது. அடிமைகள் கிடைக்காதபோது, குழந்தைகளையும், பெண்களையும் திருடி விற்கும் அயோக்கியத்தனங்கள் அரங்கேறின. மெட்ராசில் தங்கியிருந்த வெனிஸ் நகரத்து வியாபாரியான நிகோலஸ் மானுச்சி தமது நூலில் இதுபற்றி குறிப்பிட்டிருக்கிறார். 'ஒரு இத்தாலிய கிறிஸ்துவ மத போதகர், தரங்கம்பாடியில், மதுரை வாழ் இந்தியக்

• ஏழைத் தமிழர்கள்

கிறிஸ்துவரை ஏமாற்றி அவரது மனைவியையும், நான்கு மகன்களையும் 30 பகோடாக்களுக்கு விற்றுவிட்டார்' என்று அவர் தமது நூலில் பதிவு செய்திருக்கிறார்.

அடிமை வியாபாரத்திற்கு ஆங்கிலேயர்கள் மத்தியிலேயே எதிர்ப்பு கிளம்பியபோதும், இதன் மூலம் நிறைய பணம் கிடைத்ததால், கிழக்கிந்திய கம்பெனி இதனை கண்டும்காணாமல் இருந்தது. அடிமை வியாபாரத்தில் ஈடுபட்டதாக யாராவது பிடிபட்டால் பெயரளவில் ஒரு சிறிய தண்டனையை கொடுத்து பிரச்னையை அதோடு முடிக்கப் பார்த்தது.

1682இல் தான் அடிமை வியாபாரத்தை முடிவுக்கு கொண்டு வர வேண்டும் என கம்பெனி உண்மையிலேயே யோசிக்க ஆரம்பித்தது. இதற்காக ஆங்கிலம், போர்ச்சுகீஸ், தமிழ், தெலுங்கு ஆகிய நான்கு மொழிகளில் ஒரு அறிக்கை வெளியிடப்பட்டது. அதன்படி இனிமேல் யாரேனும் அடிமை வியாபாரத்தில் ஈடுபட்டால் 50 பகோடாக்கள் அபராதம் விதிக்கப்படும் என அறிவிக்கப்பட்டது. இப்படி வசூலிக்கப்படும் பணத்தில் மூன்றில் ஒரு பங்கு, இதுகுறித்து துப்பு கொடுத்தவருக்கு வழங்கப்படும் என்றும் தெரிவிக்கப்பட்டது.

ஆனால் இந்த அறிவிப்பு வெளியான ஐந்தாவது ஆண்டு (1687இல்) மெட்ராசில் மீண்டும் பஞ்சம் வந்தது. கம்பெனியின் தடையையும் மீறி மீண்டும் அடிமை வியாபாரம் களைகட்டத் தொடங்கியது. இதைத் தடுக்க முடியாது என்பதை உணர்ந்துகொண்ட கம்பெனி, ஏற்றுமதி செய்யப்பட்ட ஒவ்வொரு அடிமைக்கும் ஒரு பகோடா சுங்கம் வசூலித்து கஜானாவை நிரப்பிக் கொண்டது.

பஞ்சத்தின் கொடுமை சற்று தீர்ந்ததும், 1688இல் அடிமை வணிகத்திற்கு மீண்டும் தடை விதிக்கப்பட்டது. ஆனால் ஏற்கனவே அடிமைகளை வாங்கி இருப்பு வைத்துக் கொண்டிருந்தவர்கள் கடுப்பு காட்டியதால், அடிமைத் தடுப்புச் சட்டம் சற்றே தளர்த்தப்பட்டது. அடிமைகளை ஏற்றுமதி செய்யும்முன் நீதிபதியிடம் உத்தரவு பெற வேண்டும், தவறான முறையில் அடிமைகளை கொண்டு வரவில்லை என்றும், அவர்களுக்கு வேறு யாரும் சொந்தம் கொண்டாடவில்லை என்றும் தெரிந்த பிறகுதான் ஏற்றுமதி செய்ய வேண்டும் என்றும் அறிவிக்கப்பட்டது. இவ்வளவு கட்டுப்பாடுகள் இருந்தாலும் அடிமை வியாபாரம் கனஜோராக நடைபெற்றது. காரணம், இதில் புழங்கிய அபரிமிதமான காசு.

பின்னர் மக்கள் மத்தியில் கம்பெனிக்கு இதனால் கெட்டப் பெயர் ஏற்படுகிறது என்பது தொடர்ந்து வலியுறுத்தப்பட்டதால் அடிமை வியாபாரத்தை ஒரேயடியாக ஒழிக்க முடிவெடுக்கப்பட்டது. அதன்படி அடிமை வியாபாரத்திற்கு முதலில் முடிவு கட்டிய பெருமையும் மெட்ராஸையே சாரும். மெட்ராஸ் துறைமுகத்தில் அடிமை வியாபாரம் அடியோடு தடை செய்யப்பட்ட பிறகும், இந்தியாவில் இருந்த டச்சு, ஃபிரெஞ்சு மற்றும் போர்த்துகீசியத் துறைமுகங்களில் இந்த வணிகம் தொடர்ந்தது.

- அடிமைகளாக சென்ற தமிழர்கள்தான் சுமத்ரா, ஜாவா ஆகிய நாடுகளில் நெல் சாகுபடியை அறிமுகப்படுத்தினர்.
- டெய்லர் என்பவர் நீதிபதியாக இருந்தபோது, கப்பலில் கடத்தப்பட இருந்த 20 பையன்களையும், 21 பெண் குழந்தைகளையும் மீட்டார். அவர்கள் கிழக்கிந்திய கம்பெனியால் இரண்டரை ஆண்டுகள் பராமரிக்கப்பட்டனர்.

மெட்ராசை மிரட்டிய தாவூத் கான்

90

காலம் மாறினாலும், சில விஷயங்கள் மட்டும் மாறுவதே இல்லை. லஞ்சம், ஊழல் போன்றவை அவற்றில் முக்கியமானவை. பலருக்கும் லஞ்சம் கொடுத்துதான் ஆங்கிலேயர்கள் மெட்ராசில் கால்வைத்தனர். பின்னர் தங்களின் அதிகாரத்தை நிலைநிறுத்தவும் இதே ஆயுதத்தையே அவர்கள் பலமுறை பிரயோகித்தனர்.

இந்த வாய்ப்பை பயன்படுத்தி கிழக்கிந்திய கம்பெனியிடம் இருந்து பணம் பறித்தவர்கள் நிறைய பேர். அவர்களில் ஆங்கிலேயர்களை தொடர்ந்து மிரட்டி மிரட்டியே ஏராளமாக பொன்னும், பொருளும் பெற்றவர்தான் தாவூத் கான்.

முகலாய மன்னர் அவுரங்கசீப், தனது ஆளுகைக்குட்பட்ட கர்நாடக பகுதிகளை பார்த்துக் கொள்வதற்காக நவாப் என்ற பதவியை உருவாக்கினார். அப்படி நியமிக்கப்பட்ட முதல் நவாப் ஜூல்பிகர் அலி கான். இந்த ஜூல்பிகரின் உதவியாளராக இருந்தவர்தான் தாவூத் கான்.

ஒருமுறை தாவூத் கான் மெட்ராஸ் நகரை சுற்றிப் பார்க்க வர இருப்பதாக ஜூல்பிகர் அலி கான், அப்போதைய கவர்னரான பிட்டுக்கு கடிதம் எழுதினார். அவுரங்கசீப்பின் படையில் முக்கியத் தளபதியாக இருந்த தாவூத் வருகிறார் என்றால் அதன் பின்னணியில் நிச்சயம் ஏதேனும் சதி இருக்கும் என்று சந்தேகப்பட்ட பிட், ஒருபுறம் வரவேற்பு ஏற்பாடுகளை செய்து கொண்டே, மறுபுறம் நகரின் பாதுகாப்பை அதிகரித்தார்.

1699ஆம் ஆண்டு ஏப்ரல் 28ஆம் தேதி மெட்ராஸ் வந்த தாவூத், திருவல்லிக்கேணியில் ஸ்டைல்மேட் என்ற தோட்ட மாளிகையில் தங்க வைக்கப்பட்டார். அதனைத் தொடர்ந்து அவர் ஒருவாரம் சாந்தோமிலும் தங்கியிருந்தார். சாந்தோம் அவருக்கு மிகவும் பிடித்துவிட்டதால், அதனை ஒரு பெரிய நகரமாக உருவாக்க வேண்டும் என்று நினைத்தார். ஆனால் அவரது கனவை ஆங்கிலேயர்கள் பலிக்கவிடவில்லை.

ஜூல்பிகர் அலி கானைத் தொடர்ந்து 1703ஆம் ஆண்டு நவாப்பான தாவூத் கான், ஆங்கிலேயர்களின் கண்களில் விரலைவிட்டு ஆட்டத் தொடங்கினார். அவரை பகைத்துக் கொள்ள வேண்டாம் என நினைத்த கிழக்கிந்திய கம்பெனிக்காரர்கள், தாவூத் ஆற்காடு வந்திருந்த போது அவரை சந்திப்பதற்காக நிக்காலோ மானுச் என்ற வெனிஸ் நகரத்து வணிகரை நிறைய பரிசுப் பொருட்களுடன் அனுப்பினர். நிக்காலோ மானுச் அதற்கு பல ஆண்டுகள் முன்பே மெட்ராசில் வந்து தங்கிவிட்டவர். அவருக்கு பாரசீக மொழி நன்றாகத் தெரியும் என்பதாலும், அவர் ஒரு மரியாதைக்குரிய நபராக கருதப்பட்டதாலும் அவரை தூதராக அனுப்பினர்.

நிக்காலோ மானுச் இரண்டு பித்தளை துப்பாக்கிகள், கண்ணாடிகள், 50 பாட்டில் ஃபிரெஞ்சு பிராந்தி, உயர் ரக துணிகள், ரூ.5 ஆயிரம் ரொக்கம் உள்ளிட்ட பரிசுப் பொருட்களை தாவூத்திற்கு வழங்கியதாக குறிப்புகள் சொல்கின்றன. ஆனால் இதெல்லாம் ஒரு பரிசா என்ற ரீதியில் அலட்சியமாக வாங்கி வைத்துக்கொண்ட தாவூத், மெட்ராசிற்கு புதிய கவர்னரை நியமிக்கலாமா என்று யோசிப்பதாகக் கூறி ஆங்கிலேயர்களுக்கு கிலி ஏற்படுத்தினார்.

சொன்னதோடு நிறுத்திக்கொள்ளாமல் சில மாதங்கள் கழித்து ஒரு சிறிய படையோடு சாந்தோமுக்கு மீண்டும் வந்தார். அப்போதும் கிழக்கிந்திய கம்பெனியார் சில பரிசுகளை அவருக்கு அனுப்பி தாஜா செய்ய முயற்சித்தனர். ஆனால் தாவூத் இதனை நிராகரித்துவிட்டார். இதனால் கடுப்பாகிப்போன ஆளுநர் பிட், போருக்கு தயார் என்ற ரீதியில் கானுக்கு ஒரு கடிதம் அனுப்பினார். இதனை சற்றும் எதிர்பாராத கான், கம்பெனியின் பரிசுகளை ஏற்றுக்கொள்வதாகவும், அவர்கள் அளிக்கும் விருந்தில் கலந்துகொள்வதாகவும் சொல்லி சமரசத்திற்கு முன்வந்தார். இதனைத் தொடர்ந்து ஒரு தடபுடல் விருந்துக்கு ஏற்பாடானது.

சாந்தோமில் இருந்து ஜார்ஜ் கோட்டை வரை வீரர்கள் வரிசைகட்டி கானை வரவேற்றனர். பாண்டு வாத்தியம் முழங்க, 21 குண்டு மரியாதையும் அளிக்கப்பட்டது. 600 வகை பதார்த்தங்கள் இடம்பெற்றிருந்த விருந்தை வெகுவாக ரசித்த கான், மாலை 6 மணிக்கு கோட்டையில் இருந்து புறப்பட்டுச் சென்றார். அடுத்தநாள் ஒரு கப்பலை சுற்றிப்பார்க்க தாவூத் விரும்பினார். அதற்கான ஏற்பாடுகளும் செய்யப்பட்டன. ஆனால் கப்பலைவிட, கான் அதிக தண்ணியில் இருந்ததால் அவரை கிளப்பி அழைத்துவர முடியவில்லை. இப்படி

• தாவூத் வளர்த்த குரங்கு

எல்லாம் கம்பெனிக்காரர்கள் அவரை மதுவிலேயே நீராட்டி ஊருக்கு அனுப்பி வைத்தனர்.

ஆனால் போதை நன்கு தெளிந்ததும் எட்டு மாதங்கள் கழித்து மீண்டும் ஒரு படையோடு கோட்டை நோக்கி வந்துவிட்டார் தாவூத். இந்த முறை சில பரிசுப்பொருட்களை கேட்டார் கான். ஆனால் கம்பெனி அதனை கொடுக்க மறுத்துவிட்டது. ஆத்திரமடைந்த கான் கோட்டையை முற்றுகையிட்டார். மதராசபட்டினத்திற்கான கடல்வழிப் பொருள் வருகையை தடுத்து நிறுத்தினார். இந்த பகுதியில் கடற்கொள்ளையர்கள் அதிகமாகிவிட்டதால், பாதுகாப்பு கருதி இந்நடவடிக்கையை எடுத்ததாக அறிவித்தார். 1702, பிப்ரவரி 6ஆம் தேதி வெளியான இந்த ஆணையால் மதராசபட்டினத்தின் வணிகம் முடங்கிப் போனது.

இதுபோதாதென்று எழும்பூர், புரசைவாக்கம், திருவல்லிக்கேணி ஆகிய பகுதிகளில் கானின் ஆட்கள் கொள்ளை அடிப்பதாக ஒரு தகவல் மெட்ராஸ் முழுவதும் பரவி பீதியை அதிகரித்தது. மக்கள் அங்கும் இங்கும் ஓடி ஒளிய ஆரம்பித்தனர். கருப்பர் நகரத்தையும், தங்கசாலையையும் எடுத்துக்கொள்ளப் போவதாகவும் கான் அதிரடியாக அறிவித்தார். இதுபோன்ற அதிரடிகளால் நிலைகுலைந்து போன கிழக்கிந்திய கம்பெனி, கானுடன் சமரசமாகப்போக முடிவெடுத்தது. இதற்கு கான் ரூ.30 ஆயிரத்தை விலையாகக் கேட்டார். அப்புறம் ஒருவழியாக பேரம் பேசி ரூ.25 ஆயிரத்தைக் கொடுத்து பிரச்னைக்கு முற்றுப்புள்ளி வைத்தார்கள். ஆனால் அது முற்றுப்புள்ளி அல்ல, என்பது சில ஆண்டுகளில் நிரூபணமாகிவிட்டது.

பேராசை பிடித்த கான் 1706இல் மீண்டும் சாந்தோமுக்கு வந்து தேவையானவற்றை கேட்டு வாங்கிக் கொண்டார். இப்படி ஆங்கிலேயர்களை தொடர்ந்து அச்சத்திலேயே வைத்திருந்த தாவூத் கான் 1710ஆம் ஆண்டு கூடுதல் பொறுப்புகள் கொடுத்து டெல்லிக்கு அனுப்பி வைக்கப்பட்டார். பின்னர் மராட்டியர்களுக்கு எதிரான ஒரு போர்க்களத்தில் அவர் இறந்து, அவரது உடலை ஒரு யானையின் வாலில் கட்டி நகர் முழுவதும் இழுத்துச் சென்றார்கள் என்ற தகவலை கேட்டதும்தான் ஆங்கிலேயர்கள் உண்மையிலேயே நிம்மதிப் பெருமூச்சுவிட்டனர்.

- தாவூத் கான் இரண்டு நாய்களை செல்லமாக வளர்த்துவந்தார். குற்றவாளிகள் மீது இந்த நாய்களை ஏவிவிட்டு கொடூர தண்டனை கொடுத்ததாக நேரில் பார்த்தவர்கள் பதைபதைப்புடன் வரலாற்றில் பதிவு செய்திருக்கிறார்கள்.
- தாவூத் ஒரு குரங்கையும் பாசத்துடன் வளர்த்தார். அது இறந்துபோனதை தாங்க முடியாமல், அதன் பாதுகாவலர்களாக இருந்த இரண்டு பேருக்கு மரண தண்டனை வழங்கினார். அந்த குரங்கின் நினைவாக ஒரு படமும் வரையச் செய்தார்.
- திருவொற்றியூர், நுங்கம்பாக்கம், வியாசர்பாடி, வத்திவாக்கம், சாத்தங்காடு ஆகிய 5 கிராமங்களை 1708ஆம் ஆண்டு தாவூத், ஆங்கிலேயர்களுக்கு வழங்கினார்.

மெட்ராஸ் போர்

தென்னை மரத்தில் தேள் கொட்டினால் பனை மரத்தில் நெறி கட்டியது போல... என்ற பழமொழியை மெட்ராஸ் 1746இல் அனுபவரீதியாக உணர்ந்தது. எங்கோ ஐரோப்பாவில் பிரிட்டிஷாருக்கும், பிரெஞ்சுக்காரர்களுக்கும் இடையில் வெடித்த யுத்தத்தின் அதிர்வுகள் மெட்ராசில் உணரப்பட்டன.

1746ஆம் ஆண்டு ஐரோப்பாவின் முக்கிய நாடுகள் மோதிக் கொண்டன. வரலாற்றில் 'ஆஸ்ட்ரியன் சக்சஷன் போர்' (War of Austrian succession) என்று அழைக்கப்படும் இந்த யுத்தத்தில் பிரிட்டனுக்கு எதிராக ஃபிரான்ஸ் களமிறங்கியதுதான் மெட்ராஸ் போரைத் (Battle of Madras) தொடங்கி வைத்தது.

91

• ஜோசப் பிரான்கோயிஸ் டுப்லிக்ஸ்

1720களில் இருந்தே பிரிட்டிஷாருக்கும், பிரெஞ்சுக்காரர்களுக்கும் இடையே வாய்க்கால் தகராறு இருந்தது. இந்நிலையில் ஆஸ்ட்ரியன் போரில் ஃபிரான்ஸ் களமிறங்கியதும், பிரிட்டிஷ் கப்பற்படை இந்தியாவில் இருந்த பிரெஞ்சு குடியிருப்புகளை அடித்து நொறுக்கத் தொடங்கியது. இதைப் பார்த்துக் கொண்டு பிரெஞ்சுக்காரர்கள் சும்மா இருப்பார்களா, அவர்களும் களத்தில் குதிக்க வங்கக்கடல் குஸ்திக்களமானது.

இருநாட்டு கப்பற்படைகளும் கடலில் கட்டிப் புரண்டதில் இருபுறமும் சில பல சேதங்கள் ஏற்பட்டன. சண்டையில் கிழிந்த சட்டையை தைக்க பிரெஞ்சு படைகள் தங்கள் தளமான பாண்டிச்சேரியை அடைந்தனர். பிரிட்டிஷார் தங்கள் சேதத்தை சரி செய்ய இலங்கைப் பகுதிக்குச் சென்றனர். இதனால் சென்னை கரையோரப் பகுதி மொட்டை மாடி வத்தல் போல போதிய பாதுகாப்பின்றி இருந்தது.

இந்த தருணத்தை பயன்படுத்தி மெட்ராஸை பிடித்துவிட பிரெஞ்சு கவர்னர் ஜோசப் பிரான்கோயிஸ் டுப்லிக்ஸ் (Dupleix) விரும்பினார். இதற்கு அப்போதைய கர்நாடக நவாப் தடையாக இருக்கக் கூடாதென, பிரிட்டீஷாரை வென்று அவர்கள் கொட்டத்தை அடக்கியதும், மெட்ராசை நவாப்பிடம் ஒப்படைப்பதாக டுப்லிக்ஸ் உறுதியளித்தார்.

1746ஆம் ஆண்டு செப்டம்பர் 7ஆம் தேதி காலையில் பிரெஞ்சு கடற்படை மெட்ராஸ் கடற்பகுதியில் நின்று கொண்டிருந்தது. கோட்டையை நோக்கி தாக்குதல் ஆரம்பமானது. ஆனால் முதலில் பிரெஞ்சுக்காரர்களின் தாக்குதல் இலக்கை சென்று அடையவில்லை. பிரிட்டிஷாரின் பதில் தாக்குதல் சும்மா பெயரளவுக்கு இருந்தாலும், பிரெஞ்சுக்காரர்கள் சரியாக குறி பார்த்து தாக்குவதற்குள் இரவாகி விட்டது. அடுத்தநாள் காலை, பிரெஞ்சுப் படை கரையிலும் இறங்கிவிட்டது. கடலில் இருந்தும், கரையில் இருந்தும் கோட்டையை சரமாரியாக தாக்கினார்கள். பிரிட்டிஷாரின் பதில் தாக்குதல் பெரிதாக எடுபடவில்லை. பிரெஞ்சுப் படை வென்றுவிட்டது.

பிரெஞ்சு கடற்படைக்கு தலைமையேற்ற லா பௌர்டான்னைஸ் (la bourdannais) கொஞ்சம் பெருந்தன்மையோடு நடந்து கொண்டார். கோட்டையையும், பண்டக சாலை யையும் மட்டும் எங்களுக்கு கொடுத்துவிட்டு மெட்ராசின் ஆளுமையை நீங்களே வைத்துக் கொள்ளுங்கள் என்றார். இது தொடர்பாக ஒரு ஒப்பந்தத்தையும் போட்டுவிட்டார். ஆனால் டுப்லிக்ஸிற்கு இது பிடிக்கவில்லை. மெட்ராஸை முழுவதுமாக கட்டுக்குள் கொண்டு வர விரும்பினார். விதியும் அதைத் தான் விரும்பியது போல.

அக்டோபர் மாதம் வங்கக்கடலில் ஒரு புயல் வலுவடைந்ததால், கடற்படையை பாதுகாப்பதற்காக லா பௌர்டான்னைஸ் பாண்டிச்சேரி புறப்பட்டார். இப்போது டுப்லிக்ஸ் தனது வேலையைக் காட்டத் தொடங்கினார். ஒப்பந்தத்தை தூக்கி தூர வைத்துவிட்டு,

பிரிட்டிஷ் படைகளையும், மெட்ராஸ் மக்களையும் தாக்கினார். பலரை சிறை வைத்தார். அவர்களில் அப்போது எழுத்தராக இருந்த ராபர்ட் கிளைவும் ஒருவர். ஆனால் கிளைவ் வேறு சிலரையும் சேர்த்துக் கொண்டு நைசாக சிறையில் இருந்து நழுவிவிட்டார். பின்னர் 3 நாட்கள் இரவில் மட்டும் பயணித்து, கடலூரில் உள்ள செயிண்ட் டேவிட் கோட்டைக்கு சென்று, மெட்ராசில் நடந்தவற்றை விளக்கினார். இந்த நிகழ்ச்சிதான் ராபர்ட் கிளைவ் என்ற இளைஞனின் வாழ்க்கையையே மாற்றியது.

இதனிடையே டுப்லிக்ஸ் கர்நாடக நவாப்பிற்கு அளித்த வாக்குறுதியைக் காப்பாற்றவில்லை. இதனால் கடுப்பான கர்நாடக நவாப் அன்வருதீன், 10 ஆயிரம் பேர் கொண்ட பெரும் படையை தனது மகன் மஃபூஸ் கான் தலைமையில் மெட்ராஸ் நோக்கி அனுப்பி வைத்தார். கர்நாடக இளவரசரை எதிர்த்து இரண்டு பீரங்கிகளும் 400 வீரர்களும் கொண்ட பிரெஞ்சுப் படை களமிறங்கியது. நவீன பீரங்கிகளின் முன் நவாப்பின் வீரர்களால் ஒருநாள் கூட தாக்குப் பிடிக்க முடியவில்லை.

மெட்ராசில் அடி வாங்கிவிட்டு திரும்பிக் கொண்டிருந்த கர்நாடக இளவரசர், எதிரில் மற்றொரு சிறு பிரெஞ்சுப் படை பாண்டிச்சேரியில் இருந்து மெட்ராஸ் நோக்கி வருவதைக் கேள்விப்பட்டு அவர்களைத் தாக்கலாம் என்று சாந்தோமில் காத்திருந்தார். நவாப்பின் படை அடையாறு ஆற்றின் கரையோரத்தில் அணிவகுத்து நின்றிருந்தது. கோட்டை அருகே நடந்த போரில் பெரிய உயிர்ச்சேதம் இல்லை என்பதால் அந்த படையில் ஏறத்தாழ 10 ஆயிரம் பேர் அப்படியே இருந்தனர். ஆனால் எதிர்தரப்பில் 250 பிரெஞ்சு வீரர்களும், 700 இந்திய வீரர்களும் தான் இருந்தனர். சிறிய படையாக இருந்தாலும் நவீன ஆயுதங்கள் இருந்ததால் இதுவும் நவாப்பின் படையை அடித்து துவைத்து அடையாறு ஆற்றங்கரையில் காயப் போட்டது.

இந்த அடையாறு போர் வரலாற்றில் முக்கியமானதாக கருதப்படுகிறது. காரணம், இந்திய வீரர்களுக்கு முறையாக பயிற்சியளித்து நவீன ஆயுதங்களைக் கொடுத்து களமிறக்கிவிட்டால் பெரிய படையைக்கூட வெல்ல முடியும் என்பதை இந்த போர் நிரூபித்துக் காட்டியது. 3 நாட்களில் இரண்டு தோல்விகளோடு கர்நாடக நவாப்பின் படை ஆற்காட்டிற்கே திரும்பிச் சென்றுவிட்டது.

இப்படியே இரண்டு ஆண்டுகாலம் மெட்ராஸ் பிரெஞ்சுக்காரர்களின் கட்டுப்பாட்டில் இருந்தது. பின்னர் இது எல்லாவற்றிற்கும் காரணமான War of Austrian Succession 1748இல் முடிவுக்கு வந்தது. இதனையொட்டி ஆக்ஸ்-லா-சாப்பல் (Treaty of Aix&la&Chapelle) என்றொரு ஒப்பந்தம் போடப்பட்டது. இதன்படி, வடக்கு அமெரிக்காவில் உள்ள லூயிஸ்பர்க் என்ற இடத்தை பிரெஞ்சுக்காரர்களிடம் கொடுத்துவிட்டு, பிரிட்டிஷார் மெட்ராசை திரும்பப் பெற்றுக் கொள்ளலாம் என்று முடிவானது. மீண்டும் மெட்ராஸ் பிரிட்டிஷ் வசம் வந்தது.

- *1758இல் பிரெஞ்சுப்படைகள் மீண்டும் ஒருமுறை மெட்ராஸை கைப்பற்ற முயன்றன. ஆனால் 3 மாதங்கள் கோட்டையை முற்றுகையிட்டுப் பார்த்தும் அவர்களின் முயற்சி பலன் அளிக்கவில்லை.*
- *மெட்ராஸ் போர்தான் செயிண்ட் ஜார்ஜ் கோட்டை எவ்வளவு பலவீனமாக இருக்கிறது என்பதை ஆங்கிலேயர்களுக்கு புரிய வைத்தது. பின்னர்தான் கோட்டையை பலப்படுத்தும் பணி மும்முரமாக நடைபெற்றது.*

ஒய்.எம்.சி.ஏ

92

பிரபல விளையாட்டு மைதானங்களுக்கு நிகராக எப்போதும் பிசியாக இருக்கும் மைதானம் ஒன்று சென்னையில் உள்ளதென்றால் அது ராயப்பேட்டை ஒய்.எம்.சி.ஏ மைதானமாகத்தான் இருக்க முடியும். அரசியல் விழாக்களுக்கும், பொருட்காட்சி நிகழ்வுகளுக்கும் ஏற்ற இடமாகத் திகழும் இந்த மைதானத்திற்கு பின்னே ஒரு நீண்ட நெடிய வரலாறு இருக்கிறது.

மெட்ராஸ் ஒய்.எம்.சி.ஏ., டேவிட் (Mr.David McConaughy என்பவரால் 1890ஆம் ஆண்டு ஆரம்பிக்கப்பட்டது. ஆனால் ஒய்.எம்.சி.ஏ இயக்கம் அதற்கும் 50 ஆண்டுகளுக்கு முன்பே இங்கிலாந்தில் உதயமாகிவிட்டது. தொழிற்புரட்சிக்கு பிந்தைய இங்கிலாந்தில், துணி விற்பனை நிறுவனம் ஒன்றில் உதவியாளராக இருந்த 21 வயதான ஜார்ஜ் வில்லியம் என்பவரின் முயற்சியால் உருவானதுதான் இந்த இயக்கம்.

இவர் தன்னுடன் வேலை செய்யும் 12 ஊழியர்களை சேர்த்துக் கொண்டு 1844இல் லண்டனில் பைபிள் வகுப்புகளைத் தொடங்கினார். இளம் கிறிஸ்தவர்களிடையே நல்லொழுக்கங்களை போதிப்பதே இந்த வகுப்பின் நோக்கமாக இருந்தது. தற்போது 125க்கும் மேற்பட்ட நாடுகளில் சுமார் நாலரை கோடி உறுப்பினர்களை கொண்டிருக்கும் ஒய்.எம்.சி.ஏ (YMCA - Young Men's Christian Association) இப்படித்தான் கருவாகி உருவானது.

இந்தியாவில் ஒய்.எம்.சி.ஏ இயக்கம் 1857இல் கல்கத்தாவில்தான் காலூன்றியது. இதைத் தொடர்ந்து கொழும்பு, திருவனந்தபுரம், பம்பாய், மெட்ராஸ் என ஆசியாவின் பல பகுதிகளிலும் ஒய்.எம்.சி.ஏ ஆரம்பிக்கப்பட்டது. அந்த வரிசையில் 1890இல் மெட்ராஸ் வந்த டேவிட் என்ற இளம் அமெரிக்கர், இங்கு ஒய்.எம்.சி.ஏ இயக்கத்தை தொடங்கினார். அடுத்த ஆண்டு இவர் மேற்கொண்ட முயற்சியால் இந்தியாவில் உள்ள ஒய்.எம்.சி.ஏ அமைப்புகளின் கூட்டம் சென்னையில் கூடியது. ஒய்.எம்.சி.ஏ.வின் தேசிய கவுன்சிலை உருவாக்குவது என இதில் முடிவெடுக்கப்பட்டது. அதன்படி இந்த கவுன்சிலின் தலைமையகம் முதல் ஒராண்டு காலம் மெட்ராசில் இருந்து செயல்பட்டது. பின்னர் இது கல்கத்தாவிற்கு மாற்றப்பட்டது.

மெட்ராஸ் ஒய்.எம்.சி.ஏ.விற்கென பாரிமுனையின் எஸ்பிளனேட் பகுதியில் 1895இல் ஒரு பிரம்மாண்ட கட்டடம் கட்டும் பணி தொடங்கியது. ஜெய்ப்பூர் அரண்மனை பாணியில் கட்டப்பட்டுள்ள இந்த கண்கவர் கட்டடத்தை ஹார்டிங் (G.S.T Harding) என்பவர் வடிவமைத்துக் கொடுத்தார். இதன் கட்டுமானப் பணிக்காக ஜான் வானாமேக்கர் என்பவர் அந்த காலத்திலேயே 40,000 டாலர் நன்கொடை அளித்தார். இந்த ஜான், அப்போது அமெரிக்காவின் போஸ்ட் மாஸ்டர் ஜெனரலாக இருந்தார்.

பைபிள் வகுப்புகள், பிரசங்கங்கள் என கிறிஸ்தவ செயல்பாடுகளில் மட்டும் ஒய்.எம்.சி.ஏ கவனம் செலுத்தி வந்த நிலையில், 1919இல் மெட்ராஸ் வந்து சேர்ந்தார் ஹாரி க்ரோ பக் (Harry Crowe Buck). அடுத்த ஆண்டே எஸ்பிளனேட் கட்டடத்தில் இவர் ஒரு உடற்பயிற்சி பள்ளியை ஆரம்பித்தார். ஆரம்பிக்கப்பட்ட புதிதில் இந்த பள்ளியில் வெறும் 5 மாணவர்கள் மட்டுமே பயின்றனர். அந்த மாணவர்களுக்கு பக் அளித்த சிறப்பான பயிற்சிகளைப் பார்த்த மெட்ராஸ் அரசு, அவரை அரசின் உடற்கல்வி ஆலோசகராக 1922இல் நியமித்தது.

1924இல் இந்தியாவில் இருந்து ஒலிம்பிக்கில் பங்கேற்கச் சென்ற அணியில், ஒய்.எம்.சி.ஏ பள்ளியின் மாணவர்களும் இடம்பிடித்தனர். பாரீஸ் நகரில் நடைபெற்ற இந்த ஒலிம்பிக்

• ஒய்.எம்.சி.ஏ கட்டடம்

• ஒய்.எம்.சி.ஏ நந்தனம்

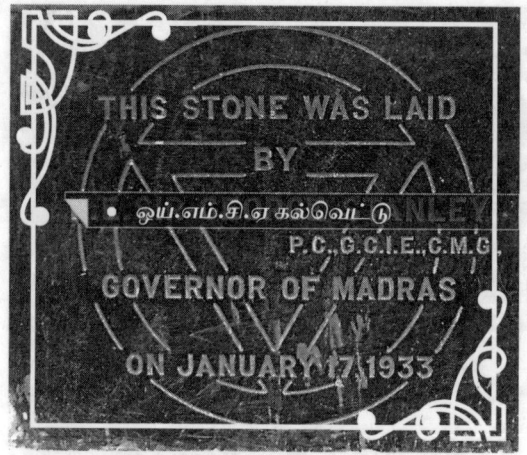

ஒய்.எம்.சி.ஏ கல்வெட்டு

போட்டியில் பக் தான் இந்திய அணியின் பயிற்சியாளராக இருந்தார். பள்ளி வேகமாக வளரத் தொடங்கியதால் எஸ்பிளனேட் இடம் போதுமானதாக இல்லை. எனவே 1928இல் ராயப்பேட்டையில் உள்ள வெஸ்லி பள்ளி மைதானத்திற்கு உடற்பயிற்சிக் கல்லூரி இடம்மாறியது. காலப்போக்கில் அந்த இடமும் போதுமானதாக இல்லாததால், அடையாறு ஆற்றங்கரையில் சைதாப்பேட்டையில் ஒரு பரந்து விரிந்த இடத்தை பக் தேர்வு செய்தார். இப்படித்தான் நந்தனம் ஒய்.எம்.சி.ஏ உடற்பயிற்சிக் கல்லூரி உருவானது.

65 ஏக்கர் பரப்பளவு கொண்ட இந்த இடத்திலேயே பக்கும் குடும்பத்துடன் குடியேறி விட்டார். ஆரம்ப நாட்களில் வெறும் கீற்றுக் கொட்டகைகளில் வகுப்புகள் நடத்தப்பட்டன. பின்னர் 1933இல் அப்போதைய மெட்ராஸ் ஆளுநர் சர் ஜார்ஜ் ஸ்டான்லி அடிக்கல் நாட்ட, கட்டடங்கள் கட்டும் பணி தொடங்கியது. காலப்போக்கில் இந்த உடற்பயிற்சிக் கல்லூரியில் பெண்களும் சேர ஆரம்பித்தனர். ஆசியாவின் பழமையான இந்த உடற்பயிற்சிக் கல்லூரியை வளர்ப்பதற்காக தனது உடல், பொருள், ஆவி அனைத்தையும் அர்ப்பணித்த ஹாரி க்ரோ பக் 1943, ஜூலை 24 அன்று தனது கடைசி மூச்சு வரை இந்த வளாகத்தில்தான் இருந்தார். அவரது நினைவிடம் இன்றும் நந்தனம் வளாகத்தில் இருக்கிறது.

ஒய்.எம்.சி.ஏ.வைப் போலவே பெண்களுக்கென தொடங்கப்பட்ட ஒய்.டபிள்யூ.சி.ஏ (YWCA - Young Women's Christian Association) ஆரம்ப நாட்களில் மெட்ராஸ் கிறிஸ்தவ மகளிர் அமைப்பு என அழைக்கப்பட்டது. இங்கு பெண்களுக்கான பைபிள் வகுப்புகள், தையல் பயிற்சிகள், தேநீர் விருந்துகள் நடைபெற்றன. இதே காலகட்டத்தில் மன்னரின் மகள்கள் (King's Daughters) என்ற அமைப்பும் மெட்ராசில் செயல்பட்டது. மெட்ராஸ் ஒய்.எம்.சி.ஏ.வைத் தொடங்கிய டேவிட்டின் மனைவி லில்லி இந்த அமைப்பை ஏற்படுத்தினார். பின்னர் இந்த இரு அமைப்புகளும் 1892இல் ஒருங்கிணைக்கப்பட்டு ஒய்.டபிள்யூ.சி.ஏ உருவானது.

ஒய்.எம்.சி.ஏ, ஒய்.டபிள்யூ.சி.ஏ ஆகிய இரண்டும் கிறிஸ்தவ இளம்தலைமுறையினருக்காக ஆரம்பிக்கப்பட்டாலும், பின்னாட்களில் அனைவரும் பயன்பெறத்தக்க வகையில் பல்வேறு சமூக மேம்பாட்டு செயல்களில் முத்திரை பதித்தன. மொத்தத்தில் மெட்ராஸ் வரலாற்றின் சில பயனுள்ள பக்கங்களை ஒய்.எம்.சி.ஏ தனது சேவையால் நிரப்பி இருக்கிறது என்பதே நிஜம்.

- *மாற்றுத்திறனாளி மாணவர்களின் விளையாட்டுத் திறன்களை மேம்படுத்த, முதன்முதலில் நடவடிக்கை எடுத்த கல்லூரிகளில் ஒய்.எம்.சி.ஏ உடற்பயிற்சிக் கல்லூரி மிக முக்கியமானது.*
- *பூந்தமல்லி நெடுஞ்சாலையில் ரம்மியமான சூழலில் அமைந்துள்ள கிளைவ் இல்லத்தில்தான் ஒய்.டபிள்யூ.சி.ஏ தற்போது செயல்பட்டு வருகிறது.*

உட்லண்ட்ஸ் ஹோட்டல்

93

உழைப்பு ஒரு மனிதனை எந்தளவுக்கு உயர்த்தும் என்பதற்கு உதாரணம்தான் சென்னையில் இருக்கும் உட்லண்ட்ஸ் ஹோட்டல். அடுத்த வேளை சோற்றுக்கு வழியில்லாமல் இருந்த ஒரு மனிதரின் வியர்வைத் துளிகள் விஸ்வரூபம் எடுத்த கதை ரொம்பவே விறுவிறுப்பானது.

கிருஷ்ணா ராவ்... கர்நாடகாவின் உடுப்பி பகுதியைச் சேர்ந்த கடந்தலெ என்ற சிறிய கிராமத்தில் ஏழை அர்ச்சகர் வீட்டில் பிறந்ததால், பசி இவருக்கு இளமையிலேயே அறிமுகம் ஆகிவிட்டது. 1898இல் பிறந்த கிருஷ்ணா ராவ் சிறு வயதிலேயே உடுப்பி பகுதியில் ஒரு மடத்தில் வேலைக்கு சேர்ந்தார். இது அதிக காலம் நீடிக்கவில்லை. பின்னர் ஒரு கிராமப்புற உணவகத்தில் உதவியாளர் பணி. தண்ணீர் இறைப்பது, பாத்திரம் கழுவுவது, இட்லிக்கு மாவாட்டுவது... இவை தான் வேலை. இதற்கு மாசம் ரூ.3 சம்பளம்.

இந்த சமயத்தில்தான் சென்னையில் இருந்த இவரது அக்கா வீட்டுக்காரர், கிருஷ்ணா ராவின் பட்டணப் பிரவேசத்திற்கு அழைப்பு விடுத்தார்.

● கிருஷ்ணா ராவ்

ஊர் தெரியாது, மொழி தெரியாது. இருந்தாலும் முன்னேற வேண்டும் என்ற உத்வேகத்தில் 1920களில் சென்னைப் பட்டணத்தில் வந்திறங்கினார் கிருஷ்ணா ராவ். ஐந்து ரூபாய் சம்பளத்துக்கு ஒரு வீட்டில் சமையல்காரராகச் சேர்ந்தார். பிறகு, தம்பு செட்டித் தெருவில் உள்ள உணவகத்தில் எட்டு ரூபாய் சம்பளத்திற்கு வேலை கிடைத்தது.

சில மாதங்கள் கழித்து அருகில் உள்ள போஸ்ட் ஆபிஸ் தெருவில் வெங்கடராமய்யர் என்பவரின் ஹோட்டலில் இருபது ரூபாய் சம்பளத்தில் வேலை. அது வேலை மட்டுமல்ல, ஒரு புதிய விடியலுக்கான வாசல் என்பது கிருஷ்ணா ராவிற்கு அப்போது தெரியாது. இருந்தாலும் அவர் எப்போதும் போல் பம்பரமாக சுற்றிச் சுழன்றார். அவரது சுறுசுறுப்பும், கடமை உணர்ச்சியும் வெங்கடராமய்யரைக் கவர்ந்தன.

வெங்கடராமய்யருக்கு ஜார்ஜ் டவுனின் ஆசாரப்பன் தெருவில் இன்னொரு சிறிய ஹோட்டல் இருந்தது. இதை சரியாக பார்த்துக் கொள்ள ஆள் இல்லாததால் அங்கு வியாபாரம் சற்று டல்லடித்தது. எனவே இந்த ஹோட்டலை ரூ.700க்கு கிருஷ்ணா ராவிற்கு விற்க வெங்கடராமய்யர் முன்வந்தார். அதையும் ரூ.50 என்ற மாதத் தவணையில் செலுத்தினால் போதும் என்றார். மாதம் ரூ.20 சம்பளம் வாங்கிக் கொண்டிருந்த கிருஷ்ணா ராவ், மாதம் ரூ.50 தவணை செலுத்த வேண்டும் என்ற நிபந்தனையுடன் முதலாளி ஆனார்.

அந்த சிறிய ஹோட்டலில் முதலாளி, சர்வர், சரக்கு மாஸ்டர் எல்லாம் கிருஷ்ணா தான். அவரது அயராத உழைப்பிற்கு பலன் கிடைத்தது. வியாபாரம் மெல்ல சூடு பிடிக்க ஆரம்பித்தது. அடுத்ததாக மக்கள் நடமாட்டம் அதிகம் இருந்த மவுண்ட் ரோடுக்கு மாறுவது என கிருஷ்ணா முடிவெடுத்தார். 1926-ல் ஒருவரோடு கூட்டு சேர்ந்து சென்னை மவுண்ட் ரோடில் உடுப்பி ஹோட்டல் ஒன்றைத் தொடங்கினார். சென்னையின் முதல் நவீன சைவ உணவகமான உடுப்பி ஸ்ரீ கிருஷ்ண விலாஸ் உதயமானது. மாதம் நூற்று அறுபது ரூபாய் வாடகை. அதிலும் நல்ல வியாபாரம்.

பிறகு 1933இல் கூட்டாளிகள் பிரிந்தபோது, கிருஷ்ணா ராவ் உடுப்பி ஹோட்டலையும், கூட்டாளிகள் ஸ்ரீ கிருஷ்ண விலாஸையும் வைத்துக் கொண்டனர். ஏழு வருடங்கள் கழித்து

உடுப்பி ஸ்ரீ கிருஷ்ண விலாஸ் அவருக்கே மீண்டும் கிடைத்தது. இதனிடையே அடுத்த கட்டத்திற்கு நகர நினைத்த கிருஷ்ணா, பயணிகள் விடுதி ஒன்றைத் தொடங்குவது என முடிவு செய்தார்.

அந்த சமயத்தில் ராயப்பேட்டையில் ராமநாதபுரம் ராஜா ஷண்முக ராஜேஸ்வர நாகநாத சேதுபதிக்கு சொந்தமான பங்களா ஒன்றை முனிவெங்கடப்பா என்பவர் வாங்கி இருந்தார். அதை ஹோட்டலாக மாற்ற நினைத்த வெங்கடப்பா, அந்த கட்டடத்தை ஐந்நூறு ரூபாய் வாடகையில் கிருஷ்ணா ராவிற்கு 10 ஆண்டு குத்தகைக்கு கொடுத்தார். 1938-ல், இப்படி தொடங்கப்பட்டதுதான் ராயப்பேட்டை உட்லண்ட்ஸ் ஹோட்டல். மரங்கள் சூழ்ந்த கட்டடம் என்பதால் 'உட்லண்ட்ஸ்' என்று பெயர் வைத்துவிட்டார்.

45 அறைகள் கொண்ட ராமநாதபுரம் ராஜாவின் அரண்மனை பயணியர் விடுதியாக மாறியது. இரட்டைக் கட்டில் போடப்பட்ட அறைக்கு ஒரு நாள் வாடகையாக ரூ.5 வசூலிக்கப்பட்டது. மக்கள் மத்தியில் இதற்கு நல்ல வரவேற்பு இருந்தது. இந்நிலையில் 10 ஆண்டுகள் முடிந்ததும் வெங்கடப்பா குத்தகையை புதுப்பிக்க மறுத்துவிட்டார். எனவே நகரின் வேறு பகுதியில் இடம் தேடினார் கிருஷ்ணா ராவ். அப்போது மயிலாப்பூர் ராதாகிருஷ்ணன் சாலையில் இருந்த ஏ.எம்.எம். முருகப்பா குடும்பத்தின் 4 ஏக்கர் மாளிகை விலைக்கு வந்தது. இதை அந்த காலத்திலேயே ரூ.2.5 லட்சம் கொடுத்து வாங்கினார் கிருஷ்ணா ராவ்.

ஒரு கல்யாண மண்டபம், அதை அடுத்து ஒரு கோவில், கூட்டங்கள் நடத்த தனி அரங்கு, குடும்பங்கள் தங்குவதற்காக சிறிய காட்டேஜ்கள் என இந்த மாளிகையை தனது எண்ணங்களுக்கு ஏற்ப மாற்றினார். ரம்மியமான சூழல், சுத்தமான உணவு, தரமான சேவை போன்ற காரணங்களால் நியூ உட்லண்ட்ஸ் ஹோட்டலை மெட்ராஸ்வாசிகள் இருகரம் நீட்டி ஏற்றுக் கொண்டனர்.

இதனிடையே மற்ற நாடுகளில் ஹோட்டல்கள் எப்படி இயங்குகின்றன எனத் தெரிந்துகொள்வதற்காக லண்டன், ஜெர்மனி, பாரிஸ், ரோம், நியூயார்க் என ஒரு சுற்று சுற்றிவிட்டு வந்தார் கிருஷ்ணா. அந்த உலகப் பயணத்தின் பலன்தான், 1962இல் சென்னை வேளாண் விவசாய வாரியத்தின் தோட்டத்தில் விளைந்த சென்னையின் முதல் டிரைவ் இன் ஹோட்டல். பின்னர் நியூயார்க், சிங்கப்பூர் என உலகின் பல இடங்களில் உட்லண்ட்ஸ் ஹோட்டல்கள் திறக்கப்பட்டன.

இதுதான் கர்நாடக கிராமம் ஒன்றில் கல்லில் மாவாட்டிக் கொண்டிருந்த ஒரு இளைஞனின் கனவுகள், அயராத உழைப்பினால் உயிர்ப்பெற்ற கதை.

- *1947இல் இந்தியா சுதந்திரம் அடைந்தபோது, ராஜாஜி ராயப்பேட்டை உட்லண்ட்ஸ் ஹோட்டலில் தேநீர் விருந்து கொடுத்திருக்கிறார்.*
- *டிசம்பர் கச்சேரிகளில் காண்டீன்கள் முக்கிய பங்கு வகிக்கும் போக்கை தொடங்கி வைத்ததில் கிருஷ்ணா ராவிற்கு பெரும் பங்கு இருக்கிறது.*

சென்னைப் பல்கலைக்கழகம்

மெட்ராசில் உயர்கல்வி பற்றி 19ஆம் நூற்றாண்டில் அதிகளவில் விவாதிக்கப்பட்டது. அதன் விளைவாகப் பிறந்தது தான், 150 ஆண்டுகளைக் கடந்து இன்றும் கம்பீரமாக நின்று கொண்டிருக்கும் சென்னைப் பல்கலைக்கழகம். ஆங்கிலேயர்கள், மெட்ராஸ், பம்பாய், கல்கத்தா என இந்தியாவின் மூன்று துறைமுக நகரங்களில் கோலோச்சிக் கொண்டிருந்தனர். அதனால் இந்த மூன்று நகரங்களிலும் அவர்களின் எண்ணிக்கை அதிகளவில் இருந்தது. இந்நகரங்களில் குடும்பத்துடன் வசித்து வந்த அவர்கள், தங்களின் பிள்ளைகளுக்கு உயர்கல்வி கிடைக்க வகை செய்ய வேண்டும் என எண்ணினர். இதுபற்றிய விவாதங்களும் அடிக்கடி நடைபெற்றன. இதன் தொடர்ச்சியாக, 1854ம் ஆண்டு சார்லஸ் உட் என்பவர் கல்வி தொடர்பாக அரசுக்கு ஒரு குறிப்பு எழுதினார்.

94

மெட்ராஸ் மாகாண சட்டப்பேரவைக் கூட்டம்

அதன் பயனாக, 1855ம் ஆண்டு மதராஸ் அரசு ஒரு தனியார் கல்வித்துறையை உருவாக்கியது. அப்போது இந்தியாவில் இருந்த கல்விச்சூழல் கிழக்கிந்திய கம்பெனியை மையமாகக் கொண்டே அமைந்திருந்தது. திறமையான கிளார்க்குகளை உருவாக்க ஆங்கிலேயர்களுக்கு ஒரு கல்விமுறை தேவைப்பட்டது. இந்தியர்கள் தாங்கள் சொல்வதை புரிந்துகொண்டு பணியாற்ற வேண்டும் என்பது மட்டுமே இந்த கல்வியின் நோக்கமாக இருந்தது. அதற்கேற்ப பாடத்திட்டங்களை உருவாக்கி, அதற்கு உயர்கல்வி என்று பெயரிட்டார்கள்.

அதற்கு முன்பு வரை, இந்தியாவில் வீட்டிலேயே கற்றுக் கொள்ளும் திண்ணைக்கல்வி, குருகுலத்திற்கு சென்று குருவிற்கு பணிவிடை செய்து கற்றுக் கொள்ளும் குருகுலக்கல்வி, இதையும் விட்டால் சான்றிதழ் கல்வி ஆகியவைதான் நடைமுறையில் இருந்தன. கிழக்கிந்தியக் கம்பெனி நுழைந்தவுடன் தங்களுக்கான வேலையாட்களை தயார் செய்ய உயர்கல்வி(!) முறையை அறிமுகம் செய்தனர்.

இந்த கல்விக்கான பாடத்திட்டங்களை மெக்காலே என்பவர் தயாரித்தார். இவர் அளித்த குறிப்புகளின் அடிப்படையில்தான் கிழக்கிந்தியக் கம்பெனி பள்ளிகளில் பாடங்கள் நடத்த

பல்கலைக்கழக வெற்றியாளர்கள்

பல்கலைக்கழக விரிவுரையாளர்

உத்தரவிட்டது. அதன்படி ஐரோப்பிய இலக்கியம், அடிப்படை அறிவியல் போன்ற பாடங்கள் கற்பிக்கப்பட்டன. குறிப்பாக இந்த பள்ளிகளில் ஆங்கிலத்தை கற்றுக் கொண்டதால்தான், இந்தியர்களால் அன்றைக்கு ஆங்கில அரசில் வேலை செய்ய முடிந்தது. நீதிமன்றங்களில் ஆங்கிலத்தில்தான் வாதாட வேண்டும் என்ற சட்டமும் அந்த காலகட்டத்தில்தான் (1837 ஆம் ஆண்டு) கொண்டு வரப்பட்டது.

இந்த ஆங்கிலக் கல்வி கூடங்களில் படித்த இந்தியர்களின் எண்ணிக்கை மெல்ல உயரத் தொடங்கியது. இந்தியர்கள் ஆங்கிலத்தை சிறப்பாக படிப்பதைப் பார்த்து வியந்து போன கிழக்கிந்தியக் கம்பெனி, அவர்களுக்கு உயர்பதவிகளை வழங்க முன்வந்தது. இதற்கான ஆணையை 1849ஆம் ஆண்டில் ஹார்டிங் பிரபு பிறப்பித்தார். இந்தியர்களில் சிலர் இப்படி உயர் பதவி பெற்று வளமாக வாழ்வதைக் கண்ட மற்றவர்களுக்கும் தாங்களும் அதுபோல் ஆக வேண்டும் என்ற ஆசை பிறந்தது. ஆங்கில கல்வி உயர்ந்தது என்ற மனநிலை வேகமாகப் பரவ ஆரம்பித்தது.

இப்படிப்பட்ட ஒரு சூழலில்தான், 1854ஆம் ஆண்டு ஜுலை 19ஆம் தேதி, அப்போதைய இந்திய கல்வி கட்டுப்பாட்டு வாரிய தலைவராக இருந்த சார்லஸ் உட், அந்த கல்விக் குறிப்பை எழுதினார். அதற்கு முன்னரே, மெட்ராஸ் மாகாணத்தில் ஒரு உயர்கல்வி நிறுவனம் தேவை என வலியுறுத்தி 70 ஆயிரம் பேர் கையெழுத்திட்ட ஒரு மனு, அப்போதைய ஆளுநர் லார்ட் எல்பின்ஸ்டோனிடம் 1839இல் ஒப்படைக்கப்பட்டது. இதனையடுத்து அப்போதைய அட்வகேட் ஜெனரல் ஜார்ஜ் நார்டனை தலைவராகக் கொண்டு, 1840ஆம் ஆண்டு ஜனவரி மாதம் பல்கலைக்கழக போர்டு ஒன்று அமைக்கப்பட்டது.

இதனிடையே 1857ஆம் ஆண்டில் மெட்ராஸ், கல்கத்தா, பாம்பே ஆகிய பல்கலைக் கழகங்கள் தோற்றுவிக்கப்பட்டன. அந்நாட்களில் சென்னைப் பல்கலைக்கழகத்தின் உயர்கல்வி தென்னிந்தியா முழுவதும் பரவியிருந்தது. சென்னைப் பல்கலைக்கழகத்தில் படிப்பது மிகுந்த கவுரவமான விஷயமாக பார்க்கப்பட்டது. 1858ஆம் ஆண்டு சென்னைப் பல்கலைக்கழகத்தின் முதல் பட்டமளிப்பு விழா நடைபெற்றது. 1956ஆம் ஆண்டு சென்னை தனி மாநிலமாக உருவாகும் வரை தென்னிந்தியா முழுவதிலும் சென்னைப் பல்கலைக் கழகத்தின் உயர்கல்வி அதிகாரம் பரவியிருந்தது.

பின்னாட்களில் பல்கலைக்கழகம் பல்கிப் பெருகியதும், இதிலிருந்து மைசூர் பல்கலை(1916), உசுமானியா பல்கலை(1918), ஆந்திர பல்கலை(1926), அண்ணாமலை பல்கலை(1929) என பல பல்கலைக்கழகங்கள், சேய் பல்கலைக்கழகங்களாக உருவெடுத்தன.

பல்கலைக்கழகத்தில் இருக்கும் பாரம்பரியமிக்க செனட் இல்லம் (Senate House) எனப்படும் ஆட்சிப் பேரவை மன்றக் கட்டடம் இந்தியாவின் சிறந்த இந்தோ-சராசனிக் பாணி கட்டடங்களில் ஒன்றாக கருதப்படுகிறது. மெட்ராஸ் அரசாங்கம் இந்த கட்டடத்தை கட்டுவதற்கு முன், இதனை சிறப்பாக வடிவமைக்க விரும்பி 1864இல் பத்திரிகைகளில் விளம்பரம் கொடுத்திருக்கிறது. நிறைய பேர் தங்களின் கட்டட வரைபடங்களை அனுப்பி வைக்க, இறுதியில் இந்தோ-சராசனிக் பாணியில் கைதேர்ந்த ராபர்ட் சிஸ்ஹோம் (அருகில் உள்ள மாநிலக் கல்லூரியும் இவர் கட்டியதுதான்) என்ற பொறியாளரின் வரைபடம் தான் தேர்வு செய்யப்பட்டது.

இந்த கட்டடத்திற்கான பணிகள் 1874ஆம் ஆண்டு தொடங்கி 1879ஆம் ஆண்டு நிறைவுபெற்றது. காலத்தின் கோலத்தால் சிதிலமடைந்துபோன செனட் இல்லம் கிட்டத்தட்ட 20 ஆண்டுகள் பயன்படுத்தப்படாமல் இருந்தது. பின்னர் புதுப்பிக்கப்பட்டு தற்போது புதுப்பொலிவுடன் காட்சியளிக்கிறது. பட்டமளிப்பு விழாக்கள், சர்வதேச மாநாடுகள், இரண்டாம் எலிசபெத் ராணிக்கு வரவேற்பு, மிகச்சிறந்த இசைக் கச்சேரிகள் என பல நிகழ்ச்சிகளை இந்த கட்டடம் பார்த்திருக்கிறது.

இந்தியாவின் கல்வி மற்றும் பொருளாதார வளர்ச்சிக்கு சென்னைப் பல்கலைக்கழகம் அரும்பெரும் தொண்டாற்றி வருகிறது. அரசியல் மேதைகள், திரைக் கலைஞர்கள், தொழிலதிபர்கள், துணைவேந்தர்கள், தமிழறிஞர்கள், பேராசிரியர்கள் என பலதரப்பட்ட பெருமக்களை இந்த பல்கலைக்கழகம் உருவாக்கியுள்ளது.

சென்னைப் பல்கலைக்கழகம் இதுவரை ஏறத்தாழ மூன்று கோடிக்கும் அதிகமான மாணவ, மாணவியரை உலகிற்கு அளித்திருக்கிறது. மொத்தத்தில், எதிர்புறம் உள்ள வங்கக் கடலுக்கு போட்டியாக இந்த கல்விக் கடலும் 150 ஆண்டுகளைக் கடந்தும் இன்றும் இளமை மாறாமல் இயங்கிக் கொண்டே இருக்கிறது.

- *1937ஆம் ஆண்டு மெட்ராஸ் மாகாண சட்டப்பேரவைக் கூட்டம் செனட் இல்லத்தில்தான் நடைபெற்றது.*
- *1957ஆம் ஆண்டு சென்னைப் பல்கலைக்கழகத்தின் நூற்றாண்டு விழா கொண்டாடப்பட்டது. அச்சமயம் சென்னைப் பல்கலைக்கழகத்துடன் 128 கல்லூரிகள் இணைக்கப்பட்டிருந்தன.*

மன்னர் ஐந்தாம் ஜார்ஜ்

95

சென்னை பூக்கடை திருப்பத்தில், தலையில் கிரீடத்தோடும், கையில் செங்கோலோடும் ஆளுயர நின்று கொண்டிருக்கும் மன்னர் ஐந்தாம் ஜார்ஜின் சிலையைப் பார்க்கும்போதெல்லாம் இந்தியா அடிமைப்பட்டுக் கிடந்ததை நினைவுபடுத்தும் இந்த சிலையை ஏன் இன்னும் விட்டு வைத்திருக்கிறார்கள் என்று தோன்றும். இதுகுறித்து ஆராய்ந்தபோது நிறைய சுவாரஸ்யமான விஷயங்கள் கிடைத்தன.

கிழக்கிந்திய கம்பெனியிடம் இருந்து ஆட்சி அதிகாரத்தை கைப்பற்றி, அடிமை இந்தியாவின் முதல் பேரரசியான இங்கிலாந்து ராணியின் பேரன்தான் ஐந்தாம் ஜார்ஜ். இவரது தந்தையான ஏழாம் எட்வர்ட் 1910இல் பரலோகம் போய்ச் சேர்ந்ததும், இங்கிலாந்தின் மன்னரானார் ஐந்தாம் ஜார்ஜ்.

• இளவரசர் ஜார்ஜ்

இவரது தந்தையான ஏழாம் எட்வர்ட் 1910இல் பரலோகம் போய்ச் சேர்ந்ததும், இங்கிலாந்தின் மன்னரானார் ஐந்தாம் ஜார்ஜ். அப்போது இந்தியாவும் இங்கிலாந்தின் கட்டுப்பாட்டில் இருந்ததால், தனது பதவி ஏற்பு விழாவை இந்தியாவில் வைத்துக் கொள்ள வேண்டும் என்று ஜார்ஜ் விரும்பினார். காரணம், அவருக்கு இந்தியாவின் மீது எப்போதுமே ஒரு ஈர்ப்பு இருந்தது.

ஜார்ஜ், இளவரசனாக இருந்தபோதே இந்தியாவிற்கு வந்திருக்கிறார். இளவரசர் ஜார்ஜ் 1909ஆம் ஆண்டில் மெட்ராஸ் வந்தபோது, அவரது வருகையை கொண்டாடும் விதமாக ஒரு பிரம்மாண்ட கண்காட்சிக்கு ஏற்பாடு செய்யப்பட்டிருந்தது. இதில் ஒலியுடன் கூடிய குறும்படங்கள் திரையிடப்பட்டன. இதற்காக 'க்ரோன்-மெகாபோன்' என்ற கருவி பயன்படுத்தப்பட்டது. இது கிராமபோன் பொருத்தப்பட்ட படப் புரொஜக்டர். திரையில் படம் ஓடும்போது, அதற்கேற்ப ஏற்கனவே பதிவு செய்யப்பட்ட ஒலி கிராமபோனில் ஒலிக்கும். இப்படித்தான் மெட்ராஸ்வாசிகளுக்கு ஜார்ஜின் புண்ணியத்தில் முதல் ஒலி, ஒளி சினிமாவைப் பார்க்கும் வாய்ப்பு கிடைத்தது. இளவரசர் ஐந்தாம் ஜார்ஜ் வருகை தந்ததன் நினைவாகத்தான் இன்றைய பூக்கடை பகுதி ஜார்ஜ் டவுன் எனப் பெயர் மாற்றப்பட்டது.

ஐந்தாம் ஜார்ஜ், வேல்ஸ் இளவரசராக சென்னைக்கு வந்திருந்த போது, பிரபல ஓவியர் ராஜா ரவிவர்மாவைப் பார்க்க விரும்பினாராம். இதனையடுத்து அப்போதைய மெட்ராஸ் ஆளுநர் கேரளாவில் இருந்த ரவிவர்மாவை சென்னை வருமாறு அழைப்பு விடுத்தார். அந்த சமயத்தில், 'ரவிவர்மாவின் மகன் ராமவர்மா பெரியம்மை வந்து அவதிப்பட்டுக் கொண்டிருந்தார். இருப்பினும் அரசின் அழைப்பிற்கு முக்கியத்துவம் கொடுத்து ரவிவர்மா சென்னைக்கு வந்தார். மெட்ராஸ் கவர்னரையும், இளவரசரையும் தனக்கே உரிய பாணியில் தத்ரூபமாக வரைந்து கொடுத்தார்.

இரண்டு ஆண்டுகள் கழித்து 1911இல் ஐந்தாம் ஜார்ஜ், லண்டன் அரண்மனையில் மன்னராக பதவி ஏற்றுக் கொண்டார். பின்னர் அவரது விருப்பப்படியே இந்தியாவிலும் ஒரு பதவி ஏற்பு விழாவிற்கு ஏற்பாடு செய்யப்பட்டது. இதில் பங்கேற்பதற்காக 40 நாள் பயணமாக மன்னரும், ராணியாரும் இந்தியா வந்தனர். இந்த விழாவில்தான் இந்தியாவின் தலைநகர் கல்கத்தாவில் இருந்து புதுடெல்லிக்கு மாற்றப்படுவதாக அறிவிக்கப்பட்டது. இந்திய இளவரசர்கள், மாகாண கவர்னர்கள் எனப் பல பெருந்தலைகள் பங்கேற்ற அந்த நிகழ்ச்சி, 1911ஆம் ஆண்டு டிசம்பர் 12ந் தேதி வெகு தடபுடலாக நடைபெற்றது.

மன்னரின் இந்த முடிசூட்டு விழா இந்தியா முழுவதும் கொண்டாடப்பட்டது. ராஜவிசுவாசத்தை காட்டும் வகையில், மெட்ராஸ் மாகாணத்தில் இதையொட்டி பல்வேறு சிறப்பு நிகழ்ச்சிகளுக்கு ஏற்பாடு செய்யப்பட்டிருந்தது. முத்தையால்பேட்டை சபா, மன்னரைப் போற்றிப் பாடும் பாட்டுப் போட்டி ஒன்றை அறிவித்தது. இதற்கு பல இடங்களில் இருந்தும் பாடல்கள் வந்து குவிந்தன. இறுதியில் ராமநாதபுரம் 'பூச்சி' ஸ்ரீனிவாச ஐயங்கார் என்பவர் தோடி ராகத்தில் எழுதிய பாடல் முதல் பரிசைத் தட்டிச் சென்றது.

இப்படி எல்லாம் கோலாகலமாக முடிசூட்டிக் கொண்டு லண்டன் திரும்பிய மன்னர் ஐந்தாம் ஜார்ஜிற்கு, அந்த மகிழ்ச்சி அதிக காலம் நீடிக்கவில்லை. 1914இல் முதல் உலக யுத்தம் ஆரம்பித்து மன்னரின் மகிழ்ச்சிக்கு முற்றுப்புள்ளி வைத்தது. நான்கு ஆண்டுகள் நீடித்த யுத்தத்தில் இறுதியில் இங்கிலாந்து வெற்றி பெற்றாலும் இதனால் ஏற்பட்ட உடல் சோர்வும், மன உளைச்சலும் மன்னர் ஜார்ஜை வாட்டி எடுத்தன.

1915இல் பிரான்சில் படைப்பிரிவுகளை பார்வையிட்டுக் கொண்டிருக்கும்போது, மன்னர் ஜார்ஜ் அமர்ந்திருந்த குதிரை திடீரென அவரை கீழே தள்ளியது. அப்போது விழுந்தவர்தான், பின்னர் அவர் முழுமையாக குணமடைந்து எழவே இல்லை. அவருக்கு புகைப்பழக்கமும் இருந்ததால் சுவாசப் பிரச்னையால் அவதிப்பட்டார். 1918இல் உலகப் போர் முடிந்தாலும், நோயுடனான மன்னரின் போராட்டம் முடியவில்லை.

நுரையீரல் சவ்வு அழற்சியும் ஜார்ஜை வாட்டி எடுத்தது. இதுபோதாதென்று ரத்தமே நஞ்சாக மாறும் septicaemia என்ற நோயும் அவருக்கு இருந்தது. இவ்வளவு நோய்கள் இருந்தாலும் அவர் மன்னர் என்பதால் பெரும் பொருட்செலவில் 20 ஆண்டுகளுக்கும் மேலாக அவரின் உயிரை மருத்துவர்கள் இழுத்துப் பிடித்தனர். ஆனால் எதற்கும் ஒரு முடிவு இருக்கிறது அல்லவா. அந்த முடிவு 1936, ஜனவரி 20 அன்று வந்தது. மன்னர் இறந்துவிட்டார் என இரவு 11.55 மணிக்கு அதிகாரப்பூர்வமாக அறிவிக்கப்பட்டது.

மன்னரின் மரணம் குறித்து அவருக்கு சிகிச்சை அளித்த மருத்துவர் குழுவின் தலைவர் டாசன் தமது டைரியில் எழுதி வைத்திருந்தார். அந்த டைரிக் குறிப்பு 1986இல் வெளியாகி பெரும் சர்ச்சையை ஏற்படுத்தியது. காரணம், மன்னரின் இறப்பு செய்தி, காலைப் பத்திரிகைகளில் வரவேண்டும் என்பதற்காகவும், முக்கியத்துவம் குறைந்த மாலைப் பத்திரிகைகளில் அச்செய்தி முதலில் வெளியானால் மன்னர் குடும்பத்திற்கு மரியாதையாக இருக்காது என்பதாலும், மன்னரின் மரணத்தை இரவுக்குள் வேகப்படுத்த தாம் சில ஊசிகளைப் போட்டதாக டாசன் அதில் தெரிவித்திருந்தார்.

இப்படி இருபதாண்டுகளுக்கும் மேலாக நோய்வாய்ப்பட்டு இறுதியிலும் சர்ச்சைகளை விதைத்துவிட்டு உயிரை விட்ட மன்னர் ஐந்தாம் ஜார்ஜ்தான் இன்றும் பூக்கடை பகுதியில் சிலையாக நின்று கொண்டிருக்கிறார். செங்கோலுடன் நெஞ்சு நிமிர்த்தி நிற்கும் ஜார்ஜைப் பார்க்கும்போதெல்லாம், வாழ்வின் மாயக் கைகள் சூரியன் அஸ்தமிக்காத இங்கிலாந்து ஏகாதிபத்தியத்தின் அரசனையும் விட்டுவைக்கவில்லை என்ற யதார்த்தம் முகத்தில் அறைகிறது.

- *துறைமுகம் பகுதியில் இருந்த மன்னர் ஜார்ஜின் சிலை, பின்னாட்களில் அகற்றப்பட்டு விட்டது. பனகல் பார்க்கில் இருந்த ஜார்ஜின் மார்பளவு சிலை திடீரென காணாமல் போய்விட்டது. ஜார்ஜின் தகப்பனாரான ஏழாம் எட்வர்டிற்கும் அண்ணா சாலையில் ஒரு சிலை இருந்தது. ஆனால் அது ஒருநாள் திடீரென அகற்றப்பட்டு அருங்காட்சியகத்திற்கு அனுப்பப்பட்டு விட்டது.*
- *வேட்டைப் பிரியரான மன்னர் ஜார்ஜ், இந்தியா வந்திருந்த போது அருகில் உள்ள நேபாளக் காடுகளில் வேட்டையாடினார். அப்போது 10 நாட்களில் அவர் 21 புலிகள், 8 காண்டாமிருகங்கள் மற்றும் ஒரு கரடி ஆகியவற்றைக் கொன்றதாக ஒரு குறிப்பு உள்ளது.*

காயிதே மில்லத் கல்லூரி

96

சென்னையின் மிக உயரமான கட்டடம் எது என்று கேட்டால், கேள்வி முடியும் முன்பே எல்ஐசி என்று பதில் வந்துவிடும். ஆனால் எல்ஐசி வருவதற்கு முன் சென்னையின் உயரமான கட்டடமாக இருந்தது எது? அது எங்கிருக்கிறது தெரியுமா? அதைத் தேடி நீங்கள் வெகு தூரம் செல்ல வேண்டாம். அதுவும் எல்ஐசிக்கு மிக அருகில்தான் இருக்கிறது.

எல்ஐசிக்கும், ஸ்பென்சருக்கும் இடையில் உள்ள சிக்னலில் காத்திருக்கும்போது, நடுவில் சிவப்பு வண்ணத்தில் நின்று கொண்டிருக்கும் சிறிய அரண்மனை போன்ற புராதன கட்டடத்தை நிச்சயம் பார்த்திருப்பீர்கள். அகர்சந்த் மேன்சன் (Agurchand Mansion) என்று தற்போது அறியப்படும் அந்த 100 அடி உயர கட்டடம்தான் ஒருகாலத்தில் சென்னையின் உயரமான கட்டடமாக இருந்தது.

இந்த கட்டடத்தின் வரலாற்றை புரட்டிக் கொண்டே போனால் அது கர்நாடக கடைசி நவாப்பின் வீட்டு வாசலில் போய் நிற்கிறது. நவாப் குலாம் முகமது கவுஸின் மனைவி, பேகம் அஸீம் உ நிசா. நவாப் தனது மனைவிக்கு நிறைய சொத்துகளை விட்டுச் சென்றிருந்தார். அவற்றில் முக்கியமானது தற்போது அகர்சந்த் மேன்சனும் எதிரில் காயிதே மில்லத் கல்லூரியும் உள்ள இடங்கள்.

காயிதே மில்லத் கல்லூரி இருக்கும் இடத்தில் தான் பேகம் அஸீம் உ நிசா தங்கியிருந்தார். அவர் தங்கியிருந்த மாளிகை உம்தா பாக் (Umda Bagh) என்று அழைக்கப்பட்டது. ஆரம்பத்தில் இந்த நிலம் கோல சிங்கண்ண செட்டிக்கு சொந்தமாக இருந்தது. 1816இல் வெளியான மெட்ராஸ் வரைபடத்தில் இந்த நிலம் சிங்கண்ண செட்டியின் நிலம் என்றுதான் குறிக்கப்பட்டிருக்கிறது. பின்னர் 19ஆம் நூற்றாண்டில்தான் இது பேகம் அஸீம் உ நிசா வசம் வந்தது (அவர் வாடகைக்குதான் இருந்தார் என்றும் ஒரு கருத்து நிலவுகிறது). இவர் செய்த தான தர்மங்கள் காரணமாக பேகமின் பெயர் அன்றைய மெட்ராசில் மிகவும் பிரசித்தி பெற்று விளங்கியது. நவாப் வாலாஜாவால் சேப்பாக்கம் அரண்மனை வளாகத்தில் தொடங்கப்பட்ட இஸ்லாமிய பள்ளி, பேகம் காலத்தில் அவரது உம்தா பாக் மாளிகைக்கு மாற்றப்பட்டது. அதுதான் இன்றும் மவுன்ட் ரோட்டில் இயங்கி வரும் மதராஸா-இ-ஆஸாம் பள்ளி.

1901இல் மெட்ராசில் நடைபெற்ற அனைத்திந்திய இஸ்லாமிய கல்வி மாநாட்டில், இந்த இடத்தை அரசு வாங்கி ஒரு சிறந்த கல்வி நிலையத்தை நிறுவ வேண்டும் என கோரிக்கை விடுக்கப்பட்டது. அரசும் இதனை ஏற்று அப்போது இந்த நிலத்தின் உரிமையாளராக இருந்த திவான் பகதூர் கோவிந்த்தாஸ் முகன்தாஸிடம் இருந்து ஒரு லட்சம் ரூபாய்க்கு நிலத்தை வாங்கியது.

பின்னர் இந்த பள்ளி தரம் உயர்த்தப்பட்டதுடன், அருகில் ஒரு பள்ளிவாசலும் கட்டப்பட்டது. பள்ளியின் அருகிலேயே கட்டப்பட்ட தங்கும் விடுதிக்கு உம்தா பாக் என்றே பெயரிடப்பட்டது. 1918இல் இங்கு ஒரு கல்லூரியும் தொடங்கப்பட்டது. 1934இல் இந்த கல்லூரிக்கென தனிக்கட்டடம் கட்டப்பட்டது. அப்போதைய மெட்ராஸ் ஆளுநர் லார்ட் எர்ஸ்கின் இதனைத் திறந்து வைத்தார். ஆரம்ப நாட்களில் இஸ்லாமிய மாணவர்கள் மட்டுமே இங்கு அனுமதிக்கப்பட்டனர். 1938ஆம் ஆண்டிற்கு பிறகு 25% இஸ்லாமியர் அல்லாத மாணவர்களும் சேர்த்துக் கொள்ளப்பட்டனர்.

சுதந்திரத்திற்கு பிறகு 1948இல் இது அரசு கலைக் கல்லூரி எனப் பெயர் மாற்றப்பட்டு, அனைத்து சமூக மாணவர்களும் சேரலாம் என அறிவிக்கப்பட்டது. பின்னர் பெண் கல்விக்கு முக்கியத்துவம் அளிக்கும் வகையில் 1974இல் தமிழக அரசு இதனை பெண்கள் கல்லூரியாக மாற்றி, காயிதே மில்லத் அரசு மகளிர் கல்லூரி எனப் பெயரிட்டது. ஆனால் கல்லூரி விடுதியின் பெயர் மட்டும் இன்றும் உம்தா பாக் என்றே இருக்கிறது.

சரி, இப்போது சாலைக்கு எதிர்புறம் இருக்கும் அகர்சந்த் மேன்சனின் கதைக்கு வருவோம். பேகம் நிசா இந்த சொத்தை 1910இல் அகா முகமது கலீலி சிராஸி என்ற வணிகருக்கு விற்றுவிட்டார். ஈரானில் இருந்து வந்திருந்த இந்த பணக்கார வணிகர், பல வியாபாரங்களில் ஈடுபட்டு வந்தார். குறிப்பாக கட்டுமானத் துறையில் சிறந்து விளங்கினார். எனவே பேகத்திடம் வாங்கிய இடத்தில் மெட்ராசிற்கு சிறப்பு சேர்க்கும் வகையில் 1925இல் ஒரு வானளாவிய அழகிய கட்டடத்தை கட்டி வாடகைக்கு விட்டார். 100 அடி உயரத்தில் கம்பீரமாக நின்ற அந்த கட்டடம் கலீலி மேன்சன் என்று அழைக்கப்பட்டது.

• அகர்சந்த் மேன்சன்

கடைசி காலத்தில் கலீலி தனது இரண்டு மகன்களுக்கு சொத்துகளை பிரித்துக் கொடுக்கும்போது, மூத்த மகன் அப்பாஸ் கலீலிக்கு இந்த கட்டடம் கிடைத்தது. இந்தியா - பாகிஸ்தான் பிரிவினையின்போது அப்பாஸ் பாகிஸ்தான் செல்ல முடிவெடுத்ததால், இடம்பெயர்ந்தோர் சொத்து சட்டப்படி அரசு இந்த கட்டடத்தை ஏலம் விட்டது. அப்போது இதனை ஏலத்தில் எடுத்தவர்தான் அகர்சந்த் என்ற வியாபாரி. அப்படித்தான் கலீலி மேன்சன் அகர்சந்த் மேன்சனாக அவதாரம் எடுத்தது. இந்தோ - சராசனிக் பாணியில் இரண்டு தளங்களோடு நின்று கொண்டிருக்கும் இந்த கட்டடத்தில் இன்றும் பல வணிக நிறுவனங்கள் சுறுசுறுப்பாக இயங்கி வருகின்றன.

அந்திசாயும் நேரத்தில், அகர்சந்த் மேன்சனின் நீண்ட வராந்தாவில் நின்றபடி எதிரில் தெரியும் காயிதே மில்லத் கல்லூரியைப் பார்க்கும்போது, கர்நாடக நவாப் குடும்பத்தாரும், ஆங்கிலேய அதிகாரிகளும் அரூபமாய் அங்கே தொடர்ந்து நடமாடிக் கொண்டிருப்பதைப் போலவே தோன்றுகிறது.

- *நிறைய இஸ்லாமிய பிரபலங்கள் உம்தா பாக்கில் தங்கிச் சென்றுள்ளனர். அலிகார் பல்கலைக்கழகத்தின் நிறுவனரான செய்யது அகமது கான், மெட்ராஸ் வந்தபோது இங்குதான் தங்கினார்.*
- *கண்ணியம் மிக்க காயிதே மில்லத்தின் மணிமண்டபம் மகளிர் கல்லூரிக்கு பின்புறம் அமைந்துள்ளது.*
- *2012ஆம் ஆண்டு அகர்சந்த் மேன்சனின் முதல் தளத்தில் உள்ள புத்தக கடையில் தீ பிடித்தது. ஆனால் கட்டடத்திற்கு பெரிய சேதம் ஏற்படவில்லை.*

ராயபுரம் நெருப்புக் கோவில்

97

தனிமனிதத் தேவைகள் காரணமாக எழும் சில விஷயங்கள் வரலாற்றில் நின்று நிலைத்து விடுகின்றன. அப்படி மெட்ராசில் பார்சி இனத்தவரின் அடையாளங்களில் ஒன்றாகத் திகழ்வதுதான் ராயபுரத்தில் இருக்கும் நெருப்புக் கோவில்.

உலகின் பழமையான இனங்களில் பார்சி இனம் முக்கியமானது. கி.மு. 1200க்கு முன்பே இந்த இனம் தோன்றியதாகக் கூறப்படுகிறது. பாரசீகத்தை (தற்போதைய ஈரான், ஈராக்) பூர்வீகமாகக் கொண்ட இவர்கள், ஜொராஷ்டிரர்கள் என்று அழைக்கப்படுகின்றனர். சுமார் 1300 ஆண்டுகளுக்கு முன்பு அப்பகுதியில் ஏற்பட்ட அரசியல் நெருக்கடிகளை அடுத்து, இவர்கள் உலகின் பல்வேறு பகுதிகளுக்கும் புலம்பெயரத் தொடங்கினர்.

அந்த வகையில் 1795ஆம் ஆண்டில் மெட்ராஸ் மண்ணில் பார்சிகள் முதன்முதலில் காலடி எடுத்து வைத்தனர். விரல்விட்டு எண்ணக் கூடிய அளவில் சிறு குழுவாக இருந்த அவர்கள், ராயபுரத்தில் தேவாலயத்திற்கு எதிரில் இடம் வாங்கி, வீடு கட்டிக் குடியேறினர். அவர்களைத் தொடர்ந்து மேலும் சில பார்சிகள் மெட்ராஸ் வந்தனர். அவர்களில் ரஸ்தோம்ஜி, நவ்ரோஜி ஆகிய இருவரும் சேர்ந்து ஒரு நிறுவனத்தை தொடங்கினர். அதற்காக அப்போதைய ஜார்ஜ் கோட்டை ஆளுநரிடம் இருந்து ராயபுரம் பகுதியில் 24 கிரவுண்ட் நிலத்தை 99 ஆண்டுகள் குத்தகைக்கு எடுத்தனர்.

மெட்ராசில் இப்படி மெல்ல காலூன்றிய பார்சிகள், 1876இல் தங்களுக்கென பார்சி பஞ்சாயத்து என்ற பெயரில் ஒரு அமைப்பை ஏற்படுத்தினர். இதன் முதல் கூட்டத்தில் 11 பேர் கலந்துகொண்டதாக ஆவணங்கள் கூறுகின்றன. பார்சி இன மக்கள், நெருப்பை கடவுளாக வழிபடுபவர்கள். ஆனால் இவர்கள் வழிபாடு நடத்துவதற்காக, அப்போது மெட்ராசில் எந்த கோவிலும் இல்லை. எனவே பார்சிகளுக்கென ஒரு கோவில் கட்ட வேண்டும் என்ற கோரிக்கை மெல்ல வலுப்பெறத் தொடங்கியது.

இதற்காக நிதி வசூலிக்கும் வேலையும் ஆரம்பமானது. பார்சிகளின் கோரிக்கையை ஏற்று பூனாவில் இருந்த சர் தின்ஷா பெட்டிட் என்பவர் 1896இல் ரூ3600 நன்கொடையாக அளித்தார். அந்த காலத்தில் இவ்வளவு பெரிய தொகை கிடைத்ததும் கோவில் கட்டும் முயற்சி தீவிரமடைந்தது. பார்சி பஞ்சாயத்தின் அப்போதைய தலைவராக இருந்த சொராப்ஜி பிராம்ஜி தன் பங்கிற்கு ரூ1000 நன்கொடையாக அளித்ததும், அதுவரை சேர்ந்த பணத்தைக் கொண்டு ராயபுரத்தில் கோவிலுக்கென ஒரு இடம் வாங்கப்பட்டது.

ஆனாலும் கோவில் கட்டும் பணி இழுத்துக் கொண்டே போனது. இந்நிலையில் பிரோஜ் கிளப்வாலா என்பவரின் 13 வயது மகன் ஜல், 1906ஆம் ஆண்டு திடீரென மரணமடைந்தான். பார்சிகள் இறுதிச் சடங்கை நெருப்புக் கோவிலில் செய்வது வழக்கம். ஆனால் ஜல்லின் இறுதிச் சடங்குகளை செய்ய, முறையான பூசாரியோ, கோவிலோ அப்போது மெட்ராசில் இல்லை. இதனால் மனமுடைந்துபோன பிரோஜ் கிளப்வாலா, தனக்கு ஏற்பட்ட நிலை இனி யாருக்கும் வரக் கூடாது எனக் கருதி நெருப்புக் கோவில் கட்டும் பணியை துரிதப்படுத்தினார்.

• நெருப்புக் கோவில்

• நெருப்புச் சின்னம்

இதனையடுத்து அடுத்த ஆண்டே ராயபுரத்தில் நெருப்புக் கோவில் ஒன்றை கட்டிக் கொடுத்ததுடன், பூசாரியை நியமிப்பதற்கென தனியாக ரூ2000 நன்கொடையும் வழங்கினார்.

1909ஆம் ஆண்டு பிப்ரவரி 9ந் தேதி இந்த கோவிலுக்கான அடிக்கல் நாட்டப்பட்டது. பார்சி பஞ்சாயத்தின் அப்போதைய தலைவர் நவ்ரோஜி ஒரு சிவில் என்ஜினியர் என்பதால், அவரே கோவிலுக்கான வரைபடத்தை தயாரித்துக் கொடுத்தார். இதனையடுத்து 1910ம் ஆண்டு மத்தியில் கட்டி முடிக்கப்பட்ட நெருப்புக் கோவிலுக்கு ஜல் பிரோஜ் கிளப்வாலா தர்-இ-மெகர் என்று பெயரிடப்பட்டது. எர்வாட் தோசாபாய் பாவ்ரி என்பவர் இந்த கோவிலின் முதல் பூசாரியாக பணியாற்றினார். அவருக்கு மாதந்தோறும் ரூ40 சம்பளமாக வழங்கப்பட்டது.

இந்தக் கோவில் பிறகு பார்சி சமூகத்தவர்கள் சந்திப்பதற்கான இடமாகவும் மாறியது. இந்த நெருப்புக் கோயிலில் 100 ஆண்டுகளைக் கடந்தும் நெருப்பு அணையாமல் தொடர்ந்து எரிந்து கொண்டே இருக்கிறது. இங்கு ஒரு நாளைக்கு ஐந்து முறை விளக்கு ஏற்றுகிறார்கள்.

முதல் உலகப் போரின்போது ஜெர்மானிய போர்க்கப்பலான எம்டன், மெட்ராஸ் மீது குண்டுகளை வீசியது. எம்டன் மீண்டும் தாக்குதல் நடத்தலாம் என்ற பீதி காரணமாக மெட்ராசில் இருந்து ஏராளமானோர் அவசர அவசரமாக வெளியேறினர். அத்தகைய இக்கட்டான நிலையிலும் இந்த கோவிலின் பூசாரியாக இருந்த பெஷோதான் என்பவர் வெளியேற மறுத்துவிட்டாராம். கோவிலில் இருக்கும் நெருப்பு அணையாமல் தொடர வேண்டும் என்பதற்காக தனது உயிரையும் பணயம் வைத்து கோவிலிலேயே இருந்தாராம்.

இப்படி பலரும் போற்றிப் பாதுகாத்த அந்த நெருப்பு இன்றும் அணையாமல் தொடர்ந்து எரிந்துகொண்டே இருக்கிறது. சற்று கூர்ந்து பார்த்தால், மெட்ராசின் வர்த்தக வளர்ச்சியில் கணிசமான பங்களிப்பை அளித்த பார்சிகளின் நினைவும் அந்த நெருப்பில் சுடர்விடுவதை உணர முடிகிறது.

- ***தமிழ்நாட்டில் உள்ள ஒரே நெருப்புக் கோயில் இதுதான். மும்பையில் 55 நெருப்புக் கோவில்கள் இருக்கின்றன. ஒட்டுமொத்தமாக இந்தியாவில் 100 நெருப்புக் கோவில்கள் உள்ளன.***
- ***சுதந்திரப் போராட்டத்தில் பங்கேற்ற தாதாபாய் நௌரோஜி முன்னாள் பிரதமர் இந்திரா காந்தியின் கணவர் ஃபெரோஸ் காந்தி, ரத்தன் டாடா ஆகியோர் பார்சி இனத்தைச் சேர்ந்தவர்கள்.***

கந்தசாமி கோயில்

98

போக்குவரத்து நெரிசல்மிக்க இன்றைய சென்னையிலும் அமைதி தவழும் சில இடங்கள் இருக்கத்தான் செய்கின்றன. அவற்றில் முக்கியமானது பாரிமுனையில் உள்ள கந்தகோட்டம் எனப்படும் கந்தசாமிக் கோயில்.

பாரிமுனை ராசப்ப செட்டித் தெருவில் அமைந்துள்ள இந்த கோயில் சுமார் 350 ஆண்டுகளுக்கு முன்பு கட்டப்பட்டது. வேலூர் மாரி செட்டியார் என்பவர்தான் இந்த கோயில் உருவாகக் காரணமானவர். கிழக்கிந்திய கம்பெனியின் வர்த்தகராக இருந்த மாரி செட்டியார், ஒரு தீவிர முருக பக்தர். அவர் திருப்போரூரில் உள்ள முருகனை அடிக்கடி சென்று வழிபடுவதை வழக்கமாகக் கொண்டிருந்தார். குறிப்பாக கிருத்திகை நாளில் கண்டிப்பாக திருப்போரூரில் இருப்பாராம்.

அப்படி ஒருமுறை அவர் தனது நண்பர் கந்தப்பா ஆசாரியுடன் திருப்போரூர் சென்றபோது, ஒரு இடத்தில் ஓய்வெடுத்தாராம். அப்போது தெய்வத்தின் அருளால் அவர்களுக்கு அங்கிருந்த வேப்ப மரத்தின் அடியில் இருந்த புற்றுக்குள் இருந்து ஒரு முருகன் சிலை கிடைத்ததாக கூறப்படுகிறது. அவர்கள் அந்த சிலையை எடுத்துவந்து ஏற்கனவே முத்தையால்பேட்டையில் பிள்ளையார் கோயில் இருந்த இடத்தில் பிரதிஷ்டை செய்தனர். இந்த சம்பவம் 1673ஆம் ஆண்டு நடைபெற்றதாக ஆங்கிலேயே குறிப்புகளில் காணப்படுகிறது.

இதனிடையே இந்த கோயில் இங்கு எப்படி வந்தது என்பதற்கு கிட்டத்தட்ட இதேபோல ஒரு தல வரலாறு கூறப்படுகிறது. அதன்படி, இந்த பகுதியில் வசித்த சிவாச்சாரியார் ஒருவர் அருகிலுள்ள திருப்போரூர் தலத்திற்கு சென்றுவிட்டு ஊருக்கு திரும்பிக் கொண்டிருந்தாராம். அவருடன் சில ஆச்சார்யார்களும் வந்து கொண்டிருந்தனர். வழியில் பலத்த மழைபெய்து, வெள்ளம் பெருக்கெடுத்ததால் அவர்களால் ஊருக்கு திரும்ப முடியவில்லை. எனவே, வழியில் ஓர் மடத்தில் தங்கினர்.

அன்றிரவு சிவாச்சாரியாரின் கனவில் காட்சிதந்த முருகன், தான் அருகிலுள்ள புற்றில் குடிகொண்டிருப்பதாகவும், தனக்கு கோயில் கட்டும்படியும் கூறினாராம். கண்விழித்த சிவாச்சாரியார் அங்கிருந்த புற்றில் முருகன், சிலை வடிவில் இருந்ததைக் கண்டார். அந்த சிலையை எடுத்துக் கொண்டு, ஊருக்கு புறப்பட்டார். வழியில் ஓரிடத்தில் சிலையை வைத்துவிட்டு சிறிதுநேரம் ஓய்வெடுத்தனர். பின் சிலையை எடுக்க முயன்றபோது முடியவில்லை. எனவே, அந்த இடத்திலேயே முருகனுக்கு கோயில் கட்டப்பட்டது. சுவாமி இந்த இடத்தில் தானாக விரும்பி நின்றவர் என்பதால் பீடம் இல்லாமல் தனித்து, தரையில் நின்ற கோலத்தில் காட்சி தருகிறார் என்கிறார்கள். இதற்கான வரலாற்று ஆதாரங்கள் எதுவும் இல்லை.

சரி, மீண்டும் மாரி செட்டியாரிடம் வருவோம். தான் கொண்டு வந்த சிலையை வைப்பதற்காக மாரி செட்டியார் ஒரு சிறிய கோயிலைக் கட்டினார். இதற்காக அவர் தனது மனைவியின் நகைகளை அடகு வைத்துக் கடன் வாங்கியதாகக் கூறப்படுகிறது. கோயிலுக்கான இடம் மட்டும் முத்தையாலு நாயக்கரால் கொடுக்கப்பட்டதாம்.

சுமார் 100 ஆண்டுகள் கடந்த பின்னர் 1780ஆம் ஆண்டில் இந்த கோயில் பதினெண் செட்டியார்களால் திருத்தி அமைக்கப்பட்டது. இன்னும் 100 ஆண்டுகள் கடந்த பிறகு, 1860இல்தான் இந்த கோயில் நன்கு விஸ்தரிக்கப்பட்டு கற்கோயிலாக மாற்றப்பட்டது. அதுவரை ஏறத்தாழ இரண்டு நூற்றாண்டுகள், இது சாதாரண செங்கற் கோயிலாகத்தான் இருந்தது. 1869ஆம் ஆண்டு வையாபுரி செட்டியார் என்பவர் இந்த கோயிலுக்கு ரூ66,000 நன்கொடையாக வழங்கினார். அவர் இந்த கோயிலுக்காக ஒரு தேரும் செய்ய வைத்ததாக நரசய்யா தனது மதராசபட்டினம் நூலில் குறிப்பிட்டிருக்கிறார்.

1880ஆம் ஆண்டு அக்கம்மாபேட்டை கோவிந்த செட்டியார் என்பவர் நாராயண செட்டியாருடன் இணைந்து கோயிலின் அருகில் இருந்த நிலத்தை கோயிலுக்காக அளித்தார். அந்த நிலத்தில் தான் வசந்த மண்டபம் கட்டப்பட்டுள்ளது. பின்னர் 1901ஆம் ஆண்டு காளி ரத்தின செட்டியார் என்பவர் ரூ.50,000 நன்கொடை கொடுத்திருக்கிறார். அந்த காசில்தான் கோயிலின் ராஜகோபுரம் கட்டப்பட்டது. இதுமட்டுமின்றி கோயிலுக்காக காளி ரத்தினம் செட்டியார் ஒரு கிண்ணம் நிறைய வைரங்களும், விலை உயர்ந்த கற்களும் கொடுத்தாராம்.

கந்தசாமி கோயில்

இந்த கோயிலுக்கும் வள்ளலாருக்கும் நெருங்கிய தொடர்பு உண்டு. வள்ளலார் சென்னையில் வசித்த போது தமிழ் கற்பதற்காக இந்த கோயிலுக்கு அருகில் உள்ள சபாபதி முதலியார் வீட்டுக்கு வருவார். பல நேரங்களில் தமிழ் கற்கப் போகாமல் முருகனைத் தரிசிக்கக் கோயிலிலேயே தங்கிவிடுவாராம். மனமுருகிப் பாடலும் பாடுவார்.

திருவருட்பாவில் இடம்பெற்றுள்ள 'ஒருமையுடன் நினது திரு மலரடி நினைக்கின்ற உத்தமர் தம் உறவு வேண்டும்' என்ற பாடலில் கந்த கோட்ட முருகனைப் புகழ்ந்து பாடியுள்ளார் வள்ளலார். 'தருமமிகு சென்னையில் கந்த கோட்டத்துள் வளர் தலமோங்கு கந்தவேளே' என்று கந்த கோட்டத்து முருகனை புகழ்ந்து பாமாலை சூட்டியுள்ளார். வள்ளலாரைப் போன்றே சிதம்பரசாமி, பாம்பன் குமரகுருபரதாச சுவாமிகள், தண்டபாணி சுவாமிகள் போன்றோரும் இங்கு வந்து பாடியுள்ளனர்.

இந்த கோயிலில் நடைபெறும் தைப்பூசத் திருவிழாவில் பங்கேற்பதற்காக, முறையான போக்குவரத்து வசதிகள் இல்லாத அந்த காலத்திலேயே மெட்ராசின் பல்வேறு பகுதிகளில் இருந்தும் மக்கள் கூட்டம் கூட்டமாக வருவார்களாம். கந்த சஷ்டி, வைகாசி வசந்த உற்சவம், ஆடிக் கிருத்திகை, பங்குனி உத்திரம் போன்றவையும் இங்கு மிக விசேஷமாகக் கொண்டாடப்படுகின்றன.

8 ஏக்கர் பரப்பளவில் விரிந்திருக்கும் இந்த கோயிலில் சரவண பொய்கை என்ற பெயரில் ஒரு அழகிய குளம் இருக்கிறது. இது கட்டப்பட்ட காலத்தில் இருந்து இதில் உள்ள நீரின் அளவு கூடாமல், குறையாமல் அப்படியே இருப்பதாக சொல்கிறார்கள். இந்த குளத்தில் கை நிறைய பொறியை அள்ளி வீசினால், மீன்கள் கூட்டம் கூட்டமாக வந்து பொறியை கவ்விக் கொண்டு மின்னல் வேகத்தில் நீருக்குள் மறைகின்றன. இங்கு ஒவ்வொரு முறை வரும்போதும், அந்தக் கால மெட்ராஸ் பற்றிய எனது நினைவுகளும் இந்த மீன்களைப் போலவே மூளை நியூரான்களில் ஒன்றை ஒன்று முந்திக் கொண்டு ஒரே நேரத்தில் பாயும் பரவசத்தை அனுபவிக்க முடிகிறது.

- உற்சவர் முத்துக்குமார சுவாமி தனிக்கொடிமரத்துடன் உள்ளார். இவர் முகத்தில் புள்ளிகளுடன் மிகவும் அழகு பொருந்தியவராக காட்சி தருகிறார். விசேஷ காலங்களில் இவருக்கே பிரதான பூஜை நடத்தப்படுகிறது.

- தோல் நோய் மற்றும் கட்டிகளால் பாதிக்கப்பட்டவர்கள் இந்த சரவணப் பொய்கையில் வெல்லம் கரைக்கின்றனர்.

பார்த்திபன்

மசூதி கட்டிய இந்து

ஒரு பெரிய அல்லது வித்தியாசமான விஷயத்தை முதன்முதலில் செய்பவர் சரித்திரத்தில் நினைவுகூரப்படுவார். இதற்காக பல ஆண்டுகள் பாடுபடுபவர்களுக்கு மத்தியில், போகிற போக்கில் நிறைய முதல் விஷயங்களை தெரிந்தோ, தெரியாமலோ செய்து 'முதல்'வனாக இடம்பிடித்துவிடுபவர்களும் உண்டு. அப்படிப்பட்ட ஒருவர்தான், 17ஆம் நூற்றாண்டில் மெட்ராசில் வாழ்ந்த காசி வீரண்ணா என்ற வணிகர்.

கிழக்கிந்திய கம்பெனிக்கு மெட்ராஸ் என்ற நிலப்பகுதியை பேரம் பேசி வாங்கித் தந்தவர் பேரி திம்மண்ணா என்ற வணிகர். இதன் மூலம் ஏற்பட்ட நெருக்கம் காரணமாக பேரி திம்மண்ணா கிழக்கிந்திய கம்பெனியின் தலைமை வணிகராகத் திகழ்ந்தார். இந்த திம்மண்ணாவின் பார்ட்னர்தான் காசி வீரண்ணா.

99

வங்கக் கடலோரம் சிறிய கிராமமாக இருந்த சென்னை

காசி வீரண்ணா அந்த காலத்தில் கோல்கொண்டா சுல்தான்களிடம் மிகவும் நெருக்கமாக இருந்தார். வணிகரீதியில் ஏற்பட்ட நட்பு பின்னர் பலப்பட்டுவிட்டதால், கோல்கொண்டா சுல்தான்கள் காசி வீரண்ணாவையும் ஒரு முஸ்லீமாகவே பார்க்கத் தொடங்கிவிட்டனர். அவருக்கு ஹசன் கான் என்று பெயரும் வைத்துவிட்டனர். வீரண்ணாவும் முஸ்லீம்களுடன் மிகவும் பாசமுடனும், அன்புடனும் பழகினார். அந்த ஆழமான அன்பின் வெளிப்பாடுதான் தனது முஸ்லீம் சகோதரர்களுக்காக அவர் பாரிமுனையின் மூர் தெருவில் கட்டித்தந்த மசூதி. காசி வீரண்ணா என்ற இந்துவால் கட்டப்பட்ட அந்த மசூதிதான் மெட்ராசின் முதல் மசூதி. ஆனால் அந்த வரலாற்று சிறப்புமிக்க மசூதி இப்போது இல்லை.

வீரண்ணா மற்றொரு விஷயத்தையும் மெட்ராசில் முதன்முதலாக செய்து காட்டினார். அதுதான் அவர் தொடங்கிய 'காசி வீரண்ணா அண்ட் கோ' என்ற கம்பெனி. இதனை காசா வெரோனா அண்ட் கோ (Cassa Verona & Co.,) என்று ஆங்கிலேயர்கள் தங்கள் ஆவணங்களில் குறிப்பிட்டிருக்கிறார்கள். அந்த காலத்தில் இந்தியர் ஒருவருக்கு சொந்தமான முதல் ஜாயிண்ட் ஸ்டாக் கம்பெனி இதுதான்.

போர்த்துகீசியர்கள் சென்ற பிறகு சாந்தோமை வாடகைக்கு எடுக்கும் அளவுக்கு வீரண்ணா செல்வாக்கு மிக்க வணிகராக இருந்தார். டிசம்பர் 12, 1678 என தேதியிடப்பட்ட ஒரு ஆங்கிலேயக் குறிப்பில் பின்வருமாறு குறிப்பிடப்பட்டுள்ளது. 'வெரோனாவுக்கு கோல்கொண்டாவில் இருந்து நவாப் முகம்மது இப்ராஹிம் நேற்று ஒரு கடிதம் எழுதியிருக்கிறார். வெரோனாவுக்கு 1300 பகோடாக்களுக்கு சாந்தோம் வாடகைக்கு கொடுக்கப்பட்டுள்ளது. ஆனால் 2500 பகோடாக்கள் தர மற்றொருவர் தயாராக இருக்கிறார். எனவே வெரோனாவிடம் இருந்து சாந்தோமை திரும்பப் பெற்று அவருக்கு வாடகைக்கு விடலாம் என அந்த கடிதத்தில் இருந்தது. ஆனால் சூரிய சந்திரர் உள்ள வரை இந்த ஊர் ஒரு ஃபிர்மான் மூலம் தனக்கு தரப்பட்டுள்ளதாக வெரோனா பதில் எழுதியிருக்கிறார். தவிரவும் பணத்தின் மகிமையை அறிந்திருந்த வெரோனா, பேசுபவர்களின் வாயை மூட 500 பகோடாக்கள் லஞ்சமாகக் கொடுத்தார்' என்று அந்த குறிப்பு சொல்கிறது. இப்படி வியாபாரத்தில் கெட்டியாக இருந்த வீரண்ணா, தொழிலுக்கு ஏற்ப கறார் பேர்வழியாகவும் இருந்தார்.

1678இல் பூந்தமல்லியின் கவர்னராக இருந்த லிங்கப்ப நாயக், கிழக்கிந்திய கம்பெனியிடம் இருந்து ஒரு பெரும் தொகையை கேட்டார். கம்பெனியின் வணிகராக இருந்த வீரண்ணா, அதெல்லாம் தர முடியாது என்று கறாராக சொல்லிவிட்டார். இதனிடையே வீரண்ணாவின் மனைவி இறந்துவிட்டார். இதற்காக துக்கம் விசாரிக்க வந்த லிங்கப்ப நாயக், ஏன் தன்னை யாரும் வந்து முறையாக வரவேற்கவில்லை என்று கேட்டார். மனைவியைப் பறிகொடுத்த சோகத்தில் இருந்த வீரண்ணா, லிங்கப்ப நாயக்கை வார்த்தைகளால் வறுத்தெடுத்துவிட்டார்.

ஏற்கனவே வீரண்ணா மீது கடுப்புடன் இருந்த லிங்கப்ப நாயக் இந்த பதிலால் கொதித்து கொந்தளித்துப் போனார். இதனை மனதிலேயே வைத்துக் கொண்டிருந்த லிங்கப்பா, 1680இல் வீரண்ணா உயிரிழந்தவுடன், மெட்ராசை கிழக்கிந்திய கம்பெனியிடம் இருந்து பறித்துக் கொள்ளும் முயற்சியில் இறங்கினார். ஆனால் அது பலிக்கவில்லை. எனவே மெட்ராஸை லிங்கப்பா முற்றுகையிட்டார்.

மெட்ராசிற்குள் உணவுப் பொருட்களும், மற்ற அத்தியாவசியப் பண்டங்களும் வருவது தடைபட்டது. மெட்ராஸ் மக்களுக்கு மெல்ல மூச்சுமுட்ட ஆரம்பித்தது. இந்த முற்றுகையை விலக்கிக் கொள்ள ஆங்கிலேயர்கள் ஆண்டுதோறும் 2000 பகோடா பணம் தர வேண்டும் என லிங்கப்பா நிபந்தனை விதித்தார். ஒருகட்டத்தில் பிரச்னை முற்றியதால், கம்பெனியையே மெட்ராசில் இருந்து செஞ்சிக்கு மாற்றிவிடலாமா என்று கூட ஆலோசிக்கப்பட்டது. வீரண்ணாவின் கோபம் இப்படி மெட்ராசின் இருப்பிற்கே ஆப்பு வைக்கப் பார்த்தது. இதனை சரி செய்ய அப்போது வீரண்ணாவும் உயிருடன் இல்லை. ஆனால் கிழக்கிந்திய கம்பெனிக்காரர்கள் தொடர் பேச்சுவார்த்தையின் மூலம் இப்பிரச்னைக்கு தீர்வு கண்டனர்.

காசி வீரண்ணா தமது காலத்தில் கிழக்கிந்திய கம்பெனிக்காரர்கள் மத்தியில் மிகுந்த செல்வாக்குடன் வாழ்ந்தார். அவர் உயிரிழந்தபோது, அவருக்கு கம்பெனி சார்பில் 30 குண்டுகள் முழங்க இறுதி மரியாதை செலுத்தப்பட்டது. வீரண்ணா காலத்திலும் மெட்ராசில் உடன்கட்டை ஏறும் பழக்கம் இருந்தது. வீரண்ணாவின் மறைவைத் தொடர்ந்து அவரது மனைவி (இரண்டாவது மனைவி) உடன்கட்டை ஏற முயன்றார். ஆனால் அப்போதைய மெட்ராஸ் ஆளுநர் அதனை அனுமதிக்கவில்லை. மெட்ராசில் 'சதி' (Sathi) எனப்படும் உடன்கட்டை ஏறுதல் அதிகாரப்பூர்வமாக தடை செய்யப்பட்ட முதல் நிகழ்வாக இது வரலாற்றில் குறிப்பிடப்பட்டுள்ளது.

இப்படி வாழும்போது மட்டுமின்றி மரணத்திலும் வரலாறு படைத்த வீரண்ணாவை மெட்ராஸ் இன்றும் நினைவில் வைத்திருக்கிறது. அதற்கு அத்தாட்சிதான் பாரிமுனை பகுதியில் இருக்கும் காசி வீரண்ண செட்டித் தெரு.

- *1661 முதல் 1665 வரை கம்பெனியின் ஏஜெண்டாக இருந்த சர் எட்வர்ட் விண்டர், மெட்ராசில் குற்றங்களை விசாரித்து நீதி வழங்கும் பொறுப்பை பேரி திம்மண்ணா மற்றும் காசி வீரண்ணா ஆகியோரிடம் ஒப்படைத்திருந்தார். ஆனால் அடுத்து வந்தவர் இந்த பொறுப்பை இவர்களிடம் இருந்து பறித்துவிட்டார்.*
- *1679ஆம் ஆண்டு லிங்கப்பா, வீரண்ணாவிற்கு 1500 பகோடாக்கள் கொடுத்து சாந்தோமை தமதாக்கிக் கொண்டார்.*

மெட்ராஸ் சாலைகள்

எந்த ஒரு நகரின் வளர்ச்சிக்கும் அங்கிருக்கும் சாலைகள் மிக முக்கிய காரணமாக இருக்கின்றன. மெட்ராசும் இதற்கு விதிவிலக்கல்ல. மெட்ராசில் ஆங்கிலேயர்கள் காலடி வைத்து சுமார் 200 ஆண்டுகளுக்குப் பிறகுதான் சாலைகள் முறையாக அமைக்கப்பட்டன. அதுவரை மனிதர்கள் நடந்து செல்லவும், மாட்டு வண்டிகளில் செல்லவும் போதுமான அளவில்தான் சாலைகளின் அகலமும், தரமும் இருந்தன.

இன்று வாகனங்கள் மின்னல் வேகத்தில் விரையும் மவுண்ட் ரோடு எனப்படும் அண்ணா சாலையும், பூந்தமல்லி நெடுஞ்சாலையும் ஆங்கிலேயர்கள் வருவதற்கு முன்பிருந்தே மக்கள் பயன்பாட்டில் இருந்தன. மெட்ராஸ் என்ற நிலப்பகுதியை சுற்றியிருந்த திருவொற்றியூர், மயிலாப்பூர், திருவல்லிக்கேணி போன்ற கிராமங்கள் பல நூற்றாண்டுகளாக இருக்கின்றன என்பதற்கு இங்குள்ள புராதன கோவில்களே சாட்சி.

100

இங்குள்ள மக்கள் செங்கல்பட்டு, பூந்தமல்லி உள்பட தொண்டை மண்டலத்தின் பிற பகுதிகளுக்கு செல்ல இந்த சாலைகளைத் தான் பயன்படுத்தினர். இருந்தாலும் சாதாரண புறவழிச்சாலையாக இருந்த இவை, மாநகரின் முக்கிய சாலைகளாக பரிணாம வளர்ச்சி அடைந்தது ஆங்கிலேயர்களின் வருகைக்கு பிறகுதான்.

1856இல் பொதுப்பணித்துறை வேலைகளை கவனிக்க ஒரு கமிஷன் அமைக்கப்பட்டது. இந்த கமிஷனின் அறிக்கை அப்போதைய மெட்ராஸ் சாலைகளின் நிலை எப்படி இருந்தது என்பதை தெளிவாகக் கூறுகின்றன.

'இங்கிலாந்தைவிட இரண்டரை மடங்கு அதிக நிலப்பரப்பும், மக்கள்தொகையும் கொண்ட இந்த ராஜதானிக்கு, 3400 மைல்களுக்குத்தான் தெருக்கள் இருக்கின்றன. அவை கூட உண்மையில் சரியாக அமைக்கப்பட்ட வீதிகள் அல்ல. வெறும் கை வண்டி அல்லது மாட்டு வண்டிகள் செல்லக்கூடிய வழிகள்தான். கோடைகாலத்தில் தரை கெட்டியாக இருக்கும்போது மட்டும்தான் அவற்றை பயன்படுத்த முடியும். பாலங்களும் சரியாக கட்டப்படவில்லை. இவை அனைத்துமே மராமத்து பார்க்க வேண்டியவை' என்று அந்த கமிஷன் தெரிவித்திருக்கிறது.

இந்த கமிஷன் வருவதற்கு முன்பே மவுண்ட் ரோடு வந்துவிட்டது. ஜார்ஜ் கோட்டையில் இருந்து செயிண்ட் தாமஸ் மவுண்ட் வரை சுமார் 15 கிலோ மீட்டர்களுக்கு நீ......ண்டு கிடக்கும் இந்த சாலை காலப்போக்கில் அசுர வளர்ச்சி அடைந்தது. ஏசுநாதரின் 12 சீடர்களில் ஒருவரான புனித தோமையார், கிபி 72இல் செயிண்ட் தாமஸ் மவுண்டில்தான் கொல்லப்பட்டார். இதனையடுத்து கிட்டத்தட்ட இரண்டாயிரம் ஆண்டுகளாக இந்த மலை வழிபாட்டுத் தலமாக இருந்து வருகிறது. எனவே மெட்ராஸ் வந்த ஆங்கிலேயர்களும் கூட்டம் கூட்டமாக இங்கு வந்து வழிபடத் தொடங்கினர்.

இதனிடையே 17ஆம் நூற்றாண்டின் இறுதியில் மெட்ராஸ் ஆளுநர்கள் கிண்டியில் உள்ள அரசினர் இல்லத்தில் அடிக்கடி வந்து தங்க ஆரம்பித்ததால், இந்த பகுதியில் போக்குவரத்து அதிகரித்தது. எனவே சிறப்பு கவனம் செலுத்தி உடனடியாக மவுண்ட் ரோடு சீரமைக்கப்பட்டது. அரசு மட்டுமின்றி சில தனி நபர்களும் மவுண்ட் ரோட்டின் வளர்ச்சிக்கு பங்காற்றியுள்ளனர்.

மெட்ராசில் அக்காலத்தில் புகழ்பெற்று விளங்கிய ஆர்மீனிய வணிகரான பெட்ரூஸ் உஸ்கான், செயிண்ட் தாமஸ் தேவாலயத்திற்கு வருபவர்களின் வசதிக்காக தனது சொந்த

கடற்கரை சாலை

மௌபரிஸ் சாலை

செலவில் அடையாற்றின் குறுக்கே 1726இல் ஒரு பாலத்தை கட்டிக் கொடுத்தார். அதுதான் அடையாறு மர்மலாங் பாலம். பின்னர் இந்த பாலம் சேதமடைந்துவிட்டதால் 1950-களில் இதன் அருகிலேயே தற்போது இருக்கும் மறைமலை அடிகள் பாலம் கட்டப்பட்டது.

இந்தியாவின் தற்போதைய வரைபடத்திற்கு ஆணிவேராக இருந்ததே மவுண்ட் ரோடுதான். காரணம், இந்தியாவின் நீள அகலத்தை அளப்பதற்காக 1802ஆம் ஆண்டு தொடங்கிய 'இந்தியாவின் பெரும் முக்கோணவியல் அளவீடு' (The Great Trigonometrical Survey of India) பணிக்கு மவுண்ட் ரோட்டில்தான் பிள்ளையார் சுழி போடப்பட்டது. ஜார்ஜ் கோட்டையை செயிண்ட் தாமஸ் மவுண்டுடன் இணைக்கும் 7 மைல் நீளம் கொண்ட நேர்க் கோட்டை அடிப்படையாகக் கொண்டுதான் இந்த வேலை ஆரம்பமானது.

மெட்ராசின் மற்றொரு முக்கிய சாலை, பூந்தமல்லி நெடுஞ்சாலை. சென்ட்ரல் மற்றும் எழும்பூர் ரயில் நிலையங்களின் வருகைக்கு பிறகு இந்த சாலையின் பயன்பாடு அதிகரித்தது. சென்ட்ரல் ரயில் நிலையத்தில் வந்திறங்கும் பயணிகள் தங்குவதற்காக ராஜா சர் ராமஸ்வாமி முதலியார் சத்திரம், அப்துல் ஹகீம் சாகிப் சத்திரம் (சித்திக் செராய்) ஆகியவை இங்கு கட்டப்பட்டன. இந்த இரண்டு சத்திரங்களும் இன்று வணிக வளாகமாக உருமாறி இருக்கின்றன. சித்திக் செராயில் ஒரு பெரிய மசூதி இருக்கிறது.

இவை மட்டுமின்றி விக்டோரியா ஹால், மூர் மார்க்கெட், ரிப்பன் மாளிகை, அரசு பொது மருத்துவமனை, தினத்தந்தி அலுவலகம், பச்சையப்பன் கல்லூரி, ஆண்ட்ரூஸ் தேவாலயம், ஆங்கிலோ-இந்தியன் பள்ளி என பல முக்கிய கட்டடங்கள் இந்த சாலையின் பயன்பாட்டை அதிகரித்தன. ஆரம்ப நாட்களில் கோட்டைக்குள்ளேயே இருந்து மூச்சு முட்டிய ஆங்கிலேயர்கள், பின்னர் மெல்ல வெளியில் வந்து பெரிய பெரிய தோட்ட வீடுகளைக் கட்டி குடியேற ஆரம்பித்தனர். தேனாம்பேட்டை, வேப்பேரி, புரசைவாக்கம், சேத்துபட்டு என அவர்கள் வீடு கட்டிய இடங்களில் எல்லாம் சாலைகள் முளைத்தன. இப்படித்தான் இன்றைய சென்னையின் பல சாலைகள் உருப்பெற்றன.

அறிஞர்களின் சிலைகள் வரிசை கட்டி நிற்கும் பிரம்மாண்டமான கடற்கரைச் சாலையில் தொடங்கி சென்னையின் சின்ன சின்ன தெருக்கள் வரை ஒவ்வொன்றின் பின்னாலும் ஒரு சுவாரஸ்யமான கதை இருக்கிறது. இந்த கதைகளை சுமந்தபடி மாட்டு வண்டிகளும், குதிரை வண்டிகளும் ஓடிக் கொண்டிருந்த சாலைகளில், டிராம்கள் அறிமுகமாகி ஓடி ஓய்ந்துவிட்டன. அடுத்து சாலைகளை ஊடறுத்து ஓட மெட்ரோ ரெயில்கள் தயாராக இருக்கின்றன. மொத்தத்தில் கடந்த காலத்தையும் எதிர்காலத்தையும் இணைத்தபடி, வரலாறுகளால் நிறைந்து கிடக்கின்றன மெட்ராஸ் சாலைகள்.

- ***எழும்பூர் பாந்தியன் சாலையை உள்ளடக்கிய 43 ஏக்கர் நிலம் 1778இல் ஹால் பிளம்மர் என்பவருக்கு மெட்ராஸ் ஆளுநரால் வழங்கப்பட்டது.***
- ***நுங்கம்பாக்கத்தில் ஒருகாலத்தில் மாட்டு வண்டிகள் பயணிக்கும் ஒற்றையடி பாதையாக இருந்ததுதான் ஸ்டெர்லிங் ரோடு. சாதாரண சிப்பாயாக இருந்து, படிப்படியாக முன்னேறி செஷன்ஸ் நீதிபதியாகிவிட்ட ஸ்டெர்லிங்கின் (L. K. Sterling) நினைவாக இந்த பெயர் சூட்டப்பட்டது. இப்படி பல ஆங்கிலேயர்களின் நினைவுகளைத் தாங்கியபடி நிறைய சாலைகள் இன்றும் இருக்கின்றன.***

மெட்ராசின் கதை

101

இன்று நாம் சென்னை என்று அழைக்கும் இந்த நகரம், சுமார் 375 ஆண்டுகளுக்கு முன் வங்கக் கடலோரம் ஒரு சின்னஞ்சிறிய கிராமமாக இருந்தது. கடற்கரை அருகில் குட்டி குட்டி மீனவக் குப்பங்கள் இருந்தன. தங்களின் கம்பெனிக்காக இடம் தேடி அலைந்த கிழக்கிந்திய கம்பெனியின் பிரதிநிதியான பிரான்சிஸ் டேவின் கண்ணில் இந்த பகுதி தென்பட்டதில் இருந்துதான் மெட்ராஸ் என்ற பிரம்மாண்ட நகரத்தின் கதை தொடங்குகிறது.

இந்த பகுதியை ஆண்ட நாயக்க மன்னரின் பிரதிநிதியிடம் இருந்து வியாபாரம் செய்ய அனுமதி பெற்ற கிழக்கிந்திய கம்பெனிக்காரர்கள், கடற்கரையோரம் கோட்டை கட்டி குடியேறினர். 1639இல் கட்டப்பட்ட அந்த கோட்டைதான் மெட்ராசின் வளர்ச்சிக்கு அஸ்திவாரம் போட்டது. கோட்டைக்குள் ஆங்கிலேய குடியிருப்புகள் வந்ததும், கோட்டையைச் சுற்றி ஒரு சிறிய பட்டணமும் உருவானது.

● 1830ல் பைகிராப்ஸ் ரோடு

ஆங்கிலேயர்களுக்குத் தேவையான பொருட்கள் மற்றும் சேவைகளை வழங்கும் உள்ளூர் மக்கள் இங்கு குடியேறினர்.

கிழக்கிந்திய கம்பெனிக்காரர்கள் வியாபாரம் செய்வதற்காகத்தான் இங்கு வந்தனர் என்பதால் அவர்களோடு வாணிபம் செய்ய நிறைய உள்ளூர் வியாபாரிகள் கோட்டையை சுற்றிச்சுற்றி வந்தனர். இதனால் கோட்டைக்கு உள்ளும், புறமும் நடமாட்டம் அதிகரித்தது. 1646இல் எடுக்கப்பட்ட ஒரு கணக்கெடுப்பின்படி, அப்போதைய மெட்ராசின் ஜனத்தொகை சுமார் 19 ஆயிரமாக இருந்தது.

கம்பெனியின் வியாபாரம் வேகமாகப் பெருக, அதற்கேற்ப ஆட்களின் போக்குவரத்தும் அதிகரித்தது. எனவே கோட்டையின் எல்லையை விஸ்தரிக்க வேண்டியது காலத்தின் கட்டாயமானது. கோட்டைக்கு உள்ளேயும், வெளியேயும் வெள்ளையர் நகரம், கருப்பர் நகரம் என இரண்டு நகரங்கள் உருவாயின.

கம்பெனியின் வியாபாரம் பெரும்பாலும் துணி சார்ந்ததாக இருந்ததால், அதற்கு தேவையான ஆட்களை மெட்ராசில் குடியேற்றம் செய்யும் பணிகள் தொடங்கின. நெச வாளர்களை ஊக்குவிப்பதற்காக கம்பெனி செலவிலேயே வீடு கட்டிக் கொடுக்கப்பட்டு, அங்கேயே பரம்பரை பரம்பரையாக வாழ அனுமதியும் வழங்கப்பட்டது. இதனால் இந்தியாவின் பல பகுதிகளில் இருந்தும் நெசவாளர்கள் மெட்ராஸ் நோக்கி படையெடுத்தனர். இப்படித்தான் வண்ணாரப்பேட்டை, சிந்தாதிரிப்பேட்டை, காலடிப்பேட்டை போன்ற புதிய பகுதிகள் உருவாகின.

ஏற்கனவே இருந்த எழும்பூர், திருவல்லிக்கேணி, புரசைவாக்கம், தண்டையார்பேட்டை, திருவொற்றியூர் போன்ற கிராமங்கள் காலப்போக்கில் சென்னையுடன் இணைக்கப்பட்டன. மெட்ராஸ் மெல்ல ஒரு நகரமாக உருமாற ஆரம்பித்ததும், துணி வியாபாரத்தை தாண்டி மற்ற

வியாபாரங்களும் சூடுபிடித்தன. கப்பல் போக்குவரத்து அதிகரித்ததால் துறைமுகம் கட்டப்பட்டது. உலகின் மற்ற பகுதிகளில் கண்டுபிடிக்கப்பட்ட தொலைபேசி, ரயில், சினிமா போன்ற விஷயங்கள் அடுத்த சில ஆண்டுகளிலேயே மெட்ராசிற்கு அறிமுகமாயின. மே 7, 1895இல் சென்னை நகர வீதிகளில் முதன்முறையாக எலெக்ட்ரிக் டிராம்கள் ஓடின. இந்தியாவிலேயே எலெக்ட்ரிக் டிராம் ஓடுவது அதுதான் முதல்முறை. அந்த சமயத்தில் லண்டன் போன்ற மாநகரங்களில் கூட எலெக்ட்ரிக் டிராம்கள் அறிமுகமாகவில்லை.

மெட்ராசை ஆண்ட தாமஸ் மன்றோ போன்ற ஆளுநர்கள், இங்கு வந்து குடியேறிய தாமஸ் பாரி, பெட்ரூஸ் உஸ்கான் போன்ற பெரு வணிகர்கள், பச்சையப்ப முதலியார், சர் பிட்டி தியாகராயர் போன்ற உள்ளூர் பெரிய மனிதர்கள் முதல் சென்னைக்கென பிரத்யேகமான மெட்ராஸ் பாஷையை அறிமுகப்படுத்திய சாதாரண ரிக்ஷாக்காரர்கள் வரை எத்தனையோ பேர் சேர்ந்து செதுக்கியதுதான் இன்றைய சென்னை. இந்த நகரம் திட்டமிட்டு உருவாக்கப்பட்டதல்ல. காலத்தின் தேவை கருதி தன்னைத்தானே விஸ்தரித்துக் கொண்டது.

மெட்ராசின் பழமையைப் பறைசாற்றியபடி நூற்றாண்டுகள் கடந்து நின்றுகொண்டிருக்கும் ஒவ்வொரு இந்தோ சராசனிக் பாணி கட்டடத்திற்கு பின்னும் ஒரு சுவாரஸ்யமான கதை இருக்கிறது. ஒவ்வொரு சாலைக்கு அடியிலும் ஒரு வரலாறு நிலத்தடி நீராய் ஈரம் மாறாமல் ஓடிக் கொண்டிருக்கிறது. கால ஓட்டத்தில் எத்தனையோ மாற்றங்களை உள்வாங்கிக் கொண்டு இன்றும் இளமை மாறாமல் அதே துடிப்புடன் செயல்பட்டுக் கொண்டிருக்கும் சென்னை நகரத்திடம் இருந்து நாம் கற்றுக் கொள்ள நிறைய இருக்கின்றன.

மொத்தத்தில் மூன்று நூற்றாண்டுகளைக் கடந்த இந்த மாநகரத்தின் கதை, அனைவருக்குமான ஒரு சிறந்த வாழ்வியல் பாடம்.

கடந்து வந்த பாதை

* 1640 - புனித ஜார்ஜ் கோட்டை கட்டி முடிக்கப்பட்டது
* 1688 - மெட்ராஸ் மாநகராட்சி உதயமானது
* 1693 - எழும்பூர், புரசைவாக்கம், தண்டையார்பேட்டை ஆகிய ஊர்கள் மெட்ராசுடன் இணைக்கப்பட்டன
* 1746 - மெட்ராஸ் பிரெஞ்சுக்காரர்கள் வசம் சென்றது
* 1749 - மீண்டும் ஆங்கிலேயர்களிடம் ஒப்படைக்கப்பட்டது
* 1768 - ஆற்காடு நவாப் சேப்பாக்கம் அரண்மனையைக் கட்டினார்
* 1772 - நகரத்தின் முதல் குடிநீர் திட்டமான ஏழுகிணறு திட்டம் ஆரம்பமானது
* 1785 - முதல் தபால் நிலையம் செயல்படத் தொடங்கியது
* 1841 - ஐஸ்கட்டிகளை சேமித்து வைப்பதற்காக ஐஸ் ஹவுஸ் கட்டப்பட்டது
* 1856 - முதல் ரயில் ராயபுரத்தில் கிளம்பி ஆற்காடு சென்றது
* 1882 - சென்னையில் முதல் டெலிபோன் ஒலித்தது
* 1889 - உயர்நீதிமன்ற கட்டடத்திற்கு அடிக்கல் நாட்டப்பட்டது
* 1895 - மெட்ராசில் டிராம் வண்டிகள் ஓடத் தொடங்கின
* 1910 - மெட்ராஸ் வானில் முதல் விமானம் பறந்தது
* 1947 - புனித ஜார்ஜ் கோட்டையில் இந்திய தேசியக் கொடி ஏறியது